ഗ്രീൻ ബുക്സ്

ആണ്ടവന്റെ ലീലാവിലാസങ്ങൾ

സുധീർ പറൂര്

എഴുത്തുകാരൻ, നോവലിസ്റ്റ്.
1971 ജനുവരിയിൽ മലപ്പുറം ജില്ലയിലെ
തിരൂർ ഏഴൂരിൽ ജനിച്ചു.
ഏഴൂർ എം.ഡി.പി.എസ്. യുപി സ്കൂൾ,
ഏഴൂർ ഗവൺമെന്റ് ഹൈസ്കൂൾ,
തിരൂർ കോ-ഓപ്പറേറ്റീവ് കോളേജ്,
മലപ്പുറം ഗവ. കോളേജ്
എന്നിവിടങ്ങളിൽ വിദ്യാഭ്യാസം.

ഗ്രീൻ ബുക്സ് പ്രസിദ്ധീകരിച്ച
ഗ്രന്ഥകാരന്റെ ഇതര കൃതി

മേഘയാത്രികൻ (നോവൽ)

നോവൽ

ആണ്ടവന്റെ ലീലാവിലാസങ്ങൾ

സുധീർ പറൂര്

ഗ്രീൻ ബുക്സ്

green books private limited
gb building, civil lane road, ayyanthole,
thrissur- 680 003, kerala, ph: +91 487-2381066, 2381039
website: www.greenbooksindia.com
e-mail: info@greenbooksindia.com

branches:
thrissur 0487-2422515
thiruvananthapuram 0471-2335301
calicut 0495 4854662

malayalam
aandavante leelaavilasangal
novel
by
sudheer parooru

published may 2023

illustrations : ullerikkaran
cover design : s. mahendra

printed in india
repro india ltd

isbn : 978-93-95878-43-2

₹ 310.00
GBPL/1296/2022

വരിക എന്റെ വഴി നടക്കും സ്വാമിത്തേവരേ...

മകരക്കൊയ്ത്തു കഴിഞ്ഞ പാടങ്ങളിലൂടെ തുടിയും പറയും ചെണ്ടയുമായി പൂതനും തിറയും കരിങ്കാളിയുമൊക്കെ കടന്നുപോകുന്നത് ഭയം കലർന്ന കൗതുകത്തോടെ നോക്കിനിന്ന ബാല്യകാലം, ഗ്രാമങ്ങളിൽ ജനിച്ചു വളർന്ന പലരുടേയും മങ്ങാത്ത സ്മരണകളാണ്. പേടിയാട്ടമ്മ തുറക്കുകയും കളിയാട്ടമ്മ അടയ്ക്കുകയും ചെയ്യാറുണ്ടായിരുന്ന ആ ഉത്സവസ്മരണകളിൽ ഞങ്ങൾ വെട്ടത്തു നാട്ടുകാർക്ക് ഏറെ പരിചിതമായ ഒന്നാണ് തണ്ണീർഭഗവതിയുടെ തീയ്യാട്ടുത്സവങ്ങൾ. 'ചാത്തൻ കോന്നൻ മെയ്യടിയാൻമേൽ കോലം വേഷം പൂണ്ടോരുത്തി' അരമണിയും കാൽചിലമ്പും കിലുക്കി വാളെടുത്തുറഞ്ഞു തുള്ളി വരുമ്പോൾ പ്രാർത്ഥനാനിർഭരമായ മനസ്സുമായി തൊഴുകൈ കൂപ്പി നിന്ന ആ ഉത്സവക്കാലങ്ങൾ ഹൃദയത്തിൽ ചേർത്തു വച്ച പല ചിത്രങ്ങൾ ഇന്നും ഉള്ളിലുണ്ട്.

പൊന്നാനി അറബിക്കടലിനും പരപ്പനങ്ങാടി പൂരപ്പുഴയ്ക്കുമിടയിൽ പരന്നുകിടക്കുന്ന ഭൂവിഭാഗമാണ് വെട്ടത്ത് സ്വരൂപം എന്ന് ചരിത്രം പ്രകീർത്തിച്ച വെട്ടത്തുനാട്. ഈ ചുരുങ്ങിയ പ്രദേശത്ത് തണ്ണീർഭഗവതിക്ക് ക്ഷേത്രങ്ങളോ തറകളോ കാവുകളോ ആയി എഴുപത്തിരണ്ടോളം ആസ്ഥാനങ്ങൾ ഉണ്ടായിരുന്നുവെത്രെ. പലതും കാലപ്രവാഹത്തിൽ വിസ്മൃതിയിലായെങ്കിലും ഇന്നും വെട്ടത്തുനാട്ടിൽ ഭഗവതിയാട്ടിന് ക്ഷാമമൊന്നുമില്ല. വെട്ടത്തുനാടിന്റെ കുലപരദേവതയായി വെട്ടത്തു രാജാവ് കുടിയിരുത്തിയ ഈ തണ്ണീർഭഗവതി സങ്കല്പപ്രകാരം ആട്ടും പാട്ടും നടത്താനുള്ള അധികാരം ചോപ്പൻ എന്ന സ്ഥാനപ്പേരിൽ

അറിയപ്പെടുന്ന ദേശത്തെ മണ്ണാൻ സമുദായത്തിൽപെട്ട വർക്കായിരുന്നു. 'ഊർന്നു വിട്ടോരു കന്നിനും വാരിവിത ച്ചോരു വിത്തിനും വെട്ടമായിരം ലോകർക്കും വെട്ടം വാണ സ്വരൂപത്തിനും' ഉണ്ടാകുവാൻ ഭഗവതിയെ തോറ്റി പാടുന്ന ചടങ്ങ് തീയാട്ടിന്റെ പ്രധാന ഭാഗമാണ്. ചെറുപ്പ ത്തിൽ കണ്ടും കേട്ടും അനുഭവിച്ച ഇത്തരം തീയ്യാട്ടുത്സവ ങ്ങളിൽ നിന്ന് എന്റെ മനസ്സ് സങ്കൽപിച്ചെടുത്ത ഒരു കഥാപാത്രമാണ് ആണ്ടവൻ. ഈഴവർക്കിടയിൽ പരക്കെ ഉണ്ടായിരുന്നതും മണ്ണാൻ സമുദായത്തിൽ അധികം പ്രചാരത്തിലില്ലാത്തതുമായ ഒരു പേരാണ് ആണ്ടവൻ. ജാതീയമായ അതിർവരമ്പുകൾ ലംഘിച്ച പലരും പൂർവ കാലത്തുമുണ്ടായിട്ടുണ്ടല്ലോ. അക്കൂട്ടത്തിലൊരാളായിരി ക്കണം ആണ്ടവനെ പോറ്റിവളർത്തിയ വേലായുധൻ.

മലപ്പുറം ജില്ലയിലെ ഇന്നത്തെ തിരൂർ പട്ടണത്തിന്റെ ഒരു ഭാഗം പണ്ട് കുമരമംഗലം എന്ന പേരിലായിരുന്നു അറിയപ്പെട്ടിരുന്നത്. ഇന്നത്തെ തിരൂർ റയിൽവേ സ്റ്റേഷനും മത്സ്യമാർക്കറ്റും ബസ്റ്റാന്റുമൊക്കെ അന്നത്തെ കുമര മംഗലത്തിൽ ഉൾപ്പെടും. ഒരു ക്ഷേത്രവും ഒരു എൽ.പി. സ്കൂളും മാത്രമാണ് ഇന്ന് ആ പഴയ കുമരമംഗലത്തിന്റെ പേരിൽ ആകെ അറിയപ്പെടുന്നത്. കുമരമംഗലം ലോപിച്ച് കോരങ്ങത്ത് മൈതാനം, കോരങ്ങത്ത് സാസ്കാരിക സമുച്ചയം ഇങ്ങനെയും ചില ഓർമ്മപ്പെടുത്തലുകൾകൂടി ഇന്നുമുണ്ട്. അത് കഴിഞ്ഞാൽ പഴയ അടിയാധാരങ്ങളിൽ മാത്രമായി മറഞ്ഞുപോയ ഒരു ഗ്രാമമാണ് കുമരമംഗലം. എന്റെ ആണ്ടവനെ പ്രതിഷ്ഠിക്കാൻ ഇതിലും പറ്റിയ ഒരു സ്ഥലമില്ല എന്നതുകൊണ്ട് മറഞ്ഞുപോയ, മറന്നുപോയ കുമരമംഗലം ദേശത്തെ ഈ കഥയ്ക്കുള്ള ഭൂമികയായി സങ്കല്പിച്ചിരിക്കുന്നു. കഥ തികച്ചും സാങ്കല്പികമാണെ ങ്കിലും ഞാൻ കണ്ടവരും പലരിൽ നിന്നും വായ്മൊഴി യായി കേട്ടറിഞ്ഞവരുമായ ചില കഥാപാത്രങ്ങൾ എന്റെ സങ്കല്പ കഥാപാത്രങ്ങൾക്കിടയിലൂടെ ഇതിൽ കടന്നു വരുന്നുണ്ട്. പല ദേശചരിതങ്ങളിലും സമാനസ്വഭാവമുള്ള കഥാപാത്രങ്ങൾ ഉണ്ടാവാറുള്ളതുകൊണ്ട് പല ദേശങ്ങളി ലുള്ളവർക്കും അവരെ പരിചയം തോന്നുക സ്വാഭാവികം മാത്രം.

കോവിഡിന്റെ ആദ്യത്തെ അടച്ചുപൂട്ടൽ കാലത്താണ് ഈ കൃതിയുടെ ആദ്യഭാഗം എഴുതിത്തീർത്തത്. രണ്ടാം

ഭാഗം പിന്നെ ഏറെ കഴിഞ്ഞാണ് ചെയ്തത്. മരണാനന്തരം ആണ്ടവൻ ഒരു മിത്തായി പരിവർത്തിക്കപ്പെടുന്നതാണ് രണ്ടാംഭാഗത്തിൽ സൂചിപ്പിക്കുന്നത്.

ഇതിന്റെ രചനാവേളയിലും ശേഷവും പലതരത്തിൽ എന്നെ സഹായിക്കുകയും പ്രോത്സാഹിപ്പിക്കുകയും ചെയ്ത ചില സുമനസ്സുകളുണ്ട്. ഡോ. എൻ.ആർ. മധു മീനച്ചിൽ, ഡോ. എം. താമു, കോട്ടയ്ക്കൽ ഉണ്ണികൃഷ്ണൻ വൈദ്യർ, പ്രിയ സുഹൃത്ത് ഉബൈദ് മുഹസിൻ എന്നിവരെ നന്ദിപൂർവം സ്മരിക്കുന്നു. എന്റെ കഥപ്രാത്രങ്ങളുടെ രൂപവും ഭാവവും നേർത്ത വരകളിലൂടെ അടയാളപ്പെടുത്തിയ ബാലകൃഷ്ണൻ (ഉള്ളേ്യരിക്കാരൻ) സാറിനോടും ഈ കൃതി പ്രസിദ്ധീകരിക്കാൻ തെരഞ്ഞെടുത്ത ഗ്രീൻ ബുക്സിനോടുമുള്ള ഹൃദയം നിറഞ്ഞ നന്ദി ഇവിടെ അറിയിക്കുന്നു.

പ്രിയ വായനക്കാരേ, ഇനി ഇത് വിലയിരുത്തേണ്ടത് നിങ്ങളാണ്. കുറ്റങ്ങളും കുറവുകളുമുണ്ടാകാം പ്രോത്സാഹനത്തിനും വിമർശനത്തിനും സ്വാഗതം. പല പരിമിതികൾക്കുള്ളിലൂടെ ജീവിച്ച് മരിച്ച്, മരിച്ചിട്ടും ജീവിക്കുന്ന എന്റെ ആണ്ടവനെ ഞാൻ നിങ്ങൾക്കു മുമ്പിൽ സവിനയം സമർപ്പിക്കുന്നു.

ആണ്ടവന്റെ തേരേറ്റു കർമ്മത്തിലേക്ക് ഓരോ വായനക്കാരനേയും ക്ഷണിക്കുകയും ചെയ്യുന്നു. കിഴക്ക് ഉദയമാനപർവ്വതം ധ്യാനിച്ച്, പടിഞ്ഞാറ് അസ്തമാനപർവതം ധ്യാനിച്ച്, തെക്ക് ശ്രീകൂടപർവതം ധ്യാനിച്ച് വടക്ക് മഹാമേരുപർവ്വതം ധ്യാനിച്ച് ആണ്ടിപ്പൂശാരിയുടെ തീയ്യാട്ട് കർമ്മം തുടങ്ങട്ടെ.

സുധീർ പറൂര്

തുറന്നിട്ട ജാലകങ്ങൾ

പഴമയുടെ ഗന്ധം നിറഞ്ഞു നിൽക്കുന്ന മുറിയിൽ നിന്ന് വായു പുറത്തേക്കു ചാടുവാൻ വെമ്പൽ കൊള്ളുന്നുണ്ടെന്ന് തോന്നിയപ്പോഴാണ് ആ ജനവാതിൽ ഒന്ന് തുറന്നിടാൻ ആഗ്രഹിച്ചത്. താൻ പോയതിനുശേഷം പിന്നെ ആരും ആ മുറി ഉപയോഗിച്ചിട്ടില്ല. ഇടയ്ക്ക് മാളുവമ്മ വന്ന് അടിച്ചുതുടച്ച് വൃത്തിയാക്കിയിട്ടുണ്ടാവും. അത് ആ അമ്മയ്ക്ക് നിർബന്ധമാണല്ലോ. ആമവാതം കൊണ്ടുള്ള കാൽമുട്ടു വേദന കാരണം മാളുവമ്മയ്ക്കീ കോണിപ്പടികയറുന്നത് വളരെ പ്രയാസമാണെങ്കിലും തന്നോടുള്ള സ്നേഹം കൊണ്ട് അവർ കുത്തിപ്പിടിച്ച് കയറിയിട്ടുണ്ടാവും

"ന്നാലും ഈ കുട്ടിക്ക് താഴെയെങ്ങാനും കിടന്നാൽ പോരെ മനുഷ്യനെ ബുദ്ധിമുട്ടിക്കാൻ" എന്നവർ പല പ്രാവശ്യം ആരോടെന്നില്ലാതെ പറഞ്ഞിട്ടുണ്ടാവണം. ജനൽ തുറന്നിട്ടപ്പോഴാണ് നിലാവിന്റെ ഓളങ്ങളിൽ നീന്തിത്തുടിക്കുന്ന കാർമേഘങ്ങളെ കണ്ടത്. അത് നോക്കിയിരിക്കാൻ നല്ല രസമാണ്. പഴയ ഈ എട്ടുകെട്ടിന്റെ രണ്ടാംനിലയിലെ വിശാലമായ മുറിയിലാണ് തന്റെ ഓർമ്മകളുടെ മണം പരതി നടക്കുന്നതെന്നവനറിയാം. അതുകൊണ്ടുതന്നെ ഇല്ലത്തുണ്ടെങ്കിൽ ഇവിടെത്തന്നെ കിടക്കണമെന്ന് അയാൾക്ക് നിർബന്ധമാണ്.

പത്തിരുപത് മുറികളുള്ള, ഈ എട്ടുകെട്ടിന് താഴെത്തെ നില കൂടാതെ വേറെ രണ്ടു നിലയുണ്ട്. പണ്ടൊക്കെ കൂട്ടുകുടുംബ വ്യവസ്ഥിതിയായിരുന്നതുകൊണ്ട് ഇഷ്ടംപോലെ ആളുകളുണ്ടായിരുന്നുവത്രെ. പക്ഷേ തന്റെ ഓർമ്മയിൽ അച്ഛനും മുത്തച്ഛനും മുത്തശ്ശിയും അച്ഛമ്മ എന്നു വിളിക്കുന്ന മുത്തശ്ശിയുടെ അനുജത്തിയും അമ്മയും മാത്രം. അച്ഛനും മുത്തച്ഛനും പോയതിൽ പിന്നെ, മുത്തശ്ശിയും അച്ഛമ്മയും അമ്മയും മാത്രമായി. അവർ മൂന്നുപേരും താഴെ ഒരു മുറിയിലാണ് ഉറങ്ങാറുള്ളത്.

ഇല്ലത്തിന്റെ പല ഭാഗങ്ങളിലും ആൾപെരുമാറ്റമുണ്ടായിട്ട് വർഷങ്ങളായി. പത്തായപ്പുരയിൽ അയ്യപ്പൻനായരും കുടുംബവുമുണ്ട്. അവരാണ് എല്ലാ കാര്യത്തിനും ഇല്ലത്തുള്ളവരുടെ ആശ്രയം. അയ്യപ്പൻനായരുടെ ഭാര്യയാണ് മാളുവമ്മ. എത്ര വയ്യെങ്കിലും ആയമ്മയ്ക്ക് ഇല്ലത്തുള്ളവരുടെ കാര്യം സ്വന്തം കാര്യത്തേക്കാൾ വലുതാണ്. 'മാളുമ്മ വയ്യാതെപ്പൊ എന്തിനാ കുത്തിപ്പിടിച്ച് മേലോട്ട് കേറ്ണത്' എന്ന് അമ്മ പറഞ്ഞിട്ടുണ്ടാവും. പക്ഷേ ഉണ്ണിനമ്പൂരിയുടെ മുറി ചളിയും പൊടിയും നിറഞ്ഞുകിടക്കുന്നത് അവർക്ക് സഹിക്കാൻ കഴിയില്ലല്ലോ. പാവം മാളുവമ്മ. ശരിക്കും ഒരു മകനോടുള്ളതിനേക്കാൾ കൂടുതൽ വാത്സല്യമാണവർക്ക് തന്നോട്.

''കുട്ട്യേ ഒറങ്ങിയോ?'' അയ്യപ്പൻനായരാണ്. അതു പറഞ്ഞുകൊണ്ടാണ് അയ്യപ്പൻനായർ കടന്നുവന്നത്. ''മോൻ വന്നൂന്നറിഞ്ഞു. തേങ്ങ വിറ്റ കാശു വാങ്ങാൻ ആ കമ്മതാജീന്റെ വീടുവരെയൊന്നു പോയി. അവിടെയിരുന്ന് അയാളോടൊന്നും രണ്ടും പറഞ്ഞിരുന്നു നേരം പോയതറിഞ്ഞില്യ. ഉച്ചവരെ ഫോൺ വിളി കേക്കാത്തോണ്ട് കുട്ടി നാളേ ണ്ടാവൂന്നാ കരുത്യേ.'' അയ്യപ്പൻ നായർ പറഞ്ഞുനിറുത്തുന്നതിന് മുമ്പേ അയാൾ ചോദിച്ചു.

''അതുപോട്ടെ, അയ്യപ്പനായരെന്തിനാ ലീവ് കിട്ടൂച്ചാ ഒന്ന് വന്നു പോണംന്ന് പറഞ്ഞത്. എക്സാമൊക്കെ ആയിത്തുടങ്ങി. ഇപ്പോൾ ലീവ് എടുക്കുന്നതത്ര നല്ലതല്ല. ന്നാലും അയ്യപ്പനായര് വെറുതെ വിളിക്കില്യ. എന്തെങ്കിലും അത്യാവശ്യംണ്ടാവും എന്ന് തോന്ന്യപ്പോൾ രാവിലെ തന്നെ പുറപ്പെട്ടു. എന്താത്ര അത്യാവശ്യം?''

ജാലകത്തോട് ചാരിയിട്ടിരിക്കുന്ന തന്റെ കട്ടിലിന്റെ കാൽഭാഗത്ത് വന്നിരുന്നുകൊണ്ട് അയ്യപ്പൻനായർ ഒന്നു ചിരിച്ചു. പിന്നെ പറഞ്ഞു.

''അത്ര അത്യാവശ്യം ഒന്നും ഇല്യ. പിന്നെ നമ്മളെ ആ ആണ്ടി പൂശാരിയില്ല്യേ. അയാൾക്ക് തീരെ സുഖല്യ. കുട്ടിയെ ഒന്ന് കാണണംന്ന് ഒരു മോഹം. അതാ ഞാൻ വരാൻ പറഞ്ഞത്.''

എന്താ ഈ അയ്യപ്പൻനായർ പറയുന്നത്. ആണ്ടി പൂശാരിക്ക് സുഖമില്ലാത്തതിന് താൻ വന്നിട്ടെന്തിനാ. ശരിക്കും വല്ലാത്തൊരു അത്ഭുതമായിരുന്നു അയാൾക്ക്.

''എന്തൊരു കഷ്ടാ അയ്യപ്പൻനായരേ ഇത്? ആ പൂശാരിക്ക് വയ്യാത്തേന് ഞാനെന്തിനാ വരുണത്? അയാളുടെ ബന്ധുക്കളൊ കുടുംബക്കാരോ ഒക്കെ അല്ലേ വരേണ്ടത്? ന്നെ കാണണംന്ന് അയാൾക്ക് തോന്നാനെന്താ കാരണം? നിക്കൊന്നും മനസ്സിലാവ്ണല്യ. വെറുതെ വിളിച്ച് വരുത്ത്യപോലായല്ലോ. ന്നാലും കഷ്ടംണ്ട്ട്ടോ.''

“വയസ്സായ ഓരോരുത്തരുടെ ആഗ്രഹല്ലേ അയാൾക്ക് കുട്ട്യേ അത്രകണ്ട് ഇഷ്ടാവും. കുട്ടീടെ അച്ഛന്റെ ഉറ്റസുഹൃത്തായിരുന്നു. എപ്പൊഴാ, എങ്ങട്ടാ എന്നൊന്നും പറയാൻ കഴ്യാത്ത അവസ്ഥയാണ്. ഒന്ന് കാണണം അത്രേല്ലെ ള്ളൂ. ന്നാ കുട്ടി ഒറങ്ങിക്കോളു. നാളെ നമുക്ക് പോയ് അയാളെ ഒന്ന് കാണാം മറ്റന്നാൾ മോന് തിരിച്ചു പോവ്വേം ആവാം, ക്ഷീണണ്ടാവും വേഗം ഒറങ്ങിക്കോളൂ.”

അയ്യപ്പൻനായർ മുറിക്ക് പുറത്തിറങ്ങി. പാവം വയ്യാതായിത്തുടങ്ങിയിരിക്കുന്നു. നടക്കുമ്പോൾ വല്ലാതെ കിതയ്ക്കുന്നുമുണ്ട്. ഇല്ലത്തെ മൂന്ന് തലമുറയുടെ കാര്യം നോക്കിയ ആളാ. ആജ്ഞാപിക്കാനും ശാസിക്കാനും അധികാരമുള്ള ആൾ. അയ്യപ്പൻനായര് പറഞ്ഞാ അതിനെ ഇല്ലത്തുള്ള ആരും ഇന്നുവരെ എതിർത്തിട്ടില്ല.

ഏകാന്തതയുടേയും പഴമയുടെയും മണം മുറിയിൽ എന്തോ പരതി നടക്കുന്നുണ്ടായിരുന്നു. തണുത്ത കാറ്റ് മേലാസകലം ഇഴഞ്ഞു കയറുകയായിരുന്നു. ഓർമ്മകൾക്ക് ഇറങ്ങി നടക്കാൻ ഇതിലും അനുയോജ്യമായ ഒരന്തരീക്ഷം വേറെയുണ്ടാവില്ല. ‘ഒറ്റയ്ക്കിവിടെ കെടക്കാൻ പേടി ആവ്ണ്ല്യേ കുട്ട്യേ’ എന്ന അച്ഛന്റെ ചോദ്യം ഇതിനുള്ളിലുടെ കറങ്ങിനടക്കുന്നുണ്ട്

അല്ല, എന്തിനാവും ആണ്ടി പൂശാരി തന്നെ കാണണമെന്നാഗ്രഹിച്ചത്. അയാൾക്കും തനിക്കുമായിട്ടെന്താണ് ബന്ധം? പലരും പറഞ്ഞുകേട്ടതുപോലെ എന്തെങ്കിലും? ഈശ്വരാ... ഒന്നുമുണ്ടാവരുതേ. മനമുരുകി പ്രാർത്ഥിച്ചുകൊണ്ട് ഒന്നു നിശ്വസിച്ചു. അമ്പലത്തിലെ ഉത്സവത്തിന്, ഉറഞ്ഞ് തല വെട്ടിപ്പൊളിച്ച്, മുഖം നിറച്ച് ചോരയൊലിപ്പിച്ച് നിൽക്കുന്ന ആണ്ടി പൂശാരിയുടെ രൂപം ബാല്യത്തിന്റെ ഓർമ്മച്ചെപ്പിൽനിന്ന് പുറത്തേക്ക് തലനീട്ടി.

അന്നൊക്കെ ഭയം കലർന്ന വലിയൊരാരാധനയായിരുന്നു അയാളോട്. അയാളുടെ അച്ഛൻ വേലായുധൻ ചോപ്പനേയും കണ്ട ചെറിയ ഓർമ്മയുണ്ട്. വേലായുധൻ ചോപ്പൻ സ്ത്രീകളെപ്പോലെ മുടി പിന്നിൽ കെട്ടിവെച്ചിരുന്നു. അയാൾ അത്യാവശ്യം കറുത്ത് തടിച്ച ഒരാളായിരുന്നു. എന്നാൽ മകൻ ആണ്ടി പൂശാരിയാകട്ടെ, നല്ല വണ്ണം വെളുത്തിട്ടും. ആണ്ടി പൂശാരിക്കുമുണ്ട് ചുരുണ്ട് നീണ്ട മുടി. കാണാൻ സുന്ദരനായിരുന്നു അരോഗദൃഢഗാത്രനായിരുന്ന ആണ്ടി പൂശാരി. ബാല്യത്തിന്റെ ഒരു ഘട്ടത്തിൽ പൂശാരിയോട് അടുപ്പം കൂടുതലായിരുന്നു. ഇല്ലത്തെ നിത്യസന്ദർശകന്മാരിലൊരാളായിരുന്നുവല്ലോ അദ്ദേഹം. ഇടയ്ക്ക് കഥകൾ പറഞ്ഞുതരും. ദേവീദേവന്മാരെക്കുറിച്ച്, നാട്ടിലെ പ്രമാണിമാരെക്കുറിച്ച്, രാത്രി ഇറങ്ങിനടക്കുന്ന യക്ഷികളെക്കുറിച്ച്, ഒടിയന്മാരെക്കുറിച്ച് അങ്ങനെ എത്രയെത്ര കഥകൾ? അതിശയോക്തിയോടെ അദ്ദേഹം കഥ പറയുമ്പോൾ ഏതോ മനുഷ്യാതീതമായ ലോകം മുമ്പിലൂടെ മിന്നിമറിയും.

എങ്കിലും അദ്ദേഹത്തിനിപ്പോൾ തന്നെ കാണണമെന്ന് തോന്നാനെന്തായിരിക്കും കാരണം? പഠനവുമായി ബന്ധപ്പെട്ട് മധുരയിൽ താമസമാക്കിയതിൽ പിന്നെ ആണ്ടി പൂശാരിയെ കണ്ടിട്ടില്ല. രണ്ട് കൊല്ലം കഴിഞ്ഞു അയാളെ കണ്ടിട്ട്. ഇടയ്ക്ക് ഒന്നോ രണ്ടോ ദിവസത്തെ ലീവിന് വരുമ്പോൾ അമ്മ പറയും 'കുട്ട്യേ, ആ പൂശാരി എന്നും നിന്നെ അന്വേഷിക്കും. പോകുന്നേന് മുമ്പ് അയാളെ ഒന്ന് കണ്ടോളോണ്ടും.''

തല കുലുക്കി സമ്മതം പറയുമെങ്കിലും അതിനുവേണ്ടി ശ്രമിച്ചിട്ടില്ല. അല്ലെങ്കിലും രണ്ടോ മൂന്നോ ദിവസത്തെ ലീവാണുണ്ടാവുക. അപ്പോൾ പുറത്തിറങ്ങാൻ തന്നെ തോന്നില്ല. മുത്തശ്ശിക്ക് ഏറെ പറയാനുണ്ടാവും അത് കേട്ടു കഴിയുമ്പോഴേക്കും അച്ഛമ്മ വരും. ''നിക്ക് ന്റെ കുട്ടിയെ കണ്ണു നിറച്ചൊന്നു കാണാനും കൂടി കിട്ടിയില്ല്യ'' എന്ന പരാതിയുമായി. അവരോട് സംസാരിച്ച് കളിച്ച് ചിരിച്ച് ആ ഒന്നോ രണ്ടോ ദിവസം കടന്നുപോകുന്നതറിയില്ല. അതിനിടയിൽ അയ്യപ്പൻനായരുടെ കണക്കു വിസ്താരവുമുണ്ടാവും. തനിക്കതിലൊന്നും ഒരു താൽപര്യവുമില്ലെന്ന് അദ്ദേഹത്തിനറിയാം. എങ്കിലും ഒക്കെ തന്നെ ബോധിപ്പിച്ചാലേ അദ്ദേഹത്തിന് സമാധാനമാവൂ.

സത്യത്തിൽ താൻ വരുമ്പോഴാണ് ഇല്ലത്തുള്ളവർക്കും അയ്യപ്പൻ നായർക്കും മാളുവമ്മയ്ക്കും ഒന്ന് ജീവൻ വെക്കുന്നത് എന്നറിയാം. എഞ്ചിനീയറിംഗിന് മധുരയിൽ കൊണ്ടാക്കുന്നതിനോട് അച്ഛമ്മയ്ക്കും മുത്തശ്ശിക്കും എതിർപ്പായിരുന്നു. എന്നാൽ അച്ഛൻ പറഞ്ഞു. ''കുട്ടികൾ ലോകം കണ്ടു വളരണം. പല സംസ്കാരങ്ങളുമായി അടുത്തിടപഴകണം. അപ്പോഴേ അവരുടെ മനസ്സ് വിശാലമാകൂ.''

ഈ എട്ടുകെട്ട് മാത്രമാണ് ലോകംന്നിരീച്ച് ഇതിന്റെ ഉള്ളിൽ തളച്ചിട്ടാൽ ന്നെപ്പോലെ ഒരു കിണറ്റിലെ തവളയായിപ്പോകും. അവൻ ലോകം കാണട്ടെ.''

അച്ഛന്റെ നിർബന്ധമായിരുന്നു മധുരയിലെ പഠനം. ''അല്ലെങ്കിൽ തന്നെ പഠിച്ചിട്ട് ഇപ്പൊ എന്തിനാ? ആ കുട്ടിക്കും അയിന്റെ നാല് തലമുറയ്ക്കും കഴിയാനുള്ളത് ഇവിടെ ല്യേ?'' എന്ന അയ്യപ്പൻനായരുടെ ചോദ്യത്തിനൊന്നും അച്ഛന്റെ തീരുമാനത്തെ മാറ്റി തീർക്കാൻ കഴിഞ്ഞില്ല. അങ്ങനെയൊക്കെ പറഞ്ഞെങ്കിലും തന്നെ വിട്ട് ഒരു രാത്രികൂടി കഴിയാൻ അച്ഛന് വിഷമമായിരുന്നു. പക്ഷേ തന്റെ നന്മയ്ക്ക് അത് അത്യാവശ്യമാണെന്ന് അച്ഛൻ വിശ്വസിച്ചു.

പോകുന്നതിന് മുമ്പേ അച്ഛൻ മൂന്ന് വെറ്റിലയും ഒരു അടയ്ക്കയും അമ്പത് രൂപയും തന്ന് പറഞ്ഞു, ''ആ ആണ്ടി പൂശാരിക്ക് ദക്ഷിണ കൊടുക്കണം. കാല് തൊട്ടനുഗ്രഹം വാങ്ങണം.''

അത് ശരിക്കും അത്ഭുതപ്പെടുത്തി. ഇല്ലത്തെ ആരെങ്കിലും അതും താഴ്ന്ന ജാതിക്കാരുടെ കാലു തൊടുന്നതൊന്നും അതിന് മുമ്പ് കണ്ടിട്ടില്ല. ഇവിടെ മാത്രമല്ല, കുടുംബത്തിലെവിടെയും. അമ്മാത്തുള്ളവരൊക്കെ അതുകേട്ടാൽ സഹിക്കുമെന്നും തോന്നിയിട്ടില്ല. അവരൊക്കെ വലിയ പുരോഗമനവാദികളൊക്കെയാണ്. എങ്കിലും. എന്നാൽ അച്ഛന് ആ കാര്യത്തിൽ തികച്ചും വ്യക്തമായ ഉത്തരമുണ്ടായിരുന്നു. ''ജാതി മനുഷ്യരുണ്ടാക്കിയതാ. ജന്മംകൊണ്ടല്ല, കർമ്മംകൊണ്ടാണ് ഒരാളെ വിലയിരുത്തേണ്ടത്.'' ചിലപ്പോൾ തോന്നിയിട്ടുണ്ട്, അച്ഛന്റെ മനസ്സ് എത്ര വിശാലമാണെന്ന്. ഈ ഗ്രാമത്തിനപ്പുറം ഏറിയാൽ ഗുരുവായൂര് വരെയല്ലാതെ അച്ഛൻ എവിടേക്കെങ്കിലും യാത്ര ചെയ്തിട്ടുണ്ടെങ്കിൽ അത് തന്നെ ചേർത്താൻവേണ്ടി മധുരയ്ക്ക് വന്നതു മാത്രമാണ്. പിന്നെ അദ്ദേഹം പഠിച്ച കോളേജ് വരേയും.

പുറംലോകം കണ്ടതുകൊണ്ടൊന്നുമല്ല മനസ്സ് വിശാലമാകുന്നത്. പുറംലോകത്തെ അവനവന്റെ ഉള്ളിൽ കാണാനുള്ള കഴിവാണ് വേണ്ടത്. ജാത്യാചാരങ്ങളുടെ നൂലാമാലകളിൽ കുരുങ്ങിക്കിടന്ന പിന്നാക്കസമുദായങ്ങളുടെ ചരിത്രം പാഠപുസ്തകങ്ങളിൽനിന്ന്

വായിച്ച് പഠിച്ചതൊന്നുമല്ല, ഇവിടെ കണ്ടത്. സാമൂഹികബോധം തീരെയില്ലാത്ത നമ്മുടെ സാമൂഹ്യപാഠങ്ങളിൽ കടുംവർണത്തിൽ രേഖപ്പെടുത്തിയിരുന്ന വർണ്ണാവർണ വിവേചനത്തിന്റെ കുശുമ്പും കുറുമ്പുമൊന്നും അച്ഛന്റെ വാക്കുകളിൽ കേട്ടിട്ടില്ല. അറിവുള്ളവനെ ആദരിക്കണമെന്നതായിരുന്നു അച്ഛന്റെ അഭിപ്രായം. ബ്രാഹ്മണ്യത്തിന്റെ ദന്തസിംഹാസനത്തിലിരുന്ന് ജാതീയമായ അശ്ലീലങ്ങളിൽ രമിച്ച ഒരു പാരമ്പര്യമായിരുന്നില്ല അച്ഛന്റേത്.

അച്ഛനും ആണ്ടി പൂശാരിയും മാറി മാറി ഓർമ്മകളിൽ നിന്ന് ഇറങ്ങിവരികയാണ്. എങ്കിലും ഇപ്പോഴും ഉത്തരം കിട്ടാത്തത് ആണ്ടി പൂശാരിക്ക് തന്നെ കാണേണ്ട ആവശ്യം, അതെന്താണെന്നതു മാത്രമാണ്.

ജാലകം വഴി തണുത്ത കാറ്റ് ഒഴുകിയെത്തുന്നുണ്ട്. നിശാപക്ഷികളുടെ ശ്രുതിരഹിതമായ സംഗീതവും ഉയർന്നു തുടങ്ങിയിരിക്കുന്നു. അർദ്ധരാത്രിയുടെ മന്ത്രക്കളങ്ങളിൽ മാരണവിദ്യ നടത്തുന്ന പുള്ളും കുത്തിച്ചൂളാനും മുത്തശ്ശി പറഞ്ഞ കഥകളിൽനിന്ന് പറന്നുവരുന്ന സമയം. അയാൾ മെല്ലെയെഴുന്നേറ്റ് ജനവാതിൽ അടച്ചു. പുറത്തുനിന്നു വരുന്ന ശബ്ദങ്ങളെ ഏതെങ്കിലും വാതിൽ കൊട്ടിയടച്ച് ഒഴിവാക്കാൻ കഴിയുമായിരിക്കും. എന്നാൽ അകത്തുനിന്നു കേൾക്കുന്നവ എങ്ങനെ ഒഴിഞ്ഞുപോവാനാണ്. അകത്തിപ്പോഴും ആണ്ടി പൂശാരിയുടെ അരമണി കിലുങ്ങുന്നു. കാൽച്ചിലമ്പ് ചിലമ്പുന്നു. അതിനിടയിൽ ഉഗ്രേയ്... ങാഹ ഹ... ങാ ഹ ഹ... എന്ന അട്ടഹാസം പ്രകമ്പനം കൊള്ളുന്നു.

ഉത്സവപ്പറമ്പിനെ പ്രകമ്പനം കൊള്ളിക്കുന്ന ചെണ്ടയുടെ ദ്രുതതാളത്തിനൊത്ത് നൃത്തച്ചുവടുകൾ വച്ച് വളരുകയാണ് പൂശാരി. രാത്രിയുടെ ഏതോ യാമത്തിൽ ഉറക്കംതൂങ്ങിയ തന്നെ തോളിലിട്ട് അച്ഛൻ മുമ്പിൽ നടക്കും ചിലപ്പോൾ മുത്തച്ഛനുമുണ്ടാകും. പിന്നിൽ ടോർച്ചടിച്ച് കൊണ്ട് അയ്യപ്പൻനായരും.

''വേലായുധൻ ചോപ്പനേക്കാൾ ഊറ്റം കൂടുതല് ആണ്ടിക്ക് തന്നെല്ലെ അയ്യപ്പോ?'' മുത്തച്ഛനാണ് ചോദിക്കാറ്.

''അതെയതെ. കെട്ടിച്ചിറ്റിയാൽ സാക്ഷാൽ ഭഗവതിയാണന്നേ തോന്നൂ.''

പാതിമയക്കത്തിലാണ് അവരുടെ വാക്കുകൾ കേട്ടിരുന്നത്. അന്നൊക്കെയുള്ള ആ ഭയഭക്തി ബഹുമാനമൊക്കെ നഷ്ടപ്പെട്ടത് പത്തിൽ പഠിക്കുമ്പോഴാണ്. പിന്നീട് അയാളോടെന്തോ വെറുപ്പായി. കാണുന്നതുപോലും ഇഷ്ടമല്ലാതായി. അയാൾ സ്നേഹം കാണിച്ച്

അടുത്തു വരുമ്പോൾ കരുതിക്കൂട്ടി അകന്നു നടന്നു. അയാൾ തന്നോടെന്തെങ്കിലും തെറ്റ് ചെയ്തോ എന്ന് ചോദിച്ചാൽ ഉത്തരമില്ല. ഇപ്പോഴും എന്തോ ഒരു വെറുപ്പുണ്ട്. കാണണമെന്ന് തോന്നുന്നേയില്ല. പക്ഷേ എങ്ങനെ ഒഴിഞ്ഞുമാറാനാണ്. ഓർമ്മയുടെ ഉത്സവപ്പറമ്പുകൾ മുഴുവൻ കേൾക്കെ അയാൾ അലറി വിളിക്കുകയല്ലേ. 'നിക്ക് കാണണം. അവസാനമായിട്ടൊന്ന് കാണണം'' എന്ന്.

കാണണം. പലരും പരിഹസിച്ചത് മനസ്സിൽ ഉറഞ്ഞു കിടക്കുന്നുണ്ട്. മരിക്കാൻ പോവുകയാണന്നെല്ലേ പറഞ്ഞത്. അയാളിൽ നിന്നല്ലാതെ സത്യം മറ്റാരിൽ നിന്നും മനസ്സിലാക്കാൻ സാധിച്ചെന്നു വരില്ല. വർഷങ്ങളായി മനസ്സിൽ കൊണ്ടുനടക്കുന്ന പല സംശയങ്ങൾക്കും അയാളിൽനിന്ന് ഉത്തരം കിട്ടണം. അതെ, സംശയാത്മ വിനശ്യതി എന്നല്ലേ മുത്തച്ഛൻ പഠിപ്പിച്ചത്. പുറത്തറിയിക്കാതെ ഉള്ളിൽ കൊണ്ടുനടക്കുന്ന അനേകം സംശയങ്ങളുണ്ട് ഏകാന്തതകളിൽ ഉള്ളുപൊള്ളിക്കുന്നവ സത്യം തിരിച്ചറിയേണ്ട സമയമായിരിക്കുന്നു പ്രായവും. കാണുമ്പോൾ ചോദിക്കാനുള്ള പല ചോദ്യങ്ങളുണ്ട്. എല്ലാം ചോദിക്കണം നാളെയാവട്ടെ. കണ്ണുകളിൽ കനം കൂടിത്തുടങ്ങിയിരിക്കുന്നു. മനസ്സിൽ അതിനേക്കാളും ഭാരമുണ്ട്. സ്വസ്ഥമായി ഇന്നിനി ഉറങ്ങാൻ കഴിയുമോ?

കോരങ്ങത്തിന്റെ ചരിതം

പൊന്നാനി, അറബിക്കടലിനും പരപ്പനങ്ങാടി പൂരപ്പുഴയ്ക്കുമിടയിൽ പരന്നുകിടന്നിരുന്നതാണ് വെട്ടത്തു രാജാവിന്റെ സാമ്രാജ്യം. ലോകത്തിനു മുഴുവൻ വെളിച്ചം നൽകിക്കൊണ്ട് അറിവിന്റെ അകപ്പൊരുൾ കണ്ട മഹാപണ്ഡിതന്മാർ വിരാജിച്ച വെട്ടത്തു സ്വരൂപത്തിലെ ഏതോ ഒരു രാജാവ് വേഷപ്രച്ഛന്നനായി ജനങ്ങൾക്കിടയിൽ ഇറങ്ങിനടക്കാറുണ്ടായിരുന്നുവത്രെ. അങ്ങനെയൊരിക്കൽ വേഷം മാറിയ രാജാവും പരിവാരങ്ങളുംകൂടി തീർത്ഥാടനത്തിനിറങ്ങി. വേഷപ്രച്ഛന്നരായി അംഗരക്ഷകരായ പടനായകരും കൂടെക്കൂടി. തീർത്ഥാടനത്തിനിറങ്ങിയ വെട്ടത്തു രാജാവിന്റെ ശരീരത്തിൽ ഏതോ ഒരു ദേവി ആവേശിച്ചുവത്രെ. ഒരടിപോലും നടക്കുവാൻ കഴിയാതെ വഴിയിലിരുന്നുപോയ രാജാവിന്റെ ശരീരത്തിൽനിന്ന് ദേവിയെ ആവാഹിക്കുവാൻ ശക്തിയും സാമർത്ഥ്യവുമുള്ള മാന്ത്രികനെ കണ്ടെത്തുവാൻ പടനായകന്മാർ പല വഴിക്കു പോയി.

മണ്ണാൻസമുദായത്തിൽ പിറന്ന ചാത്തൻകോന്നൻ എന്ന ഒരു ചെറുപ്പക്കാരനെയാണ് പടനായകർ കണ്ടെത്തി കൊണ്ടുവന്നത്. കൗളാചാരത്തിൽ അതീവ സമർത്ഥനായിരുന്നുവത്രെ ചാത്തൻ കോന്നൻ. രാജാവാണെന്ന് തിരിച്ചറിയാതെയാണ് ചാത്തൻ കർമ്മങ്ങളാരംഭിച്ചത്. മദ്യവും മാംസവും ഉപയോഗിച്ച് വാമമർഗത്തിൽ ചാത്തൻ ദേവിയെ ഒരു തണ്ണീർക്കുടത്തിലേക്ക് ആവാഹിച്ചുവെന്നാണ് കഥ. എന്നിട്ട് അത് രാജാവിനെതന്നെ ഏൽപിച്ചുകൊണ്ട് പറഞ്ഞു.

''അത്ഭുതശക്തിയുള്ള ദേവി ചൈതന്യമാണിത്. ഇത് വിധിപ്രകാരം പ്രതിഷ്ഠിച്ചാരാധിച്ചാൽ അങ്ങേയ്ക്കും നാടിനും ഗുണം ചെയ്യും. പക്ഷേ ഇത് ഒന്നായി ഒരിടത്ത് പ്രതിഷ്ഠിക്കുവാൻ കഴിയില്ല. അത്ര വലിയ ശക്തിയാണിതിലുള്ളത്. പല സ്ഥലത്ത് കൊണ്ടുപോയി പ്രതിഷ്ഠിക്കാനുള്ള ശക്തിയും സമ്പത്തും എനിക്കില്ല. അതുകൊണ്ട് ഞാനിതങ്ങയെതന്നെ ഏൽപിക്കുന്നു. പിന്നെ വാമാചാരത്തിൽ ആവാഹിച്ചതാണ്. അതുകൊണ്ട് ബ്രാഹ്മണപൂജ പാടില്ല.

അങ്ങേയ്ക്ക് കഴിയില്ലെങ്കിൽ രാജാവിനെ ഏല്പിച്ചോളു. രാജ്യത്തിനും പ്രജകൾക്കും സർവ്വ ഐശ്വര്യത്തിനും കാരണമാകും എന്ന് അറിയിക്കുകയും ചെയ്തോളു.''

രാജാവ് ദക്ഷിണ നൽകി തണ്ണീർക്കുടം ഏറ്റുവാങ്ങിയതിനുശേഷമാണ് താൻതന്നെയാണ് രാജാവെന്ന സത്യം വെളിപ്പെടുത്തിയത്. ചാത്തൻകോന്നന് വലിയ സന്തോഷമായി. ഈ ദേവിക്ക് വിധി പ്രകാരം പ്രതിഷ്ഠ നടത്തി ആട്ടും പാട്ടും ആറാട്ടും നടത്തിയാൽ മഹാമാരികളിൽ നിന്ന് ദേവി ദേശത്തെ കാത്തുകൊള്ളുമെന്ന് ചാത്തൻ തിരുമനസ്സിനെ അറിയിച്ചു. ചാത്തൻകോന്നൻ പറഞ്ഞതനുസരിച്ച് വെട്ടത്തു രാജ്യത്തെ എഴുപത്തിരണ്ട് സ്ഥലങ്ങളിലായി തണ്ണീർക്കുടത്തിലെ ദേവി ചൈതന്യത്തെ കുടിയിരുത്തി. അങ്ങനെ വെട്ടത്തു നാടിന്റെ മാത്രം ദേവതയായി തണ്ണീർഭഗവതി ഉദയംകൊണ്ടു.

ദേവിക്ക് ആട്ടും പാട്ടും ആറാട്ടുമാണ് പ്രധാനം. സമയാചാര പ്രകാരമുള്ള ബ്രാഹ്മണപൂജ ആവശ്യമില്ല. കൗളാചാരമാണ് പ്രിയം. അകത്താചാരങ്ങൾക്ക് ദേശത്തെ നായന്മാരെതന്നെ രാജാവ് ഏർപ്പെടുത്തി. വെള്ളരി വെയ്ക്കുന്ന നായർ വെള്ളരി, കമ്മളായി. പുറത്താചാരത്തിന് ചാത്തൻകോന്നനെ ഉത്തരവാക്കി. അടവും തടവും പഠിച്ച്, നാല് പാദം തോറ്റം ചൊല്ലി ഭഗവതിയാട്ടിന് അരങ്ങത്തു നിൽക്കാൻ യോഗ്യരായ ചാത്തൻകോന്നന്റെ പിന്മുറക്കാർക്കും ശിഷ്യപരമ്പരകൾക്കും ചോപ്പൻ എന്ന സ്ഥാനപ്പേരും രാജാവ് കല്പിച്ചു നൽകി. അങ്ങനെ വെട്ടത്തുനാട്ടിൽ മാത്രമുള്ള തണ്ണീർഭഗവതിയുടെ തീയ്യാട്ടവകാശികളുടെ ഏതോ പരമ്പരയിൽ പിറന്ന ഒരു തെയ്യുണ്ണി ചോപ്പനും ഭാര്യ മാതിയും കൂടി മനയ്ക്കലെ ഒരു തമ്പുരാന്റെ സമ്മത പ്രകാരം മനയുടെ വകയായ സ്ഥലത്ത് ഒരു കൂര വെച്ച് താമസമായി. ക്രമേണ കൂരയ്ക്ക് പുറത്ത് അവരുടെ കാരണവന്മാർക്കും കുലദൈവത്തിനും ഓരോരോ കല്ലിട്ട് കർമ്മവുമായി.

ഇല്ലത്തെ പുറംപണിയും നായന്മാർക്ക് മാറ്റവയ്ക്കലും മറ്റുള്ളവർക്ക് ഉഴിഞ്ഞുവാങ്ങലുമൊക്കെയായി തെയ്യുണ്ണി ചോപ്പൻ സുഖമായി ജീവിച്ചുപോന്നു. തെയ്യുണ്ണിക്ക് ആണും പെണ്ണുമായി ഒന്നേ ഉണ്ടായിരുന്നുള്ളൂ. വേലായുധൻ. വെട്ടിയും വെളിച്ചപ്പെട്ടും ഭഗവതിക്കാവുകളുടെ ആവേശമായി വേലായുധൻ ചോപ്പൻ വളർന്നു. ഭൂപരിഷ്കരണ നിയമം വരുന്നതിന് കുറച്ച് മാസങ്ങൾ മുമ്പാണ് ഇല്ലത്തെ കാരണവർ വേലായുധൻ ചോപ്പന് ഒന്നര ഏക്കർ ഭൂമി പതിച്ച് നൽകിയത്. കല്യാണിയെ കൈപിടിച്ച് കൊണ്ടുവരുമ്പോൾ വേലായുധൻ ചോപ്പാൻ നാട്ടിലെ അറിയപ്പെടുന്ന മന്ത്രവാദി കൂടിയായിരുന്നു. അല്പം കൃഷിയും ഇല്ലത്തെ പുറംകാര്യങ്ങളും മാട്ടും മാരണവും

മന്ത്രവാദവുമായി വർഷകാലം ഒരുവിധം വേലായുധൻ കഴിച്ചുകൂട്ടും. പിന്നെ ആട്ടുംപാട്ടും ആറാട്ടുമായി ഉത്സവകാലം വരും.

ഉത്സവക്കാലത്ത് നിന്ന് തിരിയാൻ സമയമില്ലാത്ത ഒരാളായി വേലായുധൻ ചോപ്പൻ പരിണമിച്ച കാലത്തായിരുന്നു കല്യാണിയെ തുണയ്ക്ക് കൂട്ടിയത്. അന്ന് ഇരിക്കക്കൂര ഇല്ലത്തെ പറമ്പിലായിരുന്നു. തെയ്യുണ്ണിയുടെ പുലകുളിയും ചാവടിയന്തിരവും കഴിഞ്ഞ് പിന്നെയും കാലം കുറച്ച് കഴിഞ്ഞിട്ടുണ്ടാവണം. പെട്ടെന്നൊരു ദിവസം വല്യമ്പ്രാൻ വിളിപ്പിക്കുകയായിരുന്നു വേലായുധനെ.

''തെയ്യുണ്ണിയായിട്ടും വേലായുധനായിട്ടും ഏറെക്കാലയി മനയ്ക്കലെ പുറംപണിക്കാരാണല്ലോ. അതോണ്ട് വേലായുധൻ താമസിക്കുന്ന അവിടന്നങ്ങട് പുഴക്കര പാടം വരെ ഒരു ഒന്നര ഏക്കർ വേലായുധനങ്ങട്ട് തരാന്ന് നിരീക്യാണ്.''

വേലായുധൻ അത്ഭുതപ്പെട്ട് നിന്നതേയുള്ളൂ. പക്ഷേ അതൊരു വെറും വാക്കായിരുന്നില്ല. കുറച്ച് ദിവസം കഴിഞ്ഞ് തമ്പുരാൻ തന്നെ നേരിട്ട് വന്ന് ഭൂമിയുടെ ആധാരം വേലയുധനെ ഏല്പിച്ചു. അതിന് മുമ്പ് തനിക്ക് സ്വന്തമായി ഭൂമിയില്ലായിരുന്നുവെന്നോ അതിനുശേഷം താനും ഒന്നര ഏക്കർ ഭൂമിയുടെ ജന്മിയായി മാറിയെന്നോ വേലായുധനു തോന്നിയിട്ടില്ല. പിന്നെയറിഞ്ഞു ഇല്ലത്തെ സ്വത്തൊക്കെ ഭാഗിച്ചു. ഓരോന്നും ഓരോരുത്തരുടെ പേരിലാക്കി മാറ്റി. കൂട്ടത്തിൽ കാര്യസ്ഥൻ അയ്യപ്പൻനായർക്കും കിട്ടി കുറച്ചേറേ. അതുകൊണ്ടെന്താ, ഭൂപരിഷ്കരണനിയമം വന്നപ്പോൾ ഏഴൂർ മനയ്ക്ക് കാര്യമായൊന്നും നഷ്ടപ്പെട്ടില്ല. പാട്ടക്കാരെ ഒക്കെയൊഴിപ്പിച്ച് വേണ്ടപ്പെട്ടോർക്ക് തീറാധാരം ഒരുക്കിയ വല്യമ്പൂരി വരാൻ പോണത് മുമ്പേ കണ്ടു.

ദേവീഭക്തനും കൗളാചാരക്കാരനും ആയിരുന്നുവെങ്കിലും കൊല്ലത്തിൽ പതിന്നാല് ദിവസം വ്രതം നോറ്റ് തൈപ്പൂയത്തിന് പഴണിയിൽ പോകുന്ന ഒരു ശീലം കൂടിയുണ്ടായിരുന്നു വേലായുധൻ ചോപ്പന്. കുമാരൻ ചേനാര് എന്ന കുമാരൻപൂശാരിയാണതിന് കൂട്ട്. സമുദായ ആചാരവുമായി അതിന് വലിയ ബന്ധമൊന്നുമില്ലെങ്കിലും കുമാരൻ ചേനാരോടുള്ള സൗഹൃദത്തിൽ നിന്നാണ് വേലായുധൻ ചോപ്പനും അങ്ങനെ ഒരു ശീലമുണ്ടായത്. കൊല്ലംതോറും ഒരു സംഘം ആളുകളുമായി പാൽക്കാവടിയെടുത്ത് ഊരുതെണ്ടി പളനിമല കേറുന്ന കുമാരൻ ചേനാര് വേലായുധൻ ചോപ്പന്റെ അടുത്ത സുഹൃത്തായിരുന്നു. നാട്ടിലെ ഈഴവ കുടുബങ്ങളിൽ ചില പ്രധാന ദിവസങ്ങളിൽ നടന്നിരുന്ന സ്വാമി പൂജ അഥവാ ആണ്ടിമുട്ടു കലശത്തിന്റെ ആചാര്യനും കൂടിയായിരുന്നു കുമാരൻ ചേനാര്. അതുകൊണ്ടുതന്നെയാണ് അദ്ദേഹത്തെ നാട്ടുകാർ പൂശാരി എന്ന് ബഹുമാനത്തോടെ വിളിച്ചത്.

ഒരു കൊല്ലം തൈപ്പൂയം കഴിഞ്ഞ് മടങ്ങിവരുമ്പോൾ വേലായുധൻ ചോപ്പന്റെ കൂടെ ഏഴ്-എട്ട് വയസ്സു പ്രായം തോന്നിക്കുന്ന വെളുത്തു മെലിഞ്ഞ ഒരു ചെക്കനുമുണ്ടായിരുന്നു വിശന്നുവലഞ്ഞ് മലയുടെ താഴെ തളർന്നിരിക്കുകയായിരുന്നു അവൻ. ഭക്ഷണം കഴിച്ചിട്ട് ദിവസങ്ങളായെന്ന് അവന്റെ മുഖം കണ്ടാലറിയാം. ദയനീയമായ അവന്റെ രൂപം കണ്ടപ്പോൾ വേലായുധൻ ചോപ്പന് സഹിച്ചില്ല അവന് വേണ്ട ഭക്ഷണം വാങ്ങിക്കൊടുത്തു തിരിച്ചുപോരുമ്പോൾ അവൻ ചോദിച്ചു വത്രെ, ഞാനും കൂടെ വരട്ടെയെന്ന്. ഭക്ഷണം തന്നാൽ മതി കഴിയുന്ന പണിയൊക്കെ ചെയ്യാം എന്ന്. പറഞ്ഞത് തമിഴിലാണെങ്കിലും പലപ്പോഴും മനുഷ്യന് കാര്യം മനസ്സിലാക്കാൻ ഭാഷ പോലും ആവശ്യമില്ലല്ലോ. വേലായുധന് കാര്യം മനസ്സിലായി. മക്കളില്ലാതിരുന്ന വേലായുധൻ ചോപ്പന് പിന്നെ അവനെ ഉപേക്ഷിച്ച് പോരാൻ കഴിഞ്ഞില്ല. അവന്റെ കയ്യും പിടിച്ചാണ് അയാൾ തീവണ്ടിയിൽ കേറിയത്. കുമാരൻപൂശാരി പലതരത്തിൽ പറഞ്ഞ് പിൻതിരിപ്പിക്കുവാൻ നോക്കി. എന്നാൽ തന്റെ പ്രാർത്ഥന കേട്ട ഭഗവാൻ മുരുകൻ തനിക്ക് കൊണ്ടുവന്ന് തന്നതാണ് അവനെ എന്നദ്ദേഹം വിശ്വസിച്ചു. അവന്റെ പേരോ നാളോ നാടോ വേലായുധൻ ചോപ്പൻ അന്വേഷിച്ചില്ല. അവന് ചോപ്പൻ ഒരു പേരിട്ടു ആണ്ടവൻ. സാക്ഷാൽ ആണ്ടവൻ തന്നതല്ലേ. മറ്റെന്ത് പേരാണ് അവന് യോജിക്കുക അക്കാലത്ത് മണ്ണാൻ സമുദായത്തിൽ ആർക്കും അങ്ങനെ ഒരു പേര് കേട്ടിട്ടില്ലായിരുന്നു. ‘‘അതോണ്ടെന്താ ഭഗവാന്റെ പേരല്ലേ ആർക്കും അത് ഉപയോഗിക്കാം.’’ കുമാരൻ ചേനാരാണ് ധൈര്യം കൊടുത്തത്. കുറച്ച ദിവസങ്ങൾ കഴിഞ്ഞാണ് വല്യമ്പ്രാൻ ആണ്ടവന്റെ കഥയറിഞ്ഞത്.

‘‘നമ്മളെ കാലൊന്നുല്ല ഇനി വരാൻ പോവണത് അവനെ നാലക്ഷരം പഠിപ്പിച്ചോ വേലായുധാ. അല്ലാച്ചാൽ അതിന് പെഴച്ച് പോവാൻ കഴിഞ്ഞൂന്ന് വരില്യ.’’ വല്യമ്പൂരിക്ക് ആകെ അതേ പറയാനുണ്ടായിരുന്നുള്ളൂ. വല്യ നമ്പൂരിയുടെ ഉപദേശപ്രകാരം ആദ്യം അവനെ കളരിക്കൽ പണിക്കരുടെ എഴുത്ത് കളരിയിൽ ചേർത്തി. മണലിലെഴുതി ആണ്ടവൻ ഹരിശ്രീ കുറിച്ചു. പുതിയ കാര്യങ്ങൾ പഠിച്ചെടുക്കാനുള്ള അവന്റെ സാമർത്ഥ്യം ആശാൻ പെട്ടെന്ന് മനസ്സിലാക്കുകയും ചെയ്തു. ആശാന്റെ പൂഴിമണലിൽനിന്നും പഠിക്കുന്നതിനേക്കാൾ കൂടുതൽ പഠിക്കേണ്ടവനാണവൻ. പഠിക്കാനുള്ള അവന്റെ കഴിവ് മനസ്സിലാക്കിയ ആശാൻ പറഞ്ഞതനുസരിച്ച് ചോപ്പൻ അവനെ സ്കൂളിൽ ചേർത്തി. ക്ലാസില്ലാത്ത ദിവസങ്ങളിൽ വേലായുധന്റ വാലായ് അവൻ ദേശങ്ങൾ ചുറ്റി. ഉത്സവങ്ങൾക്കും മന്ത്രവാദങ്ങൾക്കും കൈയാളായി. ആണ്ടിമുട്ട് കലശത്തിന് പോകുമ്പോൾ കുമാരൻ ചേനാര് വന്ന് വേലായുധനോട് ചോദിക്കും. ‘‘എടോ, ഇന്ന്

ഒരു കലശണ്ട്. ആണ്ടവനെ എന്റെ കൂടെ ഒന്ന് വിടോ ഒരു കൈ സഹായത്തിന്. സാക്ഷാൽ ആണ്ടവന്റെ മകനല്ലെ അവൻ?'' അവനെ സ്വാമിപൂജയ്ക്ക് പറഞ്ഞയയ്ക്കാൻ വേലായുധന് സന്തോഷം മാത്രമേ ഉണ്ടായിരുന്നുള്ളൂ.

ആളുകൾ അവനെ കളിയാക്കി വിളിച്ചു. ആണ്ടി പൂശാരി. തണ്ണീർ ഭഗവതിക്ക് അവൻ ഊറ്റം കൊണ്ട വെളിച്ചപ്പാടായി ആണ്ടവന് പൂശാരിയും. പക്ഷേ വളർന്നു വന്നപ്പോഴും അവനെ നാട്ടുകാർ വിളിച്ചത് ആണ്ടവൻ ചോപ്പൻ എന്നല്ല, ആണ്ടിപ്പൂശാരിയെന്നായിരുന്നു. ആണ്ടവൻ ചോപ്പൻ എന്ന് ആരും ഒരു തമാശയ്ക്കു പോലും പറഞ്ഞു കേട്ടിട്ടില്ല. വേലായുധൻ ചോപ്പന്റെ മകൻ ആണ്ടിപ്പൂശാരി. അതായിരുന്നു ആണ്ടിപ്പൂശാരിയുടെ ചരിത്രത്തിന്റെ ആരംഭം. കഥകളൊക്കെ പലർക്കുമറിയാമായിരുന്നുവെങ്കിലും ആണ്ടിക്ക് അച്ഛൻ വേലായുധനും വേലായുധന് മകൻ ആണ്ടവനുമായിരുന്നു. വേലായുധന്റെ 'ആണ്ട വോ' എന്ന നീട്ടി വിളിയും അതിന് സംഗീതാത്മകമായ ആണ്ടവന്റെ 'അച്ഛേയ്...' എന്ന മറുപടിയും നട്ടുച്ച പൊള്ളി കിടന്ന വേനൽപാടങ്ങളിലും ഇടവപ്പാതിയിൽ കരകവിഞ്ഞൊഴുകിയ പുഴവക്കത്തും മാറ്റൊലി കൊണ്ടിരുന്നു. 'പൊന്നോ...' എന്നേ അമ്മ കല്യാണി അയാളെ വിളിച്ചിരുന്നുള്ളൂ.

അച്ഛന്റെ ആണ്ടവനായും അമ്മയുടെ പൊന്നുവായും സാക്ഷാൽ ആണ്ടവന്റെ പൂശാരിയായും ഭഗവതിയുടെ വെളിച്ചപ്പാടായും പലതായി അവതരിച്ച ആണ്ടിയുടെ ചരിതം അങ്ങനെ ഒരു ഗ്രാമത്തിന്റെ ഇതിഹാസമെഴുതി തുടങ്ങിയിരുന്നു. കുമാരൻ സാക്ഷാൽ സുബ്രഹ്മണ്യൻ മംഗല സ്വരൂപിയായ് വാണരുളുന്ന കുമരമംഗലം ദേശത്ത് അങ്ങനെ ആണ്ടി പൂശാരിക്കും ഒരിടമുണ്ടായി. വെട്ടി വെളിച്ചപ്പെട്ടും മാട്ടും മാരണവും നടത്തിയും മരണങ്ങളിൽ മാറ്റ് വച്ചും തെരണ്ട് കല്യാണത്തിന് ബലിയൊഴുക്കിയും കുമരമംഗലത്ത് ദേശചരിത്രത്തിന്റെ ഭൂമികയിൽ ആണ്ടിപ്പൂശാരി സ്വന്തം പേരെഴുതി വെച്ചു. കുമരമംഗലത്ത് ദേശം കാലാകാലങ്ങളിൽ ലോപിച്ച്, ലോപിച്ച് കോരങ്ങത്ത് ആയി. അങ്ങനെ കോരങ്ങത്തെ ആണ്ടിപ്പൂശാരി ഭഗവതിയെ തോറ്റിയുണർത്തി.

വെട്ടിയും വെളിച്ചപ്പെട്ടും കരക്കാരുടെ വീരപുരുഷനായി, കാരണവന്മാർ ഭയഭക്തിബഹുമാനത്തോടെ അയാളെ കണ്ടാൽ ആചാരം ചൊല്ലി. എങ്കിലും ചില കുട്ടികൾ പരസ്പരം പറഞ്ഞു. 'ആണ്ടിപ്പൂശാരിക്ക് നൊസ്സാണ്. അടുത്തേക്കൊന്നും പോവണ്ട. എപ്പളാ എളകാന്ന് പറയാൻ പറ്റില്യ.'' കുട്ടിക്കാലത്ത് ഇല്ലത്തെ ഭവത്രാതൻ നമ്പൂരിയുടെ മകൻ സ്കന്ദൻ നമ്പൂരിയും അത്ഭുതത്തോടെ ആ

കഥയൊക്കെ കേട്ടിട്ടുണ്ട്. ഭയവും ആരാധനയും നിറഞ്ഞ കണ്ണുകളാൽ ആണ്ടിപ്പൂശാരിയെ കണ്ടു നിന്നിട്ടുണ്ട്. പിന്നെ പിന്നെ അത് വെറുപ്പ് മാത്രമായി മാറി. അതിന് കാരണവുമുണ്ട്. വരച്ചും മായ്ച്ചും മനസ്സിൽ പതിഞ്ഞു പോയ വെറുപ്പിന്റെ ഒരു ചിത്രം മാത്രമാണ് ഇപ്പോൾ ഇല്ലത്തെ കുട്ടിക്ക് ആണ്ടവനെക്കുറിച്ച് മനസ്സിലുള്ളത്. ആ കുട്ടിയെ അവസാനമായി ഒന്നു കാണണമെന്നാണ് ആണ്ടിപ്പൂശാരി ആഗ്രഹിച്ചത്. ആ ആഗ്രഹം തീർക്കാനാണ് ഇല്ലത്തെ കുട്ടിയായ സ്കന്ദൻ നമ്പൂതിരിയെ കാര്യസ്ഥൻ അയ്യപ്പൻനായർ ക്ഷണിച്ചു വരുത്തിയിരിക്കുന്നത്. മണ്ണാന്റെ മരണമൊഴി കേൾക്കാൻ ഒരു തമ്പ്രാൻ കുട്ടിക്കോ നിയോഗം? കാലം മാറുകയാണല്ലോ. ലോകവും ലോകരും മാറുകയാണ്. അങ്ങനെ എന്തൊക്കെ മാറുന്നു. ഇതും ഒരു മാറ്റമായിരിക്കും. ഈ മാറ്റത്തിന്റെ പൗരോഹിത്യം വഹിക്കുവാൻ ഈശ്വരൻ തെരഞ്ഞെടുത്തത് ചിലപ്പോൾ സ്കന്ദൻ എന്ന മനയ്ക്കലെ കുട്ടിയെ ആയിരിക്കും.

ഓരോ ജന്മങ്ങൾക്കും ഓരോ നിയോഗങ്ങളുണ്ടല്ലോ. പക്ഷേ സ്വന്തം നിയോഗമെന്തെന്ന് ആരെങ്കിലും തിരിച്ചറിയാറുണ്ടോ എന്നതാണ് സംശയം.

മുടിയാൻ നേരത്തെ മുച്ചീർപ്പൻ

രാവുണ്ണിനായരുടെ മകൻ ഗോവിന്ദനെക്കുറിച്ച് നാട്ടിലാർക്കും അത്ര നല്ല അഭിപ്രായമല്ല. ചോയിച്ചീടെ വീട്ടിലാണ് ഗോവിന്ദൻനായരുടെ സ്ഥിരതാമസം എന്ന് നാട്ടുകാർ പകുതി കാര്യമായിട്ടും പകുതി കളിയായിട്ടും പറയാറുണ്ട്. ചോയിച്ചീടെ വീട്ടിൽ ചാരായം വാറ്റുണ്ട്. ചോയിയെ ചാരായം വാറ്റിയതിന് പിടിച്ചതാണ്. ഇപ്പോൾ ജയിലിലാണ്. ചോയി പോയപ്പോൾ എട്ടുംപൊട്ടും തിരിയാത്ത മൂന്ന് കുട്ടികളെ തീറ്റിപ്പോറ്റാൻ മറ്റൊരു വഴിയും ഭാര്യ കണ്ടില്ല. ഭർത്താവ് ചെയ്ത പണി തന്നെ അവരും തുടർന്നു. ആ സ്ത്രീയെ എല്ലാവരും ചോയിച്ചി എന്നാണ് വിളിച്ചത്. ചോയിയുടെ ഭാര്യ എന്ന അർത്ഥത്തിലാവാം. അവരുടെ യഥാർത്ഥ പേര് പലർക്കും അറിയില്ല. എന്നാൽ ചോയിച്ചി എന്ന് പറഞ്ഞാൽ അറിയാത്തവരാരും നാട്ടിലുണ്ടായിരുന്നില്ല.

മുത്താഴിയം കോട്ടില്ലത്തെ കാര്യസ്ഥൻ എന്ന നിലയിൽ നാട്ടിൽ നിലയും വിലയുമുള്ള കുടുംബമാണ് രാവുണ്ണിനായരുടേത്. എന്നാൽ മകൻ ഗോവിന്ദൻ അത് മുഴുവൻ കുളം തോണ്ടിയിട്ടേ അടങ്ങൂ എന്ന മട്ടിലാണ്. പാടത്ത് പണിയെടുക്കുന്ന പെണ്ണുങ്ങൾക്കും പുഴയിലും അമ്പലക്കുളത്തിലും കുളിക്കുവാൻ പോകുന്ന പെണ്ണുങ്ങൾക്കും എന്നും ഗോവിന്ദൻനായരെക്കുറിച്ച് പരാതിയാണ്. ആരോട് പറയാൻ? രാവുണ്ണിനായരോട് പറഞ്ഞിട്ട് ഒരു കാര്യവുമില്ല. അദ്ദേഹം മകനോട് നേരിട്ടൊന്നും പറയാറുമില്ല. നാട്ടിൽ കേൾക്കുന്ന പരാതികളൊക്കെ ഭാര്യയോട് പറയും. ''എന്റെ വിധി. മുടിയാൻ നേരത്ത് മുച്ചീർപ്പൻ കൊലച്ചു എന്ന് പറഞ്ഞാൽ മതീല്ലോ. അതങ്ങന്യേ വരൂ.'' അവസാനം ഇത്രകൂടി പറഞ്ഞതിനുശേഷമേ രാവുണ്ണിനായർ നിറുത്താറുള്ളൂ.

''ന്നാൽ ഇനി കഞ്ഞി കുടിക്കല്ലേ.'' പാപ്പിക്കുട്ടിയമ്മ എല്ലാം കേട്ട് അല്പനേരത്തെ മൗനത്തിനുശേഷം ചോദിക്കും. കിഴക്കേ കോലായിൽ വച്ചിരിക്കുന്ന കിണ്ടിയിൽ നിന്ന് കുറച്ച് വെള്ളമെടുത്ത് കൈയും

മുഖവും കഴുകി ഒരു കവിൾ വെള്ളം വായിലാക്കി, വലിയ ശബ്ദത്തോടെ നീട്ടിത്തുപ്പി, തോളിൽ കിടക്കുന്ന തോർത്ത് ഒന്നു കുടഞ്ഞ്, സർവ്വദേഷ്യവും തീർത്ത് തോളിൽ തന്നെയിട്ട്, രാവുണ്ണിനായർ കഞ്ഞി കുടിക്കാൻ പോകും. അതിലപ്പുറം ഗോവിന്ദനെ എന്തു ചെയ്യണമെന്ന് രാവുണ്ണിനായർക്ക് അറിയില്ലായിരുന്നു. വിവാഹത്തിനു ശേഷം ഏറെക്കാലം കഴിഞ്ഞ് കാത്തിരുന്ന് കാത്തിരുന്ന്, കണ്ടിടത്തും കേട്ടിടത്തും വഴിപാടുകൾ അനവധി ചെയ്തതിനുശേഷം ഉണ്ടായതാണ്. ഗോവിന്ദൻ ഒന്നേയുള്ളൂതാനും. പഴഞ്ചൊല്ലിൽ പതിരില്ലെന്ന് പറയുന്നത് നേരായിരിക്കണം. മുടിയാൻ നേരമായിട്ടുണ്ടാവും. അതാണ് മുച്ചീർപ്പൻ കുലച്ചത്. പലരെകൊണ്ടും ഉപദേശിപ്പിച്ചു നോക്കി. ഒരു കാര്യവുമുണ്ടായില്ല. 'പിന്നീം നായയുടെ വാല് വളഞ്ഞിട്ടു തന്നെ.'

ഗോവിന്ദനും ഖാദറും ഹംസക്കുട്ടിയും കൂട്ടുകാരായിരുന്നു. ഖാദറ് പള്ളിയിലെ മുക്രിയുടേയും ഹംസക്കുട്ടി നാട്ടിലെ പ്രമുഖ മുസ്ലീം കുടുംബത്തിലേയും അംഗങ്ങളാണ്. പറഞ്ഞിട്ടെന്താ വീട്ടിൽ നിന്ന് പത്ത് പൈസ അവർക്ക് കിട്ടില്ല. ഉപ്പ കാണാതെ ഹംസക്കുട്ടി സ്വന്തം പറമ്പിലെ തോങ്ങാക്കുല മോഷ്ടിക്കും. ആ പണമാണ് ചോയിച്ചിയുടെ ചാരായത്തിന് ഏകവഴി. ഖാദറ് ഉപ്പാന്റെ അരപ്പട്ടയിൽനിന്നും ഗോവിന്ദൻ അമ്മയുടെ കാൽപ്പെട്ടിയിൽ നിന്നും കാശെടുക്കാറുണ്ട്.

ഒരിക്കൽ ഇല്ലത്തെ പറമ്പിലെ തെങ്ങിൽ കയറി തേങ്ങ മോഷ്ടിച്ച ഗോവിന്ദനെ ആണ്ടവൻ കൈയോടെ പിടികൂടി. 'ആരോടെങ്കിലും പറഞ്ഞാൽ കുടലു ഞാൻ പുറത്തിടും' എന്ന് ഗോവിന്ദൻ ആണ്ടവനെ കത്തി കാണിച്ച് ഭീഷണിപ്പെടുത്തിയെങ്കിലും ആണ്ടവൻ വിവരം അച്യുതൻനമ്പൂരിയെ അറിയിച്ചു. വഴിയിൽ വച്ച് ഗോവിന്ദനെ കണ്ടപ്പോൾ അച്യുതൻ നമ്പൂതിരി കാര്യം നേരിട്ട് ചോദിക്കുകയും ചെയ്തു. അന്നുമുതൽ ഗോവിന്ദൻ ആണ്ടവനെ നോട്ടമിട്ടതാണ്.

''അവന് ഒരു പണി കൊടുക്കണം ഇല്ലെങ്കിൽ പിന്നെ ഈ ഗോവിന്ദൻ ആണായിട്ട് നടന്നിട്ടെന്താ കാര്യം?'' ഇത്തിരി ചാരായം അകത്ത് ചെന്നാൽ ഗോവിന്ദൻ ഹംസക്കുട്ടിയോടും ഖാദറിനോടും ചോദിക്കുന്ന ചോദ്യമാണിത്. ഗോവിന്ദൻ നല്ലൊരു കഠാര പണിയിച്ച് അരയിൽ തിരുകിയിരുന്നു. എപ്പോഴെങ്കിലും വഴിയിൽ അവനെ ഒറ്റയ്ക്ക് കിട്ടും. എന്നാൽ അതിനുശേഷവും പലപ്പോഴും അവർ തമ്മിൽ കണ്ടു. പക്ഷേ കത്തി അരയിൽതന്നെ ഇരുന്നതേയുള്ളൂ. പാടത്ത് പണിക്കു വരുന്നുവരുടെ മുമ്പിലും അമ്പലക്കുളത്തിൽ കുളിക്കാനിറങ്ങുന്ന പെണ്ണുങ്ങളുടെ മുമ്പിലും വെച്ച് ഗോവിന്ദൻ കത്തി ഉറയിൽ നിന്നൂരി. കരിങ്കല്ലിൽ ചേർത്ത് അണച്ച് മൂർച്ച കൂട്ടി വീണ്ടും ഉറയിൽതന്നെ വച്ചു.

അതിനിടയിലാണ് നാടിനെ നടുക്കിയ ആ സംഭവമുണ്ടായത്. ഖാദറ്, ഹംസക്കുട്ടിയെ കുത്തിക്കൊന്നു. ഒന്നിച്ചു നടക്കുകയും ഒന്നിച്ചു കുടിക്കുകയും ചെയ്തിരുന്ന രണ്ട് പേരിൽ ഒരാൾ മറ്റെയാളെ കുത്തിക്കൊല്ലുക. ആദ്യം ആർക്കും വിശ്വസിക്കാൻ കഴിഞ്ഞില്ല. ചോയിച്ചിയുടെ വീട്ടിലിരുന്ന് ചാരായം കുടിക്കുമ്പോഴാണത്രെ വിഷയമുണ്ടായത്. ചോയിച്ചി ഹംസക്കുട്ടിയെ പ്രത്യേകം പരിഗണിക്കുന്നു എന്ന് ഖാദർ പരാതി പറഞ്ഞതാണ് വിഷയത്തിനു തുടക്കമായത്. ചാരായം കുടിക്കാനെത്തിയ പലരും അതേറ്റു പിടിച്ചു. പ്രശ്നം ഹംസക്കുട്ടിയും ചോയിച്ചിയും തമ്മിൽ പല രഹസ്യബന്ധങ്ങളുമുണ്ടെന്ന തരത്തിലേക്ക് മാറി.

'ആണുങ്ങളായാൽ ചിലപ്പോൾ അങ്ങനീം ണ്ടായിന്നോരും. അത് ചോയിക്കാൻ തന്തയ്ക്ക് പിറന്ന ഒരു എരപ്പാളീം ഇങ്ങാട്ടോരണ്ട.''

ഹംസക്കുട്ടി തന്തയെപ്പറഞ്ഞത് ഖാദറിന് സഹിച്ചില്ല. 'ആണ്ടജ്ന്റെ തന്തേനെ പറ്യാൻ മാത്രം ആയിക്ക്ണ്.'' ഖാദർ ചാടിയെഴുന്നേറ്റ് ഹംസക്കുട്ടിയുടെ കോളറിന് പിടിച്ചു. ഹംസക്കുട്ടിയെഴുന്നേറ്റ് ഒറ്റച്ചവിട്ട്. ഖാദർ വീണു. ഹംസക്കുട്ടി കത്തിയെടുത്ത് ഖാദറിനെ കുത്തി. ചോയിച്ചി ഇടയിൽ കയറി തടുത്തതുകൊണ്ട് ചോയിച്ചീടെ കൈയിലും ഖാദറിന്റെ കാലിലും മുറിവേറ്റു.

''ഇന്നീം ന്റെ കുട്ട്യാളീം ഓർത്ത് ഇബ്ട്ന്ന് വാണ്ട. തല്ലേ കൊല്ലേ, എന്താച്ചാ ആയിക്കോളീം ഇബ്ട്ന്ന് മാറീട്ട് മതി.'' കാല് പിടിച്ച് ചോയിച്ചി കരഞ്ഞപ്പോൾ ഖാദർ എഴുന്നേറ്റ് ഹംസക്കുട്ടിയെ രൂക്ഷമായി ഒന്ന് നോക്കി അവിടുന്നു പോയി.

പ്രശ്നം രൂക്ഷമാണെന്ന് കണ്ടപ്പോൾ കുടിക്കാൻ വന്ന പലരും വേഗത്തിൽ സ്ഥലം വിട്ടു. അന്ന് രാത്രി പാറപ്പുറത്ത് വച്ചാണ് ഹംസക്കുട്ടി കുത്തേറ്റ് മരിച്ചത്. ഖാദർ, നേരെ വീട്ടിൽ പോയി ഉപ്പ പോത്തിനെ അറുക്കാൻ ഉപയോഗിക്കുന്ന മൂർച്ചയുള്ള കത്തിയുമായി പാറപ്പുറത്ത് കാത്തിരിക്കുകയായിരുന്നുവത്രെ. ഏതായാലും ആ വഴിയിലൂടെ ഹംസക്കുട്ടി തിരിച്ചുപോകുമെന്ന് അയാൾക്കുറപ്പായിരുന്നു. പ്രതീക്ഷിക്കാതെ കിട്ടിയ കുത്തിൽ ഹംസക്കുട്ടി വീണു. പള്ളിദറസിൽനിന്ന് വീട്ടിലേക്കു വരുന്ന കുഞ്ഞലവി എന്ന കുട്ടിയാണ് ആ കാഴ്ച ആദ്യം കണ്ടത്. പൊതുവെ അവിടെയെത്തുമ്പോൾ അല്പം ഭയമുള്ള കുട്ടിയാണ് കുഞ്ഞലവി. മമ്പറത്തെ തങ്ങളെയും മൊയ്തീൻ ഷേയ്ക്കിനെയുമൊക്കെ ധ്യാനിച്ചുകൊണ്ടാണ് അയാൾ പാറപ്പുറം കടന്നു പോരാറുള്ളത്. വഴിക്കപ്പുറത്ത് എന്തോ ചലിക്കുന്നത് കണ്ട കുഞ്ഞലവി തന്റെ കൈയിൽ മുനിഞ്ഞ് കത്തിക്കൊണ്ടിരിക്കുന്ന പാനീസ് വിളക്ക് ഒന്നുയർത്തി. അവിടെ ഒരാൾ ചോരയിൽ കിടന്ന് പിടയുന്നു.

“ന്റെ റബ്ബേ....” എന്നൊരലർച്ചയായിരുന്നു. പിന്നെ രണ്ടും കല്പിച്ചുള്ള ഓട്ടവും. ഓട്ടത്തിനിടയിൽ വഴിയിലെ കാറപ്പെന്തയിൽ ഉടക്കി ഉടുമുണ്ട് അഴിഞ്ഞ് പോയതൊന്നും അവനറിഞ്ഞില്ല. പൊതുവെ അടിവസ്ത്രം ഉപയോഗിച്ച് ശീലമില്ലാത്ത അവന്റെ ഓട്ടം നിന്നത് അന്ത്രുവിന്റെ ചായക്കടയുടെ മുമ്പിലായിരുന്നു. ചായക്കടയിലെ പത്തായപ്പുറത്തിരുന്ന് ചീട്ടു കളിക്കുന്ന നാലഞ്ചു പേരാണ് അവിടെ ഉണ്ടായിരുന്നത്.

“പോ ഹമുക്കേ. ഒന്നിനാത്രം പോന്ന ചെക്കനായിട്ടും ഉടത്താടല്ലാണ്ടെ നേരംകെട്ട നേരത്ത് അനക്ക് എന്താണ്ട പണി?”

അന്ത്രു ദേഷ്യത്തോടെയാണ് ചോദിച്ചത്. സത്യത്തിൽ ഉടുമുണ്ടില്ലെന്നത് അപ്പോഴും അവൻ തിരിച്ചറിഞ്ഞിരുന്നില്ല. അന്ത്രുവിന്റെ ചോദ്യമൊന്നും അവന്റെ തലയിൽ കയറിയതുമില്ല.

“അവടെ... ആ പാറപ്പൊറത്ത് ആരോ കെടന്ന് പെടയ്ണ്ട്. ചോരാണ് മുയ്മനും...”

വിക്കി വിക്കി അത്രയും അവൻ പറഞ്ഞൊപ്പിച്ചു. അന്ത്രു തോളി ലുള്ള തോർത്തെടുത്ത് അവന് ഉടുക്കുവാൻ കൊടുത്തു. എല്ലാവരും കൂടി പാറപ്പുറത്തേക്ക് ഓടുകയായിരുന്നു. വാർത്ത കാട്ടുതീപോലെ യാണ് നാട്ടിൽ പടർന്നത്.

അതോടെ തൽക്കാലത്തേക്ക് ചോയിച്ചീടെ കച്ചവടം നിന്നു. ഖാദർ ജയിലിലായതോടുകൂടി ഗോവിന്ദൻ ഒറ്റപ്പെട്ടു. പിന്നീട് പുഴക്കരയിലെ ഒഴിഞ്ഞ പൊന്തക്കാടുകളിൽ ബീഡിയും വലിച്ചിരിക്ക ലായി ഗോവിന്ദന്റെ പണി. ''ചാരായം കിട്ടാത്തതുകൊണ്ട് കഞ്ചാവും വലിച്ച് പെണ്ണുങ്ങള് കുളിക്ക്ണേടത്ത് ചിറീലും നോക്കിയിരിക്കലാ കോയിന്ദൻനായര്ക്ക് പണി'' എന്ന് നാട്ടുകാർ അടക്കം പറഞ്ഞു.

''എന്താ ചെയ്യാ. മുട്യാനായിട്ട് മുച്ചീർപ്പൻ കൊലച്ചതാ. അനു ഭവിക്കന്യേ തരംള്ളൂ.'' രാവുണ്ണിനായർ പിറുപിറുത്തു.

അടുപ്പൂതി കലങ്ങിയ കണ്ണുകൾകൊണ്ട് അടുക്കളയ്ക്കകത്ത് എരിഞ്ഞുതീരാനല്ലാതെ പാപ്പിക്കുട്ടിയമ്മയ്ക്ക് മറ്റൊന്നിനും കഴിയു മായിരുന്നില്ല. ''ഒക്കെ ന്റെ വിധ്യേരിക്കും.'' അവർ സ്വയം പരാതി പറഞ്ഞു.

ദിവസങ്ങൾ കഴിഞ്ഞിട്ടും ചോയിച്ചി ചാരായം വാറ്റാൻ തുടങ്ങാ ത്തതും നാട്ടിൽ ചർച്ചയായി. ''കെട്ട്യോനെ പൊലീസ് കൊണ്ടോയി മൂന്നാം ദിവസം വിറ്റാൻ തുടങ്ങിയവളാ. അവളാണ് ഹംസക്കുട്ടിയെ കുത്തിക്കൊന്നതിന്റെ പേരിൽ വാറ്റു നിർത്തുന്നത്. അവൾക്ക് ണ്ടോ പൊലീസിനെ വല്ല പേടീം. മുമ്പൊരിക്കൽ പൊലീസ് അവളുടെ വീടുവളഞ്ഞതാ. അപ്പോൾ ഓലമറച്ച് ഉണ്ടാക്കിയ കുളിമുറിയിൽ കേറി അവൾ വാതിലടച്ചുവത്രെ.'' ഒരു പൊലീസുകാരൻ അങ്ങോ ട്ടേക്ക് ചെല്ലുന്നുണ്ടെന്ന് അറിഞ്ഞ ചോയിച്ചി ഉറക്കെ പറഞ്ഞു.

''പെണ്ണുങ്ങള് മൂത്രൊഴിക്കാൻ കേറിയടത്ത് ഈ പൊലീസുകാര്ക്ക് എന്താ ത്ര കാണാൻ?''

അവളുടെ ആ ചോദ്യം കേട്ടതും പൊലീസുകരൻ പകച്ചു പിന്മാറി. ഒരു കന്നാസ് വാറ്റുചാരായം ആ കുളിമുറിയിൽതന്നെ ഒഴിച്ചുകളഞ്ഞ വളാണ് ചോയിച്ചി. തൊണ്ടിമുതൽ കിട്ടാത്തതുകൊണ്ട് ചോയി ച്ചിയെ പൊലീസ് അറസ്റ്റ് ചെയ്തില്ല. എങ്കിലും പൊലീസുകാരൻ രാമൻകുട്ടി അന്നുമുതൽ അവളുടെ കുറ്റിപ്പറ്റായി എന്നതാണ് മറ്റൊരു കഥ.

ഹംസക്കുട്ടിയുടെ മരണശേഷം ഗോവിന്ദൻ അരയിൽ കത്തി സൂക്ഷിക്കാറില്ല. ആ കത്തി തെക്കിനിയുടെ വാതിലിന്റെ മേപ്പടിയിൽ ഉറയില്ലാതെ മലർന്നുകിടന്നു. ആണ്ടവനും ഭവത്രാതനും കോളേജിൽ പോക്കു തുടങ്ങിയതോടുകൂടി അവർക്ക് ഗോവിന്ദനുമായുള്ള കൂടി ക്കാഴ്ചയും കുറഞ്ഞു. എങ്കിലും കഞ്ചാവിന്റെ ലഹരി സിരകളിൽ

നുരഞ്ഞുകേറുമ്പോൾ ഹംസക്കുട്ടിയെ ഖാദർ കുത്തിമലർത്തിയ പോലെ ആണ്ടവനെ കുത്തിമലർത്തി വിലങ്ങിട്ട കൈയുമായി പൊലീസ് ജീപ്പിൽ കയറുന്നത് ഗോവിന്ദൻ സ്വപ്നം കണ്ടു. ആ സ്വപ്നത്തിന്റെ ലഹരിയിൽ ഒറ്റയ്ക്കിരുന്നു ചിരിച്ചു. പിന്നെ നീണ്ട നെടുവീർപ്പിട്ടു.

‘‘ആണുങ്ങളായാൽ കൊടുത്തും വാങ്ങിയും ആണത്തം കാണിക്കണം. അല്ലാതെ കൊണ്ടുനടന്നും കൊണ്ടോയ്കൊല്ലിച്ചും അല്ല.’’ ഗോവിന്ദനെ കാണുമ്പോൾ ചിലർ അടക്കം പറയുന്നത് അയാൾ കേൾക്കാഞ്ഞിട്ടല്ല. യഥാർത്ഥത്തിൽ ഹംസക്കുട്ടിയും ഖാദറും തമ്മിൽ തല്ലുണ്ടായ ദിവസം ഗോവിന്ദനവിടെ ഉണ്ടായിരുന്നില്ല എന്ന് ചോയിച്ചി സാക്ഷ്യം പറഞ്ഞിരുന്നുവെങ്കിലും ‘തല്ലുണ്ടായതേ ഗോയിന്ദൻനായരോടി. ചായിക്കാരത്തിനുംകൂടി മൂപ്പരെ കണ്ടില്ല. ന്നാലും ആ കോയിന്ദൻനായര് ഇന്നാട്ടിലെ നായന്മാരെ മുഴുവൻ പറീപ്പിച്ചല്ലോ’’ എന്നായിരുന്നു നാട്ടിലെ സംസാരം. അതൊക്കെ കേൾക്കുമ്പോൾ ഗോവിന്ദന് അടിമുടി വിറയൽ വരും. ‘‘അവനാന്റെ പല്ലല്ലേ കടിച്ചുപൊട്ടിക്കന്നെ.’’ മറ്റൊന്നും ചെയ്യാൻ ഗോവിന്ദന് കഴിഞ്ഞില്ല. എന്നാൽ നാട്ടുകാർക്കിടയിൽ താനൊരു പരിഹാസപാത്രമാകുന്നുണ്ടെന്നതോർത്തപ്പോൾ അയാൾക്ക് ആരോടെന്നില്ലാതെ അരിശം വന്നു. കഞ്ചാവ് തലയിൽ കയറുമ്പോൾ അയാൾ ഒറ്റയ്ക്കിരുന്നു പുലഭ്യം പറഞ്ഞു. ഏറെ പറയുമ്പോൾ കിട്ടുന്ന ചെറിയ ഒരു ശാന്തത. ആ ശാന്തതയിൽ ഉണ്ടും ഉറങ്ങിയും അങ്ങനെ ഗോവിന്ദൻ കഴിഞ്ഞുപോന്നു.

പുഴയ്ക്കക്കരെ പുതിയ വാറ്റുകേന്ദ്രം തുടങ്ങിയിരുന്നെങ്കിലും എന്നും അവിടെ പോവാൻ ഗോവിന്ദന് കഴിഞ്ഞിരുന്നില്ല. കാശായിരുന്നു പ്രധാന കാരണം. അവിടെ കടം പറയലില്ല. ഇപ്പോൾ പഴയ പോലെ അമ്മയുടെ കാൽപ്പെട്ടിയിൽ അധികം കാശും കാണാറില്ല. മകന്റെ സ്വഭാവം മനസ്സിലാക്കിയതുകൊണ്ട് പാപ്പിക്കുട്ടിയമ്മ പണം വയ്ക്കുന്ന സ്ഥലമൊക്കെ മാറ്റി. അതാകട്ടെ, ഗോവിന്ദനു കണ്ടെത്തുവാനും കഴിഞ്ഞില്ല ഹംസക്കുട്ടിയും ഖാദറും ഉണ്ടായിരുന്നപ്പോൾ എന്തു ചെയ്യാനും നല്ല ധൈര്യമായിരുന്നു. ആരുടെ പറമ്പിൽ നിന്നാണെങ്കിലും ഒരു കുല തേങ്ങ പറിക്കുക എന്നത് അപ്പപ്പോഴത്തെ ആവശ്യങ്ങൾ പരിഹരിച്ചിരുന്നു. പക്ഷേ ഇപ്പോൾ ആ ധൈര്യം അധികമില്ല.

അന്ത്രുവിന്റെ ചായക്കടയുടെ മുമ്പിലിരുന്നുകൊണ്ട് ഒരിക്കൽ കുഞ്ഞിക്കോരൻ അരയിൽ വച്ച കുപ്പിയെടുത്ത് വായിലൊഴിച്ചുകൊണ്ടിരുന്നപ്പോഴാണ് കുഞ്ഞിക്കോരന്റെ അച്ഛൻ ചിരാണ്ടൻ ആ വഴിവന്നത്. അച്ഛനെ കണ്ടതും ചാരായക്കുപ്പി തൊട്ടടുത്തുള്ള പിലാവിന്റെ

പൊത്തിൽ ഒളിപ്പിച്ചു കുഞ്ഞിക്കോരൻ സ്ഥലം കാലിയാക്കി. ഗോവിന്ദൻ ആ കാഴ്ച കണ്ടിരുന്നു. ആരും കാണാതെ ഗോവിന്ദൻ ചെന്ന് കുപ്പിയെടുത്ത് വായിൽ കമിഴ്ത്തി. ആ കാഴ്ച കടക്കാരൻ അന്ത്രു കണ്ടു. കുറച്ചു സമയത്തിന് ശേഷം തിരിച്ചു വന്ന കുഞ്ഞിക്കോരൻ കുപ്പി കാണാഞ്ഞ് ദേഷ്യം പിടിച്ചു. അന്ത്രുവിനോട് ചോദിച്ചു. 'അന്ത്രാപ്ല കണ്ടിരുന്നോ ന്റെ കുപ്പി? ഏത് നായിന്റെ മോനാ അതെടുത്തത്?''

''പിന്നെ ഞമ്മക്കന്റെ കുപ്പീം കാത്തിരിക്കല്ലേ പണി.''

അന്ത്രു അയാളുടെ പണിയിലേക്ക് തിരിഞ്ഞപ്പോൾ മിണ്ടാതെ നില്ക്കുന്ന ഗോവിന്ദനെ കുഞ്ഞിക്കോരൻ അർത്ഥം വച്ചൊന്നു നോക്കി. പിന്നെ പറഞ്ഞു. 'അത്ടത്തത് ഏത് നായിന്റെ മോനാണെങ്കിലും ഓന്റെ ഉമ്മാനെ കെട്ടിക്കട്ടെ അതോണ്ട്.''

പിന്നെ നീട്ടിവലിച്ച് ഒന്നു കാർക്കിച്ച് തുപ്പി കുഞ്ഞിക്കോരൻ പോയി. 'ന്നാലും ന്റെ നായരേ, ആ ചങ്ങായി ഉമ്മാനെ പറയ്ണത് കേട്ടിട്ട് ങ്ങക്കൊരു ഉളിപ്പും തോന്നീലല്ലോ. കസ്ടം.'' അന്ത്രു ഗോവിന്ദനെ നോക്കിപ്പറഞ്ഞു.

''അയിന് നിക്കെന്താ. ഓൻ പറഞ്ഞത് ഉമ്മാനെയെല്ലേ? നിക്ക് ഉമ്മയല്ലല്ലോ അമ്മയല്ലേ. അതോണ്ടല്ലേ ഞാൻ കേട്ടനിന്നത്. അല്ലാച്ചാൽ അവൻ വിവരം അറിയും.'' ഗോവിന്ദൻ നായർ നെഞ്ചൊന്ന് വിരിച്ചു നിന്നു.

പക്ഷേ നാട്ടുകാർ പറഞ്ഞു. 'ഒരുളിപ്പും പുളിംല്ലാത്ത കോന്തൻ നായര്. ആ രാവുണ്യാരുടെ കഷ്ടകാലം, ന്നല്ലാണ്ടെ എന്താ പറയ്യ?''

അച്ഛൻ രാവുണ്യാര് പറഞ്ഞു. ''ന്റെ കഷ്ടകാലം. കുടുംബം മുടിക്കാൻണ്ടായതാ. മുടിയാൻ നേരത്ത് മുച്ചീർപ്പൻ കൊലച്ചപോലൊന്ന്.''

ഉദയമാനപർവതം ധ്യാനിച്ച്

"കിഴക്ക് ഉദയമാനപർവ്വതം ധ്യാനിക്കുന്നു. പടിഞ്ഞാറ് അസ്തമാന പർവതം ധ്യാനിക്കുന്നു. തെക്ക് ശ്രീ കൂട പർവ്വതം ധ്യാനിക്കുന്നു. വടക്ക് മഹാമേരു പർവ്വതം ധ്യാനിക്കുന്നു. മഹാമേരു പർവ്വതത്തിന്റെ തെക്കേ ശിഖരത്തിൽ ചെമ്പ് ശ്രീപീഠപട്ട്, ചെമ്പ് ശ്രീ പീഠത്തിൽ വെള്ളി ശ്രീപീഠപട്ട്, വെള്ളി ശ്രീ പീഠത്തിൽ സ്വർണ്ണ ശ്രീപീഠ പട്ട്, സ്വർണ്ണ ശ്രീപീഠത്തിൽ കനകശ്രീപീഠപട്ട് വിരിച്ച് തെക്കും തിരിഞ്ഞിരുന്നരുളും ശ്രീമഹാദേവന്റെ തിരുവായ് പിളർന്ന് കണ്ടാകർണനെയടക്കി, യെണ്ണാറുകുട്ടിച്ചാത്തനെയടക്കി നാങ്കെ നൂറായിരം കോടി ഭ്രാന്തു പിശാചുക്കളെ അടക്കി......"

അറുപത്തിനാല് കളത്തിൽ പത്മമിട്ട് അറുപത്തി നാല് മൂർത്തികളെ ആവാഹിച്ച് മുട്ടറുക്കുകയാണ് ആണ്ടി പൂശാരി. വിയർപ്പു കണങ്ങൾ പൊടിഞ്ഞു നീർച്ചാലിട്ട അദ്ദേഹത്തിന്റെ മുഖത്തുള്ള ആ ബീഭത്സഭാവം അയ്യപ്പൻനായരുടെ മനസ്സിൽ ഇപ്പോഴുമുണ്ട്. സകലമാനമൂർത്തികളും അവിടെ ആണ്ടവനോടൊപ്പമുണ്ടെന്ന് അത് കാണുന്ന ആർക്കും തോന്നും.

ആണ്ടവന് ആചരണങ്ങളിലും ഉപാസനകളിലും താല്പര്യം കൂടിക്കൂടി വരുന്നത് വേലായുധൻ ചോപ്പനെ ഭയപ്പെടുത്താറാണ് പതിവ്. അപ്പോൾ, അവന്റ ഉള്ളിലെ മച്ചിൻപുറത്തെവിടെയൊ ചങ്ങലയ്ക്കിട്ടിരുന്ന ഭ്രാന്തിന്റെ ദേവത കെട്ടുപാടുകൾ പൊട്ടിക്കുവാൻ പരിശ്രമിക്കുന്നത് വേലായുധന് തിരിച്ചറിയുവാൻ കഴിയും. അതിന്റെ അപശബ്ദങ്ങളും ആർത്തനാദങ്ങളും വേലായുധൻ ചോപ്പന് വ്യക്തമായി കേൾക്കാം. വേലായുധൻ ചോപ്പനേ അത് കേൾക്കാനാവുകയുള്ളൂ. ഉപാസകന്റെ രക്തം വലിച്ചു കുടിക്കുന്ന, നഖവും മുടിയും മാത്രം ബാക്കിവെക്കാനാഗ്രഹിക്കുന്ന ഏതോ ഒരു ഉന്മാദപിശാചിനി അവനെ കറക്കുന്നുണ്ടെന്ന് വേലായുധൻ ചോപ്പൻ വളരെയേറെ സങ്കടത്തോടെ തിരിച്ചറിയുന്നുണ്ട്.

കുംഭം, മീനം മാസങ്ങളിൽ കാവുകൾ ഉണർന്നു തുടങ്ങുമ്പോഴാണ് ആണ്ടവന്റെ സിരകളിൽ ഉന്മാദരേണുക്കൾ ചലിക്കുവാൻ തുടങ്ങുന്നത് എന്ന് അച്ഛൻ വേലായുധൻ മനസ്സിലാക്കിയിട്ടുണ്ട്. ദേവിക്ക് ആട്ടും പാട്ടും ആറാട്ടും നടക്കേണ്ട കാലം. പൂതനും തിറയും മകരക്കൊയ്ത്തു കഴിഞ്ഞ പാടങ്ങളെ ആവേശക്കൊടുമുടിയിലാറാടിക്കുന്ന കാലം. അക്കാലത്താണ് വേലായുധൻ ചോപ്പൻ വെളിച്ചപ്പെട്ട് ഉറഞ്ഞുതുള്ളേണ്ടത്. അക്കാലത്താണ് ആണ്ടവന്റെ തോറ്റം തൊണ്ട പൊട്ടുമാറുച്ചത്തിൽ മുഴങ്ങി കാവുകളിലെ കനലുകൾ ഊതി തിളയ്ക്കേണ്ടത്. കോമരത്തിന്റെ കല്പന കേൾക്കുവാൻ വേണ്ടി, തമ്പ്രാക്കന്മാർ വേലായുധൻ ചോപ്പന്റെ മുമ്പിൽ തല കുമ്പിട്ടുനിൽക്കുന്ന ആ നല്ല കാലത്തുതന്നെ ആണ്ടവനെത്തേടി വരുന്ന രോഗം. എന്തു ചെയ്യാം ആലിൻകായ് പഴുക്കുമ്പോഴേ കാക്കയ്ക്ക് വായ്പുണ്ണ് വരൂ. ഉത്സവപ്പറമ്പിൽ വച്ച് അയ്യപ്പൻനായരോട് വളരെ സങ്കടത്തോടെ വേലായുധൻ അത് പറഞ്ഞിട്ടുമുണ്ട്. പക്ഷേ എത്ര ഭ്രാന്തുണ്ടെങ്കിലും ആണ്ടവൻ കെട്ടിച്ചുറ്റി വാളും കൈയിലെടുത്ത് നിന്നാൽ സാക്ഷാൽ ഭഗവതിയല്ലെന്ന് ആരും പറയില്ല. അത്ര ഐശ്വര്യമുണ്ട് ആ മുഖത്തെന്ന് അയ്യപ്പൻനായർ വേലായുധനെ സമാധാനിപ്പിക്കും. അരമണി കെട്ടി, കാൽച്ചിലമ്പണിഞ്ഞ്, തെച്ചിപ്പൂമാല ചൂടി കെട്ടിച്ചുറ്റി വരുന്ന ആണ്ടവന്റെ രൂപം അയ്യപ്പൻനായർക്കെന്നല്ല, നാട്ടിലെ ഉത്സവസ്നേഹികൾക്കു മുഴുവൻ എന്നും ആവേശമായിരുന്നല്ലോ.

ഏഴൂർ മനയ്ക്കലെ വല്യമ്പൂരിയെയും മുത്താഴിയംകോട്ടില്ലത്തെ അച്യുതൻ നമ്പൂതിരിയെയുംപോലെ അയ്യപ്പൻനായർക്കും ആണ്ടവനോട് സ്നഹമായിരുന്നു. വല്യമ്പൂരിയുടെ കാലത്താണ് മനയക്കലെ കാര്യസ്ഥപ്പണി അയ്യപ്പൻനായർ ഏറ്റെടുത്തത്. അത്യാവശ്യം പണവും പ്രതാപവുമുള്ള വീട്ടിൽതന്നെയാണ് അയ്യപ്പൻനായരും ജനിച്ചത്. ഉണ്ണാനോ ഉടുക്കാനോ ഇല്ലാത്തതുകൊണ്ട് ഏറ്റെടുത്തതല്ല അയ്യപ്പൻനായർ മനയ്ക്കലെ കാര്യസ്ഥപ്പണി . വല്യമ്പൂരി പറഞ്ഞു. അയ്യപ്പൻനായർ അത് ഏൽക്കുകയും ചെയ്തു. അന്നുമുതൽ മനയ്ക്കലെ കാര്യം കഴിഞ്ഞിട്ടേ മറ്റു കാര്യങ്ങൾ അയ്യപ്പൻനായർക്കുണ്ടായിട്ടൊള്ളൂ.

വല്യമ്പൂരിയോടുള്ള സ്നേഹവും കടപ്പാടും കൂടിക്കൂടി വന്നപ്പോഴാണ് അദ്ദേഹം മനയുടെ പത്തായപ്പുരയിലേക്ക് താമസം മാറ്റിയത്. എങ്കിലും ഇടയ്ക്കിടയ്ക്ക് സ്വന്തം വീട്ടിലും പോകാറുണ്ട്. വീട്ടിലെത്തിയാൽ നില്ക്കാൻ നേരമില്ലാത്ത തിരക്കുകളാണ് പറയാറുള്ളത്. വാലിന് തീ പിടിച്ചതുപോലെ തിരിച്ച് മനയ്ക്കലെത്തുകയും ചെയ്യും. ‘‘തെന്തേ പ്പൊ പോയേനെക്കാളും വേഗത്തിലിങ്ങട്ടന്നെ വന്നത്?’’ വല്യമ്പൂരി ചോദിക്കും.‘‘അത് പ്പൊ ഞാൻ അവിടെപ്പോയി നാന്നാൽ എങ്ങനെ ഇവടെ എന്തൊക്കെ കാര്യങ്ങളുണ്ട്. ഞാനില്യാച്ചാൽ ഇവടെ ഒന്നും നടക്കില്യാന്ന് നിക്കറിയില്ലേ?’’

അയ്യപ്പൻനായർ പറയുമ്പോൾ വല്യമ്പൂരി ഉറക്കെ ചിരിക്കും. ‘‘ഉം... തിരുമേനിക്ക് ചിരിച്ചാൽ മതി. കാര്യങ്ങള് നോക്കാൻ ഞാൻ തന്നെ വേണ്ടേ?’’ അതുകേട്ട് തിരുമേനി വീണ്ടും ചിരിക്കും. എന്നാൽ മനയ്ക്കലെ കാര്യത്തിനപ്പുറം ഒരു വീട്ടുകാര്യവും അയ്യപ്പൻനായർക്കുണ്ടായിരുന്നില്ല എന്ന വസ്തുത, അയ്യപ്പൻനായരേക്കാൾ കൂടുതൽ വല്യമ്പൂരി മനസ്സിലാക്കിയിരുന്നു.

ഒരിക്കൽ വല്യമ്പൂരി അയ്യപ്പൻനായരേയും കൂട്ടി മുത്താഴിയം കേട്ടേയ്ക്ക് ഒരു യാത്ര പോയി. ഭവത്രാതന്റെ കല്യാണക്കാര്യം തീരുമാനിക്കുക എന്നതായിരുന്നു പ്രധാന കാര്യം. കൂട്ടത്തിൽ ആണ്ടവന്റെ കാര്യങ്ങളും ചോദിച്ചറിഞ്ഞു.. ആണ്ടവനെ മുത്താഴിയംകോട്ടേയ്ക്ക് പറഞ്ഞയച്ചുവെങ്കിലും അയാൾ ഇടയ്ക്കൊക്കെ മനയ്ക്കലും വരാറുണ്ട്. എങ്കിലും മുത്താഴിയംകോട്ടുകാർക്ക് അവനെക്കുറിച്ചുള്ള

അഭിപ്രായം ഇടയ്ക്കിടയ്ക്ക് വല്യമ്പൂരി അന്വേഷിക്കാറുണ്ട്. പുരോഗമന ചിന്താഗതിക്കാരായിരുന്നു മുത്താഴിയംകോട്ടില്ലത്തെ എല്ലാവരുംതന്നെ.

എന്നാൽ അടിസ്ഥാന വിശ്വാസങ്ങളിൽ ഒരു പണത്തൂക്കം വ്യതിചലിക്കാതെ, പുരോഗമന ആശയങ്ങളെ അംഗീകരിച്ചു പോന്നിരുന്ന ഒരാളായിരുന്നു വല്യമ്പൂരി. മുത്താഴിയംകോട്ടുള്ളവർ യോഗക്ഷേമ സഭയുടെ പ്രവർത്തനത്തിൽ മുന്നിട്ടിറങ്ങി സ്ത്രീ സ്വാതന്ത്ര്യത്തിനും ജാതിവിവേചനത്തിനുമെതിരെ പോരാടുമ്പോൾ, മനസ്സുകൊണ്ട് എല്ലാറ്റിനും പിന്തുണ നൽകി എന്നല്ലാതെ ഒന്നിനും മുന്നിലേക്കിറങ്ങാൻ വല്യമ്പൂരി തയ്യാറായില്ല. പാരമ്പര്യത്തിന്റെ കുറ്റിയിൽ കെട്ടിയിട്ടതായിരുന്നു വല്യമ്പൂരിയുടെ മനസ്സ്. അതിന് സഞ്ചരിക്കാവുന്ന നിശ്ചിത ദൂരമുണ്ട്. അത്രയേ സഞ്ചരിക്കൂ. അതിനപ്പുറത്തേക്കില്ല. കുടുമ മുറിക്കാനോ ഓത്തും സന്ധ്യാവന്ദനവും മുടക്കാനോ ഒന്നും അദ്ദേഹമുണ്ടായിരുന്നില്ല. ഒരു ബ്രാഹ്മണന്റെ ചിട്ടവട്ടങ്ങൾ പാലിച്ചുകൊണ്ടുള്ള പുരോഗമനം. അത്രയേ വല്യമ്പൂരിക്ക് ചിന്തിക്കാൻ കഴിഞ്ഞിരുന്നുള്ളൂ. അതുകൊണ്ടുതന്നെ ഒരു സമരത്തിനും അദ്ദേഹം പോയിട്ടില്ല. എന്നാൽ ഒരു സമരത്തേയും അദ്ദേഹം എതിർത്തിട്ടില്ല. മുത്താഴിയംകോട്ടുള്ള ചിലർ പൂണൂല് പോലും ഉപേക്ഷിച്ചവരായിരുന്നു. സമരത്തിന് കൊടി പിടിക്കാനോ മാറ്റങ്ങൾക്ക് നേതൃത്വം കൊടുക്കാനോ ഒന്നിലും മുന്നിൽ നിന്നില്ലെങ്കിലും എന്നും കാലത്തിന്റെ അനിവാര്യമായ മാറ്റങ്ങൾ ഉൾക്കൊണ്ടുതന്നെയായിരുന്നു വല്യമ്പൂരി ജീവിച്ചിരുന്നത്.

അന്നും കാര്യങ്ങളൊക്കെ സംസാരിച്ച കൂട്ടത്തിൽ ആണ്ടവനെക്കുറിച്ച് വല്യമ്പൂരി ചോദിച്ചു. അച്യുതൻ നമ്പൂരിക്ക് ആണ്ടവനെക്കുറിച്ച് വളരെ നല്ല അഭിപ്രായമായിരുന്നു. എന്നാൽ കാര്യസ്ഥൻ രാവുണ്ണിനായർക്ക് അത്ര സുഖിച്ചിട്ടില്ലെന്ന് തോന്നി. '

'പഠിപ്പും പത്രാസും ണ്ടായിച്ചിട്ട് മണ്ണാന്റെ കുട്ടി നമ്പൂര്യാവില്ലാ.'' രാവുണ്ണിനായർ പറഞ്ഞു.

''ഗോവിന്ദൻ നല്ല നായരായി ജനിച്ചിട്ടും ചോയിച്ചീന്റെ വീട്ടിലാ കൂടും കുടിയും ന്ന് കേൾക്ക്ണൂ. അതായിരിക്ക്വോ മുന്ത്യജാതീടെ ലക്ഷണം?'' അച്യുതൻ നമ്പൂതിരി തിരിച്ച് ചോദിച്ചുകൊണ്ട് രാവുണ്ണിനായരെ ഒന്നു നോക്കി. പിന്നെ പറഞ്ഞു ''ജാതിയും മതവും പറഞ്ഞ് നടക്കേണ്ട കാലൊക്കൊ കഴിഞ്ഞു രാവുണ്ണ്യേ. പണ്ടുള്ളോര് ചെയ്ത നല്ല കാര്യങ്ങളാ നമ്മള് പിൻതുടരേണ്ട്. ചീത്ത കാര്യങ്ങളങ്ങട്ട് ഒഴിവാക്കന്നെ. പിന്നെ ഇനിയത്തെ കാലത്ത് നാലക്ഷരം പഠിക്ക്ണോനേ നെലയും വിലയും ഉണ്ടാകൂ. അത് ഏത് ജാതിയായാലും മതമായാലും. അതല്ലെങ്കിലും കാലം മാറീതും ലോകം മാറീതും

ഒന്നും രാവുണ്ണ്യാര് അറിഞ്ഞിട്ടില്ലല്ലോ. എന്തിന്, ചുറ്റുപാടും നട ക്ക്ണതെങ്കിലും ഒന്ന് തിരിച്ചറിഞ്ഞാൽ മത്യാരുന്നു. അതും ല്യാലോ.''

''ഓ അങ്ങന്യാവട്ടെ. ഞാനൊന്നും പറഞ്ഞില്ല. ആ ചെക്കനോട് നിക്കിട്ട് വിരോധും ഇല്യ. പിന്നെ മടല് വടിക്കാകാ, കരിങ്കല്ല് അടുപ്പിനാകാ, കാഞ്ഞീരം വെറകിനാകാ, മണ്ണാൻ തൊണയ്ക്കാകാ എന്നാ കാരണവന്മാര് പറഞ്ഞു കേട്ടിട്ടുള്ളത്. അതൊന്ന് ഓർമ്മിച്ചു. അത്രേയുള്ളൂ. അത്ര കൂട്ട്യാമത്യേനിം.''

''നായമ്മാരുടെ വടക്കേവാതിലിന് തഴുതില്ലാന്നും പണ്ട് ള്ളോര് പറഞ്ഞ് കേട്ടിട്ടില്യേ രാവുണ്ണ്യേ. എന്ന് കരുതീട്ട് നായമ്മാരോക്കെ മോശക്കാരാന്ന് ആരെങ്കിലും പറയ്യേ . ഓരോ ജാതിക്കാരും മറ്റുള്ള വരെ പരിഹസിക്കുന്ന ചൊല്ലൊക്കെ അനവധിണ്ടാക്കീട്ടുണ്ട്. അതൊന്നും നോക്കണ്ട. മനുഷ്യനെ നോക്ക്യാ മതി. മനുഷ്യനെ മനുഷ്യനായി കാണാനുള്ള കണ്ണുണ്ടായാൽ മതി.'' അച്യുതൻ നമ്പൂരി അല്പം പോലും വിട്ടുകൊടുക്കില്ല എന്ന് മനസ്സിലായപ്പോൾ രാവുണ്ണിനായർ മെല്ലെ സ്ഥലം കാലിയാക്കി. അല്ലെങ്കിലും മുത്താ ഴിയംകോട്ടില്ലത്തെ അച്യുതൻ നമ്പൂതിരിയോട് തർക്കിക്കുവാനുള്ള അറിവും വിവരവുമൊന്നും രാവുണ്ണ്യാർക്കുണ്ടായിരുന്നില്ല.

ഇല്ലത്തെ കാര്യങ്ങൾക്ക് നായന്മാരിൽ താഴെയുള്ളവർ ആരും ഒന്നിനും പണ്ടേ പതിവുണ്ടായിരുന്നില്ല. എന്നാൽ ഏഴൂർ മനയ്ക്കും മുത്താഴിയംകോട്ടില്ലത്തും അത്തരം പതിവുകളൊന്നുമില്ലാത്തത് രാവുണ്ണിനായരെപോലുള്ള ചിലർക്കെങ്കിലും അസ്വസ്ഥതയുണ്ടാക്കി. ഇല്ലത്തെ ചില കാര്യങ്ങളിലെങ്കിലും ഗോവിന്ദനെ കൂടെ കൂട്ടിത്തുട ങ്ങണം. അങ്ങനെ പണീം തരവുമായാൽ പിന്നെ സ്വഭാവത്തിലൊക്കെ അവനു ചില മാറ്റങ്ങളൊക്കെ വരും എന്ന പ്രതീക്ഷ രാവുണ്ണിനായർ ക്കുണ്ടായിരുന്നു. എന്നാൽ ഗോവിന്ദൻ ഇല്ലപ്പറമ്പിൽ നിന്ന് തേങ്ങ മോഷ്ടിച്ച കാര്യം നമ്പൂരി മനസ്സിലാക്കിയതോടെ ആ പ്രതീക്ഷ തെറ്റി. ആണ്ടവൻ കാരണമാണ് ആ വാർത്ത അച്യുതൻ നമ്പൂരി അറിഞ്ഞത്. അല്ലെങ്കിൽതന്നെ ഇല്ലത്തെ പറമ്പിൽനിന്ന് എത്രയാളു കൾ എന്തെല്ലാം മോഷ്ടിക്കുന്നു. അതിലും വലുതല്ലല്ലോ ഗോവിന്ദൻ ചെയ്തത്. എന്നിട്ടും ആണ്ടവൻ വന്ന് അത് നമ്പൂരിക്ക് കൊളുത്തി ക്കൊടുത്തത് രാവുണ്ണ്യാർക്ക് തീരെ രസിച്ചിരുന്നില്ല. അതിൽ പിന്നെ യാണ് രാവുണ്ണിനായർക്ക് ആണ്ടവനെ അത്രകണ്ട് പിടിക്കാതായതും.

ആണ്ടവന് വായനയിൽ താല്പര്യമുണ്ടെന്ന് അച്യുതൻ നമ്പൂരി മനസ്സിലാക്കിയതിൽ പിന്നെ അതിനെ പ്രോത്സാഹിപ്പിക്കാനും നമ്പൂരി മടിച്ചില്ല. അച്യുതൻ നമ്പൂതിരി വായിച്ച പല കൃതികളും ആണ്ടവന് കൊടുത്തിട്ട്, ''വായിച്ചു നോക്കൂ. അസ്സലായിട്ടുണ്ട്'' എന്നു പറയുന്ന തോടെ ആണ്ടവൻ അത് വായിക്കാൻ നിർബന്ധിതനാവുകയായിരുന്നു.

ഇല്ലത്ത് എല്ലാ സ്വാതന്ത്ര്യവും ആണ്ടവനുണ്ടായിരുന്നുവെങ്കിലും എന്നും തന്റെ പരിമിതിക്ക് അകത്ത് നിന്ന് പെരുമാറാൻ അവൻ ശ്രദ്ധിച്ചു. തന്നെ ഏല്പിച്ച ജോലി കൃത്യതയോടെ ചെയ്തുതീർക്കുന്നതിലും ആവശ്യമില്ലാത്ത കാര്യങ്ങളിൽ ഇടപെടാതിരിക്കുന്നതിലും ആണ്ടവൻ സൂക്ഷ്മത പാലിച്ചിരുന്നു. അച്യുതൻ നമ്പൂരി പുറത്തു പോകുമ്പോൾ ചിലപ്പോൾ തുണയ്ക്കായി ആണ്ടവനെ വിളിക്കുന്നത് രാവുണ്ണിനായർക്ക് സഹിക്കാൻ കഴിഞ്ഞിരുന്നില്ല. പക്ഷേ അദ്ദേഹമത് പുറത്ത് കാണിച്ചിരുന്നില്ല എന്നു മാത്രം. നമ്പൂരിയാകട്ടെ, ഇ.എം.എസ്സിനെക്കുറിച്ചും ചെറുകാടിനെക്കുറിച്ചും കമ്യൂണിസ്റ്റ് സമരങ്ങളെക്കുറിച്ചും മറ്റും പറയാൻ ഒരാൾ എന്ന നിലയ്ക്കാണ് ആണ്ടവനെ കണ്ടിരുന്നത്. റഷ്യൻ വിപ്ലവത്തെക്കുറിച്ചും ചൈനയെക്കുറിച്ചുമൊക്കെ തിരുമേനി പറയുന്നത് കേൾക്കുമ്പോൾ ആണ്ടവന് അല്പം ആവേശമൊക്കെ ഉണ്ടായിരുന്നു. അതുതന്നെയായിരുന്നു അവനോട് സംസാരിക്കുവാൻ നമ്പൂരിക്ക് പ്രത്യേക താൽപര്യമുണ്ടാകുവാൻ കാരണമായതും.

എന്തായാലും ആണ്ടവൻ അധികമുണ്ടാവില്ലല്ലോ എന്ന സമാധാനമായിരുന്നു രാവുണ്ണിനായർക്ക്. കാരണം അവന്റെ പഠനം കഴിഞ്ഞാൽ അവനൊരു ജോലി കിട്ടും. പിന്നെ ഇവിടുത്തെ കാര്യത്തിലിടപെടാനൊന്നും അവനു നേരമുണ്ടാവില്ല. അതുവരെ സഹിച്ചാൽ മതിയല്ലോ എന്നതായിരുന്നു രാവുണ്ണിനായരുടെ ധൈര്യം.

എന്നാൽ രാവുണ്ണിനായർ കരുതിയപോലെയല്ല കാര്യങ്ങൾ സംഭവിച്ചത്. അദ്ദേഹത്തിന്റെ ആഗ്രഹംപോലെ ആണ്ടവൻ ഇല്ലത്തുനിന്ന് ബഹിഷ്കൃതനായെങ്കിലും അത് ആണ്ടവന് സർക്കാർ ജോലികിട്ടിയതുകൊണ്ടായിരുന്നില്ല. ആരുംതന്നെ ഒട്ടും പ്രതീക്ഷിക്കാത്ത രീതിയിൽ ആണ്ടവനെ കാണേണ്ടി വന്നപ്പോൾ അച്യുതൻ നമ്പൂരിതന്നെ അവിടുന്ന് എന്നന്നേക്കുമായി അവനെ പുറത്താക്കി. നാം വിചാരിക്കുന്നതല്ലല്ലോ എപ്പോഴും സംഭവിക്കാറുള്ളത്. അത് രാവുണ്ണിനായർ പോലും ഒരിക്കലും പ്രതീക്ഷിച്ച ഒന്നായിരുന്നില്ല.

''ദൈവഗതിക്ക് മാറ്റം വരില്ല, അത്രതന്നെ. അല്ലാതെന്ത് പറയാനാ.'' അതായിരുന്നു രാവുണ്ണിനായരും ചിന്തിച്ചത്.

അവസാനത്തിന്റെ ആരംഭം

തിന്നും കുടിച്ചും രമിച്ചും മദിച്ചും അവസാനം ചാവാൻ വേണ്ടിയുള്ള, ഉത്തരങ്ങളില്ലാത്ത കുറേ ചോദ്യങ്ങൾ. അതാണോ ഒരു മനുഷ്യജന്മത്തിന്റെ പ്രസക്തി? ആലോചിച്ചാൽ അതിലപ്പുറമെന്താണ് ജീവിതം. വെറുതെ ഇരിക്കുമ്പോൾ ആണ്ടവൻ ആലോചിക്കാറുണ്ട്. ജനിപ്പിച്ചവർ ഒരു പഴന്തുണിയെപ്പോലെ ഉപേക്ഷിച്ച് കടന്നുപോയിട്ടും ജീവിക്കാനായിരുന്നു വിധി. പെറ്റിട്ടവർക്ക് പോറ്റിവളർത്താനായില്ലെങ്കിലും സ്നേഹത്തിന്റെ തണലും തലോടലും വേണ്ടത്ര അനുഭവിക്കാനുള്ള ഭാഗ്യമുണ്ടായി. ഒരിടത്ത് വെറുക്കപ്പെട്ടപ്പോൾ മറ്റൊരിടത്ത് സ്നേഹിക്കപ്പെട്ടു. സ്നേഹിക്കാൻ മാത്രമറിയുന്ന ചോപ്പൻ വേലായുധന്റേയും കല്യാണിയുടേയും മകനായി. ഈ കുമരമംഗലത്ത് അല്ല, കോരങ്ങത്ത്. ദൈവത്തിന്റെ ഓരോ വിചിത്ര തമാശകൾ. ഒരിക്കലും ഉത്തരം കിട്ടാത്ത ഒരു ചോദ്യമാണ് മനുഷ്യ ജീവിതം എന്ന് ആണ്ടവന് തോന്നാറുണ്ട്. അല്ലെങ്കിൽ സാക്ഷാൽ ആണ്ടവന്റെ പഴനിയിൽനിന്ന് മംഗലസ്വരൂപിയായ കുമാരന്റെ തിരുസന്നിധിയിലേക്കു തന്നെ എന്തിനായിരിക്കും പറിച്ചുനട്ടത്?

ഒരിക്കലും ഉപേക്ഷിച്ച അച്ഛനമ്മമാരോട് അയാൾക്ക് ദേഷ്യം തോന്നിയിട്ടില്ല. അല്ലെങ്കിലും അവരെക്കുറിച്ച് ചിന്തിക്കുവാൻ വേലായുധൻ ചോപ്പൻ ഒരവസരം നൽകിയിട്ടില്ല. എന്നിട്ടും ഇടയ്ക്ക്, രാത്രിയിൽ ഒരു പേക്കിനാവുപോലെ അമ്മ വന്ന് വിളിക്കുന്നത് ആണ്ടവൻ കണ്ടിട്ടുണ്ട്. സ്നേഹത്തോടെ ആയിരുന്നില്ല ആ വിളി. കൊല്ലാനുള്ള ദേഷ്യത്തോടെ. അന്നൊക്കെ ഞെട്ടിയുണർന്നിട്ടുണ്ട്. പൊട്ടിക്കരഞ്ഞിട്ടുണ്ട്. അപ്പോൾ കല്യാണി പറയും. 'വേണ്ടാത്ത ഓരോന്ന് ആലോചിച്ച് കെടന്നിട്ടാന്റെ പൊന്നോ ഓരോ പേടിസ്വപ്നങ്ങള് കാണണത്. അർജ്ജുനന്റെ പത്ത് നാമം ചൊല്ലി കെടന്നോ. നാ ഒന്നും കാണൂല.''

ഇപ്പോൾ തിരിഞ്ഞ് നോക്കുമ്പോൾ അവർ ഉപേക്ഷിച്ചത് നന്നായി എന്നേ തോന്നിയിട്ടുള്ളൂ. അല്ല, അവരെ താനുപേക്ഷിച്ചത്. അല്ലെങ്കിലും ഒരു ജന്മത്തിന്റെ കണക്കെടുത്തു നോക്കിയാൽ എല്ലാം ലാഭമാണ്.

പക്ഷേ അതാരും സമ്മതിക്കാറില്ല എന്നു മാത്രം. മനുഷ്യന് എന്നും നഷ്ടത്തിന്റെ കണക്കേ അറിയൂ. അവനെപ്പോഴും നഷ്ടത്തെക്കുറിച്ചേ സംസാരിക്കൂ. പക്ഷേ ജീവിതം തന്നെ ഒരു ലാഭമാണെന്ന് തിരിച്ചറിയുമ്പോഴേക്കും അവൻ മരിക്കാറായിരിക്കും. അപ്പോൾ ആ ലാഭം ആസ്വദിക്കുവാനും കഴിയില്ല. ഓർമ്മകളുടെ കയറ്റുകട്ടിലിൽ കയറി കിടക്കുന്നത് ആണ്ടവന് എന്നും പ്രിയങ്കരമാണ്. ചെറുപ്പകാലത്തെക്കുറിച്ചുള്ള ചെറിയ ഓർമ്മകളേ അയാൾക്കൊള്ളൂ. യഥാർത്ഥ അച്ഛനെയും അമ്മയേയും കുറിച്ച് അവ്യക്തമായ ചില ഓർമ്മകൾ. പക്ഷേ അത്... അത് മാത്രം മതി. അതുതന്നെ ധാരാളം.

കഥകൾ മധുരതരമാണ്. പക്ഷേ അവനവന്റെ കഥ ആർക്കും മധുരിക്കില്ല. ആണ്ടിക്കും അങ്ങനെത്തന്നെ. ആണ്ടി എന്ന് കാരണവന്മാർ വിളിക്കുമ്പോൾ എന്തോ ഒരു പേടി തോന്നാറുണ്ടായിരുന്നു അയാൾക്ക്. കാരണം, ഓർമ്മയിൽ ഒരു ഗ്രാമം നിഴൽ വിരിച്ചു നിൽക്കുന്നുണ്ട്. ആണ്ടിപ്പെട്ടി. പഴണിയിൽ നിന്ന് കുറച്ചേറെ ദൂരമുണ്ട് ആ ഗ്രാമത്തിലെത്താൻ. അത് തന്നെ വിടാതെ പിൻതുടരുന്നതുപോലെ, ആ വിളി ആദ്യകാലങ്ങളിൽ അസ്വസ്ഥത ഉളവാക്കിയിരുന്നു. ഇപ്പോഴല്ല പണ്ട്. പിന്നെ ഒരിക്കൽ അവിടെ ഒന്ന് കാണണമെന്ന് തോന്നി. പോയി. പക്ഷേ ജന്മാന്തരങ്ങളുടെ ഭാണ്ഡം അത് വെറുതെ തലയിൽ കയറ്റി വച്ചിരിക്കുകയാണ് ഓരോരുത്തരും.

എത്ര വലിച്ചെറിഞ്ഞാലും പാരമ്പര്യത്തിന്റെ ഏതെങ്കിലും ഒരു കണം നമ്മെ പിൻതുടർന്നുകൊണ്ടേയിരിക്കും. അങ്ങനെ ഒന്ന് തന്നെയും പിൻതുടരുന്നുണ്ടെന്ന് വളരെ വൈകിയാണറിഞ്ഞത്. എത്ര ശ്രമിച്ചിട്ടും പറിച്ചെടുക്കാനാകാത്ത ഒരു കണിക. ആ കണിക ചിലപ്പോൾ സ്ഥലകാലബോധമില്ലാതെ ഉണർന്നു വരും. അപ്പോൾ പിന്നെ പറയുന്നതും ചെയ്യുന്നതുമൊന്നും എന്താണെന്നറിയില്ല. എന്തിനാണെന്നറിയില്ല. അത്തരം ചെയ്തികളുടെ ചങ്ങലകളിൽ തളച്ചിട്ടിരിക്കുകയാണ് തന്റെ ജീവിതമെന്ന് ആണ്ടവനറിയാം. ആ ചങ്ങലയുണ്ടാക്കിയ വ്രണങ്ങൾ പഴുത്ത്, പുഴുവരിച്ച്, ദുർഗന്ധമുള്ള ചോരയും ചലവും ഒലിക്കുമ്പോൾ അസഹ്യമായ വേദനകൊണ്ട് പിടഞ്ഞു കരയാറുണ്ട്. ഹൃദയം നുറുങ്ങിയുള്ള ആ കരച്ചിൽ ആരും കേൾക്കാതിരിക്കാൻ എന്നും ശ്രമിച്ചിട്ടുണ്ട്. എങ്കിലും ഇടയ്ക്ക് അത് പുറത്ത് ചാടുക തന്നെ ചെയ്യും. ജരാനര ബാധിച്ച മനസ്സുമായി ഇനിയും അരങ്ങത്ത് നിൽക്കുന്നത് ശരിയല്ല. പിഴച്ച താളങ്ങളിൽ വേച്ച് വേച്ച് വീഴുന്നതുവരെ കാത്തിരിക്കുവാനും വയ്യ. അതിന് മുമ്പ് അയാളെ ഒന്ന് കാണണം. അത് വല്ലാത്ത ഒരാഗ്രഹമായിരുന്നു. അതുകൊണ്ടാണ് അയ്യപ്പൻനായരോട് പറഞ്ഞത്.

''അയ്യപ്പൻനായരേ, തീരെ സുഖംല്യ പോവാറായീന്ന് ആരോ ഇടയ്ക്കിടയ്ക്ക് പറയുന്നത് കേൾക്കാറുണ്ട്. അതിന് മുമ്പ് ഏഴൂർ മനയ്ക്കലെ ഉണ്ണിനമ്പൂരിയെ ഒന്നു കാണണം. അവസാനത്തെ ആഗ്രഹംന്ന്തന്നെ പറയാം. ഒന്ന് സഹായിക്കോ?''

അയ്യപ്പൻനായരോട് പറയാം. അല്ലെങ്കിൽ അയാളോടേ പറയാൻ കഴിയൂ. അയ്യപ്പൻനായർ കുറച്ചുനേരം ഒന്നും മിണ്ടാതെ ആണ്ടവന്റെ മുഖത്തേക്കുതന്നെ നോക്കി. പുച്ഛമോ പരിഹാസമോ തോന്നുമെന്നാണ് പ്രതീക്ഷിച്ചത്. തെറ്റി. സഹതാപം മാത്രമായിരുന്നു ആ നോട്ടത്തിൽ.

''അത്, അതിപ്പൊ എന്ത് പറഞ്ഞിട്ടാ ആ കുട്ടിയെ വിളിച്ച് വർത്താ?'' അയ്യപ്പൻനായർക്ക് അതായിരുന്നു സംശയം.

''എന്ത് പറഞ്ഞിട്ടായാലും വേണ്ടില്യ. നിക്ക് ഒന്നു കണ്ടേ പറ്റൂ. എന്തെങ്കിലും ഒരു വഴിണ്ടാക്കിത്തരണം.''

യാചനയുടെ സ്വരമായിരുന്നു അത്. അയ്യപ്പൻനായർക്ക് അത് മനസ്സിലാവുകയും ചെയ്തു. ''ആത്തേരോട് ഒന്ന് ചോദിക്കട്ടെ. തിരുമേനിണ്ടായിരുന്നൂച്ചാൽ ഒരു ബുദ്ധിമുട്ടുംണ്ടായിരുന്നില്ല. എന്തായാലും ഞാൻ ശ്രമിക്കാം.'' അയ്യപ്പൻനായർ കൈയൊഴിഞ്ഞില്ല. ഇന്നലെ വന്നപ്പോൾ അദ്ദേഹം പറഞ്ഞു. ''എന്തായാലും രണ്ടീസത്തിനുള്ളിൽ വരും. വിളിച്ച് പറഞ്ഞിട്ടുണ്ട്.''

വരും എന്ന് കേട്ടപ്പോഴാണ് വല്ലാത്ത ഒരാധി കേറിയത്. എന്താ പറയ്യാ? എന്തിനാ വിളിച്ചൂന്ന് ചോദിച്ചാൽ... ചിന്തകളുടെ ചങ്ങല പൊട്ടിയിരുന്നു. അറപ്പും വെറുപ്പും തോന്നുന്ന ചിന്തകൾ ഉരഗങ്ങളെപ്പോലെ ശരീരമാകെ ഇഴഞ്ഞുനടക്കുന്നത് അയാൾ അറിഞ്ഞു. ഒരു നിമിഷം അയാൾ ഏഴൂർ മനയ്ക്കലെ ഭവത്രാതൻ നമ്പൂരിയെക്കുറിച്ച് ഓർമ്മിച്ചു.

സ്കൂളിലും കോളേജിലും ഒന്നിച്ച് പഠിച്ചവരാണ്. മൂത്തനമ്പൂരിയുടെ നിർബന്ധം കാരണമാണ് തനിക്ക് പഠിക്കാൻതന്നെ കഴിഞ്ഞത്. വല്യ തിരുമേനി എന്ന് നാട്ടുകാർ മുഴുവൻ വിളിച്ചിരുന്ന നീലകണ്ഠൻ നമ്പൂതിരി വലിയ വേദപണ്ഡിതനായിരുന്നു. ജാതി ബോധമോ ഉച്ചനീചത്വമോ തൊട്ടുതീണ്ടാത്ത പരമസാത്വികൻ. അധികാരത്തിന്റെയോ ആഢ്യത്വത്തിന്റെയോ അഹങ്കാരസിംഹാസനങ്ങളിൽ ഒരിക്കൽ പോലും കയറിയിരിക്കാത്ത യഥാർത്ഥ മഹത്വം. അദ്ദേഹത്തിന്റെ മകൻ ഭവത്രാതന്റെ കൂടെ തന്നെയും പഠിപ്പിക്കണമെന്ന് വേലായുധൻ ചോപ്പനെ നിർബന്ധിച്ചത് വല്യതിരുമേനി ആയിരുന്നു.

''മിടുക്കനാണവൻ. അവൻ നാലക്ഷരം പഠിക്കട്ടെ. ഇനിയുള്ള കാലത്ത് വിദ്യാഭ്യാസം നിർബന്ധമാണ്'' എന്ന് വേലായുധൻ ചോപ്പനെ എപ്പോഴും അദ്ദേഹം ബോധിപ്പിച്ചുകൊണ്ടേയിരുന്നു. വല്യതിരുമേനി പറഞ്ഞാൽ അത് വേദവാക്യമായിരുന്നു വേലായുധൻ ചോപ്പന് ഇന്റർമീഡിയേറ്റ് കഴിഞ്ഞപ്പോൾ ആയുർവേദം പഠിപ്പിച്ചാലോ എന്ന ഒരു തോന്നൽ ചോപ്പനുണ്ടായിരുന്നു. കുലത്തൊഴിലായ വൈദ്യം വിട്ടുപോവാതിരിക്കാൻ ഒരു വഴി എന്നായിരിക്കണം അദ്ദേഹം ചിന്തിച്ചത്.

വല്യമ്പൂരി പറഞ്ഞു. ''അവൻ കോളേജിൽ പോവട്ടെ. നമ്മുടെ നാട്ടിൽ മണ്ണാൻസമുദായത്തിൽ നിന്ന് ആദ്യത്തെ ഡിഗ്രിക്കാരനായി അവൻ വരട്ടെ. അതിനുള്ള കഴിവും സാമർത്ഥ്യവും അവനുണ്ട്.''

ഡിഗ്രി കഴിഞ്ഞിട്ട് എന്താ കാര്യം എന്നൊന്നും വേലായുധൻ ചോപ്പനറിയില്ല. അത് വല്യമ്പൂരിയോട് ചോദിക്കാനും തോന്നിയില്ല. എന്നാലും അതെന്തോ വലിയ കാര്യമാണെന്ന് മാത്രം തോന്നി.

തന്റെ മകൻ പഠിച്ച് വല്യാളാവണം എന്ന് അയാൾക്കും ആഗ്രഹമുണ്ടായിരുന്നു. പഠിക്കുന്നത് മനയ്ക്കലെ കുട്ടിയുടെ കൂടെയാണല്ലോ. അവരെന്തായാലും ഒരു ഉപകാരവുമില്ലാത്ത ഒന്നിന് മക്കളെ പറഞ്ഞയക്കില്ല. പിന്നെ തിരുമേനി പറഞ്ഞാൽ അതിനെതിർവാക്കുമില്ല. കോളേജിൽനിന്ന് അപേക്ഷാഫോറം വരുത്തിച്ചതും പൂരിപ്പിച്ചതും അയച്ചതും തിരുമേനിതന്നെ. മകൻ ഭവത്രാതനും ആണ്ടവനും ഒരുമിച്ചാണ് കോളേജിലും ചേർന്നത്. ചേർത്താൻ പോയതും വല്യമ്പൂരി തന്നെ.

എല്ലാം പഴയ കാലം. ഇന്ന് ഇപ്പോൾ വല്യനമ്പൂതിരിയുടെ പേരക്കുട്ടി, ഇല്ലത്തെ കുട്ടി എന്ന് എല്ലാവരും വിളിക്കുന്ന സ്കന്ദൻ നമ്പൂതിരി എഞ്ചിനീയറിംഗ് ബിരുദത്തിന് പഠിക്കുകയാണ്. അത് കാണാൻ വല്യനമ്പൂതിരിയോ ഭവത്രാതനോ ഇന്നില്ല. വല്യനമ്പൂരിയുടെ വേളി ഇല്ലത്തിന്റെ അകത്ത് എവിടെയോ പ്രാഞ്ചി പ്രാഞ്ചി നടക്കുന്നുണ്ടത്രെ. വല്യ നമ്പൂതിരി മരിച്ചതിൽ പിന്നെ അവരെ ആരും പുറത്തെങ്ങും കണ്ടിട്ടില്ല.. ഇപ്പോൾ പിന്നെ ആ വഴിക്കൊന്നും പോകാറുമില്ല. പൊതുവേ നടക്കാൻ പ്രയാസമുണ്ട്. ഇപ്പോൾ തീരെ വയ്യാതെയും ആയി. ഇനി സമയം നോക്കി കിടക്കുക തന്നെ. അടുത്ത വീട്ടിലെ ശങ്കരന്റെ കെട്ട്യോളും കുട്ട്യോളും ഉള്ളതുകൊണ്ട് സമയത്തിന് ഭക്ഷണം കിട്ടും. അടിച്ചുവാരലും അലക്കലും ഒക്കെ അവർ ചെയ്യുന്നുണ്ട്. അവർ തനിക്കാരാ എന്ന് ചോദിച്ചാൽ ആർക്കും ആരും ഒന്നുമല്ല എന്ന് മാത്രമാണുത്തരം. അല്ലെങ്കിൽ വേലായുധൻ ചോപ്പന് താനാരാണ്? ഇല്ലത്തുള്ളവർക്ക് അയ്യപ്പൻനായരാരാണ്? ഒക്കെ ഒരു നിയോഗമാണ്. ഒരു ജന്മത്തിന് ഒരുപാട് നിയോഗങ്ങളുണ്ട്. നിയോഗങ്ങൾക്കനുസരിച്ചാണ് കർമ്മങ്ങൾ. തന്റെ നിയോഗവും കർമ്മവും അവസാനിക്കാറായിരിക്കുന്നു. അതെ, അവസാനിക്കേണ്ടത് അവസാനിക്കുകതന്നെ വേണം. വലിച്ചു നീട്ടുന്നതിന്നതിനനുസരിച്ച് എന്തിനും ബലക്ഷയം സംഭവിക്കും.

തന്റെ അവസാനത്തിന്റെ ആരംഭമായി എന്ന് മനസ്സിന്നകത്തിരുന്ന് ആരൊക്കെയോ പറയുന്നുണ്ട്. ഒരവസാനം മറ്റു പലതിന്റേയും ആരംഭം കൂടിയാണല്ലോ. പഴുത്ത് ചീഞ്ഞാലും അടർന്നുവീഴാൻ മടിച്ച് മരത്തോട് പറ്റിപ്പിടിക്കുന്ന ഫലങ്ങൾ ചീഞ്ഞളിഞ്ഞ് ആർക്കും ഉപയോഗമില്ലാതെയാവും. പാകമാകുമ്പോൾ വീഴണം. അപ്പോൾ ആർക്കും ശല്യമാവാതെയെങ്കിലും മാറാൻ കഴിയും. പല പ്രാവശ്യം ഹരിച്ചും ഗുണിച്ചും അയാൾ ഒരു തീരുമാനത്തിലെത്തിയിട്ടുണ്ടായിരുന്നു. അതോടെ ആഴക്കടലിന്റെ ഒരു ശാന്തത അയാളുടെ മുഖത്തും തെളിഞ്ഞുകണ്ടിരുന്നു. എന്താണെന്നറിയില്ല. അപ്പോൾ അയാളുടെ മനസ്സിൽ ഉദിച്ചുയർന്ന ചന്ദ്രബിംബംപോലെ ദേവിയുടെ

വാൽക്കണ്ണാടി പ്രതിഷ്ഠ തെളിഞ്ഞു വന്നു. അയാളറിയാതെ കൈ കൂപ്പി. ഏതോ ഒരു ഉത്സവപ്പറമ്പിലെന്നപോലെ അദ്ദേഹം മനസ്സിൽ ചൊല്ലി.

''ചാത്തൻ കുന്നൻ മെയ്യടിയാൻ കോല വേഷം പൂണ്ടോരുത്തി എന്റെ ഭരദേവതേ....''

ദൂരെ, ഒരുപാട് ദൂരെ, വർഷങ്ങൾക്ക് അപ്പുറത്ത് നിന്ന് അരമണി കിലുങ്ങുന്നതും കാൽചിലമ്പ് ചിലമ്പുന്നതും അയാളുടെ മനക്കണ്ണിൽ തെളിഞ്ഞു കണ്ടു. പാടിത്തീരാത്ത തോറ്റവും ആടിത്തീരാത്ത വേഷവും പാതിയിൽ അവസാനിക്കുമോ എന്നൊരാശങ്കയാണോ ആവോ. അല്ലെങ്കിലും ആട്ടവും പാട്ടും അവസാനിപ്പിച്ചിട്ട് വർഷങ്ങൾ ഏറെയായില്ലേ? ഇനി തീർക്കാനുള്ള ചില കടങ്ങൾ മാത്രമാണ് ബാക്കി. എല്ലാ കടങ്ങളും തീർത്തിട്ട് ഈ ഭൂമിയിൽ നിന്ന് ആർക്കും പോവാൻ കഴിയില്ല. എങ്കിലും ചിലതെങ്കിലും തീർക്കാതെ പോയാൽ പോകുമ്പോഴും ഒരു സമാധാനമുണ്ടാവില്ല. മാത്രമല്ല, വീട്ടാൻ കഴി യുന്ന കടങ്ങളാണെങ്കിൽ അതു ചെയ്യാതെ എന്തിന് മറ്റുള്ളവരുടെ ഉള്ളിൽ വെറുതെ മേലരി കൂട്ടണം? അയാൾ ദീർഘമായി ഒന്നു നിശ്വസിച്ചു.

തീർക്കണം അതിന് ഒന്ന് കണ്ട് സംസാരിക്കാനുള്ള യോഗം ണ്ടാവ്വോ ആവോ?

കാണാത്ത കാഴ്ചപ്പാടുകൾ

ആണ്ടവൻ ഏഴാം ക്ലാസിൽ പഠിക്കുന്ന സമയത്താണ് ആ സംഭവമുണ്ടായത്. അക്കാലത്ത് തന്നെ മന്ത്രവാദത്തിനും തീയ്യാട്ടിനും അച്ഛന്റെ സഹായിയായി അവൻ പോകാറുണ്ടായിരുന്നു.

മീനവെയിൽ പൊള്ളി തിളച്ചുമറിയുന്ന പാടശേഖരങ്ങൾക്ക് നടുവിലാണ് തറയ്ക്കൽ ഭഗവതിക്ക് ആട്ട് നടക്കുന്നത്. അച്ഛൻ വേലായുധനാണ് വെളിച്ചപ്പാട്. ആട്ട് കുറിച്ച് കഴിഞ്ഞാൽ പിന്നെ അദ്ദേഹത്തിന് നിന്ന് തിരിയാൻ സമയമില്ല. തോറ്റത്തിന് പല ഗ്രാമങ്ങളിൽ നിന്ന് കുടുംബക്കാരും പരിചയക്കാരുമായ ചോപ്പന്മാരെ സംഘടിപ്പിക്കുകയാണ് പതിവ്. ആണ്ടവനും തോറ്റം പഠിച്ചു തുടങ്ങിയിരുന്നു. ചില ചില മൂർത്തികളെ ഉപാസിക്കുവാനുള്ള മന്ത്രങ്ങളും വിധികളുമൊക്കെ അവൻ കേട്ടും കണ്ടും പഠിച്ചു തുടങ്ങിയിരിക്കുന്നു.

തറയ്ക്കാലാട്ടിന് ഉച്ചപ്പൂജ കഴിഞ്ഞ ഉടനെയാണ് ആ സംഭവം. മണ്ണാരും ദേശത്തെ നായന്മാരും ഭഗവതിത്തറയുടെ പരിസരത്ത് കെട്ടിയുണ്ടാക്കിയ ഓലപ്പുരകളിലും മറ്റുമായി വിശ്രമിക്കുകയും വെടിപറയുകയും മുറുക്കുകയും മറ്റുമായിരുന്നു. നട്ടുച്ച സമയത്താണ് ഭഗവതി, ആണ്ടവാ എന്ന് വിളിച്ചുകൊണ്ട് ആണ്ടവന്റെ അരികിൽ വന്നത്. ആണ്ടവൻ മാത്രമേ അത് കണ്ടൊള്ളൂ. രുധിരച്ചെമ്പട്ടുടുത്ത് അരമണി കിലുക്കി, വാളും പിടിച്ച് ദേവി ആണ്ടവന്റെ സമീപത്തെത്തി. മന്ത്രം പിഴച്ചതാണ്. മന്ത്രം പിഴച്ചാൽ ഉപാസകന്റെ രക്തം നിവേദിച്ച് പരിഹാരം കാണണം എന്ന് ആരാണ് പറഞ്ഞതെന്നറിയില്ല. ആരു പറഞ്ഞാലും അതാണ് ശരിയെന്ന് ആണ്ടവനറിയാം. എനിക്ക് രക്തം വേണം, രക്തം തരൂ, രക്തം തരൂ എന്ന് ദേവി ആയിരം നാവുകൾ കൊണ്ട് അലറി വിളിക്കുന്നത് അവന് കേൾക്കാനുണ്ട്. രൗദ്രരൂപിണിയായ മഹാകാളിയുടെ രക്തം ഇറ്റിവീഴുന്ന നാവ് പുറത്തേക്ക് തള്ളി വരുന്നത് അവന് കാണാനുണ്ട്. 'തരാം, ഞാൻ രക്തം തരാം' എന്ന് പറഞ്ഞുകൊണ്ട് ആണ്ടവൻ ഇരുന്നിടത്ത് നിന്ന് ചാടിയെണീക്കുകയായിരുന്നു. ഭഗവതിത്തറയുടെ കരിങ്കല്ലിൽ ചെന്ന് അവൻ തലയടിക്കുമെന്ന് ആരും പ്രതീക്ഷിച്ചിരുന്നില്ല. പെട്ടെന്ന് ആർക്കും തടയാനും

കഴിഞ്ഞില്ല. ഒന്നുരണ്ട് പ്രാവശ്യം തല ആഞ്ഞടിച്ചതിന് ശേഷമാണ് കാഴ്ചക്കാർക്ക് അവനെ പിടിച്ചുമാറ്റാനായത്. പക്ഷേ നാലാളുടെ ശക്തിയായിരുന്നു അവന്. പിടിച്ച പലരേയും അവൻ ചവിട്ടിത്തെറിപ്പിച്ചു. ദേവിയെ തന്നിൽ നിന്നകറ്റുകയാണവർ എന്നാണ് ആണ്ടവന് തോന്നിയത്. ആണ്ടവന് ദേവീദർശനം കിട്ടിയതാണെന്നേ പലരും കരുതിയുള്ളൂ.

എന്നാൽ മീനവയൽ മേലരി കൂട്ടിയപോലെ ചുട്ടുപഴുത്തു കിടക്കുന്ന ആ നട്ടുച്ചയ്ക്ക് ചോര വാർന്നൊഴുകുന്ന നെറ്റിയുമായി അവൻ ഓടുകയായിരുന്നു. അമ്മേ, അമ്മേ എന്ന് അലറിവിളിക്കുന്നുണ്ടായിരുന്നു. അവസാനം നാട്ടിലെ ഒരു കൂട്ടം ചെറുപ്പക്കാർ ഏറെ നേരത്തെ ബലപ്രയോഗത്തിന് ശേഷമാണ് ആണ്ടവൻ എന്ന കുട്ടിയെ കീഴടക്കിയത്. ഒരു മരത്തിൽ പിടിച്ച് കെട്ടിയിടുകയാണ് ചെയ്തത്. കുറച്ച് കഴിഞ്ഞാൽ ബോധം വരും എന്ന പ്രതീക്ഷയായിരുന്നു എല്ലാവർക്കും. വിവരമറിഞ്ഞ് വന്ന വല്യമ്പൂരി വേലായുധനെ അടുത്തേക്ക് വിളിച്ചു പറഞ്ഞു. ''എന്തും കരുതീട്ടാ ഇങ്ങനെ കാത്തിരിക്ക്ണത്. ആ കുട്ടീടെ തലയാകെ പൊട്ടിയത് കണ്ടില്ലേ. നിങ്ങളുടെ മഞ്ഞപ്പൊടി പ്രയോഗം കൊണ്ടൊന്നും അത് മാറ്റാൻ കഴിയില്ല. ഉടനെ ഡോക്ടറെ കാണിക്കണം. അതിനെന്താ പറ്റീന്ന് ആർക്കറിയാം.''

മുമ്പൊരിക്കലും ആണ്ടവനിൽ ഇത്തരം ഒരു രൂപപരിണാമം വേലായുധൻ കണ്ടിട്ടില്ല. തന്റെ കുട്ടിക്കിതെന്തുപറ്റി എന്നറിയാതെ, എന്തു ചെയ്യണമെന്നറിയാതെ നിൽക്കുകയായിരുന്നു വേലായുധൻ. വല്യമ്പൂരിയുടെ വാക്കുകൾ അയാളെ ഉണർത്തി. ഉത്സവം കാണാൻ വന്ന പലരുടേയും സഹായത്തോടെ ആണ്ടവന്റെ കൈയും കാലും ബന്ധിച്ചാണ് ആശുപത്രിയിലേക്ക് കൊണ്ടുപോയത്.

ഓർമ്മവച്ച കാലത്തിനുശേഷം അക്കൊല്ലമാണ് വേലായുധനില്ലാതെ തറയ്ക്കിലെ ആട്ട് നടന്നത്. വേലായുധന് പകരം അന്ന് വെളിച്ചപ്പെട്ടത് വേലായുധന്റെ അച്ഛൻ തെയ്യുണ്ണി ചോപ്പന്റെ അകന്ന ബന്ധത്തിലുള്ള ഒരാളായിരുന്നു. വേലായുധന്റെ വലംകൈയായി എപ്പോഴും കൂടെയുണ്ടാകുന്ന കുഞ്ഞൻ. എന്തായാലും ഉത്സവത്തിന്റെ ചടങ്ങ് തെറ്റിയില്ല. അത് തെറ്റിക്കാൻ പാടില്ലെന്നാണ് വിശ്വാസം. തെറ്റിച്ചാൽ ദേശത്തിന് മുഴുവൻ ദോഷം ഭവിക്കും. നാട്ടുകാർക്ക് അതായിരുന്നു പേടി.

ഊരായ്മക്കാരൻ നായര് വല്യമ്പൂരിയോട് പറഞ്ഞു. ''ആട്ടു കുറിച്ച് കൂറയിട്ട് പാലവെട്ടിയാൻ പിന്നെ അതു മുടങ്ങാൻ പാടില്ല. പാലമരത്തിന്റെ പൊല ദോഷം കഴിഞ്ഞാൽ പിന്നെ ആട്ട് നടക്കണം. ഇനി പ്പൊ എന്താ ചെയ്യാ? വേലായുധനില്ലാതെ ആരാ വെളിച്ചപ്പെടുക.''

വേലായുധൻ മരിച്ച് പോയീച്ചാലും ആട്ട് നടക്കണ്ടേ?'' നാട്ടുകാരുടെ ഭയവും ഭക്തിയും തിരിച്ചറിഞ്ഞ വല്യമ്പൂരി വേലായുധനോടുതന്നെ അന്വേഷിച്ച് ആളെ കണ്ടെത്തുകയായിരുന്നു. കൊല്ലത്തിലൊരിക്കൽ പുറത്തെഴുന്നള്ളുന്നതാണ്. അന്നത്തെ ആട്ടും പാട്ടും കേട്ട് ഉന്മത്ത യാകുന്ന ഭദ്രകാളിക്ക് പുലർച്ചെ വടക്കൻ വാതിക്കൽ അറുപത്തി നാല് കളത്തിൽ പത്മമിട്ട് കള്ളും കോഴിയും വെച്ച് നിവേദിക്കണം. പിന്നെ ഏഴ് ദിവസത്തെ അശുദ്ധിയാണ്. ഏഴാം ദിവസം പഞ്ചഗവ്യ ശുദ്ധി നടത്തി നട തുറക്കണം. ഇതൊക്കെ കാലാകാലങ്ങളിൽ നടന്നു വരുന്നതാണ്. തെറ്റിച്ചാൽ ദേശം മുടിയും. ദേശം കാക്കും ദേശവാഴി മുടിയും. ദേശത്തെ കുടിലുകളിൽ മുഴുവൻ വസൂരി വിത്ത് വിതയ്ക്കപ്പെടും. വിത്ത് മൂത്ത് പൊട്ടിയൊലിക്കും ചാവൊഴിഞ്ഞ

വീടുകൾ ദേശത്തുണ്ടാകില്ല. പാടില്ലല്ലോ പരിഹാരം വേണ്ടേ? അങ്ങനെ പകരക്കാരൻ വെളിച്ചപ്പാടായി കുഞ്ഞനെത്തുകയായിരുന്നു.

ഭഗവതിക്ക് എഴുന്നള്ളത്ത് നടക്കുമ്പോൾ വേലായുധൻ മക നേയുംകൊണ്ട് കോഴിക്കോട് മെഡിക്കൽ കോളേജിലെത്തിയിരുന്നു. തിരൂർ താലൂക്കാശുപത്രിയിൽ കാണിച്ചതായിരുന്നു. ആണ്ടവൻ അവിടെ വച്ചും അക്രമാസക്തനായി. നെറ്റിയിലെ മുറി മാരകമല്ല എന്ന് ഡോക്ടർ പറഞ്ഞു. അവന്റെ മനസ്സിനാണ് പ്രശ്നം. സൈക്യാട്രിസ്റ്റിനെ കാണിക്കണം അഡ്മിറ്റും വേണ്ടി വരും. അതിനുള്ള സൗകര്യം താലൂക്കാശുപത്രിയിലില്ല. അതുകൊണ്ടാണ് മെഡിക്കൽ കോളേജിലേക്ക് റഫർ ചെയ്തത്. മയക്കത്തിന് സൂചിയടിച്ചതിനുശേഷം നെറ്റിയിലെ മുറിവ് സ്റ്റിച്ചിട്ട് അവിടെ നിന്ന് പറഞ്ഞുവിട്ടു.

നാല് ദിവസത്തിന് ശേഷമാണ് മെഡിക്കൽ കോളേജ് ആശുപത്രി വിട്ട് ആണ്ടവന് തിരിച്ച് വീട്ടിലെത്താൻ കഴിഞ്ഞത്. ദേവി അവന്റെ സമീപത്ത് വന്നുനിൽക്കുന്നതുപോലെയുള്ള ഒരനുഭവമായിരുന്നു അയാൾക്ക്. ദേവിയുടെ ശബ്ദവും അവന് കേൾക്കുന്നപോലെ തോന്നി. ഡോക്ടർ പരമ്പര്യമായി ആർക്കെങ്കിലും ഈ രോഗം ഉണ്ടായിട്ടുണ്ടോ എന്ന് ചോദിച്ചു. വേലായുധൻ ഇല്ലെന്നാണ് മറുപടി പറഞ്ഞത്. അയാൾക്കതല്ലേ പറയാൻ കഴിയൂ. നല്ലവണ്ണം ശ്രദ്ധിക്കണം, ഇനിയും വരാൻ സാധ്യതയുണ്ടെന്ന് ഡോക്ടർ പറഞ്ഞു. കുറച്ചുകാലം തുടർച്ചയായി മരുന്നു കഴിക്കണമെന്ന് ഡോക്ടർ നിർദ്ദേശിച്ചു. ഡോക്ടർ പറഞ്ഞതുപോലെ രണ്ടു മൂന്ന് മാസം മരുന്നു കഴിച്ചു. പിന്നെ അത്തരം ഒരു സ്വഭാവവും കാണാത്തതുകൊണ്ട് ഡോക്ടർ പറയാതെതന്നെ മരുന്നൊക്കെ നിർത്തി.

എല്ലാ മുപ്പെട്ട് വെള്ളിയാഴ്ചയും അവന്റെ പേരിൽ ഭഗവതിക്ക് വെള്ളനിവേദ്യം നേർന്നിരുന്നു വേലായുധൻ. കുറച്ചു കാലം അതു കഴിച്ചു. പിന്നെ അതും നിന്നു. മീനവെയിൽ വീണ്ടും ചുട്ടുപൊള്ളി. വീണ്ടും വീണ്ടും തറയ്ക്കിൽ ഭഗവതിക്ക് ആട്ടും നടന്നു. അതിനിടയിൽ ആണ്ടവന്റെ ഭ്രാന്തും ആളുകൾ മറന്നു. ആളുകൾക്ക് ഓർക്കാൻ എന്നും പുതിയ കാര്യങ്ങളുണ്ടാവുമല്ലോ. ഇല്ലെങ്കിൽ അതവർ ഉണ്ടാക്കിക്കൊണ്ടേയിരിക്കും. 'അതെന്തോ ദേവീടൊരു പരീക്ഷണം. അത്രയേയുള്ളൂ.' നാട്ടുകാർ അത്രയേ വിചാരിച്ചൊള്ളൂ.

പിറ്റേക്കൊല്ലം ഭഗവതിയാട്ടിന് ആണ്ടവന്റെ അരങ്ങേറ്റം കഴിഞ്ഞു. പുലർച്ചെയ്ക്കുള്ള എഴുന്നള്ളത്തിനായിരുന്നു അത്. കെട്ടിച്ചുറ്റി വന്ന, മീശമുളയ്ക്കാത്ത വെളിച്ചപ്പാട് നാട്ടുകാർക്ക് നല്ലൊരു കാഴ്ചതന്നെയായിരുന്നു. മുഖത്തും നെഞ്ചത്തും മഞ്ഞൾ തേച്ച്, കഴുത്തിൽ തെച്ചിപ്പൂമാല ചൂടി, കൈയിൽ വാളും ചിലമ്പുമെടുത്ത് കൗമാരക്കാരനായ

ആണ്ടവൻ എഴുന്നള്ളി വന്നപ്പോൾ ആളുകൾക്ക് വലിയ ആശ്ചര്യം തന്നെയായിരുന്നു. ''എന്താ ഒരൈശ്വര്യം. സാക്ഷാൽ ഭഗവതി ഇറങ്ങി വന്നതാണന്നേ തോന്നൂ. ഊറ്റംത്തിരി കൂടുതലാണ്.'' എങ്കിലും വേലായുധന്റെ ഉള്ളിൽ വല്ലാത്ത ഒരു ആന്തലുണ്ടായിരുന്നു. ''നല്ല വണ്ണം ശ്രദ്ധിക്കണം. മാറിയെന്ന് നമ്മൾ വിചാരിച്ചാലും പൂർണമായി മാറിക്കൊള്ളണമെന്നില്ല. ഏത് സമയത്തും തിരിച്ചു വരാവുന്ന ഒര സുഖമാണിത്'' എന്ന് ഡോക്ടർ പറഞ്ഞതായിരുന്നു അയാളുടെ ഭയത്തിന്റെ മൂലകാരണം. പക്ഷേ ദേവി കാത്തു. വേലായുധൻ ഭയപ്പെട്ടതുപോലെ അന്ന് മറ്റൊന്നും സംഭവിച്ചില്ല. ഉത്സവം ഭംഗിയായി തന്നെ കഴിഞ്ഞു. അങ്ങനെ ആണ്ടവനും ചോപ്പനായി. ദേവിയുടെ അടിയാൻ! വെട്ടത്ത് തമ്പുരാൻ കല്പിച്ച് നൽകിയ ചോപ്പൻ പദവിക്ക് ഉടമക്കാരൻ. ഇനി മുതൽ ആണ്ടവൻ, വെറും ആണ്ടവനല്ലാ ആണ്ടവൻ ചോപ്പൻ.

അന്തിത്തിരി കാത്തിരിക്കുന്ന അനേകം മൂർത്തികളെ പല പല കല്ലുകളിൽ പ്രതിഷ്ഠിച്ചിട്ടുള്ള വേലായുധന്റെ വീട്ടിൽ മാട്ടും മാരണവും നടന്നു. കോഴിയും കള്ളും കാലമൂർത്തികൾക്ക് നിവേദ്യങ്ങളായി. കൊട്ടും പാട്ടും മന്ത്രങ്ങളും തോറ്റവും കൂടാതെ മാത്തമറ്റിക്സും കെമിസ്ട്രിയും ആണ്ടവന്റെ സിരകളിൽ നുഴഞ്ഞുകയറി. എത്ര പഠിച്ചാലും തന്റെ പാരമ്പര്യം മകൻ തുടരണമെന്ന അച്ഛന്റെ ആഗ്രഹം ആ മകൻ ശിരസ്സാ വഹിച്ചു. ഗണിതത്തിന്റേയും രസതന്ത്രത്തിന്റേയും ഇടവേളകളിൽ അവൻ തോറ്റംപാട്ടുകളുടെ മായിക വലയത്തിലേക്ക് വെളിച്ചപ്പെട്ടിറങ്ങി

''മോരും മുതിരയും പോലെയാണല്ലോ ആണ്ടവാ നിന്റെ പഠിത്തം?'' മുത്താഴിയംകോട്ട അച്യുതൻ നമ്പൂരി ഒരിക്കൽ പറഞ്ഞു. ആണ്ടവൻ ചിരിച്ചതേയുള്ളൂ. 'ശാസ്ത്രം പഠിക്കുന്ന നീയ് ഇനിയും മന്ത്രവാദത്തിനും മാട്ടിനുമൊക്കെ പോവുന്നത് ശരിയല്ല എന്നാണ് എനിക്ക് തോന്നന്നത്. വിശ്വാസവും ശാസ്ത്രവും രണ്ടും രണ്ടാണ് കുട്ടീ. അവ സമാന്തരമായി സഞ്ചരിക്കും എന്നല്ലാതെ ഒരിക്കലും കൂട്ടിമുട്ടിക്കാൻ കഴിയില്ല. ആണ്ടവാ, നിനക്ക് നല്ലത് ശാസ്ത്രത്തിന്റെ വഴിയാ. നീ അതിലൂടെയാണ് സഞ്ചരിക്കേണ്ടത്. പിന്നെ വേലായുധനെ പേടിച്ചിട്ടാണെങ്കിൽ ഞാൻ പറയാം, വേണോ?''

''അതിന്റെ ആവശ്യം ല്യ. വിശ്വാസം, വിശ്വാസത്തിന്റെ വഴിക്ക് പോട്ടെ. ശാസ്ത്രം അതിന്റെ വഴിക്കും. ശാസ്ത്രം തെളിയിച്ചതിന് ശേഷമല്ലല്ലോ അച്ഛനമ്മമാരെ അംഗീകരിക്കുന്നത്. അതുപോലെ പാരമ്പര്യത്തേയും നിഷേധിക്കാതിരിക്കാനാണ് എനിക്കിഷ്ടം.'' ആണ്ടവൻ ചിരിച്ചുകൊണ്ട് പറഞ്ഞു.

'ന്നാലും വിദ്യാഭ്യാസംകൊണ്ട് വിപ്ലവം വരേണ്ടതാണ്. വ്യവസ്ഥിതിയെ തിരുത്താനുള്ള ആശയവും ആവേശവുമുണ്ടാവേണ്ടതാണ്. വ്യവസ്ഥിതിക്ക് കീഴ്പ്പെട്ട്, അടേ്യൻ, റാൻ എന്നൊക്കെ പറയാനാണെങ്കില് എന്തിനാ കുറേ പഠിക്കണത്?''

"പഠിക്കണതുകൊണ്ട് സ്വന്തം വേരുകൾ അറുത്തുമാറ്റണമെന്നില്ലല്ലോ. വേരുകൾ കണ്ടെത്താനും നമുക്ക് നമ്മുടെ അറിവിനെ ഉപയോഗിച്ചുകൂടെ?''

ആണ്ടവന്റെ മറുപടിക്ക് അച്യുതൻ നമ്പൂരി പ്രതികരിച്ചില്ല. എങ്കിലും അന്ന് ആണ്ടവന്റെ ചിന്താഗതിയോട് യോജിക്കുവാൻ അദ്ദേഹത്തിന് കഴിഞ്ഞിട്ടില്ലെന്ന് ആ മുഖഭാവം വ്യക്തമാക്കി. യഥാർത്ഥത്തിൽ അച്യുതൻ നമ്പൂരി പറഞ്ഞതായിരുന്നു ശരി. മോരും മുതിരയുംപോലെ ഒരിക്കലും ദഹിക്കാത്ത അറിവുകളിലൂടെ സഞ്ചരിക്കാനായിരുന്നു ആണ്ടവന്റെ വിധി. പഠിച്ചതൊക്കയും പ്രയോഗിക്കാൻ കഴിയണമെന്നില്ല. പ്രയോഗിക്കുന്നതു മുഴുവൻ പഠിച്ചതാവണമെന്നുമില്ല. അതായിരുന്നു ആണ്ടവന്റെ അവസ്ഥ. അറിവിന്റെ അനന്തമായ വെളിച്ചത്തിലേക്ക് തുറന്നുവച്ച വാതിലുകൾ അവൻ കാണുന്നുണ്ടായിരുന്നു. അങ്ങോട്ടു കുതിക്കാനുള്ള അപാരമായ ശക്തിയുമുണ്ടായിരുന്നു. എന്നിട്ടും ആരോ നിയോഗിച്ചിട്ടെന്നപോലെ ഇരുട്ടുകൊണ്ടു മുടിപ്പെട്ട പഴയ പനയോലക്കെട്ടുകൾ അവനെ മാടി വിളിച്ചുകൊണ്ടിരുന്നു. വെളിച്ചവും ഇരുട്ടും പരസ്പര ശത്രുക്കളല്ല, ഒന്നിന്റെ തന്നെ രണ്ട് ഭാവങ്ങളാണെന്ന് പിന്നെ ഏറെ കാലങ്ങൾക്ക് ശേഷമാണയാൾ തിരിച്ചറിഞ്ഞത്.

തണൽ മരങ്ങൾക്ക് താഴെ

എപ്പോഴും കാർമേഘം നിറഞ്ഞ ഒരാകാശംപോലെയായിരുന്നു ആണ്ടവന്റെ മനസ്സ് ഹൃദയം തുറന്ന് ചിരിക്കാനോ സന്തോഷിക്കാനോ അവനൊരിക്കലും കഴിഞ്ഞില്ല. പക്ഷേ തന്റെ ഏകാന്തനൊമ്പരങ്ങൾ കഴിയുന്നതും ആരുടെ മുമ്പിലും തിരിച്ചറിയാതിരിക്കുവാൻ അവൻ ശ്രദ്ധിച്ചിരുന്നു. പ്രത്യേകിച്ച് തന്റെ മുഖം വാടിയാൽ വേലായുധനും കല്യാണിയും ആധി കൂടുമെന്നത് അവന് നന്നായറിയാമായിരുന്നു. അതിന്റെ പേരിൽ അമ്മയ്ക്കും അച്ഛനും സങ്കടമാവേണ്ട എന്നായി രുന്നു അവന്റെ ചിന്ത. ഒരു ജലദോഷപ്പനി വന്നാൽ പോലും കല്ലു കുത്തിയ ഇടത്തേക്കെല്ലാം കഠിന വഴിപാടുകൾ നേരുന്നതാണ് അമ്മ കല്യാണിയുടെ പ്രകൃതം. മകൻ വളർന്ന് ഒത്ത ഒരു യുവാവായി എന്നൊന്നും ആ അമ്മ കരുതാറില്ല. അമ്മയ്ക്ക് എന്നും അവൻ തന്റെ 'പൊന്നു' മാത്രമാണ്

വർഷങ്ങൾക്ക് മുമ്പാണ്. അമ്പലത്തിലെ ഉത്സവപ്പറമ്പിൽവച്ച് ആണ്ടവന് വയ്യാതായതിനുശേഷം രണ്ടോ മൂന്നോ മാസം കഴിഞ്ഞിട്ടു ണ്ടായിരിക്കും. ഡോക്ടർ ഉണ്ണികൃഷ്ണൻ നമ്പൂതിരി ഇല്ലത്തു വന്ന ഒരു ദിവസം വല്യമ്പൂരി ചോപ്പൻ വേലായുധനെ ഇല്ലത്തേക്ക് വിളി പ്പിച്ചു. ഉണ്ണികൃഷ്ണൻ നമ്പൂരിയും കുടുംബവും കൽക്കട്ടയിലാണ്. വല്യമ്പൂരിയുടെ അടുത്ത ബന്ധുവാണ് ഉണ്ണികൃഷ്ണൻ നമ്പൂതിരി എന്നേ ആണ്ടവനറിയൂ, വല്യമ്പൂരിയുടെ അച്ഛന്റെ അനിയന്റെ മക നാണെന്ന് പിന്നീട് ഭവത്രാതൻ പറഞ്ഞ് മനസ്സിലായി. വല്യമ്പൂരി ഡോക്ടറോട് ആണ്ടവനെക്കുറിച്ചെല്ലാം പറഞ്ഞു മനസ്സിലാക്കിയി രുന്നു. അതുകൊണ്ടായിരിക്കണം ഡോക്ടർ, ചോപ്പൻ വേലായുധ നോട് ആണ്ടവന് അമ്പലത്തിൽ വച്ചുണ്ടായ വിഭ്രമത്തെക്കുറിച്ച് ഏറെ സംസാരിച്ച്, ഏറെ കാര്യങ്ങൾ ചോദിച്ചു മനസ്സിലാക്കി. അതിനു ശേഷമാണ് ആണ്ടവനെ വിളിച്ചത്.

ആണ്ടവനെ ഒറ്റയ്ക്കിരുത്തി ഏറെ നേരം സംസാരിച്ചു. ആദ്യ മാദ്യം കുടുംബക്കാര്യങ്ങളും പഠനകാര്യങ്ങളുമാണ് സംസാരിച്ചത്.

പിന്നീട് വിശ്വാസങ്ങളെക്കുറിച്ച് ചോദിച്ചു. ഉത്സവങ്ങളെക്കുറിച്ചും അതിൽ പങ്കെടുക്കുവാനുള്ള ആണ്ടവന്റെ താത്പര്യത്തെക്കുറിച്ചും സംസാരിച്ചു. പിന്നെയാണ് രോഗത്തെക്കുറിച്ച് ചോദിച്ച് തുടങ്ങിയത്. ഒറ്റയ്ക്കിരിക്കുമ്പോൾ എന്തെങ്കിലും ശബ്ദം കേൾക്കാറുണ്ടോ എന്ന് ചോദിച്ചപ്പോൾ അവൻ പറഞ്ഞു, ഒരു സ്ത്രീയുടെ ശബ്ദം കേൾക്കാറുണ്ടെന്ന്. അത് ഏതോ യക്ഷിയെപ്പോലെയാണ് അവന് തോന്നുന്നതെന്നും പറഞ്ഞു. നമ്പൂരി വീണ്ടും വീണ്ടും ചോദിച്ചപ്പോൾ മടിച്ച് മടിച്ചാണെങ്കിലും അവൻ പറഞ്ഞു, ‘‘ചിലപ്പോൾ ചില രാത്രികളിൽ താൻ ഒറ്റയ്ക്കാണെന്ന് നല്ല ബോധ്യം വന്നാൽ അത് തന്നെ സമീപിക്കാറുണ്ട്. പൂർണനഗ്നയായി തന്റെ മുമ്പിൽ വന്നു നിൽക്കും. എനിക്ക് പേടിയാണ്. വല്ലാത്ത പേടി. ഞാൻ അതിനെ ചീത്ത പറയും. പക്ഷേ അത് ചിരിക്കുകയാണ് പതിവ്. എനിക്കതിനെ കാണണ്ട. അതിന്റെ ശബ്ദം കേൾക്കണ്ട അതിനെന്തെങ്കിലും വഴിയുണ്ടോ ഡോക്ടർ?’’

‘‘പ്രേതം, യക്ഷി എന്നൊക്കെ പറയുന്നത് വെറും വിശ്വാസമല്ലേ ആണ്ടവാ? നിന്നെപ്പോലെ നന്നായി പഠിക്കുന്ന, സമർത്ഥരായ വിദ്യാർത്ഥികൾ ഇങ്ങനെ അന്ധവിശ്വാസത്തിന് അടിപ്പെടാൻ പാടുണ്ടോ?’’

ഡോക്ടർ വെറുതെ ചോദിച്ചപ്പോൾ ആണ്ടവന് സങ്കടം വന്നു. ‘‘ആരും ഞാൻ പറഞ്ഞത് വിശ്വസിക്കില്ല. അതുകൊണ്ടാണ് ഞാൻ ആരോടും ഒന്നും പറയാത്തത്. ഞാൻ നേരിട്ട് കാണുന്നതാണ്. എന്റെയീ ചെവികൊണ്ട് കേൾക്കാറുള്ളതാണ്’’

‘‘ഉണ്ടാവും. നിനക്ക് ശാസ്ത്രത്തെക്കുറിച്ച് സാമാന്യബോധമുള്ളതല്ലേ? ഇല്ലാത്ത കാര്യങ്ങൾ കേൾക്കുകയും കാണുകയും ചെയ്യും. തലച്ചോറിൽ നടക്കുന്ന ചില രാസപ്രവർത്തനങ്ങളാണതിന് കാരണം. അത് നീയും പഠിച്ചതല്ലേ?’’

ഡോക്ടർ നമ്പൂതിരി ചോദിച്ചപ്പോൾ ആണ്ടവൻ തല താഴ്ത്തിയിരുന്നു. മറുപടിയൊന്നും പറഞ്ഞില്ല. അവനറിയാം, പക്ഷേ അംഗീകരിക്കാൻ കഴിയുന്നില്ലെന്ന് അവന്റെ മുഖഭാവത്തിൽ നിന്ന് ഡോക്ടർ വായിച്ചെടുത്തിരിക്കണം. പിന്നെയും അവർ ഏറെ നേരം ഏറെക്കാര്യങ്ങൾ സംസാരിച്ചു. പലതിനും ആണ്ടവൻ ഉത്തരം പറഞ്ഞില്ല. ചിലത് മൂളിക്കേട്ടു. അതിനു ശേഷമാണ് ഡോക്ടർ ഉണ്ണികൃഷ്ണൻ നമ്പൂതിരി ആണ്ടവനേയും ഭവത്രാതനേയും മാറ്റിനിർത്തി വല്യമ്പൂരിയോടു വേലായുധനോടും ചില കാര്യങ്ങൾ ചോദിച്ചറിഞ്ഞത്.

‘‘അവന്റെ കുടുംബത്തിലാർക്കെങ്കിലും ഇത്തരത്തിലുള്ള അസുഖം കണ്ടിട്ടുണ്ടോ?’

വേലായുധൻ ഒന്നും പറയാതെ വല്യമ്പൂരിയെ നോക്കി. വല്യമ്പൂരി ആണ്ടവനെ വേലായുധന് കിട്ടിയ കഥ ഉണ്ണികൃഷ്ണൻ നമ്പൂരിയെ പറഞ്ഞ് കേൾപ്പിച്ചു.

“അന്നവന് ആറോ ഏഴോ വയസ്സുണ്ടായിരിക്കും. അവന്റെ കുടുംബത്തെ സംബന്ധിച്ചോ, അച്ഛനമ്മമാരെക്കുറിച്ചോ വേലായുധന് ഒന്നും അറിയില്ല. ഇയാൾ അതൊന്നും ചോദിച്ചിട്ടില്ലാന്നാ ഞാൻ കരുതണത്. ചോദിച്ചാൽ തന്നെ അതൊന്നും കാര്യമായി വിശദീകരിക്കാനുള്ള പ്രായം അന്നവനുണ്ടായിരുന്നുമില്ല.”

അതുകേട്ട് ഡോക്ടർ പറഞ്ഞു. “സാധാരണ പാരമ്പര്യകാരണങ്ങളാലോ തലച്ചോറിനോ മെഡുല്ലയ്ക്കോ ഉണ്ടാകുന്ന ചില ആഘാതങ്ങൾകൊണ്ടോ ആണ് ഈ രോഗം സംഭവിക്കുന്നത്. ഇത്ര ചെറുപ്പത്തിൽതന്നെ ഈ രോഗം കാണുന്നതും കുറവാണ്. ഞങ്ങൾ സ്കിസോഫ്രേനിയ എന്ന് പറയും. എന്തായാലും അയാൾ രോഗവിമുക്തനല്ല. ഇപ്പോഴും അയാളിൽ പലതരത്തിലുള്ള മിഥ്യാക്കാഴ്ചകളും കേൾവികളുമുണ്ട്. മരുന്ന് കുറച്ച് കാലം സ്ഥിരമായി കഴിക്കുക തന്നെ വേണം.”

“അയാൾ ഒരിക്കൽ കിണറ്റിൽ വീണിട്ടുണ്ട്. അതുകൊണ്ട് ഇങ്ങനെ സംഭവിക്കാമോ?” വല്യമ്പൂരി ചോദിച്ചു.

“തലയ്ക്ക് ശക്തമായ ക്ഷതമേറ്റിട്ടുണ്ടെങ്കിൽ ചിലപ്പോൾ സംഭവിക്കാം.” ഡോക്ടർ ഉത്തരം നൽകി.

വല്യമ്പൂരി വേലായുധനെ ഒന്നു നോക്കി. അയാളുടെ കണ്ണുകൾ ഈറനണിയുന്നത് വല്യമ്പൂരി ശ്രദ്ധിച്ചു.

“നമ്മുടെ ഭവത്രാതൻ ഒരിക്കൽ കിണറ്റിൽ വീണു. ഒന്നും നോക്കാതെ അവനെ രക്ഷിക്കാൻ ആണ്ടവൻ കിണറ്റിൽ ചാടി. ആളുകൾ ഓടിക്കൂടുമ്പോൾ ഭവത്രാതനെ താങ്ങി കിണറ്റിലെ ഒരു വള്ളിച്ചെടിയിൽ പിടിച്ച് നിൽക്കുകയായിരുന്നു ആണ്ടവൻ. കിണറ്റിൽ ഇറങ്ങി രണ്ടുപേരെയും വലിച്ചു കയറ്റിയപ്പോഴേക്കും ആണ്ടവന്റെ ബോധം പോയിരുന്നു. കിണറ്റിൽ വേണ്ടത്ര വായുസഞ്ചാരമുണ്ടായിരുന്നില്ല. അതുകൊണ്ടുതന്നെ ശരിക്കും ശ്വാസം കിട്ടിയിരുന്നില്ല എന്ന് ഇറങ്ങിയവർ പറഞ്ഞിരുന്നു. അതുമാത്രമല്ല ആണ്ടവന്റെ തലയുടെ പിൻഭാഗത്ത് അല്പം വലിയ ഒരു മുറിവുണ്ടായിരുന്നു. കിണറിനടിയിലെ പാറയിലെവിടെയോ തല ഇടിച്ചതായിരിക്കണം. ആശുപത്രിയിലെത്തിച്ചപ്പോഴേക്കും അവൻ ഒന്നുരണ്ടു പ്രാവശ്യം ഛർദ്ദിച്ചു. അഞ്ചാറു ദിവസത്തെ ചികിത്സ കഴിഞ്ഞാണ് ആശുപത്രിയിൽ നിന്ന് പോന്നത്. യഥാർത്ഥത്തിൽ ആണ്ടവൻ അന്ന് അങ്ങനെ ചെയ്തില്ലായിരുന്നുവെങ്കിൽ ഇന്ന് ഭവത്രാതൻ ഇല്ല. ഭവത്രാതന് നീന്താൻ പോലും അറിയില്ലായിരുന്നു. എന്റെ ഈശ്വരാ, അന്ന് കൂട്ടുകാരനോട് കാണിച്ച കാരുണ്യത്തിന് കിട്ടിയ ശിക്ഷയാണോ ഈ മഹാവ്യാധി?” വല്യമ്പൂരി വല്ലാതെ സങ്കടപ്പെട്ടു.

അപ്പോൾ ഡോക്ടർ ഒന്നുകൂടി നന്നായി വിശദീകരിച്ചു. ‘‘അതു കൊണ്ടായിരിക്കണമെന്നില്ല. ആയിക്കൂടെന്നുമില്ല. കാരണത്തെ ക്കുറിച്ച് കൂടുതൽ ചിന്തിച്ചിട്ട് കാര്യമില്ലല്ലോ. വന്ന രോഗത്തിൽ നിന്ന് രക്ഷപ്പെടാനുള്ള വഴി നോക്കുക. മനസ്സിൽ വലിയ വിഷമം തട്ടാതെ നോക്കുക അതാണ് പ്രധാനമായും വേണ്ടത്. ഇത്തരക്കാർ വെറുതെ ഇരുന്ന് ആലോചിച്ച് വിഷമിക്കാനുള്ള വഴി സ്വയം കണ്ടെത്തും. അത്തരം സാഹചര്യങ്ങൾ കുറയ്ക്കാൻ കഴിഞ്ഞാൽ നല്ലതാണ്. പിന്നെ കൃത്യമായി മരുന്ന് കഴിക്കണം.’’

വല്യമ്പൂരിയുടെ മനസ്സ് ചഞ്ചലമായിരുന്നു. ഭവത്രാതന്റെ ജീവന് ആണ്ടവനോട് തീർത്താൻ തീരാത്ത കടപ്പാടുണ്ടെന്ന് അദ്ദേഹം വിശ്വസിച്ചു. അതിൽപിന്നെ ആണ്ടവന്റെ കാര്യത്തിൽ അദ്ദേഹത്തിന് ഒരു പ്രത്യേക താൽപര്യം തന്നെയുണ്ടായി. പിതാവിന്റെ വാർദ്ധക്യം ഏറ്റുവാങ്ങി തന്റെ യൗവ്വനം ദാനം ചെയ്ത പുരാണ കഥപ്രാത്രം പൂരുവിനെ അദ്ദേഹം മനസ്സിൽ കണ്ടു. സുഹൃത്തിന് ജീവൻ നൽകു വാൻ മാറാരോഗം ഏറ്റുവാങ്ങിയ ആണ്ടവന്റെ കർമ്മം മഹാത്യാഗം തന്നെയാണെന്ന് അദ്ദേഹം വിചാരിച്ചു. ഹൃദയംകൊണ്ട് അദ്ദേഹം അവനെ പ്രണമിക്കുകയായിരുന്നു.

വല്യമ്പൂരി പറഞ്ഞതനുസരിച്ചാണ് മുത്താഴിയംകോട്ടില്ലത്തേക്ക് ആണ്ടവൻ ചെന്നുകൂടിയത്. ഒറ്റയ്ക്കിരിക്കാനും കൂടുതലായി ചിന്തി ക്കാനുമുള്ള സാഹചര്യങ്ങൾ ഒഴിവാക്കുന്നത് നല്ലതാണെന്ന് ഉണ്ണി കൃഷ്ണൻ നമ്പൂതിരി പറഞ്ഞിരുന്നുവല്ലോ. ആണ്ടവന്റെ ഏകാന്തത ഒഴിവാക്കാൻ കൂടുതൽ നല്ലത് മുത്താഴിയംകോട്ടെ സാഹചര്യമാണെന്ന് വല്യമ്പൂരി കണക്കുകൂട്ടി. ഏഴൂർ മനയും മുത്താഴിയംകോട്ടില്ലവും തമ്മിൽ അധികം ദൂരമില്ല. പത്തോ പതിനഞ്ചോ മിനിറ്റു നടന്നാൽ എത്തിച്ചേരാവുന്ന ദൂരം മാത്രം. വലിയ നമ്പൂതിരിയുടെ സഹോദ രിയെ വേളികഴിപ്പിച്ചിരിക്കുന്നത് മുത്താഴിയംകോട്ടേയ്ക്കാണ്. അതു മാത്രമല്ല ഏഴൂർ മനയും മുത്താഴിയംകോടും തമ്മിലുള്ള ബന്ധം. പണ്ടുമുതലേ അങ്ങോട്ടും ഇങ്ങോട്ടും പലവേളികളുമുണ്ടായിട്ടുണ്ട്. മുത്താഴിയംകോട്ട് വലിയ ഒരു കൂട്ടുകുടുംബമായിരുന്നു. ഏറെ പേരുണ്ടവിടെ. എല്ലാവരും വലിയ പുരോഗമനവാദികളും. വല്യമ്പൂരി ഒരു കാര്യം പറഞ്ഞാൽ അവിടെ ആരും എതിർക്കുകയുമില്ല. ‘‘കോളേ ജില്ലാത്ത ദിവസങ്ങളിൽ അവിടെ ചെന്ന് സഹായിക്കാൻ പറ്റ്വേ’’ എന്നാണ് വല്യമ്പൂരി ചോദിച്ചത്.

ഭവത്രാതനും മിക്കപ്പോഴും അവിടെത്തന്നെ ആയിരിക്കുമെന്നതു കൊണ്ട് ആണ്ടവന് അക്കാര്യത്തിൽ സന്തോഷമേ തോന്നിയൊള്ളൂ. അല്ലെങ്കിലും വല്യമ്പൂരി ആരോടും ഒരിക്കലും ആജ്ഞാപിച്ച് കേട്ടിട്ടില്ല.

ദേഷ്യം പിടിച്ച് ഒരിക്കൽപോലും അദ്ദേഹത്ത ആരും കണ്ടിട്ടുമുണ്ടാ യിരിക്കില്ല. അത്ര സാത്വികനായിരുന്നു അദ്ദേഹം. അദ്ദേഹത്തെ നാട്ടു കാർക്കു മുഴുവൻ വലിയ ബഹുമാനമായിരുന്നു ആരും അദ്ദേഹ ത്തോടും അദ്ദേഹം ആരോടും എതിർത്തൊന്നും പറയാറില്ല.

മുത്താഴിയംകോട്ട് ചെറിയ ചെറിയ പണികളേ ആണ്ടവനുണ്ടായിരു ന്നുള്ളൂ. പഠിക്കണ കുട്ടിയാണ് എന്ന ഒരു പരിഗണന അവിടെയും അവനു കിട്ടി. മുത്താഴിയംകോട്ടില്ലത്തെ കാരണവർ അച്യുതൻ നമ്പൂതിരി ഏറെ സംസാരിക്കുന്ന പ്രകൃതക്കാരനായിരുന്നു. പൊതു പ്രവർത്തനങ്ങളിൽ സജീവമായിരുന്ന അദ്ദേഹം നല്ലൊരു പുസ്തക പ്രേമി കൂടിയായിരുന്നു. അതുകൊണ്ടുതന്നെ ഇല്ലത്ത് നല്ലൊരു ഗ്രന്ഥശേഖരവുമുണ്ടായിരുന്നു. ഇടയ്ക്ക് വിദ്യാഭ്യാസത്തിന്റെ പ്രാധാന്യത്തെക്കുറിച്ച് അദ്ദേഹം ആണ്ടവനോട് പറയും. അറിവു നേടിയാലേ അടിമത്തത്തിൽ നിന്ന് മോചനം നേടാൻ കഴിയൂ എന്ന തായിരുന്നു അദ്ദേഹത്തിന്റെ കാഴ്ചപ്പാട്. പഠിക്കാൻ വളരെ നല്ല പ്രേരണയായിരുന്നു അദ്ദേഹം ആണ്ടവന് നൽകിയത്.

അച്യുതൻ നമ്പൂതിരിയുടെ ഭാര്യ ദേവകി അന്തർജനം എഴൂർ മനയ്ക്കലെ വല്യമ്പൂരിയുടെ സഹോദരിയാണ്. അവർക്ക് മൂന്ന് പെൺകുട്ടികളായിരുന്നു. മൂത്തത് സാവിത്രി. വെളുത്തു മെലിഞ്ഞ അതിസുന്ദരിയായ പെൺകുട്ടി. അവളെ വല്യമ്പൂരിയുടെ മകൻ ഭാവ ത്രാതനുവേണ്ടി ഉഴിഞ്ഞിട്ടതാണ്. ഭവത്രാതൻ ഇടയ്ക്കിടയ്ക്ക് അവിടെ വരുന്നതും അവളെ കാണുന്നതും ആണ്ടവനും അറിവുള്ള കാര്യം തന്നെ. അതിൽ വല്യമ്പൂരിക്കോ അച്യുതൻ നമ്പൂരിക്കോ യാതൊരുവിധ പരാതിയുമുണ്ടായിരുന്നില്ല. സാവിത്രിയെക്കുറിച്ച് മുമ്പേ തന്നെ ഭവത്രാതൻ പറഞ്ഞ് ആണ്ടവൻ കേട്ടിട്ടുണ്ട്. അച്യു തൻ നമ്പൂരിയുടെ മൂന്ന് അനുജന്മാരും അവരുടെ ഭാര്യമാരും മക്കളും ആ ഇല്ലത്തുതന്നെയാണ് താമസം.

ഏഴൂർ മനയെപ്പോലെ ഒരു ശൂന്യതയുടെ ഗന്ധം മുത്താഴിയം കോട്ടില്ല. അവിടെ എപ്പോഴും ബഹളമയമാണ്. ആർപ്പും വിളിയും എപ്പോഴും ഒരാഘോഷത്തിന്റെ പ്രതീതി. ഇല്ലത്തിന്റെ അകത്തേ ക്കൊന്നും ആണ്ടവൻ കയറാറില്ലെങ്കിലും അതിനൊന്നും അവിടെ ആർക്കും ഒരു പരാതിയുമുണ്ടായിരുന്നില്ല. അവിടെ ജാതീയമായ ഒരാക്ഷേപവും അവന് കേൾക്കേണ്ടി വന്നിട്ടില്ല. ഗുരുവായൂർ സത്യാ ഗ്രഹത്തിൽ മുത്താഴിയംകോട്ടെ ഏതോ ഒരു നമ്പൂരിയും പങ്കെടു ത്തിട്ടുണ്ടെത്രെ. ജാതിവ്യവസ്ഥയ്ക്കെതിരെ അധഃകൃതരെ സംഘടി പ്പിക്കുന്ന കാര്യത്തിലും പലതരത്തിൽ സഹകരിച്ച ചരിത്രമാണ് ആ ഇല്ലത്തിനുള്ളത്.

അച്യുതൻ നമ്പൂരിയുടെ അനുജൻ നാരായണൻ നമ്പൂരി യോഗക്ഷേമസഭയുടെ പ്രവർത്തകനായിരുന്നു. വി.ടി. ഭട്ടതിരിപ്പാടും എം.ആർ. ബിയുമൊക്കെ പലപ്പോഴും അവിടെ സന്ദർശിച്ച കാര്യം പറയുമ്പോൾ ഇല്ലത്തെ കുട്ടികൾപോലും ആവേശഭരിതരാകും. ഇല്ലത്തെ പുറം കാര്യങ്ങൾ നോക്കി നടത്തുന്നത് കാര്യസ്ഥൻ രാവുണ്ണിനായരായിരുന്നു. രാവുണ്ണിനായർക്ക് ഒരു കൈയാളായി കൂടുക എന്നതായിരുന്നു ആണ്ടവന്റെ ജോലി. പഠനത്തിന് ജോലി ഒരു തടസ്സമാവരുതെന്ന അച്യുതൻ നമ്പൂരിയുടെ കഠിനശാസന നിലവിലുണ്ടായിരുന്നതുകൊണ്ട് രാവുണ്ണിനായർക്ക് ആണ്ടവൻ വന്നാലും ഇല്ലെങ്കിലും ഒരുപോലെതന്നെ. ഭവത്രാതൻ വരുന്ന ദിവസങ്ങളിൽ അവർ ഒന്നും രണ്ടും പറഞ്ഞ് പാടവരമ്പിലൂടെ നടക്കും. അങ്ങനെ സംസാരിക്കുന്ന സന്ദർഭത്തിലും ആണ്ടവൻ മറ്റേതോ ലോകത്തിലേക്ക് ഇടയ്ക്ക് തെന്നിമാറുന്നത് ഭവത്രാതൻ ശ്രദ്ധിച്ചിട്ടുണ്ട്.

'ആണ്ടവാ, നീ എവിടെയാണ്? ഞാൻ പറയുന്നത് വല്ലതും നീയ് കേൾക്കണുണ്ടോ?'' ഭവത്രാതൻ ഇടയ്ക്ക് ചോദിക്കാറുണ്ട്.

''കേൾക്കണ്ണ്ട് പറഞ്ഞോളൂ'' എന്ന് ആണ്ടവൻ പറയുമെങ്കിലും അയാളുടെ മനസ്സ് പല വഴികളിലൂടെ സഞ്ചരിക്കുന്നത് ഭവത്രാതൻ തിരിച്ചറിഞ്ഞിരുന്നു. വളരെ ചെറുപ്പം മുതലേ കണ്ടുവരുന്നതല്ലേ? ഒന്നിച്ച് ഒരേ ക്ലാസിൽ പഠിച്ച് പോന്നതല്ലേ? കുറച്ചൊക്കെ മനസ്സിലാവാതിരിക്കില്ലല്ലോ. ആണ്ടവന്റെ മനസ്സിൽ പലപ്പോഴും ഉന്മാദരേണുക്കൾ അവ്യക്തചിത്രങ്ങൾ വരയ്ക്കുന്നുണ്ടെന്ന് ചിന്തിക്കുവാൻ ഭവത്രാതന് കഴിഞ്ഞിരുന്നില്ല. 'താൻ പറയുന്നത് അവനത്ര രസിക്ക്ണ്ണ്ടായിരിക്കില്യ' എന്നേ ഭവത്രാതന് തോന്നിയിട്ടുള്ളൂ. അല്ലെങ്കിലും തികച്ചും ഒരു കാല്പനികലോകത്തായിരുന്നു ഭവത്രാതൻ. സാവിത്രിയെ വേളി കഴിക്കുന്നതിനെക്കുറിച്ച് ഒരുപാടു സ്വപ്നങ്ങളുണ്ടായിരുന്നു അയാൾക്ക്. പലപ്പോഴും രണ്ടുപേരും ഒറ്റയ്ക്കായാൽ അതൊക്കെ തന്നെയാണ് ഭവത്രാതന് പറയുവാനുണ്ടായിരുന്നത്. ആണ്ടവനാകട്ടെ, അത്തരം കാര്യങ്ങളിൽ ലയിച്ചിരിക്കാൻ കഴിയാറുമില്ല.

ഒരിക്കൽ ഭവത്രാതൻ ആണ്ടവനോട് ചോദിച്ചു. ''ആണ്ടവാ, നീ ഏതെങ്കിലും പെണ്ണിനെ കണ്ടുവച്ചിട്ടുണ്ടോ കല്യാണം കഴിക്കാൻ?''

ആണ്ടവൻ പൊട്ടിച്ചിരിച്ചു. കല്യാണം, പെണ്ണ്, കുട്ട്യോള് അതൊന്നും നിക്ക് പറഞ്ഞിട്ടില്ല ആ യക്ഷി സമ്മതിക്കില്യ.''

''ഏത് യക്ഷി? അപ്പൊ നിനക്കുമുണ്ട് ഉള്ളിലാരോ... ങാ... ണ്ട് ല്ലേ?'' ആണ്ടവൻ ചിരിച്ചതേയുള്ളൂ. പക്ഷേ ആ ചിരിയിൽ ഒരു ഭയം ഉണ്ടായിരുന്നു. ഭവത്രാതനൊന്നും മനസ്സിലായില്ല. ആണ്ടവന്റെ

സിരകളിൽ ഉറങ്ങിക്കിടക്കുന്ന ഉന്മാദത്തിന്റെ സീൽക്കാരം ഭവത്രാതന് കാണാൻ കഴിയുന്നതായിരുന്നില്ല. എന്തോ കാരണംകൊണ്ട് അമ്പലപ്പറമ്പിൽവച്ച് ആണ്ടവൻ അക്രമാസക്തനായത് ഭവത്രാതനും അറിയാമായിരുന്നു. അത് കർമ്മങ്ങളിൽ വന്ന എന്തോ പിഴ കാരണം സംഭവിച്ചതാണെന്ന നാട്ടിലെ പൊതുവിശ്വാസം തന്നെയായിരുന്നു അയാൾക്കുമുണ്ടായിരുന്നത്.

എന്നാൽ തന്നെ വശീകരിച്ച് പ്രലോഭനത്തിന്റെ നീലതടാകങ്ങളിലേക്ക് ക്ഷണിക്കുന്ന ആ വടയക്ഷിയെ എങ്ങനെ തളയ്ക്കാനാകുമെന്ന ചിന്തയിലേക്ക് ഊർന്നിറങ്ങുകയായിരുന്നു പലപ്പോഴുമവൻ. പഠിച്ച മാന്ത്രികങ്ങളിൽ അവളെ തളയ്ക്കാനുള്ള സിദ്ധിയും വിദ്യയുമില്ലെന്നോർത്ത് ദുഃഖിക്കുകയായിരുന്നു അയാൾ. ആരുമറിയാതെ അവന്റെ മനസ്സിന്റെ വനാന്തരങ്ങളിൽ അനിഷേധ്യമായ പൗരുഷത്തോടെ ഒരു മദഗജം മുക്രയിട്ട് ക്രീഡ നടത്തുന്നതുകണ്ട് കടിഞ്ഞാൺ നഷ്ടപ്പെടാതിരിക്കാൻ കലികാലദൈവങ്ങളെ തോറ്റിയുണർത്തുകയായിരുന്നു ആണ്ടവനെന്ന കാര്യം ഭവത്രാതനെന്നല്ല, ആർക്കും മനസ്സിലായില്ല. ശൃംഗാരചിരിയോടെ ഇറങ്ങിവന്ന് ചുണ്ണാമ്പ് ചോദിച്ച് തന്റെ നഖവും മുടിയും മാത്രം അവൾ ബാക്കിവച്ച് കടന്നുപോകുന്നതിനു മുമ്പ്, അവളെ എങ്ങനെ തളയ്ക്കാം എന്ന് അവന്റെ മനസ്സ് പരതിക്കൊണ്ടിരുന്നു. ഏകാന്തതയിൽ അവളുടെ അലൗകികവും അനിഷേധ്യവുമായ സൗന്ദര്യം കണ്ട് ഞെട്ടിത്തരിച്ച് നിൽക്കാറുണ്ടായിരുന്നു അവൻ. പക്ഷേ അവളോടൊരിക്കലും അവന് കാമം തോന്നിയില്ല. പകയാണ്, പക മാത്രമാണ് തോന്നിയത്. അതാകട്ടെ, പെറ്റുപെരുകി വരികയായിരുന്നു.

ഉന്മാദിയുടെ തേരേറ്റ്

ദുഃഖമാണെങ്കിലും സന്തോഷമാണെങ്കിലും അതിന്റെ പാരമ്യത യിൽ അനുഭവിക്കുന്ന ഒരു മനസ്സായിരുന്നു ആണ്ടവന്റേത്. സങ്കട ങ്ങളിൽ പൊട്ടിക്കരയുകയും സന്തോഷങ്ങളിൽ പൊട്ടിച്ചിരിക്കുകയും ചെയ്യുക. അതിലൊന്നും ഒരു കാര്യവുമില്ലെന്നറിയാഞ്ഞിട്ടല്ല. അതാ യിരുന്നു അയാളുടെ പ്രകൃതം. പക്ഷേ ആണ്ടവന്റെ മാനസിക സംഘർഷങ്ങൾ ആർക്കും എളുപ്പത്തിൽ മനസ്സിലാകുമായിരുന്നില്ല. എല്ലാം ഉള്ളിൽ ഒതുക്കുന്നതുകൊണ്ട് ആർക്കും ഒന്നും മനസ്സിലാ ക്കാൻ അയാൾ ഇടം കൊടുത്തില്ല. അതയാളുടെ കുഴപ്പമായിരു ന്നില്ല. പക്ഷേ... എത്ര കാലം ഒരു മനുഷ്യന് എല്ലാം എല്ലാവരിൽ നിന്നും മറച്ചുവയ്ക്കാനാവും?

വേനൽച്ചൂട് കൂടുന്നതിനനുസരിച്ച് വികാരങ്ങൾ അവന്റെയുള്ളിൽ പൊട്ടിത്തെറിക്കാൻ തുടങ്ങും. അപ്പോൾ മുറ്റത്ത് വേലായുധൻ കല്ലിട്ട് കർമ്മം കൊടുക്കുന്ന സ്ഥാനങ്ങളിൽ ആണ്ടവന്റെ പ്രത്യേക പൂജയും പ്രാർത്ഥനയും കാണാം. 'ആണ്ടവാ, അണക്കെന്തിന്റെ കേടാ. നീ ഇവടെങ്ങാനും അടങ്ങിയൊതുങ്ങിയിരിക്ക്. അതല്ലാച്ചാൽ നമുക്ക് ഒരു ഡോക്ടറെ കാണാം. എന്ത് പണ്യാ ന്റെ മോനേ നീ ചെയ്യണത്. വേണ്ടാത്തതൊന്നും ചെയ്യല്ലേ.'' വേലായുധൻ പറയും.

''അച്ഛേ, ഡോക്ടർമാർക്കെന്തറിയാനാ. പിറകിൽ കൂടിയ യക്ഷി യെക്കുറിച്ച് അവരോട് പറഞ്ഞിട്ടെന്താ കാര്യം. അതിനെയെങ്ങനെ യൊഴിപ്പിക്കും നിക്ക് മനസ്സിലാവ്ണ്ണ്ട് അവൾക്ക് വേണ്ടതെന്താന്ന്. നിക്ക് കഴിയാഞ്ഞ്ട്ടല്ല. വേണ്ടാച്ച്ട്ടാ. നാണംല്യാത്തോള്.''

എന്നിട്ടയാൾ ഉറക്കെ ചൊല്ലും. ''ഏഹിഏഹി യക്ഷീ യക്ഷി വട വൃക്ഷ നിവാസിനി...''

ഇടയ്ക്ക് വേലായുധനും തോന്നും ചിലപ്പോ അവന്റെ പിറകെ വല്ല യക്ഷിയുമുണ്ടാകുമാ? അത് തന്നെയായിരിക്കുമോ അവന്റെ മനസ്സ് നശിപ്പിക്കുന്നത്. സംശയം മൂത്ത പല സന്ദർഭങ്ങളിലും അയാൾ

പണിക്കരെ തേടി പോകും. രാശി വെയ്ക്കും. പണിക്കരു പറയുന്ന പരിഹാരങ്ങൾ ചെയ്യും. അതൊക്കെ പലതവണ കഴിഞ്ഞതാ. എന്നിട്ടും തഥൈവ!

കോളേജ് പഠനം കഴിഞ്ഞിരിക്കുന്നു. ജോലിയൊന്നുമായിട്ടില്ല. വല്യമ്പൂരിയും അച്യുതൻ നമ്പൂരിയും അതിനു വേണ്ടതൊക്കെ ചെയ്യുന്നുണ്ട്. അച്യുതൻ നമ്പൂരി പറഞ്ഞതനുസരിച്ച് പൊന്നാനിയിൽ പോയി ഒരു സഖാവിനെ കണ്ട് കാര്യങ്ങളൊക്കെ പറഞ്ഞിട്ടുണ്ട്. ഒക്കെ ശരിയാക്കാം എന്ന് അദ്ദേഹം ഉറപ്പും പറഞ്ഞിട്ടുണ്ട്. ഉടനെ എന്തെങ്കിലും നല്ല ജോലി കിട്ടും എന്ന് ഉറപ്പിച്ചിരിക്കുന്ന കാലമായിരുന്നു അത്. ഏതെങ്കിലും ജോലിയൊന്നും പോരാ. ആണ്ടവൻ ഒരു ഡിഗ്രിക്കാരനാ. അതിനനുസരിച്ച ഒന്നുതന്നെ കിട്ടണം അതായിരുന്നു അച്യുതൻ നമ്പൂരിയുടെ തീരുമാനം.

പണിയില്ലാത്തതുകൊണ്ട് ആണ്ടവന് വെറുതെയിരിക്കേണ്ടിവരാറില്ല. അച്ഛന്റെ കൂടെ സഹായിയായി പരിപാടിക്കും പോവും. വേണ്ടെന്ന് വേലായുധനും അച്യുതൻ നമ്പൂരിയും പല പ്രാവശ്യം പറഞ്ഞതാണ്. പക്ഷേ ആണ്ടവൻ പോവുക തന്നെ ചെയ്യും. അത് കഴിഞ്ഞാൽ ഇല്ലത്തെ കണക്കുകളൊക്കെ നോക്കും. തേങ്ങയുടെയും വാഴക്കുലയുടേയും നെല്ലിന്റെയും കണക്കുകൾ രാവുണ്യാര് എഴുതി വച്ചിട്ടുണ്ടാവും. വെറുതെ ഒന്ന് ഓടിച്ച് നോക്കുക. അതൊന്നും ആണ്ടവന് അത്ര പ്രയാസമല്ല. എല്ലാം കഴിഞ്ഞുള്ള നല്ല സമയങ്ങളിൽ വല്യമ്പൂരിയെ കാണാൻ ചെല്ലും. കുറച്ചെന്തെങ്കിലും പറയും. അങ്ങനെയൊക്കെ കാര്യങ്ങൾ നടക്കുന്നുണ്ടെങ്കിലും തന്റെ ഉള്ളിൽ കിടന്ന് ചിരിക്കുന്ന, കളിയാക്കുന്ന യക്ഷിയെ വിസ്മരിക്കാനവന് കഴിഞ്ഞില്ല. "ഒരുമ്പട്ടോള്, ആണുങ്ങളെ കാണാത്ത അവൾക്ക് ണ്ട് ഒരു ദിവസം ന്റെ വക." ഇടയ്ക്ക് ആണ്ടവന്റെ ചുണ്ടുകൾ ചലിക്കും.

ഒരു കുംഭമാസത്തിന്റെ അവസാനമായിരുന്നു. പെട്ടെന്ന് ചെയ്ത മഴ പിരിഞ്ഞുപോകുന്നതേയുള്ളൂ. ആണ്ടവൻ എന്തോ പിറുപിറുത്തു കൊണ്ട് പുറത്തേക്കിറങ്ങുകയാണ്. അമ്മ കല്യാണി പറഞ്ഞു. 'ന്റെ പൊന്നേ്വാ, ഇപ്പ പുറത്തേക്കൊന്നും പോവണ്ട. മഴയിനിയും ചെയ്യും. ഇന്നലെ രാത്രി തീരെ ഉറങ്ങാത്തതല്ലേ. ഇത്തിരി കിടന്നുറങ്ങിക്കോ."

രണ്ട് ദിവസമായി ആണ്ടവന് മാറ്റമുണ്ട്. കഴിയുന്നതും പുറത്ത് പോകാൻ അനുവദിക്കാതെയിരിക്കുകയാണ്. ഡോക്ടറോട് വിവരം പറഞ്ഞ് മരുന്നു കൊണ്ടുവന്നിട്ടുണ്ട്. പക്ഷേ നേർവഴിക്കവൻ കഴിക്കില്ല. കരഞ്ഞ് കാലുപിടിച്ച് കല്യാണി കൊടുത്താൽ അത് വാങ്ങി വിഴുങ്ങുന്നതുപോലെ കാണിക്കും. എല്ലാവരും പോയാൽ നാവിന്നടിയിൽ നിന്ന് അതെടുത്ത് നിസ്സാരമായി വലിച്ചെറിയും. അത്

കണ്ടെത്തിയതോടുകൂടി ഇപ്പോൾ ഗുളിക നേരിട്ട് കൊടുക്കാറില്ല. പകരം ഭക്ഷണത്തിൽ ചേർത്താണ് കൊടുക്കുക. അത് മുഴുവൻ അകത്തെത്തുന്നുണ്ടോ എന്നാർക്കറിയാം. ബലം പ്രയോഗിച്ച് തടഞ്ഞ് നിർത്താൻ വേലായുധനവിടെ ഉണ്ടായിരുന്നില്ല. കല്യാണിയുടെ തടസ്സവാദങ്ങളൊന്നും ആണ്ടവൻ കേട്ടില്ല. ''ഒന്നു പുറത്ത് പോകണം. അവൾ കുറേ നേരമായി വിളിക്കണണ്ട്. പേടിച്ച് അകത്തിരിക്ക്യാന്ന് ചോദിക്ക്യാ. ഇനി പറ്റില്ല. ഇന്ന് അവളുടെ അഹങ്കാരം തീർത്തിട്ട് തന്നെ.''

കല്യാണി കരയുന്നപോലെ പറഞ്ഞു നോക്കി. അവൻ അത് ശ്രദ്ധിക്കാതെ പറഞ്ഞു, ''ഏഹി ഏഹി യക്ഷി യക്ഷി വട വൃക്ഷ നിവാസിനി.''

കല്യാണിക്കൊന്നും മനസ്സിലായില്ല. അവൻ പറഞ്ഞു, ''ഞാൻ പഠിച്ചിരിക്ക്ണു വടയക്ഷീടെ മൂലമന്ത്രം. ഇത് നമ്മള് ഉപയോഗിക്കുന്നതല്ല. അസ്സല് നമ്പൂരാര് ഉപയോഗിക്ക്ണതാ. ഇനി അവൾക്കെന്നെ തടയാൻ കഴിയില്ല.''

ഒരു കൊടുങ്കാറ്റുപോലെ ആണ്ടവൻ ഇറങ്ങിപ്പോകുന്നത് നോക്കി അമ്മ കണ്ണീർ വാർത്തു. ''ന്റെ ദേവ്യേ, ന്റെ കുട്ടിക്ക് ആപത്തൊന്നും വരുത്തരുതേ. അതിന് നല്ല ബുദ്ധി കൊടുക്കണേ.'' പ്രാർത്ഥിക്കാനല്ലേ അവർക്ക് കഴിയൂ. കൊണ്ടാടിയാൽ ദേവി കുഴഞ്ഞാടും എന്നാണ് പണ്ടുള്ളവർ പറയുക. പരമാവധി കൊണ്ടാടുന്നുണ്ട്. പക്ഷേ... കല്യാണി ഓരോന്നാലോചിച്ച് വെറുതെ കണ്ണീർ വാർത്തു.

ആണ്ടവന്റെ മനസ്സിൽ വെറ്റില ചോദിച്ച് വഴിയിൽ കാത്ത് നിന്ന ഏതോ യക്ഷിയായിരുന്നു. യക്ഷിയാണെന്നറിഞ്ഞിട്ടും യാതൊരു ഭയവുമില്ലാതെ അവൾക്ക് വെറ്റില കൊടുത്ത ഏതോ ഒരു പൂർവികൻ. മദഗന്ധമൊഴുകുന്ന അവളുടെ നഗ്നമേനിയിൽ ആസക്തനായ അയാൾ അസാമാന്യ ധൈര്യത്തോടെ നില്ക്കുന്നതുകണ്ട് ആ യക്ഷി അത്ഭുതപ്പെട്ടുവെത്രെ. യക്ഷിയെ തോൽപിക്കുവാൻ ഒരേ ഒരു മാർഗമേയുള്ളൂ. രതി. അവളുടെ പൂപോലുള്ളശരീരം വിയർക്കണം. അശ്വവേഗത്തിൽ അനന്തകാമനയുടെ താഴ്വാരങ്ങളിലൂടെ ജൈത്രയാത്ര നടത്തണം. തളരാത്ത പൗരുഷത്തിന്റെ വൈജയന്തി പാറിക്കണം. അവസാനം അവളുടെ ഉടലിഴഞ്ഞിഴഞ്ഞു തളരണം. നാഗരതികേളി പോലും തോൽക്കണം അപ്പോഴേ, അപ്പോൾ മാത്രമേ അവൾ പറയൂ. മതി. മതി ഇനി മുതൽ ഈ ഉടലും മനസ്സും നിങ്ങളുടെതാണ്. ഞാനൊരടിമ, അടിമ മാത്രം. ആ കാല്ക്കൽ എന്നും ഞാനുണ്ടാവും. എന്താവശ്യപ്പെട്ടാലും ചെയ്തുതരാൻ. പിന്നെ അവളെ ഒരിടത്ത് കുടിയിരുത്തിയാൽ മതി. അവൾ സുരതം ചോദിക്കുമ്പോൾ നൽകണം.

അതു മാത്രമേ അവൾക്ക് വേണ്ടൂ. അതിൽ അമാന്തം പാടില്ല. അങ്ങനെ ആ യക്ഷിയെ അടിമയാക്കിയ പൂർവികൻ പകിട കളിക്കാൻ പോവുമ്പോൾ അവളെയും കൊണ്ടുപോയ കഥ ആരോ പറഞ്ഞ് കേട്ടതാണ്. പകിടകളിയിൽ നിരന്തരം ജയിച്ച് കേറുന്ന അയാളുടെ പിറകിൽ എതോ യക്ഷിയുണ്ടെന്ന് തിരിച്ചറിഞ്ഞ ശത്രുക്കൾ അയാളുടെ ലൈംഗികശക്തി നഷ്ടപ്പെടാൻ മാന്ത്രിക പ്രയോഗം നടത്തിയ മരുന്ന് മദ്യത്തിൽ നൽകി സൽക്കരിച്ചു എന്നാണ് കഥ. പിന്നെ അയാൾ യക്ഷിശാപംകൊണ്ട് പുഴുത്ത് പുഴുവരിച്ച് നരകിച്ച് ചത്തുപോയ കഥ ആണ്ടവൻ എത്രയോ കേട്ടതാണ്. അതെ, അതുപോലെ ഇവളെയും അടിമയാക്കണം. ശത്രുക്കളുടെ മാന്ത്രികമരുന്ന് കുടിക്കാതിരിക്കാൻ ശ്രദ്ധിക്കുകയും വേണം. മരുന്ന് അവർ പലരൂപത്തിൽ തരും. അച്ഛനമ്മമാരെ വശത്താക്കി അവരെക്കൊണ്ടു പോലും തരുവിക്കും. അവർക്കൊന്നുമറിയില്ല. ഒന്നും.

ഇനി അവൾ പരിഹസിക്കരുത്. ഇന്നത്തെ ഈ ദിവസത്തോടെ അവൾ തന്റെ അടിമയാവണം. തീരുമാനിച്ചുറച്ച യാത്രയായിരുന്നു അവന്റേത്. എങ്ങോട്ടെന്നില്ലാത്ത നടത്തമായിരുന്നു. എന്നാലും എന്തിനെന്ന് തീരുമാനിച്ച നടത്തമായിരുന്നു അത്. സായാഹ്നമായി തുടങ്ങിയതേയുള്ളൂ. എന്നിട്ടും ഇലഞ്ഞി പൂത്തമണം അവനിലേക്ക് ഒഴുകിയെത്തുന്നത് അവൻ അറിഞ്ഞു. അതെ, ഇലഞ്ഞിപ്പൂവിന്റെ മണവും പുതച്ചുകൊണ്ട് പട്ടാപ്പകലെറങ്ങിയിരിക്ക്യാ ഒരുമ്പട്ടവൾ!

“എങ്ങട്ടാ ആണ്ടവാ ഇത്ര ധൃതിയായിട്ട്.” വഴിയിൽ വച്ച് അവനെ കണ്ട രാവുണ്ണിനായർ ചോദിച്ചു ആണ്ടവൻ ഒന്നു നോക്കി. വല്ലാത്തൊരു നോട്ടമായിരുന്നു അത് രാവുണ്ണിനായർ ചൂളിപ്പോയി. കനലാട്ടക്കളത്തിലെ മേലരിപോലെ ചുവന്നു തുടുത്തിരുന്നു അവന്റെ കണ്ണുകൾ. പള്ളിയറയിലേക്ക് നോക്കി ആർത്തട്ടഹസിക്കുന്ന കോമരത്തിന്റെ ഭാവമായിരുന്നു അപ്പോൾ. ആണ്ടവൻ തല വെട്ടിത്തിരിച്ചു കൊണ്ട് ഒന്നും പറയാതെയുള്ള ആ പോക്ക് രാവുണ്ണിനായാർ കുറച്ചു നേരം നോക്കി നിന്നു. പിന്നെ ആരോടെന്നില്ലാതെ പറഞ്ഞു. “പിന്നീം തുടങ്ങീന്നാ തോന്നണത്, ആ പോക്ക് കണ്ടിട്ട് എന്തൊക്കെണ്ടാവാന്നാവോ? ഒരു നിശ്ചയൂം ല്യ ഭഗവാനേ, അത്യാപത്തുകളൊന്നു വരുത്തരുതേ.”

ഓടിവായോ എന്ന ഗോവിന്ദന്റെ നിലവിളി ആത്തോരമ്മയാണാദ്യം കേട്ടത്. പിന്നെ അടിച്ചുതളിക്കാരി. നിലവിളി കേട്ട ഉടനെ അവരിറങ്ങിയോടി. ശബ്ദം കേട്ടത് കുളത്തിന്റെ വക്കത്തുനിന്നാണ്. അപ്പോഴേക്കും അച്യുതൻ നമ്പൂരിയും അനിയൻ നാരായണൻ നമ്പൂരിയും അവിടെ എത്തിക്കഴിഞ്ഞിരുന്നു. കുളപ്പുരയ്ക്ക് പുറത്ത് നിന്നാണ്

ഗോവിന്ദൻ കരയുന്നത്. അവന്റെ മുഖത്ത് ചോരപ്പാടുകളുണ്ടായിരുന്നു. അവൻ കൈ ചൂണ്ടിയതനുസരിച്ച് എല്ലാവരും കുളപ്പുരയ്ക്കുള്ളിലേക്ക് കയറി. ഞെട്ടിക്കുന്ന ഒരു കാഴ്ചയാണ് അവരവിടെ കണ്ടത്. ബോധംകെട്ട് കിടക്കുകയാണ് സാവിത്രി. അവളുടെ ശരീരത്തിൽ പലയിടത്തും മുറിപ്പാടുകളുണ്ടായിരുന്നു. തൊട്ടടുത്ത് അവളുടെ സ്ഥാനം തെറ്റിയ വസ്ത്രങ്ങൾ ശരിയാക്കിക്കൊണ്ട് നിൽക്കുന്നു ആണ്ടവൻ.

"ആണ്ടവൻ താത്രിക്കുട്ടിയെ കേറിപ്പിടിച്ചു. ആ കുട്ടി ബോധം കെട്ടു വീണതാണ്. തടയാൻ ചെന്ന അവനെന്നെ കടിച്ചു."

പിന്നെയും ഗോവിന്ദനെന്തൊക്കെയോ പറയുന്നുണ്ടായിരുന്നു. അച്യുതൻ നമ്പൂതിരി ആണ്ടവനെ ഒന്നു നോക്കി.

“പ്ഫ, എരപ്പാളി. നന്ദിയില്ലാത്ത നായേ...”

ഒറ്റ ചവിട്ടായിരുന്നു. ആണ്ടവൻ കല്പടവുകളിലൂടെ ഉരുണ്ട് കുളത്തിലേക്ക് മറഞ്ഞു. അതേവേഗത്തിൽതന്നെ അവൻ വെള്ളത്തിൽ നിന്ന് കുതിച്ചു കയറി. പിന്നെ ഒരട്ടഹാസമായിരുന്നു.

“നശിപ്പിച്ചു. വിടില്ല ഞാനൊന്നിനേയും. ഒരാളയും ഞാൻ ബാക്കി വയ്ക്കില്ലാ.”

അച്യുതൻ നമ്പൂതിരി ഒരു നിമിഷം സ്തംഭിച്ചു നിന്നു പോയി. ആണ്ടവൻ ചവിട്ടിക്കുതിച്ചു നടന്നു. പിന്നെ എല്ലാവരുടെയും ശ്രദ്ധ സാവിത്രി അന്തർജ്ജനത്തിലേക്ക് മാറി. സ്ത്രീകളെല്ലാവരും കൂടി അവരെ താങ്ങിയെടുത്ത് ഇല്ലത്തെത്തിച്ചു.

പാടത്ത് പണി കഴിഞ്ഞ് വസ്ത്രം മാറുന്ന പണിക്കാരുണ്ടായിരുന്നു. അവരോടാണ് ഗോവിന്ദൻ പറഞ്ഞത്.

“ആണ്ടവന് എളകീരിക്ക്ണ് അവനെ വേഗം പിടിച്ച് കെട്ടണം. ഇല്ലത്തെ കുട്ടിയെ പെഴപ്പിച്ചിട്ടാ പോക്ക്. നായേനെ വേഗം പിടിച്ച് കെട്ടണം. വാ.”

പണിക്കാർ ആണ്ടവൻ പോയ വഴിക്കോടി. ഗോവിന്ദനും കൂടെയുണ്ടായിരുന്നു. മദിച്ച ആനയെപ്പോലെയായിരുന്നു ആണ്ടവൻ. ഒറ്റയ്ക്കവന്റെ മുന്നിൽ ചെല്ലാൻ എല്ലാവരും ഭയന്നു. പിന്നിൽ നിന്നോടിച്ചെന്ന് ഗോവിന്ദൻ ചവിട്ടിവീഴ്ത്തുകയായിരുന്നു. അതോടെ മറ്റുള്ളവരും കൂടി. എഴുന്നേൽക്കാൻ കഴിയുന്നതിനുമുമ്പ് അവന്റെ കൈയും കാലും കെട്ടി വരിഞ്ഞു. തടിമിടുക്കുള്ള നാലഞ്ചു വാല്യക്കാരുടെ കൂടെയാണ് വേലായുധൻ അവനെ ആശുപതിയിലേക്ക് കൊണ്ടു പോയത്.

“ഇത് പ്രാന്തൊന്നുമല്ല ശുദ്ധ തുമ്മത്തരം. കാണാൻ നല്ല പെൺകുട്ട്യോളെ കാണുമ്പള്ള പ്രാന്തിന് മടലു മുറിച്ചുള്ള അടി അതേ മരുന്നുള്ളൂ.’

ഗോവിന്ദന്റെ അഭിപ്രായം കേട്ട വല്യമ്പൂരി ഒന്നു നീട്ടിത്തുപ്പി. എങ്കിലും നാട്ടിൽ പലരും ഗോവിന്ദന്റെ അഭിപ്രായത്തോട് യോജിച്ചു. സന്ധ്യയ്ക്ക് കുളപ്പരയിലെത്തിയ അടിച്ചുതളിക്കാരിപ്പെണ്ണിന് കുളത്തിൽ നിന്ന് ഒരു വലിയ കറുത്ത തുണി കിട്ടി. കറുത്ത തുണികൊണ്ട് ശരീരം മൂടിപ്പുതച്ച് സാവിത്രി വരുന്നതുംകാത്ത് കുളപ്പുരയിൽ ഒളിച്ചിരിക്കുകയായിരുന്നിരിക്കണം ആണ്ടവൻ. പ്രാന്താണെങ്കിലങ്ങനെ ഒളിച്ച് കാത്തിരിക്കോ? അപ്പോ ആ പ്രാന്ത് വേറെത്തന്നെ.

എന്തു പറഞ്ഞാലും അച്യുതൻ നമ്പൂതിരിക്ക് ക്ഷമിക്കാൻ കഴിയുന്ന ഒന്നായിരുന്നില്ല അത്. എന്തൊക്കെ പറഞ്ഞാലും തന്റെ മോൾക്കുണ്ടായ മാനക്കേട് കഴുകിയാൽ പോവുന്നതല്ലല്ലോ.

''ഗോവിന്ദൻ തക്കസമയത്ത് വന്നതോണ്ട് അതിന് അവന് കിട്ടുകയും ചെയ്തു. നല്ലൊരു കടി. മുഖത്ത് ഒരു അടയാളമായി.'' രാവുണ്ണിനായർ സങ്കടം പറഞ്ഞു. എന്നാൽ അച്യുതൻ നമ്പൂതിരി അത് കേൾക്കുന്നുണ്ടായിരുന്നില്ല. അയാളുടെ മനസ്സു മുഴുവൻ മകളായിരുന്നു. അവൾക്കു വന്ന മാനക്ഷതം നാട്ടിലുമുഴുവൻ ഇപ്പോൾ പാട്ടാവുമല്ലോ ഭഗവാനേ! അവളിനി ഏത് പാപനാശിനിയിൽ മുങ്ങിയാലും നാട്ടുകാരുടെ വായയുടെ ദുർഗന്ധം പ്രവഹിച്ചുകൊണ്ടേയിരിക്കും.

ആ സംഭവത്തിന് ശേഷം സാവിത്രി പുറത്തിറങ്ങാറേ ഉണ്ടായിരുന്നില്ല. ആരോടും മിണ്ടാതെ സമയത്തിന് കുളിക്കാതെ, വേണ്ടതൊന്നും കഴിക്കാതെ അവൾ കൂനിക്കൂടിയിരുന്നു. അവളുടെ മാനസികനില തെറ്റുമോ എന്ന് അച്യുതൻ നമ്പൂതിരി ഭയപ്പെട്ടു. പറഞ്ഞുറപ്പിച്ച വിവാഹത്തിൽ നിന്ന് ഭവത്രാതൻ പിൻതിരിഞ്ഞാൽ അവളുടെ കഥയെന്താവും? മറ്റൊരാൾ ചാരിത്ര്യം നശിപ്പിച്ച പെണ്ണിനെ വിവാഹം കഴിക്കണം എന്ന് എങ്ങനെ അയാളോട് പറയും. വല്യമ്പൂരിയെയും ഭവത്രാതനെയും അഭിമുഖീകരിക്കാൻപോലും അയാൾ മടിച്ചു. പുറത്തിറങ്ങാൻ അയാൾക്കും മടിയായി. കാണുന്നവരെ എങ്ങനെ അഭിമുഖീകരിക്കും എന്നത് അദ്ദേഹത്തിനുമറിയില്ലായിരുന്നു. നാട്ടുകാരല്ലേ, എന്തെങ്കിലും ചോദിക്കാതിരിക്കില്ല. ചോദിച്ചാൽ എന്ത് മറുപടി പറയും. അച്യുതൻ നമ്പൂതിരിയുടെ ഉള്ളിലും ഒരു നെരിപ്പോട് എരിഞ്ഞുകൊണ്ടേയിരിക്കുകയായിരുന്നു. ഉത്തരമില്ലാത്ത ഒരുപാട് ചോദ്യങ്ങൾ ആ നെരിപ്പോടിൽ വെന്ത് വെണ്ണീറായിക്കൊണ്ടിരുന്നു. എത്ര പുരോഗമനക്കാരനാണെങ്കിലും സ്വന്തം മക്കളുടെ കാര്യമാകുമ്പോൾ അത്തരത്തിലൊക്കെത്തന്നെയേ ആർക്കും ചിന്തിക്കുവാൻ കഴിയൂ. അതിൽ അയാളെ കുറ്റപ്പെടുത്തുവാൻ ആർക്കും കഴിയില്ല.

ഒരാൾ മാറിയതുകൊണ്ട് സമൂഹം മാറുന്നില്ലല്ലോ?

ഏകാന്തതയുടെ തടവറ

ഒരു ഭ്രാന്താശുപത്രിയും കല്യാണി അതുവരെ കണ്ടിട്ടില്ല. അധികമൊന്നും ആരും പറഞ്ഞുകേട്ടിട്ടുമില്ല. നഗരത്തിന്റെ തിരക്കുകളിൽ നിന്ന് മാറി, ഒറ്റപ്പെട്ടു കിടക്കുന്ന ആശുപത്രി കാണുമ്പോഴേ ഹൃദയത്തിൽ കല്യാണിയെപ്പോലെയുള്ളവർക്ക് ഭയം തോന്നുക സ്വാഭാവികം. തന്റെ ഗ്രാമത്തിനപ്പുറം ഒരു വിശാലമായ ലോകമുണ്ടെന്ന് ചിന്തിക്കാൻ കഴിയാത്ത പാവം നിരക്ഷരയായ ഒരു ഗ്രാമീണ സ്ത്രീ ആയിരുന്നു കല്യാണി. അതുകൊണ്ടുതന്നെ ആണ്ടവനെ കാണണം എന്ന അവരുടെ ആവശ്യത്തിന് വേലായുധൻ ചെവി കൊടുത്തതുമില്ല.

“ഇന്ന് വരും നാളെ വരും എന്ന് കരുതി എത്ര ദിവസാ ന്റെ പൊന്നൂനെ കാണാതിരിക്കാ. എനിക്കവനെ കാണണം.”

ആരു പറഞ്ഞാലും കേൾക്കാൻ കൂട്ടാക്കാതെ ഒരു കുട്ടിയെപോലെ കല്യാണി വാശിപിടച്ച് കരയാൻ തുടങ്ങിയപ്പോഴാണ്, വേലായുധൻ കുഴങ്ങിയത്. ഇന്നുവരും നാളെ വരും എന്ന് എത്ര കാലാ അതിനെ പറ്റിക്കാ. പെറ്റതല്ലെങ്കിലും പോറ്റിവളർത്തിയ ഹൃദയത്തിനുമുണ്ടാകില്ലേ ആധി. കല്യാണിയുടെ നിർബന്ധം സഹിക്കവയ്യാതായപ്പോൾ ഒരിക്കൽ വേലായുധൻ അവളെയും കൂട്ടിക്കൊണ്ട് ആശുപത്രിയിലേക്കു പോയി. വേലായുധനറിയാം, ആ കാഴ്ച താങ്ങാനുള്ള മനോബലം കല്യാണിക്കുണ്ടാവില്ല എന്ന്. എന്താ ചെയ്യാ, പറഞ്ഞാൽ മനസ്സിലാവണ്ടേ? വേലായുധൻ രണ്ട് ദിവസം കൂടുമ്പോൾ ആശുപത്രിയിൽ പോയിവരാറുണ്ടായിരുന്നു. സന്ദർശകർക്ക് നിശ്ചിതസമയമൊക്കെയുണ്ട്. ആ സമയംവരെ പുറത്തെവിടെയെങ്കിലും കാത്തിരിക്കണം. എന്നാൽ കുറച്ചുനേരം ഒന്ന് കാണാം. എന്നാലോ എന്തെങ്കിലും നാലക്ഷരം പറയുമ്പോഴേക്കും മതി, സമയം കഴിഞ്ഞെന്നും പറഞ്ഞ് ആരെങ്കിലും വരും. പിന്നെ തിരിച്ച് പോരിക തന്നെ. അല്ലാതെ എന്തു ചെയ്യും?

ഒരു മാസത്തോളം കഴിഞ്ഞിട്ടും ആണ്ടവനെ തിരിച്ചു കൊണ്ടു വരാൻ കഴിയാതിരുന്നപ്പോഴാണ് വേലായുധൻ അവളെ കൊണ്ടു പോയത്. ഒറ്റയ്ക്ക് ഒരു സെല്ലിൽ അടച്ചിട്ടിരിക്കുകയായിരുന്നു ആണ്ട വനെ. ചുറ്റിലും നിന്ന് കേൾക്കുന്ന ആക്രോശങ്ങളും അട്ടഹാസ ങ്ങളും അവളെ അല്പംപോലും ഭയപ്പെടുത്തിയില്ല. അല്ലെങ്കിൽ ചിലപ്പോൾ അതൊന്നും അവൾ കേട്ടിട്ടുണ്ടാവില്ല. അവളുടെ ഉള്ളിൽ അപ്പോൾ ആണ്ടവന്റെ രൂപം മാത്രമേ ഉണ്ടായിരുന്നുള്ളൂ.

ആശുപത്രിയിലെ ചിട്ടവട്ടങ്ങൾ തീർന്നു കിട്ടാൻ കുറച്ചുനേരം കാത്തിരുന്നിട്ടാണെങ്കിലും അവൾ ആണ്ടവനെ കണ്ടു. ഇരുമ്പഴിക്ക പ്പുറത്ത് നിൽക്കുന്ന ആണ്ടവന് തിരിച്ചറിയാത്ത വിധത്തിലുള്ള മാറ്റം സംഭവിച്ചിരിക്കുന്നതായി അവൾക്കു തോന്നി. മുഖം നീർ കെട്ടു വീണതുപോലെ തടിച്ചിരിക്കുന്നു. അവൾക്ക് ദുഃഖം അടക്കാൻ കഴി ഞ്ഞില്ല. അവളുടെ കണ്ണുകൾ നിറഞ്ഞൊഴുകി.

''എന്തിനാ അമ്മാ കരയണ്?'' ഒരു കൊച്ചുകുട്ടിയെപ്പോലെ നിഷ്കളങ്കമായി അവൻ ചോദിക്കുന്നത് കേട്ട് അവരുടെ ഹൃദയം വിങ്ങിപ്പൊട്ടി. വല്ലാതെ സംസാരിക്കുവാൻ അവന് കഴിയുമായിരു ന്നില്ല. വായ തുറക്കുമ്പോഴേക്കും അവന്റെ വായിൽ നിന്ന് ഒരു കൊഴുത്ത ദ്രാവകം ഒലിച്ചിറങ്ങത് അവർ ശ്രദ്ധിച്ചു. ശരിക്ക് നിൽ ക്കാനുള്ള ശക്തിപോലും ചോർന്നതുപോലെയായിരുന്നു. നിൽക്കു മ്പോൾ മദ്യപിച്ചതുപോലെ ആടുന്നുണ്ടായിരുന്നു. ഏറെ നേരം ആ കാഴ്ച കാണാൻ കല്യാണിക്ക് കഴിയുമായിരുന്നില്ല. അത് മനസ്സി ലാക്കിയിട്ടായിരിക്കണം, വേലായുധൻ അവരേയും കൂട്ടി വേഗത്തിൽ പുറത്തേക്കു നടന്നു.

''ന്റെ കുട്ടിയെ അവര് ഒരുപാട് ഭേദ്യം ചെയ്ത്ട്ടുണ്ടാവും. അതാണ് അവന്റെ മുഖച്ഛായപോലും മാറീത്.'' കല്യാണി ആരോടെ ന്നില്ലാതെ പറഞ്ഞു.

വേലായുധൻ അത് കേട്ട ഭാവം കാണിച്ചില്ല. ഡോക്ടറോട് സംസാരിച്ചപ്പോൾ രോഗം ഭേദമായിരിക്കുന്നു എന്നും ക്ഷീണം വല്ലാതെ യുണ്ടെന്നും പറഞ്ഞു. അതു കുറഞ്ഞാൽ കൊണ്ടുപോകാമെന്ന് പറഞ്ഞപ്പോൾ വേലായുധന് ഒരേസമയത്ത് അതിയായ സന്തോഷവും അതിലരട്ടി സങ്കടവും വന്നു. തിരിച്ചുപോയാൽ ആണ്ടവനെ നാട്ടു കാരെങ്ങനെയായിരിക്കും സ്വീകരിക്കുക. ഇല്ലത്തുള്ളവർ അവ നോട് എങ്ങനെയായിരിക്കും പെരുമാറുക? ഇനി അതിന്റെ പേരില് വല്ല കേസും കൂട്ടം ഉണ്ടായാൽ... അത്തരം കാര്യങ്ങളാലോചിക്കു മ്പോഴേ അയാൾക്ക് ഉടലാസകലം തടിച്ച് വീർക്കുന്നതുപോലെ തോന്നും. ശരീരമാകെ കുഴഞ്ഞുപോകുന്നതുപോലെ. വേലായുധന്റെ

ആധിയും ആലോചനയുമൊന്നും കല്യാണിക്ക് മനസ്സിലായില്ല. ഈ ജയിലിൽ നിന്ന് മകൻ മോചിക്കപ്പെടും എന്നത് അവൾക്ക് വല്ലാത്ത ആശ്വാസമാണുണ്ടാക്കിയത്. ''എത്ര ദിവസായി അതൊറ്റെയ്ക്ക് കെടക്കാൻ തുടങ്ങീട്ട്. പാവം, അത് ഒരു ജന്മം അനുഭവിക്കേണ്ടത് ഇക്കാലംകൊണ്ട് അനുഭവിച്ചുകഴിഞ്ഞു.''

വേലായുധൻ വല്യമ്പൂരിയെ കാണാൻ പോയത് അദ്ദേഹത്തിന്റെ പ്രതികരണമെങ്ങനെ എന്ന് മനസ്സിലാക്കാൻ കൂടിയായിരുന്നു. അദ്ദേഹംകൂടി കൈവിട്ടാൽ ദേശത്ത് ജീവിക്കുന്നതുപോലും അയാൾക്ക് ചിന്തിക്കാൻ കഴിഞ്ഞില്ല. വല്യമ്പൂരി പത്രം വായിച്ചുകൊണ്ടിരിക്കുമ്പോഴാണ് വേലായുധൻ കയറിച്ചെല്ലുന്നത്.

''ആര് വേലായുധനോ? ഞാൻ നിന്നെയൊന്ന് കാണണം എന്ന് കരുതിയിരിക്കാരുന്നു. എന്താ ആണ്ടവന്റെ ഇപ്പോഴത്തെ അവസ്ഥ?''

വേലായുധൻ പ്രതീക്ഷിച്ചപോലെ ഒരു വലിയ പൊട്ടിത്തെറിയൊന്നും അവിടെ ഉണ്ടായില്ല എന്നത് അയാൾക്ക് വലിയ ആശ്വാസമായി. ''മാറ്റംണ്ട്ന്ന് അവര് പറഞ്ഞു. മാറ്റ്യാ മാറാത്ത പ്രശ്നം ഇവടെണ്ട് എന്നവർക്കറിയില്ലല്ലോ. വേണച്ചാൽ ഒന്നോ രണ്ടോ ആഴ്ച കഴിഞ്ഞാൽ അവനെ കൊണ്ടുപോരാം. കൊണ്ടെന്നിട്ട് പ്പോ ഞാനെന്ത് ചെയ്യാനാ.'' അലറിപ്പെയ്യാൻ മാത്രം ഇരുണ്ടുമൂടി നിൽക്കുന്ന മാനത്ത് നിന്ന് ഒന്നാ രണ്ടോ കനത്ത തുള്ളികൾ ഇറ്റിവീഴുന്നതു പോലെയായിരുന്നു വേലായുധന്റെ വാക്കുകൾ.

വല്യമ്പൂരി ഒന്നു നിശ്വസിച്ചു. ''സംഭവിക്കാൻ ള്ളത് ഏതായാലും സംഭവിച്ചു. അതിനെക്കുറിച്ച് ഇനി പറഞ്ഞിട്ടെന്താ. സ്വബോധത്തിൽ ആണ്ടവൻ ഒരിക്കലും അങ്ങനെ ചെയ്യില്ലാന്ന് നിക്കറിയാം. എന്നാൽ മുത്താഴിയംകോട്ടുകാർക്ക് അത് അത്ര ഉൾകൊള്ളാൻ കഴിഞ്ഞിട്ടില്ല. ഇനി കഴിയുംന്ന് തോന്നുണും ല്യ. അല്ലെങ്കിലും അവരെ പറഞ്ഞിട്ടും കാര്യം ല്യ. സ്വന്തം ശരീരത്തിന് മുറിവേൽക്കുമ്പോൾ ആർക്കായാലും വേദനിക്കും. ഏറ്റവും വലിയ കാര്യം അവനാന്റെ കാര്യാന്ന് പണ്ട് ള്ളോര് പറയണ് കേട്ടിട്ടുണ്ട്. കാശിന്റെ ബുദ്ധിമുട്ടെന്തെങ്കിലും ണ്ടോ വേലായുധാ അവന്റെ ചികിത്സയ്ക്ക്?''

''ഇല്യമ്പ്രാനേ. അതൊക്ക ഒരു വിധത്തില് ഒത്തു പോണ്ണ്ട്. അവനെ ഞാൻ എങ്ങനേ മ്മളെ നാട്ടില് കൊണ്ടുവരാന്ന് ആലോചിച്ചിട്ട് നിക്ക് ഒരെത്തും പിടിം കിട്ട്ണ്ല്യ.''

''ഒരു നമ്പൂരിപ്പെങ്കുട്ടീനെ മണ്ണാൻ തീണ്ടിന്ന്ള്ളത് പണ്ടാണെങ്കിൽ വലിയ കുറ്റമാണ്. തെറ്റ് ചെയ്തതാര് എന്നല്ല. ഇല്ലത്താളെ ഇരിക്കപ്പിണ്ഡം വെയ്ക്കും. ഇത് ഇപ്പോൾ കാലം മാറി. ആ കുട്ടി ഒരു തെറ്റും ചെയ്തിട്ടില്ലാന്ന് എല്ലാർക്കും അറിയാം. എന്നാൽ

സംഭവിച്ചത് മായ്ച്ച് കളയാൻ കഴിയില്ലല്ലോ. പണ്ട് മണ്ണാപ്പേടിയും പുലപ്പേടിയും ഉണ്ടായിരുന്നൂത്രെ. തെക്കൻകേരളത്തിലാ. കർക്കട മാസത്തിന്റെ ഉദയം മുതൽ പത്താമുദയം വരെ പത്ത് ദിവസം മണ്ണാർക്കും പുലയർക്കും സവർണരെ തീണ്ടാം. കണ്ടേ, കണ്ടേ എന്ന് വിളിച്ചാളെ കൂട്ടിയാൽ മതി. ആ പെണ്ണിനെ അവർക്ക് കൊണ്ടു പോവാം. അത് നിയമം മൂലം നിർത്തൽ ചെയ്തതിന്റെ പേരിൽ പുലയകലാപം വരെ ഉണ്ടായീന്ന് പറഞ്ഞുകേട്ടിരിക്ക്ണു. പുലയ നാണെങ്കിലും മണ്ണാനാണെങ്കിലും ആണൊരുത്തനാണല്ലോ. തന്റെ കുട്ടി ആണൊരുത്തന്റെ കൂടെ ജീവിക്ക്ണ്ട് എന്ന് കരുതി വീട്ടുകാർക്ക് സമാധാനിക്കാം. ഇത് പ്പൊ മുത്താഴിയംകോട്ടെ കാരണവര് വല്യ പുരോഗമനക്കാരനൊക്കെയാണ്. നാലിക്കാര്യത്തില് അങ്ങനെ യൊന്നും ചിന്തിക്കാൻ ആവില്ലാലോ. എന്തായാലും മുത്താഴിയം കോട്ടിൽ നിന്ന് ഒരു പ്രശ്നവും ഉണ്ടാവില്യ. അത് ഞാൻ ഏറ്റു. അവനെ ഇനി അങ്ങട്ട് പറഞ്ഞയയ്ക്കും വേണ്ട. അവിടുത്തെ കണക്കും കാര്യം ഒക്കെ ആരാച്ചാൽ നോക്കട്ടെ. പിന്നെ നാട്ട്കാരുടെ കാര്യം. അത് നാലീസണ്ടാവും. അവർക്ക് വേറെന്തെങ്കിലും ഒരു വിഷയം ണ്ടാവ്ണതുവരെ, ആര് എന്ത് പറഞ്ഞാലും ആണ്ടവൻ എന്തെങ്കിലും ചെയ്തൂന്ന് ഞാൻ കരുത്ണില്യ. ആണ്ടവനല്ല, അവന്റെ രോഗം ചെയ്തതാണ് തെറ്റെന്നേ ഞാൻ പറയു. ആണ്ടവനെ അറിയുന്നാർ ക്കൊക്കെ അത് മനസ്സിലാവും. അല്ലാത്തോരെന്താച്ചാൽ പറയട്ടെ. വേലായുധൻ അതൊന്നും കാര്യാക്കണ്ട.'' വല്യമ്പൂരി അത്രയും പറഞ്ഞ് ഒന്നു ദീർഘമായി നിശ്വസിച്ചു. ''അല്ലാച്ചാലും വിധിയെ തടുക്കാൻ ആർക്കാ കഴിയ്യാ?''

വല്യമ്പൂരിയുടെ വാക്കുകൾ വേലായുധന്റെ പൊള്ളുന്ന ശിര സ്സിൽ വീണ അമൃതകണം തന്നെയായിരുന്നു. അങ്ങനെ ഒരാൾ കൂടെ നില്ക്കാനുണ്ടെങ്കിൽ ലോകം മുഴുവൻ വന്നെതിർത്താലും പിടിച്ചു നിൽക്കാനുള്ള ധൈര്യവും ആത്മവിശ്വാസവും വേലായുധ നുണ്ട്. നടുക്കടലിൽ കൊടുങ്കാറ്റിലും മഴയിലുംപെട്ട് പായകൾ കീറി പ്പോയ ഒരു പായ്ക്കപ്പൽ പോലെയായിരുന്നു വേലായുധൻ മന യ്ക്കലേക്ക് ചെന്നെത്തിയത്. എന്നാൽ ഒരു ശുഭപ്രതീക്ഷമുനമ്പ് കണ്ടെത്തിയ കപ്പിത്താനെപ്പോലെയാണ് അയാൾ തിരിച്ചുപോന്നത്. തിരുമേനിക്ക് അവനെ അറിയാം. അതു മതി. തനിക്കതു മാത്രം മതി.

തനിക്കേറ്റ മാനസികാഘാതത്തിൽ നിന്ന് മെല്ലെയാണെങ്കിലും സാവിത്രി വിമുക്തയായിത്തുടങ്ങി. കുളപ്പടവിൽ കറുത്ത തുണികൊണ്ട് മൂടിപിടിച്ചിരിക്കുന്ന ഒരു രൂപം മാത്രമേ അവൾ കണ്ടിരുന്നൊള്ളൂ.

എന്നത്തേയുംപോലെ വൈകുന്നേരത്തെ കുളിക്കുവേണ്ടിയുള്ള പോക്കായിരുന്നു അവളുടേത്. ഇല്ലത്തെ കുളത്തിന്റെ കുളപ്പരയിൽ ഒരു നാലഞ്ചുമണിക്കുതന്നെ അവൾ എത്താറുണ്ട്. സ്ഥിരമായി അവളൊറ്റയ്ക്കുതന്നെയാണ് പോവുന്നതും. ഇത് കൃത്യമായി ആണ്ടവൻ ശ്രദ്ധിച്ചിട്ടുണ്ടാകണം. തന്നെ ഉപദ്രവിച്ചത് ആണ്ടവനാണെന്ന് ഇല്ലത്തുള്ളവരുടെ സംസാരത്തിൽ നിന്നാണ് അവൾ മനസ്സിലാക്കിയത്. കറുപ്പ് പുതച്ച ആ രൂപം കണ്ടപ്പോഴേ അവൾ ഞെട്ടിയിരുന്നു. ഒന്നലറിക്കരഞ്ഞു എന്ന് തന്നെയാണവളുടെയോർമ്മ. അപ്പോഴേക്കും അയാളുടെ കൈകൾ അവളുടെ മൂക്കും വായും ചേർത്ത് പിടിച്ചു. പിടയുന്നതിനിടയിൽ നഖംകൊണ്ടും പല്ലുകൊണ്ടും അവൾ പ്രതികരിച്ചിരുന്നു. പിന്നെയെന്താണ് സംഭവിച്ചതെന്ന് അവൾക്കോർമ്മയില്ല. ഉണർന്നപ്പോൾ ശരീരം മുഴുവൻ ഇടിച്ചു പിഴിഞ്ഞ വേദനയായിരുന്നു. വീണതാണോ പിടിവലിയിൽ സംഭവിച്ചതാണോ എന്നവൾക്ക് നിശ്ചയം ഇല്ല. ഇല്ലത്തുള്ളവർ കാര്യങ്ങൾ രഹസ്യമാക്കി സൂക്ഷിക്കാനാണ് ശ്രമിച്ചത്. എന്നാൽ നാട്ടിൽ മുഴുവൻ സംഭവിച്ചത് പാട്ടായിക്കഴിഞ്ഞിരുന്നു. ഗോവിന്ദൻനായര് തന്നെ പലയിടത്തും പറഞ്ഞു. അയ്യപ്പൻനായരോടും ഗോവിന്ദൻ നേരിട്ടാണ് ആ കഥ പറഞ്ഞത്.

''അല്ല ഗോവിന്ദാ ആ സമയത്ത് നീയെങ്ങന്യാ അവിടെയെത്തീത്?'' അയ്യപ്പൻനായർ ചോദിച്ചു.

''അമ്പലക്കുളത്തിലോ പുഴയിലോ വെച്ച് ഇങ്ങനെ ഒന്ന് സംഭവിച്ചാൽ നീയവിടെണ്ടാവും എന്ന് എല്ലാവർക്കുമറിയാം. പക്ഷേ ഇല്ലത്തെ കുളത്തില് നീ പോവറില്ലാലോ?''

അയ്യപ്പൻനായരുടെ ചോദ്യം ഗോവിന്ദന് തീരെ ഇഷ്ടപ്പെട്ടില്ല.

''ഒരു പെണ്ണിന്റെ നെലോളി കേട്ടപ്പോ ഓടിച്ചെന്നതാ.''

''അതിന് നെലോളി കേക്കണെങ്കിലും നീയാ പരിസരത്ത് ണ്ടാവേണ്ടെ? ആ ഭാഗത്തേക്കൊന്നും ഇയ് പോവറില്യല്ലോ.''

അയ്യപ്പൻനായരുടെ കുത്തിക്കുത്തിയുള്ള ചോദ്യം ഗോവിന്ദന് തീരെ ഇഷ്ടപ്പെട്ടില്ല. അയാൾ പറഞ്ഞു. ''പോവാറൊന്നും ഇല്ല്യ. അന്ന് അച്ഛനെ കാണണ്ട കാര്യംണ്ടാരുന്നു. അതോണ്ട് കാര്യം കണ്ടറിയാൻ പറ്റി. അല്ലാച്ചാ ഇപ്പഴെങ്കിലും ആണ്ടവന്റെ തനിസ്വരൂപം ആളുകൾക്ക് മനസ്സിലാക്കാൻ പറ്റ്വാരുന്നോ?''

''അതായത് അങ്ങനെയൊക്കെ സംഭവിക്കുംന്ന് മുൻകൂട്ടി കണ്ട് അത് തടുക്കാൻ വേണ്ടി നീയവിടെ പോയീന്ന് സാരം. ന്നാലും ന്റെ ഗോവിന്ദാ, അന്റെ ആ ദിവ്യദൃഷ്ടി സമ്മതിക്കന്നെ വേണം. നിനക്ക് ഗോവിന്ദൻ എന്ന് പേരിട്ട രാവുണ്ണീടെ ദീർഘദൃഷ്ടി അപാരംതന്നെ.''

‘‘ങ്ങള് എന്തോ ഉള്ളില് വച്ച് പറയണ പോലെയുണ്ടല്ലോ. ങാ... അല്ലെങ്കിലും ങ്ങൾക്ക് ആണ്ടവനായിട്ടാണല്ലോ ചായ്‌വ്. അതങ്ങനെ വരൂ. ങ്ങളോടെക്കെ എന്തെങ്കിലും പറയാൻ നിക്ക്ണ ന്നെ വേണം തല്ലാൻ.’’ അതും പറഞ്ഞ് ഗോവിന്ദൻ നീട്ടിച്ചവിട്ടി.

‘‘അതും ശരിയാണ്. ഓരോരുത്തർക്ക് ഓരോരോ സ്ഥലത്ത് എത്താൻ ഈശ്വരൻ ഓരോ കാരണങ്ങളുണ്ടാക്കും അല്ലാണ്ടെന്ത്?’’ ആരോടെന്നില്ലാതെ അയ്യപ്പൻനായർ പിറുപിറുത്തു. ‘ന്നാലും ഗോവിന്ദൻ എങ്ങന്നേരിക്കും അവിടെയെത്തിയിട്ടുണ്ടാവുക? അവന്റെ കാര്യായതോണ്ടാ സംശയം. എന്തൊക്കെയോ പ്രശ്നങ്ങളുണ്ട്. കാര്യങ്ങള് വെടിപ്പാവണെങ്കിൽ ആണ്ടവൻ തിരിച്ചെത്തുക തന്നെ വേണം.’ സ്വയം പറഞ്ഞുകൊണ്ട് അയ്യപ്പൻനായരും നടന്നു. അന്നേ അയ്യപ്പൻ നായർക്ക് എന്തോ എവിടെയോ ദഹിക്കാത്തപോലെ കിടന്നിരുന്നു.

സ്നേഹത്തിന്റെ വഴിയമ്പലം

മുത്താഴിയംകോട്ടില്ലത്ത് ഇങ്ങനെ ഒരു ദുരന്തം സംഭവിച്ചപ്പോൾ ഭവത്രാതൻ സ്ഥലത്തുണ്ടായിരുന്നില്ല. അമ്മാത്തായിരുന്നു. അമ്മാത്തെ കുടുംബക്ഷേത്രത്തിൽ പുനഃപ്രതിഷ്ഠ നടക്കുകയായിരുന്നു. വല്യമ്പൂരിക്ക് പങ്കെടുക്കാൻ കഴിയാത്തതുകൊണ്ട് മകനെ പറഞ്ഞയച്ചതാണ്. ഏറെ കാലത്തിനുശേഷം വന്നതല്ലേ. പെട്ടെന്നങ്ങനെ തിരിച്ചു പോവാൻ അമ്മാവന്മാർ സമ്മതിച്ചതുമില്ല. പുനഃപ്രതിഷ്ഠാ കർമ്മങ്ങളും അമ്മാത്തെ വിരുന്നു കൂടലും കഴിഞ്ഞ് നാലു ദിവസത്തിന് ശേഷം മനയ്ക്കൽ തിരിച്ചെത്തിയപ്പോഴാണ് അങ്ങനെ ഒരു ദുരന്തം സംഭവിച്ച കാര്യം മനസ്സിലാക്കിയതുതന്നെ. ഉടൻതന്നെ മുത്താഴിയംകോട്ടേയ്ക്ക് തിരിക്കുകയും ചെയ്തു. ഭവത്രാതൻ ചെന്നപ്പോൾ സാവിത്രി വടക്കിനിപ്പുരയിൽ കൂനിക്കൂടിയിരിക്കുകയായിരുന്നു. ഭവത്രാതൻ അകത്ത് കടന്നപ്പോൾ അവിടെയുണ്ടായിരുന്നവർ പുറത്തു കടന്നു. എങ്ങനെ അവളെ അഭിമുഖീകരിക്കും എന്ന വല്ലാത്ത ഒരു ആശങ്കയിലാണ് ഭവത്രാതൻ അവിടെ ചെന്നുകയറിയത്. എന്നാൽ അവളെ കണ്ടതോടെ അയാളുടെ വെപ്രാളം മുഴുവൻ തീർന്നു. അയാൾ മെല്ലെ സാവിത്രിയുടെ അരികിൽ ചെന്നിരുന്നു. അഴിഞ്ഞ് പാറിപ്പറിഞ്ഞ് കിടക്കുന്ന അവളുടെ തലമുടിയിൽ വെറുതെ തലോടി. പിന്നെ മെല്ലെ പറഞ്ഞു.

''ഇതെന്തിരിപ്പാ താത്രീ, ഇതിനെക്കാൾ വലിയ ഒരു ദുരന്തമുണ്ടായാൽ അത് നമ്മളേറ്റെടുക്കില്ലേ? അല്ലെങ്കിലും അശുദ്ധീം ശുദ്ധീം ഒക്കെ മനുഷ്യൻ ഉണ്ടാക്കണതല്ലേ. നല്ലതാളി തേച്ചുകുളിച്ചാൽ പോകുന്ന ഒരശുദ്ധ്യേ ന്റെ താത്രിക്കുട്ടിക്കൊള്ളൂ.''

അതുകേട്ട് അവളൊന്നും പറഞ്ഞില്ല. തലയുയർത്തി അയാളെ ഒന്നു നോക്കുകകൂടി ചെയ്തില്ല. എന്നാൽ അവളുടെ കണ്ണുകളിൽ നിന്ന് തുലാവർഷം പെയ്യുന്നത് താഴെ തറയിൽ അയാൾ കണ്ടു. പെയ്തൊഴിഞ്ഞാൽ ഏതാകാശവും ഒന്നു വെളുക്കുകതന്നെ ചെയ്യും. അതുകൊണ്ട് പെയ്തുതീരട്ടെ എന്ന് അയാളും കരുതിക്കാണും.

“ഒന്നും സംഭവിച്ചിട്ടില്ലെന്ന് കരുതിയാൽ മതി. സ്വബോധം ള്ള ഒരാളല്ലല്ലോ അവൻ. നീ ഇങ്ങനെ കുളിക്കാണ്ടിം മിണ്ടാണ്ടിം ഇരുന്നാ ന്റെ കാര്യം എന്താവുംന്ന് വല്ല നിശ്ചയുംണ്ടോ?”

അപ്പോഴും അവളൊന്നും മിണ്ടിയില്ല. കുറേനേരത്തേക്ക് അയാളും ഒന്നും പറഞ്ഞില്ല. അവരങ്ങനെ എത്രനേരമിരുന്നെന്നും അറിയില്ല. അയാൾ പിന്നെയും മെല്ലെ സംസാരിച്ചു. “കഷ്ടകാലത്ത് ബുദ്ധി യില്ലാത്ത വല്ല മൃഗങ്ങളും കടിക്കേം മാന്തേം ചെയ്തൂച്ചാൽ ആരെ ങ്കിലും ഇങ്ങനെ മിണ്ടാതീം പറയാതീം ഇരിക്കാറുണ്ടോ? അത്രയ് ക്കല്ലെ താത്രിക്കും സംഭവിച്ചിട്ടുള്ളൂ.”

അച്ഛൻപെങ്ങൾ നനഞ്ഞ കൈ മുണ്ടിൽ തുടച്ചുകൊണ്ട് അങ്ങോട്ട് കയറി വന്നപ്പോൾ അയാൾ പറഞ്ഞു, “നാളെ വരാം ഞാൻ. നാളെ ഞാൻ വരുമ്പോൾ ഇതേപോലെ ഉണ്ണാവ്രതം തന്നെയാണെങ്കിൽ പിന്നെ എന്നെ കാണാൻ നീ അങ്ങ്ട്ട് വരേണ്ടീരും.”

അച്ഛൻ പെങ്ങൾ നിറഞ്ഞ കണ്ണുകളോടെ അയാളെ ഒന്നു നോക്കി. ആ കണ്ണുകൾ ഒരു നൂറ് സങ്കടങ്ങൾ പറയുന്നുണ്ടെന്ന് അയാൾക്കറി യാമായിരുന്നു. അവിടെ അങ്ങനെ നിന്നാൽ തന്റെ നിയന്ത്രണം നഷ്ടപ്പെടുമെന്ന് അയാൾക്ക് തോന്നിയിട്ടുണ്ടാവണം. ഭവത്രാതൻ ഒന്നും പറഞ്ഞില്ല. അവിടെ നിന്നിറങ്ങി മെല്ലെ നടന്നു. പൂമുഖത്ത് വന്നപ്പോൾ അമ്മാവനും അദ്ദേഹത്തിന്റെ അനിയൻ നാരായണനും അവിടെ ഉണ്ടായിരുന്നു. അവരും ഒന്നും മിണ്ടുന്നില്ല.

“ഇത് ഇപ്പോ എന്താ ഒരു മരിച്ച വീട് പോലായല്ലോ. ആരും ഒന്നും മിണ്ടണ്ല്യ.”

“മരണംന്ന് പറഞ്ഞാൽ അത് ഇത്ര വരോ ഭവത്രാതാ?” അച്യു തൻ നമ്പൂരി ചോദിച്ചു.

“വല്യ പുരോഗമനൊക്കെ പറയുംന്നെ ഉള്ളൂ. ആഢ്യത്തം മന സ്സിൽ നിന്നങ്ങട്ട് വിട്ടുപോയിട്ടില്ല. അതാ, ഇതിനൊക്കെത്ര അമിത പ്രാധാന്യം കൊടുക്കണത്. കാരണോന്മാര് അവൾക്കൊരു ധൈര്യം കൊടുക്കണ്ട സമയാ.” ഭവത്രാതൻ പകുതി അമ്മാവനോടും പകുതി ആരോടെന്നില്ലാതെയും പറഞ്ഞു.

“ധൈര്യം കൊടുക്കണംന്ന് ആശയില്ലാഞ്ഞിട്ടല്ല. പക്ഷേ കൊടു ക്കാൻ ഇത്തിരി ധൈര്യം പോലും ഇവിടെ ആര്ടെ എടുത്തും ഇല്യ. കഴിഞ്ഞതൊക്കെ കഴിഞ്ഞൂന്ന് പറയാനെളുപ്പാ. ന്നാലും തൂത്താ പോണ ഒന്നല്ലല്ലോ ന്റെ കുട്ടിടെ മേലെ പറ്റ്യ കറ.”

അച്യുതൻ നമ്പൂതിരിയുടെ കണ്ണുകൾ നിറയുന്നത് ഭവത്രാതൻ കണ്ടു. മുമ്പൊരിക്കലും അങ്ങനെ ഒരു കാഴ്ച ഭവത്രാതന് നേരിടേണ്ടി വന്നിട്ടില്ല. എന്ത് വലിയ കാര്യത്തേയും നിസ്സാരവൽക്കരിച്ച് ഒരു

ചിരി ചിരിച്ചൊഴിവാക്കുന്ന ആളാണ്. ഇവരൊക്കെ ഇത്ര പെട്ടെന്ന് തളർന്നോ? എന്ത് പറയണം, എങ്ങനെ സാന്ത്വനിപ്പിക്കണം എന്ന് അയാൾക്കുമറിയില്ലായിരുന്നു. ''ഞാൻ നാളെ വരാം'' എന്നു പറഞ്ഞു കൊണ്ട് അയാൾ വേഗം പുറത്തിറങ്ങി.

അവിടെ നിന്ന് ഇറങ്ങി വീട്ടിലേക്ക് നടക്കുമ്പോൾ ഭവത്രാതൻ ആലോചിച്ചു. തനിക്കെവിടെ നിന്നു കിട്ടി ഇത്ര തന്റേടം. ഇങ്ങനെ യൊക്കെ പറയാൻ കഴിയുമെന്ന് ഒരിക്കലും വിചാരിച്ചതല്ല. അവിടെ ചെന്നാൽ അറിയാതെ താൻ കരഞ്ഞുപോകുമെന്നായിരുന്നു വിചാരി ച്ചിരുന്നത്. ഭഗവാൻ കാത്തു. പല നേരവും നിയന്ത്രണം നഷ്ടപ്പെടു മെന്ന് കരുതിയെങ്കിലും ഒരു നിമിഷവും നിയന്ത്രണം വിട്ടില്ലെന്ന തോർത്ത് അയാൾക്ക് തന്നെ അത്ഭുതം തോന്നി. തളരുമ്പോഴാണ് താങ്ങു വേണ്ടത്. കരയുമ്പോഴാണ് സ്നേഹം തലോടലാകേണ്ടത്. അത് അയാൾ മനസ്സിലുറപ്പിച്ചിരുന്നു.

പരാതി കൊടുക്കണം എന്നുതന്നെയായിരുന്നു അച്യുതൻ നമ്പൂരി തീരുമാനിച്ചിരുന്നത്. എന്നാൽ വല്യമ്പൂരിയും നാരായണൻ നമ്പൂ തിരിയും പറഞ്ഞു, അത് വേണ്ട. അത് മാനക്കേട് കൂടുതലാക്കും. ആരെങ്കിലും അറിയാത്തവരുണ്ടെങ്കിൽ അവരുംകൂടി അറിയും. കേസ്സും കൂട്ടവുമാവുമ്പോൾ സംഭവത്തിന് പ്രാധാന്യം കൂടും അതിന്റെ പേരിൽ സാവിത്രിയുടെ ഭാവിയും അവതാളത്തിലാവാം. അതൊന്നും വേണ്ട എന്ന് അവർ പറഞ്ഞപ്പോൾ, മനസ്സുണ്ടായിട്ടല്ല എങ്കിലും അച്യുതൻ നമ്പൂരി വഴങ്ങി. പിന്നെ ആലോചിച്ചപ്പോൾ അവർ പറഞ്ഞ താണ് ശരിയെന്ന് അദ്ദേഹത്തിന് തോന്നുകയും ചെയ്തു. മാനം പോവുന്നത് ഇല്ലത്തുള്ളവർക്ക് തന്നെയാവും. ആണ്ടവനെന്താ നഷ്ടപ്പെടാൻ. പോരത്തതിന് മനോരോഗി എന്ന ഒരു കാരണംകൊണ്ട് അയാൾക്ക് രക്ഷപ്പെടാൻ പഴുതുകളുമുണ്ടാവും. വേണ്ട. കേസും കൂട്ടമൊന്നും വേണ്ട. വല്യമ്പൂരിയുടെയും അനുജന്റേയും തീരുമാന ത്തോട് മനസ്സില്ലാമനസ്സോടെയാണെങ്കിലും അയാൾ യോജിച്ചു.

മനയ്ക്കൽ തിരിച്ചെത്തിയ ഭവത്രാതനോട് വല്യമ്പൂരി ചോദിച്ചു. ''എന്താ അവിടുത്തെ അവസ്ഥ. ഞാൻ പോയപ്പോൾ അവിടെള്ളോ രുടെ മുഖത്തൊന്നും ഒരു തുള്ളി ചോരല്യാത്ത പോലെയാ നിക്ക് തോന്നീത്. എന്തെങ്കിലും മാറ്റമുണ്ടോ?''

''അതന്നെ അവസ്ഥ. ഒരു മാറ്റവും ല്യ. അവരൊക്കെ ഇത് പ്പൊ എന്തോ വലിയ കാര്യായിട്ടാണ് കണ്ടിരിക്കണത്. മണ്ണാൻ തൊട്ടാൽ ഇല്ലത്തെ കുട്ടിക്ക് ഭ്രഷ്ടാവണ കാലക്കെ കഴിഞ്ഞൂന്ന് ഇപ്പഴും അവർക്ക് ബോധ്യായിട്ടില്യാന്ന് തോന്ന്ണു.''

ഭവത്രാതന്റെ സംസാരം കേട്ടപ്പോൾ വല്യമ്പൂരിക്ക് എന്തോ ഒരു സംശയം. കാര്യം വ്യക്തായി കുട്ടി അറിഞ്ഞിട്ടുണ്ടായിരിക്കില്യേ? സംശയം തീർക്കാനായി അദ്ദേഹം പറഞ്ഞു.

‘‘അതിപ്പൊ തൊടലു മാത്രല്ലല്ലോ. അതിലപ്പുറം ണ്ടായിന്നല്ലേ പറയ്ണ്.’’

‘‘അതിനപ്പുറം എന്ത്ണ്ടായീന്നാ. അതൊക്കെ ആൾക്കാര് പറേ ണതല്ലേ. ഞാനതൊന്നും വിശ്വസിക്കിണല്യ. ഇനി ണ്ടായീന്ന്തന്നെ കരുതാച്ചോളൂ. അവളൊരു തെറ്റും ചെയ്തിട്ടില്ല്യാലോ. അപകടം പറ്റ്യാൽ ചികിത്സിക്കണം. അത് കഴിഞ്ഞാ അതങ്ങ്ട് മറക്കണം. അത്രേ നിക്ക് തോന്ന്ണൊള്ളൂ.’’

പരപുരുഷൻ ബലാൽക്കാരം ചെയ്ത ഒരു പെണ്ണിനെ വേളി യായി കരുതാൻ ഭവത്രാതന് കഴിയുമോ എന്നൊരാശങ്ക വല്യമ്പൂരി ക്കുണ്ടായിരുന്നു. അങ്ങനെ അയാൾ പറ്റില്ല എന്ന് പറഞ്ഞാൽ അച്ഛ നാണെങ്കിലും നിർബന്ധിക്കുന്നതെങ്ങനെ. ഏതായാലും ആ ആശങ്ക ഒഴിഞ്ഞു മാറിയതിൽ അദ്ദേഹം സമാധാനിച്ചു. ആത്മാവിന് അശുദ്ധി യില്ല. യഥാർത്ഥത്തിലുള്ള സ്നേഹം ശരീരങ്ങൾ തമ്മിലല്ല, മനസ്സു കൾ തമ്മിലാണ്. അത്തരത്തിൽ ഒരിഷ്ടം അവളോട് ഭവത്രാതനുണ്ടോ എന്ന് വല്യമ്പൂരി ഒരിക്കലും ചോദിച്ചിട്ടില്ല. ചെറുപ്പത്തിലേ അവന്റെ വേളിയാണെന്ന് വീട്ടുകാരൊക്കെ പറഞ്ഞ് പറഞ്ഞു വന്നതാണ്. വലുതായപ്പോൾ അവർക്ക് തമ്മിൽ ചേരാൻ ഇഷ്ടമാണെന്നും മന സ്സിലായിട്ടുണ്ട്. അതിനപ്പുറം ചോദിച്ചിട്ടില്ല, പറഞ്ഞിട്ടുമില്ല. അയാ ളുടെ മനസ്സിൽ സാവിത്രിയോടുള്ള സ്നേഹത്തിന് ഈ സംഭവം ഒരു മാറ്റവുമുണ്ടാക്കിയിട്ടില്ല. അവനവളെ ഉപേക്ഷിക്കില്ല. ഇനി മുത്താഴിയംകോട്ടില്ലത്തേക്ക് ധൈര്യമായി കടന്നുചെല്ലാം. അവരെ ന്തെങ്കിലും പറഞ്ഞാൽ അവരെ സധൈര്യം ആശ്വസിപ്പിക്കാം. അന്നു രാത്രി മനസ്സമാധാനത്തോടുകൂടിയാണ് വല്യമ്പൂരി ഉറങ്ങിയത്. ‘ന്നാലും അവനാ ആൺകുട്ടി.’ അയാൾ പലപ്രാവശ്യം മനസ്സിൽ ഭവത്രാതനെ അഭിനന്ദിച്ചിരുന്നു.

രാവുണ്യാര് വൈകി വീട്ടിൽ ചെന്നപ്പോൾ ഗോവിന്ദൻ വീടിന്റെ ഉമ്മറക്കോലായിൽ കഠാരകത്തികൊണ്ട് കാൽനഖം വെട്ടിയിരിക്കുക യായിരുന്നു. ‘‘സന്ധ്യ മയങ്ങിയാൽ നഖം വെട്ടുന്ന പതിവൊന്നും ഇത്രേംകാലം ഇവിടാർക്കുമുണ്ടായിരുന്നില്ല. മുടിയാൻ നേരത്ത് മുച്ചീർപ്പൻ കൊലയ്ക്കും പറഞ്ഞിട്ട് കാര്യവുമില്ല.’’ അയാൾ അവനെ അമർഷത്തോടെ ഒന്നു നോക്കി. അത് തന്നെയല്ലേന്ന മട്ടിൽ ഗോവി ന്ദൻ തല താഴ്ത്തി തന്റെ പണി തുടർന്നുകൊണ്ടേയിരുന്നു.

‘‘അശ്രീകരം.’’ രാവുണ്ണിനായർ മനസ്സിൽ പറഞ്ഞു. തിണ്ണയിലി രുന്ന കിണ്ടിയെടുത്ത് അയാൾ കാലും മുഖവും കഴുകി. എന്നിട്ട് കാർക്കിച്ചൊന്ന് നീട്ടിത്തുപ്പി. പിന്നെ ഗോവിന്ദനെ ഒന്നുകൂടി രൂക്ഷ മായി നോക്കി. ഒന്നും മിണ്ടാതെ അകത്തേക്ക് കേറിപ്പോയി. ഇല്ലത്തെ വിശേഷങ്ങളെന്തെങ്കിലും അച്ഛൻ അമ്മയോട് പറയുന്നുണ്ടോ എന്ന് കേൾക്കാൻ ഗോവിന്ദൻ കാത് കൂർപ്പിച്ചു.

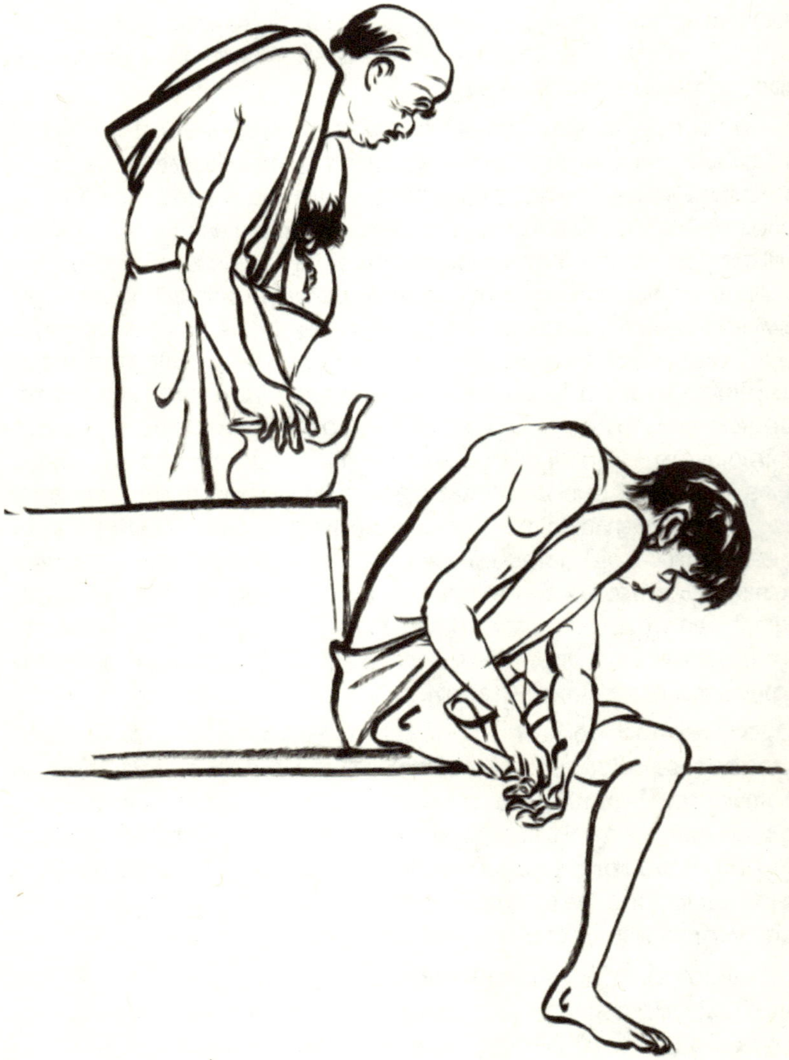

“പാപ്യേ, നിയ്യ് കരുത്ണ് ണ്ടോ താത്രീക്കുട്ടീനെ ഉപദ്രവിച്ചത് ആണ്ടാവനാണെന്ന്?”

“അത് പ്പൊ നാട്ട്കാരൊക്കെ അങ്ങനല്ലേ പറയ്ണ്. അതല്ലാണ്ടെ നിക്ക് എന്തറിയാനാ?”

‘നാട്ടുകാര്ക്ക് എന്താ പറഞ്ഞൂടാത്തത്. ങ്ഹാ, നാട്ട്കാരങ്ങനെ പറയ്ണ്ണ്ടെന്ന് കരുതി ചെയ്തോര് രക്ഷപ്പെടൊന്നുംല്യ.”

“രക്ഷപ്പെടരുത്. ആരാണെങ്കിലും മുടിഞ്ഞുപോവ്വന്നെ വേണം. കുട്ടീടെ സങ്കടം തട്ടകത്തമ്മ കേൾക്കാതിരിക്കില്യ.”

“പൊലീസ്കാര്ക്ക് ആ കറുത്ത തുണി ഒര് തെളിവാ. കേസും കൂട്ടും ആവുമ്പോ ആ കറുത്ത തുണീം പിടിച്ച് അവരിറങ്ങും. അപ്പോൾ രക്ഷപ്പെട്ടൂന്ന് കരുതി ഞെളിഞ്ഞിരിക്കണോര് ആരാച്ചാലും കുടുങ്ങും ചെയ്യും. അപ്പൊ കേൾക്കാ, ഒളിവിലും മറവിലും ഇരിക്കണെ പലരും പുറത്തെത്തീന്ന വാർത്ത.” രാവുണ്ണിനായർ പുറത്തേക്കൊന്ന് ഒളി കണ്ണിട്ട് നോക്കി ഗോവിന്ദൻ അവിടെ തന്നെയില്ലേയെന്ന്. പിന്നെ തുടർന്നു. “ആണ്ടവന്റെ അന്നത്തെ ആ പോക്ക് ഞാൻ കണ്ടതാ. അവന്റെ കൈയിലപ്പോ തുണീം മണീം ഒന്നുംണ്ടായിരുന്നില്യ.”

അച്ഛന്റെ സംസാരം ഗോവിന്ദന് അല്പം പോലും ദഹിച്ചില്ല. അവൻ അകത്തേക്ക് കയറിച്ചെന്നു. ‘ഞാൻ, ന്റെ ഈ കണ്ണോണ്ട് കണ്ടതാ. അവൻ തന്ന്യാ. ഇനിപ്പൊ അതിന്റെ എടേലേക്ക് ഒരു പുത്യേ ആളെന്നും അച്ഛനായിട്ട് കെട്ടിയെഴ്ന്നള്ളിക്കണ്ടാ. അല്ലെങ്കിലും അച്ഛനെന്തിനാ ഈ ആണ്ടവന്റെ വക്കാലത്ത്ട്ക്കണത്?”

“ങ്ഹാ, നിയ്യ് കണ്ടൂന്ന് പറയണതാ നിക്കാകെ സംശയം. എല്ലാവരും കാണുന്നതും കാണണ്ടതായിട്ടുള്ളതും നിയ് കാണാറില്ല. ആരും കാണാത്തതും ആർക്കും കാണണ്ടാത്തതും അത് കാണലാണല്ലോ നെന്റെ പണി. ഞാനും പലതും കേക്ക്ണ്ണ്ട്.” അദ്ദേഹം ഒന്ന് നെടുവീർപ്പിട്ടു.

“എന്തു കേട്ടൂന്നാ. കേട്ടതെന്താച്ചാൽ അങ്ങ്ട്ട് പറയ്യാ. ന്നാലേ ഇവിടെയുള്ളാർക്കു മനസ്സിലാവൂ.” അച്ഛനും മകനും കൂടി ഒരംഗത്തിന് കോപ്പു കൂട്ടിത്തുടങ്ങിയത് പാപ്പിക്കുട്ടിയമ്മയ്ക്ക് മനസ്സിലായി.

“കയറി വന്നിട്ടല്ലേ ഉള്ളൂ. ഇനി പ്പൊ ഒന്നും രണ്ടും പറഞ്ഞ് ആ ചെക്കനെട്ട് കുത്തണ്ട.” പാപ്പി പറഞ്ഞു.

“ചെക്കനെ ആര് കുത്ത്ണ്? ചെക്കന്റെ പേരും പറഞ്ഞ് നാട്ട്കാരെല്ലാരും കൂടി എന്നാണാവോ ന്റെ നെഞ്ചത്ത്ട്ട് കുത്തണത്. അതാപ്പൊ ന്റെ പേടി.” പാപ്പിക്കുട്ടിയമ്മ ഒന്നും മിണ്ടിയില്ല. ഗോവിന്ദൻ അച്ഛനെ ഒന്ന് തുറിച്ചുനോക്കി.

''പിന്നെ ആര് ചെയ്തൂന്നാ അച്ഛൻ വിചാരിക്കണത്?''

''ചെയ്തോർക്കറിയാലോ. അമ്മാതിരി തെമ്മാടിത്തം ചെയ്യാൻ കുറച്ച് ജന്മങ്ങളല്ലേ ഈ നാട്ടിലൊള്ളൂ. വീട്ടുകാരേം നാട്ടുകാരേം പേടിക്കാത്ത, എരണംകെട്ട ഏതെങ്കിലും ഒന്ന്ണ്ടെങ്കിൽ അതേ അത് ചെയ്യൂ. നിക്ക് അക്കാര്യത്തിൽ ഒരു സംശയുംല്യ.''

രാവുണ്ണിനായർ പറഞ്ഞു നിർത്തിയില്ല. അതിനുമുമ്പേ ഗോവിന്ദൻ ഇടയിൽ കയറി. ''ആരാന്റെ കാര്യം പറഞ്ഞ് വെറുതെ അച്ഛനോട് തട്ടിക്കേറാൻ ഞാനില്യ. ഇനിപ്പൊ വെറുതെ മേക്കട്ട് കേറാൻ വന്നാലും നിക്കതിന് നേരൂംല്യ.'' അതും പറഞ്ഞ് അമർഷത്തോടെ ഗോവിന്ദൻ എങ്ങോട്ടോ ഇറങ്ങിപ്പോയി.

''ങ്ഹാ, നാട്ടിലെ മയിസ്ട്രേറ്റല്ലേ. നേരം ണ്ടാവില്യാ. അച്ഛനോടിത്ര ബഹുമാനമുള്ള ഒരു മോൻ വേറെയുണ്ടാ ഈ നാട്ടില്. മുട്യാൻ നേരത്ത്....'' രാവുണ്ണിനായർ പല്ലു ഞെരിച്ചു.

മീനമാസത്തെ കൊടുംചൂടിലായിരുന്നു അന്തരീക്ഷം. കുംഭത്തിൽ രണ്ട് മഴ പെയ്തെങ്കിലും അന്തരീക്ഷം തണുത്തിട്ടില്ല. അതുകൊണ്ടു തന്നെ, മഴ പെയ്ത് അന്തരീക്ഷം തണുത്തിട്ട് മതി ആണ്ടവനെ തിരിച്ചുകൊണ്ടുവരുവാൻ എന്നായിരുന്നു വേലായുധന്റെ ചിന്ത. എന്നാൽ അസുഖം മാറിക്കഴിഞ്ഞിരിക്കുന്നു. ഇനിയും അവനെ ആശുപത്രിയിലിടാൻ കഴിയില്ലെന്ന് ഡോക്ടർ തീർത്തുപറഞ്ഞു. ഉത്സവങ്ങളുടെ കാലമാണ്. ഭഗതിതറയ്ക്കലെ ഉത്സവം കുറ്റിയടിച്ചതാണ്. ആണ്ടവൻ വീട്ടിലെത്തിയാൽ എന്തായാലും അതിൽ പങ്കെടുക്കും. വരണ്ടാന്ന് പറഞ്ഞാലും കേൾക്കുമെന്ന് തോന്നുന്നില്ല. നാട്ടുകാരൊക്കെ ഒന്നിച്ചുകൂടുന്ന സ്ഥലമാണ്. പൊതുവെ ഉത്സവപ്പറമ്പിൽ ആണ്ടവന് എന്തെന്നില്ലാത്ത ആവേശമാണ്. അതിനിടയിൽ ആരെങ്കിലും എന്തെങ്കിലും പറഞ്ഞ് ഒരു വിഷയമുണ്ടായാൽ എന്താവും കഥ? ''എന്റെ അമ്മേ, ഭഗവതീ കാത്തോളണേ?''

ഹൃദയംകൊണ്ട് കരഞ്ഞ് വിളിക്കുകയായിരുന്നു വേലായുധൻ. വേലായുധന്റെ ഹൃദയം നൊന്തുള്ള പ്രാർത്ഥന ഏത് ശിലാഹൃദയങ്ങളേയും അലിയിപ്പിക്കുന്നതായിരുന്നു. പിന്നെ കാലങ്ങളായി അയാൾ തോറ്റി പാടുന്ന ഭഗവതിക്കുണ്ടോ അത് കേൾക്കാതിരിക്കുവാൻ കഴിയുന്നു. ഒന്നും കാണാതെ ഭഗവതി ഒന്നും ചെയ്യില്ല.

ഓരോ കാര്യത്തിന് പിറകിലും ഒരു കാരണവുമുണ്ടായിരിക്കും. കാര്യം കഴിഞ്ഞെന്നു കരുതി കാരണം ആരും കാണാതെ പോകണമെന്നൊന്നുമില്ല.

കാലം തിരുത്തുന്ന കൈത്തെറ്റുകൾ

ഇല്ലത്തെ അന്തരീക്ഷമൊന്നു തണുത്ത് വരികയായിരുന്നു. മീന വെയിലിനേക്കാൾ ശരതീക്ഷ്ണമായ ദുരന്തവെയിലിന് ഭവത്രാതന്റെ സമീപനംകൊണ്ട് കുറച്ച് ശാന്തി ലഭിച്ചു വരികയായിരുന്നു. ഓർമ്മയുടെ മുറിപ്പാടുകൾ ഉണങ്ങി മാഞ്ഞുതുടങ്ങിയെന്ന് എല്ലാവരും കരുതിയിരിക്കുമ്പോഴാണ് സാവിത്രി ഛർദ്ദിച്ചത്. ആ ഛർദ്ദിയിലെന്തോ ആപത്തിന്റെ ശൂലമുനകൾ ഒളിച്ചിരിക്കുന്നുണ്ടെന്ന് ആത്തോരമ്മയ്ക്ക് മനസ്സിലായി. അവരത് രഹസ്യമായി അച്യുതൻ നമ്പൂതിരിയെ അറിയിച്ചു. അദ്ദേഹം ബോധശൂന്യനായി വീണുപോയില്ലെന്നേയുള്ളൂ. ഭവത്രാതനെ അറിയിക്കാതെ പെട്ടെന്ന് വേളിയെങ്ങനെയും നടത്തണം. അതാണ് നല്ലതെന്ന അഭിപ്രായമായിരുന്നു നാരായണൻ നമ്പൂതിരിക്ക്. എന്നാൽ അച്യുതൻ നമ്പൂരി അത് സമ്മതിച്ചില്ല. മകളും മരുമകനുമാണ്. അവരുടെ ജീവിതംകൊണ്ട് ഒരു പരീക്ഷണം വേണ്ട. അവനോട് പറയണം. ഈ ഒരു വിഷയത്തിൽ വേണ്ടാത്ത ഒളിച്ചുകളികൾ നടത്തിയാൽ വന്നതിനേക്കാളും വലിയ അപകടങ്ങൾ വരുത്തിവയ്ക്കുകയേ ചെയ്യൂ. ദൂരയെവിടെയെങ്കിലും കൊണ്ടുപോയി ആരും അറിയാതെ ഒഴിവാക്കാം. എന്നിട്ട് അവനു സമ്മതമാണെങ്കിൽ മാത്രം വേളി. അല്ലെങ്കിൽ ഇല്ലത്തിന്റെ അകത്തെയിരുട്ടിലെവിടെയെങ്കിലും അവളും ആളുകൾക്ക് മുഖം കൊടുക്കാതെ ഒരു ജീവിതം ജീവിച്ചു തീർക്കും. അതിന്റെ വിധി അതാണെങ്കിൽ അതനുഭവിക്കട്ടെ. എന്തായാലും പുറത്തുള്ളാരറിയാതെ നോക്കണം. അത്ര മാത്രമേ ഇപ്പോൾ ചെയ്യാൻ കഴിയൂ. അച്യുതൻ നമ്പൂതിരിയുടെ ആ തീരുമാനത്തോട് അവസാനം അനിയൻ നാരായണൻ നമ്പൂതിരിയും യോജിച്ചു.

വല്യമ്പൂരിയെ ആളയച്ചു വരുത്തുകയായിരുന്നു. സാധാരണ എന്തെങ്കിലും കാര്യം പറയാനാണെങ്കിൽ അച്യുതൻ നമ്പൂതിരി ഏഴൂർമനയിലേക്ക് പോവുകയാണ് പതിവ്. വല്യമ്പൂരിക്ക് അത്ര ഉയർന്ന സ്ഥാനമാണ് അച്യുതൻ നമ്പൂരിയുടെ മനസ്സിൽ. അത് വല്യമ്പൂരിക്കും നന്നായിട്ടറിയാം. അങ്ങോട്ട് ആളെ അയച്ച് വിളിപ്പിക്കണമെങ്കിൽ കാര്യം അത്ര നിസ്സാരമായിരിക്കില്ലെന്ന് ഭവത്രാതനും

തോന്നി. അച്ഛൻ പോയതിനു പിറകെ ഭവത്രാതനും മുത്താഴിയം കോട്ടേയ്ക്ക് പുറപ്പെട്ടു. അയാളവിടെയെത്തുമ്പോൾ അടച്ചിട്ട മുറിക്കകത്തിരുന്ന് എന്തോ ഗൗരവമായി സംസാരിക്കുകയായിരുന്നു വല്യമ്പൂരിയും കൂട്ടരും. മറ്റുള്ളവർ കേൾക്കേണ്ടതല്ല എന്നു തോന്നുമ്പോഴാണ് വാതിലടച്ച് താഴിടാറുള്ളത്. പിന്നെ അവിടാരും നിൽക്കാറുമില്ല. അതുകൊണ്ടുതന്നെ ഭവത്രാതൻ നേരെ അടുക്കളഭാഗത്തേക്കാണ് പോയത്. അഞ്ചാംപുരയ്ക്ക് സമീപമുള്ള സതിണ്ണയിൽ തൂണും ചാരിയിരിക്കുകയായിരുന്നു സാവിത്രി.

"എന്താ താത്രിക്കുട്ട്യേ ഒരു മ്ലാനത?" ഭവത്രാതൻ ചിരിച്ചുകൊണ്ടു ചോദിച്ചു. അവൾ ഒരു വിളറിയ ചിരി മാത്രം ചിരിച്ചു. ഭവത്രാതന് കാര്യത്തിന്റെ ഗൗരവം മനസ്സിലായിട്ടുണ്ടായിരുന്നില്ല. "ചിരിക്ക്യാതൊരു തെളിച്ചുംല്യാലോ സാവിത്രി. ന്നെ കണ്ട ദേഷ്യാണോ?" ഭവത്രാതൻ പിന്നെയും ചോദിച്ചു.

ഭവത്രാതന്റെ ശബ്ദം കേട്ടിട്ടാണോ എന്നറിയില്ല അച്ഛൻപെങ്ങൾ അങ്ങോട്ട് കയറി വന്നു. കരഞ്ഞുകലങ്ങിയ കണ്ണുകളുമായി അകത്തെവിടെയോ കിടക്കുകയായിരുന്നു എന്ന് ആ വരവു കണ്ടപ്പോഴേ ഭവത്രാതന് മനസ്സിലായി. എവിടെയൊക്കെയോ എന്തൊക്കെയോ കത്തിയമരുന്നുണ്ടെന്ന് അയാൾക്കും തോന്നി. "അച്ഛൻപെങ്ങള് കരയാരുന്നോ? എന്താ കാര്യം, എന്തേണ്ടായി?"

എങ്ങനെയാണയാളോട് കാര്യം പറയുക. പറയാതിരിക്കാനും കഴിയില്ലല്ലോ. കാര്യം അറിഞ്ഞാൽ ഭവത്രാതൻ പൊട്ടിത്തകരും എന്നായിരുന്നു ഇല്ലത്തുള്ളവരുടെ മുഴുവൻ ആധി. പിന്നെ അയാളുടെ മുഖത്ത് നോക്കാൻ പോലും ആർക്കും ത്രാണിയുണ്ടാവില്ല എന്നായിരുന്നു എല്ലാവരും ഭയപ്പെട്ടത്. എന്നാൽ 'അത്രേയുള്ളൂ' എന്ന മട്ടിൽ നിസ്സാരമായിട്ടാണ് അയാൾ പ്രതികരിച്ചത്. സാവിത്രിക്കുട്ടിക്കും അത്ര വല്യ പരിഭ്രമമൊന്നും ഉണ്ടായിരുന്നില്ല. നാണക്കേടും മാനക്കേടുമൊക്കെ അവൾക്കും ഉണ്ടായിരുന്നുവെങ്കിലും അന്ന് കുളപ്പുരയിൽ വച്ചുണ്ടായ ആ സംഭവത്തിന്റെ പേരിൽ അവളനുഭവിച്ച മാനസികപീഢനത്തിന്റെ പകുതി പോലും അവളനുഭവിക്കുന്നില്ല എന്ന് ആത്തേരമ്മയ്ക്കും തോന്നിയിരുന്നു. അവളനുഭവിച്ചതിന്റെ അനേകം ഇരട്ടി പരിഭ്രമം ഇല്ലത്തുള്ള മറ്റുള്ളവർക്കുണ്ടായിരുന്നു. എന്നാൽ ഭവത്രാതന്റെ നിസ്സാരവൽക്കരണം അന്തരീക്ഷത്തിന്റെ പിരിമുറുക്കം കുറയ്ക്കുകതന്നെ ചെയ്തു. ഇത് ഇപ്പൊ വിചാരിച്ചിടത്തല്ല കാര്യങ്ങൾ എന്നവർക്കും തോന്നി.

വല്യമ്പൂരിയും അച്യുതൻ നമ്പൂരിയും നാരായണൻ നമ്പൂരിയും ഒരുമിച്ചാലോചിച്ച് ഒരു തീരുമാനത്തിലെത്തിയിരുന്നു. ഭവത്രാതനുമായി ആലോചിച്ച് ദൂരെ ഏതെങ്കിലും ആശുപത്രിയിലെത്തിച്ച്

ഗർഭം അലസിപ്പിക്കുക. പിന്നെ അയാൾക്ക് സമ്മതമാണെങ്കിൽ വിവാഹം ഉടനെ നടത്തുക. അയാൾ സമ്മതിക്കും എന്നുതന്നെയായിരുന്നു വല്യമ്പൂരിയുടെ പ്രതീക്ഷ. അല്ലെങ്കിലും അവന്റെ ജീവൻ തന്നെ ആണ്ടവന്റെ ത്യാഗമാണ്. ആ ആണ്ടവന് അറിയാതെ പറ്റിയ ഒരു തെറ്റ്, അതേറ്റെടുക്കുക എന്ന് പറഞ്ഞാൽ ഒരു തരത്തിൽ ഒരു കടം വീട്ടലാണ്. ഉള്ളിൽ ദുഃഖത്തിന്റെ ഒരു ലാവാ പ്രവാഹം പൊള്ളി പുറപ്പെടുന്നുണ്ടെങ്കിലും വല്യമ്പൂരി അത് പുറത്ത് കാണിച്ചതേയില്ല. യുക്തിയും മാനുഷിക പരിഗണനയുംകൊണ്ട് അതിനെ അതിജീവിക്കുവാൻ മനസ്സിനെ പഠിപ്പിക്കുകയായിരുന്നു. വല്യമ്പൂരിയുടെ ഉറച്ച തീരുമാനവും ആ മുഖത്ത് കണ്ട ആത്മവിശ്വാസവും അച്യുതൻ നമ്പൂതിരിക്ക് ഇത്തിരിയൊന്നുമല്ല ആത്മവിശ്വാസം പകർന്നത്.

ചിന്തകളുടെ ഒരു ഹിമാലയം തലയിലേറ്റിയപോലെയാണ് വല്യമ്പൂരിക്ക് തല പെരുത്തിരുന്നത്. എന്നാൽ അതയാൾ അല്പം പോലും പുറത്തു കാണിച്ചില്ല. അവർ മൂന്ന് പേരും പൂമുഖത്തേക്കിറങ്ങിയിരുന്നു എന്നറിഞ്ഞ അല്പസമയത്തിനിടയിൽതന്നെ, ഭവത്രാതനും അവിടെ എത്തി. നാരായണൻ നമ്പൂതിരിയാണ് ഒരു വിധം വിഷയം ഭവത്രാതനോട് സംസാരിച്ചത്.

''അത് എന്റെ കുട്ടി തന്നെയാണ്. അതിനെ കൊല്ലാൻ ഞാൻ അനുവദിക്കില്ല. എന്തു പറഞ്ഞാലും.'' ഭവത്രാതൻ ഉറപ്പിച്ച് പറഞ്ഞു. ഇത്രയും ഉറച്ച മനസ്സോടെ അങ്ങനെയൊരു നിലപാട് ഭവത്രാതൻ എടുക്കും എന്ന് അവരാരും സ്വപ്നത്തിൽകൂടി പ്രതീക്ഷിച്ചിരുന്നില്ല. കാരണവന്മാരുടെ മുഖത്തു നോക്കി ഇത്തരം കാര്യങ്ങൾ പറഞ്ഞ പരിചയം അദ്ദേഹത്തിനുണ്ടായിരുന്നില്ലല്ലോ.

''ഇപ്പൊ ഭവത്രാതന് അങ്ങനെയൊക്കെ തോന്നും. എന്നാൽ കാലം കഴിയുമ്പോൾ അതൊരു ബാദ്ധ്യതയാകും. അതിനെ നശിപ്പിക്കുന്നതാണ് നല്ലത്.'' നാരായണൻ നമ്പൂതിരി ഒന്നുകൂടി പറഞ്ഞുനോക്കി.

എന്നാൽ ഭവത്രാതൻ ഒരു പണത്തൂക്കം അതിനോട് യോജിച്ചില്ല. ''അറിവും നമ്മളേക്കാൾ വിദ്യാഭ്യാസവുമുള്ള ഒരാളാണ് ഭവത്രാതൻ. അയാളുടെ തീരുമാനം അതാണെങ്കിൽ അങ്ങനെത്തന്നെ നടക്കട്ടെ. ഇനി വേളി നീട്ടിക്കൊണ്ടുപോകണ്ട. അധികം ആരേം അറിയിക്കുകയും വേണ്ട. എല്ലാം ചുരുക്കി മതി.'' ഒരുപാട് നിർബന്ധങ്ങളൊക്കെ കഴിഞ്ഞിട്ടും ഭവത്രാതന്റെ തീരുമാനത്തിൽ മാറ്റമൊന്നുമില്ല എന്ന് മനസ്സിലാക്കിയപ്പോൾ വല്യമ്പൂരി പറഞ്ഞു.

'പറയിപ്പെറ്റ കുട്ടിക്ക് അഗ്നിഹോത്രിയാകാമെങ്കിൽ ഒരു മണ്ണാൻ കുട്ടിക്ക് നാളെ നമ്പൂരിയുമാവാം. അത്ര കരുത്യാൽ മതി.' അത് എല്ലാവരും അംഗീകരിക്കുകയും ചെയ്തു.

ഭവത്രാതന്റെ വാക്കുകളിലെ സ്ഥൈര്യവും ആത്മവിശ്വാസവും കണ്ടപ്പോൾ അത് അയാളുടെ കുട്ടി തന്നെ ആയിരിക്കുമോ എന്നൊരു

സംശയം വല്യമ്പൂരിക്ക് തോന്നാതിരുന്നില്ല. അവർക്ക് തമ്മിൽ കൂടി ച്ചേരാൻ ഇഷ്ടംപോലെ അവസരങ്ങൾ ഇല്ലത്തുണ്ട്. പ്രായത്തിന്റെ ചാപല്യവുമുണ്ടാകാമല്ലോ. സാവിത്രിക്കും ഗർഭം അലസിപ്പിക്കുവാൻ താല്പര്യമില്ലെന്നുകൂടി അറിഞ്ഞപ്പോൾ വല്യമ്പൂരി ഉറപ്പിച്ചു. "കുട്ടി കൾ എന്തൊക്കേയൊ ഒളിച്ചുവെച്ചിരിക്കുണു. ഒരു സ്ത്രീക്കും അന്യ പുരുഷന്റെ ഗർഭം ധരിച്ചുകൊണ്ട് ഇഷ്ടപുരുഷന്റെ കൂടെ ജീവി ക്കാൻ കഴിയില്ല. ഏതെങ്കിലും ഒരു ഭർത്താവിന്റെ കൂടെ ജീവിക്കാൻ കഴിഞ്ഞേക്കാം. എന്നാൽ ഇഷ്ടപുരുഷന്റെ കൂടെ കഴിയില്ല. ഇത് ഏതെങ്കിലും ഒരാളല്ലല്ലോ."

സുഗന്ധമാണെങ്കിൽ പോലും അത് ആർക്കും എത്ര ശ്രമിച്ചാലും ഒളിപ്പിച്ചുവെയ്ക്കാൻ കഴിയില്ല. ഘ്രാണശക്തിയുള്ളവർ മണം പിടിക്കുക തന്നെ ചെയ്യും. അപ്പോൾ ദുർഗന്ധമാണെങ്കിലോ? മണം പിടിക്കാതെതന്നെ മൂക്കിലേക്ക് പാഞ്ഞുകയറും. അതുതന്നെയാണ് പല രഹസ്യങ്ങളുടേയും അവസ്ഥ. ഇല്ലത്തുള്ളവർ പരമരഹസ്യ മാക്കി വച്ചിരുന്നതാണെങ്കിലും സാവിത്രിയുടെ ഗർഭകഥയും ആരു മാരും പറഞ്ഞില്ലെങ്കിലും എല്ലാവരും അറിഞ്ഞു. എങ്ങനെ അറിഞ്ഞു? ആരു പറഞ്ഞു? ഇതൊന്നും ആർക്കും അറിയില്ല. എങ്കിലും ആ കഥയും നാട്ടിൽ പാട്ടായിരുന്നു.

എന്നാൽ ആ കഥ ഗോവിന്ദൻ വിശ്വസിച്ചില്ല. അത് പച്ചക്കള്ള മാണെന്ന് അയാൾ മാത്രം തർക്കിച്ചു. 'കോയിന്ദൻ നായരറിഞ്ഞോ, ഇല്ലത്തെ തമ്പ്രാട്ടിക്കുട്ടിക്ക് പള്ളേല്ണ്ടേലോ."

ഒരിക്കൽ വഴിയിൽ വച്ച് കണ്ടപ്പോൾ ചോയിച്ചി ഗോവിന്ദനോട് ചോദിച്ചു. വാറ്റൽ നിറുത്തിയ ശേഷം ഇടയ്ക്ക് പാടത്ത് പണിക്കു പോകുന്നുണ്ട് ചോയിച്ചി. അത് ആളുകളെ കാണിക്കാനാണെന്നും അവിടെ രാത്രിയായാൽ ആണ്ങ്ങള് പലരും വന്ന് പോകുന്നുണ്ടെന്നു മാണ് നാട്ടുകാർ പറയുന്നത്. ഗോവിന്ദൻ പറഞ്ഞു. 'അത് നാട്ട്കാര് വെറുതെ പറയാണ്. നിക്കറിയാലോ അങ്ങനെണ്ടാവില്യ."

"അതെന്താ നായരേ ഇങ്ങളല്ലല്ലോ ആണ്ടവൻ. അവന് കുട്ട്യാളു ണ്ടാവില്യാന്ന്ങ്ങക്ക് എന്താ ത്ര ഒറപ്പ്?" ചോയിച്ചി ഒന്നു ചിരിച്ചു.

"ഞാൻ കണ്ടതല്ലേ അതിനു മാത്രം ഒന്നും അവിടെണ്ടായിട്ടില്യ. ആൾക്കാർക്ക് ശൂന്ന് കേട്ടാൽ മതീലോ അവരത് ശുണ്ടങ്ങാന്ന് ആക്കി ക്കോളും."

"ഒരുമ്പെട്ട ആണാണെങ്കിൽ അതിനു മാത്രം ഒന്നും വേണ്ടാന്ന്. ങ്ങള് പറയുമ്പോലെല്ലാ പെണ്ണ് പെറ്ണേനു മുമ്പ്, മനയ്ക്കലെ തമ്പ്രാൻകുട്ടിന്റെ തലേലേയ്ക്ക് വച്ചുന്നാ കേൾക്കണ്."

"അത് ന്നാ അയാൾടെന്നേവും. അല്ലാണ്ടെ ആൾക്കാര് പറയണ തൊന്നമല്ല കാര്യം. കൊളപ്പുരേല്ട്ടുണ്ടായതെന്താന്ന് ഞാൻ കണ്ടതാ.

അപ്പ ഞാനവടെ എത്തീർന്നീലാ ന്നാൽ എന്തേലൊക്കെ സംഭവിക്കാരുന്നു. ഇത് നിക്ക് വിശ്വാസല്യ. തൊട്ടാലും പിടിച്ചാലും ഗർഭം ധരിക്കാൻ അവനെന്താ ഗന്ധർവനോ?''

''ങ്ങള് ചെല്ല് ണേന്റെ മുമ്പെ കാര്യം കയിഞ്ഞ്ട്ട്ണ്ടെങ്കിലോ?''

''ഇല്യന്റെ ചോയിച്ച്യേ. ഞാൻ പാറഞ്ഞില്യേ അവൻ കൊളപ്പെരേല് കേറണതടക്കം ഞാൻ കണ്ടതാ.'' ആരെത്ര തർക്കിച്ചാലും അത് മാത്രം സമ്മതിച്ചു കൊടുക്കുവാൻ ഗോവിന്ദന് കഴിഞ്ഞില്ല. 'ഈശ്വരൻ നേരിട്ട് വന്ന് സാവിത്രിയെ ഗർഭം ധരിപ്പിച്ചു എന്ന് പറഞ്ഞാൽ ചിലപ്പോൾ ഞാൻ വിശ്വസിക്കും. എന്നാൽ അന്ന് ആണ്ടവൻ കാരണം സാവിത്രി ഗർഭിണിയായീന്ന് ഒരിക്കലും ഞാൻ സമ്മതിക്കില്ല.'' ഗോവിന്ദൻ അത്ര ഉറപ്പിച്ചാണ് പറഞ്ഞത്.

ഒന്നുകിൽ സാവിത്രി ഗർഭിണിയാണെന്നത് നാട്ടുകാർ മെനഞ്ഞെടുത്ത ഒരു കഥ. അല്ലെങ്കിൽ അതിനുത്തരവാദി മനയ്ക്കലെ ഭവത്രാതൻ നമ്പൂരി തന്നെ. അതായിരുന്നു അയാളുടെ വിശ്വാസം. പക്ഷേ 'കോയിന്ദൻനായരെ വാക്കല്ലേ അതിനാര് വെല കൊടുക്കും. അയാളുടെ അച്ഛനും അമ്മീം കേൾക്കൂല, പിന്നല്ലേ നാട്ടാര്?'

''ആ കോയിന്ദൻനായർക്ക് അത്തും പുത്തും ആണ്ന്ന് അത് ഒരിക്ക പറഞ്ഞത് പിന്നെ എപ്പളെങ്കിലും പറഞ്ഞ് ങ്ങള് കേട്ടിട്ടിണ്ട. അതിന്റെ വാക്കും പഴേ ചാക്കും ഒരുപോലെയാ. കാര്യന്തായാലും ഇല്ലത്തെ പെൺകുട്ടിക്ക് പള്ളേല്ണ്ട്ന്ന്ള്ളത് സത്യം. തീയില്യാണ്ട പൊകണ്ടാവോ? ഒന്നുംല്യാണ്ട് നാട്ട്കാര് അതും ഇതും പറയ്യോ?''

നാട്ടുവഴികളിൽ പലരായി പലതരത്തിൽ കഥകൾ പ്രചരിച്ചു കൊണ്ടിരുന്നു. അപ്പോഴും ഗോവിന്ദൻ മാത്രം അത്ഭുതപ്പെട്ടു. അതെങ്ങനെ സംഭവിക്കും? അയാൾ അയാളോടുതന്നെ പല പ്രാവശ്യം ചോദിച്ചു. നാട്ട്കാർക്ക് മനസ്സിലായതൊന്നും ഗോവിന്ദന് മനസ്സില്ലായില്ല. ഗോവിന്ദന് മനസ്സിലായതെന്തെന്ന് നാട്ടുകാർക്കും മനസ്സിലായില്ല. ഗോവിന്ദന്റെ വാക്കുകളെ ചോയിച്ചിപോലും പരിഹസിച്ച് തള്ളിയത് അയാൾക്ക് സഹിക്കാൻ കഴിയുന്നതിലും അപ്പുറമായിരുന്നു.

''ന്നാലും ആ ചോയിച്ചീന്റെ ഒരു അഹന്ത കണ്ടില്ലേ? ഞാൻ പറഞ്ഞാൽ വിശ്വസിക്കാൻ പറ്റില്ലാത്രെ! അവളാരാന്നാ അവളുടെ വിചാരം? ഭൂലോക രംഭ.'' അയാൾ അയാളോട് തന്നെ പറഞ്ഞു. മറ്റാരോടും പറഞ്ഞിട്ട് ഒരു കാര്യവുമില്ലെന്ന് അയാൾക്ക് നന്നായി അറിയാമായിരുന്നു. ഒരു കാലത്ത് കൂടെ നിന്ന് വാഴ്ത്തിപ്പാടിയവർ തന്നെ ഇന്ന് മാറിനിന്ന് കളിയാക്കിച്ചിരിക്കുന്നത് അയാൾക്ക് മനസ്സിലാവുന്നുണ്ട്. പക്ഷേ എന്ത് ചെയ്യാൻ? എന്ത് പറയാൻ?

പഴക്കമില്ലാത്ത ചില കാഴ്ചകൾ

കഴിയുമെങ്കിൽ ആണ്ടവനെ ഒന്നു കാണാനാഗ്രഹമുണ്ടെന്ന് അറിയിച്ചുകൊണ്ട് കുമാരൻചേനാര് ഒരാളെ വിട്ടപ്പോഴാണ് അദ്ദേഹത്തിന്റെ കാര്യം വേലായുധൻ ചോപ്പൻ ഓർത്തതുതന്നെ. കുമാരൻ പൂശാരി എന്ന് നാട്ടുകാർ അല്പം ബഹുമാനത്തോടെ വിളിക്കുന്ന ചേനാര് വാർദ്ധക്യസഹജമായ അസുഖങ്ങൾകൊണ്ടു പുറത്തേക്കൊന്നും പോകാൻ കഴിയാത്ത അവസ്ഥയിലാണ്. കണ്ണ് തീരെ കാണില്ല. വടികുത്തി വീട്ടിനകത്തൊക്കെ നടക്കാറുണ്ടെങ്കിലും പുറത്തിറങ്ങാൻ പരസഹായം വേണം. അതുകൊണ്ടാണ് ആണ്ടവനെ കാണാനുള്ള ആഗ്രഹം, ആളെ വിട്ട് വേലായുധനെ അറിയിച്ചത്. നടക്കാൻ കഴിയുമായിരുന്നുവെങ്കിൽ എപ്പോഴേ അദ്ദേഹം വേലായുധൻ ചോപ്പന്റെ വീട്ടിലെത്തിയിട്ടുണ്ടാവും.

ആണ്ടവന്റെ രോഗത്തെക്കുറിച്ചും അതുകാരണം നാട്ടിലുണ്ടായ പ്രശ്നങ്ങളെക്കുറിച്ചുമുള്ള നിറംപിടിപ്പിച്ച കഥകൾ ചേനാരുടെ കാതിലുമെത്തിയിരുന്നു. ആണ്ടവൻ ചികിത്സ കഴിഞ്ഞ് തിരിച്ചെത്തിയെന്നും ഇപ്പോൾ വീട്ടിൽ മറ്റു പണിയൊന്നുമില്ലാതെ ഇരിക്കുകയാണ് എന്നും ചേനാര് ആരൊക്കെയോ പറഞ്ഞറിഞ്ഞിട്ടുണ്ട്. സുഖമില്ലെന്നറിഞ്ഞപ്പോൾ തുടങ്ങിയതാണ് ഒന്നു കാണണമെന്ന മോഹം. എന്തു ചെയ്യാൻ! മനസ്സ് ആഗ്രഹിക്കുന്നിടത്തേക്കല്ല ശരീരം നീങ്ങുന്നത്. അതുകൊണ്ടുതന്നെ അങ്ങോട്ട് പോയി കാണുക എന്നത് നടക്കില്ല എന്നറിയാമായിരുന്നതിനാൽ അതിനു ശ്രമിച്ചതുമില്ല. പിന്നെ ചേനാര്ക്ക് നന്നായി അറിയാമായിരുന്നു. തന്റെ ആഗ്രഹം അറിഞ്ഞാൽ നിവൃത്തിയുണ്ടെങ്കിൽ ആണ്ടവൻ എത്തുമെന്ന കാര്യം.

തൃക്കണ്ടിയൂരാണ് ചേനാരുടെ താമസം. രണ്ട് നാഴിക നടക്കണം. എന്നാലും ചേനാര് ഒരാഗ്രഹം പറഞ്ഞാൽ അത് അനുസരിക്കാതിരിക്കാൻ വേലായുധൻ ചോപ്പന് കഴിയില്ല. ആണ്ടവനാണെങ്കിൽ ഇപ്പോൾ പറയത്തക്ക അസുഖമൊന്നുമില്ല. പുറത്തേക്കൊന്നും അവനെ വല്ലാതെ വിടാറില്ലെന്ന് മാത്രം. അത് വേലായുധന്റെ പേടി കൊണ്ടു

മാത്രമായിരുന്നു. ആരെങ്കിലും എന്തെങ്കിലും പറഞ്ഞ് കുട്ടിയുടെ മനസ്സിന് വല്ല മുറിവുമേൽപിച്ചാലോ. അതായിരുന്നു പേടി. ഒരു രോഗിയെപ്പോലെ അവനെ കാണരുതെന്ന് ഡോക്ടർ പ്രത്യേകം പറഞ്ഞിട്ടുമുണ്ട്. കഴിയുന്നതും മറ്റുള്ളവരോടൊക്കെ ഇടപഴകാൻ അവസരമുണ്ടാക്കണമെന്നായിരുന്നു ഡോക്ടറുടെ നിർദ്ദേശം. അതു കൊണ്ടുതന്നെ കഴിയുന്നത്ര തന്റെ കൂടെ പുറത്തൊക്കെ കൊണ്ടു പോകുവാൻ വേലായുധൻ ശ്രമിക്കാറുണ്ട്. എന്നാൽ അവൻ പുറത്തിറങ്ങാനോ ആരെയെങ്കിലും അഭിമുഖീകരിക്കാനോ തീരെ താത്പര്യം പ്രകടിപ്പിക്കുന്നില്ല. എന്നാൽ കുമാരൻ ചേനാരുടെ ആഗ്രഹം പറഞ്ഞപ്പോൾ ഒരു എതിർപ്പും കൂടാതെ അയാൾ പോകാൻ സമ്മതിച്ചു. അതിൽ വേലായുധനും സന്തോഷമുണ്ടായി.

ചെറുപ്പത്തിൽ വേലായുധന്റെ കൂടെയല്ലാതെ, ആണ്ടവൻ ആരോടൊത്തെങ്കിലും പുറത്തിറങ്ങിയിട്ടുണ്ടെങ്കിൽ അത് ചേനാരുടെ കൂടെയാണ്. ആണ്ടിമുട്ടു കലശത്തിന് പരികർമ്മിയായി, പഴനിയിലേക്ക് പാൽക്കാവടിയുമായി. അങ്ങനെ എത്ര, എത്ര തവണ എവിടെ, എവിടെയൊക്കെ ചേനാരോടൊത്ത് സഞ്ചരിച്ചിട്ടുണ്ട്. അതൊന്നും ചേനാരെ പോലെ ആണ്ടവനും മറക്കാൻ കഴിയില്ലല്ലോ. ആണ്ടി മുട്ടിന്റെ ശ്രുതി പാടിത്തുടങ്ങിയാൽ താനായിരുന്നു ചേനാരുടെ പിറകിൽ നിന്നിരുന്നത്. ശ്രുതി പാടുക എന്നാണ് ആ കർമ്മത്തെപ്പറ്റി നാട്ടിലൊക്കെ പറയാറ്. ഒരു തരം തോറ്റം തന്നെ. അത് മുറുകിയാൽ ചേനാര് തലവെട്ടിപ്പൊളിക്കും. അത് തടുക്കാനാണ് താൻ പിറകിൽ നിൽക്കുന്നത്. ഓർമ്മകൾക്ക് എന്നും ശൈശവത്തിന്റെ സൗന്ദര്യമാണ്. എത്ര പഴകുന്നുവോ അത്രയും അവയോടുള്ള വാത്സല്യം കൂടിക്കൂടി വരും. ഇരുണ്ട ഓർമ്മകൾപോലും തെളിച്ചം വയ്ക്കുന്നത് പഴക്കം കൂടുംതോറുമാണ്.

രണ്ടോ മൂന്നോ കൊല്ലം മുമ്പാണ് അവസാനമായി ചേനാരോട്ത്ത് പഴനിമല കയറിയത്. ഓർമ്മയിൽ ഒരിക്കലും മരിക്കാതെ തെളിഞ്ഞു നിൽക്കുന്ന യാത്രയായിരുന്നു അത്. മലയിറങ്ങി തിരിച്ച് പോരാനൊരുങ്ങുന്നതിന് മുമ്പ് ചേനാര് ചോദിച്ചു. ‘‘ആണ്ടവാ, നിനക്കോർമ്മയില്ലേ വർഷങ്ങൾക്കു മുമ്പ് ഇവിടെ വച്ച് വേലായുധൻ നിന്നെ കണ്ടുമുട്ടിയതും കൂടെ കൂട്ടിയതുമൊക്കെ. അന്ന് നിനക്ക് അഞ്ചോ ആറോ വയസ്സുണ്ട്. അതുകൊണ്ട് മറന്നിട്ടൊന്നുമുണ്ടാവില്ല. ഓർമ്മ വരുന്നില്ലേ?’’

ആണ്ടവന്റെ മുഖത്ത് ഒരു വിഷാദച്ഛായ കലർന്ന പുഞ്ചിരി തെളിഞ്ഞു. അവൻ ഒന്നു മൂളി. എങ്ങനെ മറക്കാനാണ്. മറക്കണമെന്ന് എത്രയാഗ്രഹിച്ചതാണ്. അത്തരം ഒരു ഭൂതകാലം തനിക്കുണ്ടായിരുന്നില്ലെങ്കിൽ എത്ര നന്നായിരുന്നു എന്ന് എത്ര സ്വപ്നം കണ്ടിരിക്കുന്നു.

‘‘നിന്റെ അമ്മയെയോ അച്ഛനെയോ കാണണമെന്ന് നിനക്ക് തോന്നിയിട്ടുണ്ടോ? അവർക്കന്തായാലും നിന്നെ അറിയില്ല. അവരെ അറിയിക്കാത്ത രീതിയിൽ അവിടെ ഒക്കെ ഒന്ന് ചുറ്റിത്തിരിഞ്ഞ് പോരണമെന്ന് നിനക്ക് തോന്നിയിട്ടില്ലേ?’’

‘‘ഇല്ല.’’ അവൻ ഉറപ്പിച്ചു പറഞ്ഞു.

തീരെ പ്രതീക്ഷിക്കാത്ത ഉത്തരമാണ് കിട്ടിയത്. എന്നാലും ചേനാര് വിട്ടില്ല. ‘‘എന്നാൽ എനിക്ക് തോന്നിയിട്ടുണ്ട്. അവിടെയൊക്കെ ഒന്ന് കാണണം. കഴിയുമെങ്കിൽ നിന്റെ പഴയ കുടുംബത്തേയും. ‘പഴയ’, എന്ന് ഞാൻ കരുതിക്കൂട്ടി പറഞ്ഞതാണ്. ഇപ്പോൾ എന്നല്ല ഇനിയങ്ങോട്ടും അവരുമായി നിനക്ക് ബന്ധമില്ല. അല്ലെങ്കിൽ ബന്ധം പുതുക്കാനല്ലല്ലോ. വെറുതെ ഒരു രസത്തിന്.’’

യഥാർത്ഥത്തിൽ അവന്റെ രക്ഷിതാക്കന്മാരെ പറ്റുമെങ്കിൽ ഒന്നു കാണണമെന്നും പാരമ്പര്യമായി അവർക്കെന്തെങ്കിലും മനോരോഗ മുണ്ടെങ്കിൽ അത് തിരിച്ചറിഞ്ഞ് ഡോക്ടറെ അറിയിക്കണമെന്നും വേലായുധന് ആഗ്രഹമുണ്ടായിരുന്നു. അത് ചേനാരോട് പറഞ്ഞി രുന്നു. സത്യത്തിൽ അത് അറിഞ്ഞാലും അറിഞ്ഞില്ലെങ്കിലും ഡോക്ടർ ഒരു നിഗമനത്തിലെത്തിക്കാണുമെന്ന് ചിന്തിക്കുവാൻ മാത്രം യുക്തി വേലായുധനുണ്ടായിരുന്നില്ല. അതറിഞ്ഞാൽ, ഡോക്ടർമാർക്ക് കൂടുതലെന്തെങ്കിലും ചെയ്യാൻ കഴിഞ്ഞാലോ. ഇനിയൊരിക്കലും ആ രോഗം കടന്നുവരാത്ത രീതിയിൽ അവനെ രക്ഷിക്കാനായാലോ. വേലായുധന്റെ മനസ്സിൽ അങ്ങനെ പല ചിന്തകളുണ്ടായിരുന്നു. വേലായുധന്റെ ആഗ്രഹം നിറവേറ്റുവാനുള്ള പരിശ്രമമായിരുന്നു ചേനാരുടേത്. ആണ്ടവൻ ഒന്നും മിണ്ടുന്നില്ലെന്ന് കണ്ടപ്പോൾ ചേനാര് വീണ്ടും ചോദിച്ചു. ‘‘നിനക്ക് ചെറിയ ഓർമ്മയൊക്കെയില്ലേ, അവിടെവരെ ഞങ്ങളെ ഒന്ന് എത്തിക്കാൻ?’’ മനമില്ലാമനസ്സോടെ യാണെങ്കിലും ആണ്ടവൻ സഹകരിക്കുക തന്നെ ചെയ്തു.

അതൊരു കൊച്ചുഗ്രാമമായിരുന്നു. ബസ് ഇറങ്ങിയതും ആണ്ടി പ്പെട്ടിയിലെത്താൻ ഒറ്റക്കാളയെ വെച്ചോടിക്കുന്ന ഒരു വണ്ടി കിട്ടി. അതുതന്നെ അവിടെ അപൂർവ്വമായിരുന്നു. അത് കിട്ടിയത് അവരുടെ ഭാഗ്യത്തിനായിരിക്കണം. ഒരു ചായ കിട്ടാൻ എന്തെങ്കിലും വഴി യുണ്ടോ എന്ന് വണ്ടിക്കാരനോട് ചേനാര് അറിയുന്ന തമിഴ് വച്ച് അന്വേഷിച്ചു. പച്ചക്കറിയും പഴങ്ങളുമൊക്കെ കൂട്ടിയിട്ട് വിൽപന നടത്തുന്ന ഒരു ഗ്രാമച്ചന്തപോലെ തോന്നിക്കുന്ന ഒരു സ്ഥലത്ത് വണ്ടി നിറുത്തി. അവിടെ രണ്ട് കടകളുണ്ടായിരുന്നു. രണ്ടും തമ്മിൽ കൃത്യമായ അകലം പാലിച്ചിരുന്നു. ഒരു കട സവർണ വിഭാഗക്കാരു ടേതും മറ്റൊന്ന് അവർണരുടേതുമാണെന്ന് വണ്ടിക്കാരനോട് അന്വേഷിച്ചപ്പോൾ മനസ്സിലായി. അവർണരുടെ കടയിൽ ചായയ്ക്ക്

ഇരുപത് പൈസയും സവർണരുടെ കടയിൽ ഇരുപത്തഞ്ച്പൈസ യുമായിരുന്നു. സവർണരുടെ കടയിൽ നിന്ന് ചായ കുടിച്ചാൽ ഗ്ലാസ് കഴുകിക്കൊടുക്കണം. ഒരു പ്രത്യേകതയുള്ളത് സവർണരുടെ കട യിൽ നിന്ന് അവർണർക്കും ചായ കുടിക്കാമെന്നുള്ളതാണ്. അവിടെ യാണ് നാലഞ്ച് ആളുകൾ ഉള്ളതെന്നു കണ്ടപ്പോൾ അവരും അവിടെ തന്നെ കേറി. അതിനകത്ത് എ.കെ.ജിയുടെയും ഇംഎംഎസ്സിന്റെയും ചിത്രം ഒട്ടിച്ചിരുന്നത് സത്യത്തിൽ ചേനാരെ അത്ഭുതപ്പെടുത്തി. വിപ്ലവപ്രസ്ഥാനത്തിന്റെ അമരക്കാരോടുള്ള ആദരവ് പ്രകടിപ്പിക്കുന്ന സവർണന്റെ ചായക്കട. ഏതൊരു മലയാളിക്കും തോന്നും അതൊരു അവഹേളനമാണെന്ന്. എന്നാൽ അങ്ങനെ ആയിരുന്നില്ല. പാവപ്പെട്ട വന്റെ ദൈവങ്ങളായിരുന്നു അവർക്ക് ആ ചിത്രങ്ങൾ. കുറച്ചു നേരത്തെ സംസാരംകൊണ്ട് ആർക്കുമത് മനസ്സിലാക്കാൻ കഴിയു മായിരുന്നു.

അവിടെ അശുദ്ധി എന്നത് കേരളത്തിലെ അയിത്ത സമ്പ്രദായ ത്തോട് ഒരു തരത്തിലും തുലനം ചെയ്യാൻ കഴിയുമായിരുന്നില്ല. അക്ഷരമറിയാത്ത, സ്വജീവിതത്തിൽ അല്പംപോലും വൃത്തി സൂക്ഷി ക്കാത്ത, മൃഗങ്ങളെപ്പോലെയുള്ള ജീവിതം നയിക്കുന്ന ഒരു കൂട്ടർ. അവരെ ബോധവൽക്കരിക്കാനുള്ള പല ശ്രമങ്ങളും നടക്കുന്നു ണ്ടെന്നും കടക്കാരനിൽ നിന്നറിയാൻ കഴിഞ്ഞു. മഴ ചെയ്താൻ ചളിക്കളമാകുന്ന കൊച്ചുകൊച്ചു കൂരയിലായിരുന്നു അവരിൽ ഏറെ പ്പേരും താമസിച്ചിരുന്നത്. സംസാരത്തിനിടയിൽ ആണ്ടവൻ പറഞ്ഞ വേലുച്ചാമിയെക്കുറിച്ചും ചോദിച്ചു. ആദ്യമവർക്കൊന്നും ആളെ പിടികിട്ടിയില്ല. പത്തിരുപത് വർഷത്തിനപ്പുറത്തേക്ക് അവരുടെ ഓർമ്മകളെ നയിക്കുവാൻ കുമാരൻചേനാർക്ക് ഏറെ പരിശ്രമിക്കേണ്ടി വന്നു. എങ്കിലും ഗ്രാമീണർക്ക് കാര്യമായ സംശയത്തിനൊന്നും വഴികൊടുക്കാതെതന്നെ ആണ്ടവൻ ജനിച്ചുവളർന്ന, കരഞ്ഞു തളർന്ന ബാല്യകാലത്തിന്റെ ഊടുവഴികളിലൂടെ കുമാരൻ ചോപ്പനും വേലാ യുധനും ആണ്ടവനേയും കൂട്ടി സഞ്ചരിക്കുകതന്നെ ചെയ്തു.

വേലുച്ചാമി എന്നായിരുന്നു ആണ്ടവന്റെ അപ്പന്റെ പേര്. അയാൾ സ്ഥിരമായ മദ്യപാനിയായിരുന്നു. അമ്മ ചെല്ലത്തിനും മക്കൾക്കും എന്നും അടിയും ഇടിയുമായിരുന്നു. റാക്ക് തലയിൽ കയറിയാൽ അയാൾ കുട്ടികളെ തൂക്കിയെടുത്ത് വലിച്ചെറിയുമായിരുന്നു. ചെല്ല ത്തിന് പ്രാന്തായിരുന്നു എന്ന് വേലുച്ചാമി പറഞ്ഞു നാട്ടുകാരും കേട്ടിട്ടുണ്ട്. എന്തായാലും വേലുച്ചാമിയെ കൊന്ന് ചെല്ലം ജയിലിലാ ണെന്ന് അവരുടെ സംസാരത്തിൽ നിന്ന് മനസ്സിലായി. മറ്റു കുട്ടികൾ കുടുംബത്തിലെവിടെയെങ്കിലും ഉണ്ടാകാമെന്നല്ലാതെ എവിടെ

എന്നൊന്നും അവർക്കറിയില്ല. ഉണ്ടെന്നവർക്ക് ഉറപ്പുമില്ല. ആ ഗ്രാമത്തിലൂടെയുള്ള യാത്രയ്ക്കിടയിൽ അപ്പാവെക്കുറിച്ച് ആണ്ടവൻ അവന്റെ ഓർമ്മകൾ തുറന്നു. അവൻ അഞ്ചാറു കൊല്ലം അനുഭവിച്ച മൃഗീയമായ പീഡനങ്ങൾ പലതും തുറന്നുപറഞ്ഞു. ഉച്ചതിരിഞ്ഞതിനുശേഷമാണ് അവർ അവിടെ നിന്ന് തിരിച്ചത്.

അച്ഛനെയോ അമ്മയെയോ അവൻ ഒരിക്കലും സ്നേഹിച്ചിട്ടില്ലെന്ന് കുമാരൻ ചേനാർക്കും വേലായുധൻ ചോപ്പനും മനസ്സിലായി. അച്ഛനെ കൊന്ന് അമ്മ ജയിലിൽ പോയി എന്ന് കേട്ടിട്ടും അതൊന്നും തന്റെ കഥയല്ലെന്നും തന്നെ അല്പംപോലും ബാധിക്കുന്നതല്ലെന്നും അവന്റെ മുഖം പറഞ്ഞു. മക്കൾക്ക് അവരെ രണ്ടുപേരേയും കൊല്ലേണ്ടി വന്നില്ല, അതിനുമുമ്പ് അമ്മ അപ്പാവെ കൊന്നത് നന്നായി. കൊല്ലാൻ താൻ തന്റെ ചെറുപ്പകാലത്ത് ആഗ്രഹിച്ചിട്ടുണ്ടെന്ന് ആണ്ടവൻ വളരെ നിസ്സംഗനായിട്ടാണ് പറഞ്ഞത്. എല്ലാ രാത്രികളിലും അപ്പനും അമ്മയും മരിക്കണേ എന്നു മാത്രമേ ആ കുഞ്ഞുമനസ്സ് പ്രാർത്ഥിച്ചിട്ടുണ്ടായിരുന്നുള്ളുവെത്രെ.

ചിലപ്പോൾ ആണ്ടവന് ഈ രോഗം ഉണ്ടാവാൻ അവന്റെ ചെറുപ്പത്തിൽ അവൻ അനുഭവിച്ച പീഡനങ്ങൾ കാരണമായിട്ടുണ്ടാകാം എന്ന്, ആണ്ടവൻ കേൾക്കാതെ ചേനാര് പറഞ്ഞപ്പോൾ വേലായുധൻ ഒന്നു ദീർഘമായി നിശ്വസിക്കുക മാത്രം ചെയ്തു. കാരണമെന്തായാലും അതന്വേഷിച്ചിട്ടെന്തു കാര്യം. എല്ലാം അനുഭവിക്കാനാണ് അവന്റെ വിധി. അല്ലാതെ എന്തു പറയാൻ. വേലായുധൻ ചോപ്പൻ ഒന്ന് ദീർഘമായി നിശ്വസിക്കുക മാത്രം ചെയ്തു.

ചേനാരെ കാണണം. ആണ്ടവന്റെയും വേലായുധന്റേയും മനസ്സിൽ ആ ആഗ്രഹമുണ്ടായിരുന്നു. അദ്ദേഹത്തിന് നടക്കാനൊന്നും വയ്യ എന്നും പാതികിടപ്പിലായ പോലെയാണെന്നുമുള്ള കാര്യം അറിയാഞ്ഞിട്ടല്ല. ഒന്നു പോയി കാണാൻ പറ്റിയ ഒരു മാനസികാവസ്ഥ വേണ്ടേ? അങ്ങനെയായിരുന്നല്ലോ വേലായുധന്റെ വീട്ടുവിശേഷങ്ങൾ.

തൃക്കണ്ടിയൂർ ദേശക്കാരനാണെങ്കിലും കോരങ്ങത്തും പുല്ലൂരുമൊക്കെയുള്ളവർക്ക് കുമാരൻ പൂശാരി വളരെ പരിചിതനായിരുന്നു. എല്ലാ കൊല്ലവും തൈപ്പൂയത്തിന് രണ്ടാഴ്ച മുമ്പ് മുതൽ കാവടിയെടുത്ത് ഓരോ വീടുകളിലും നടന്നിരുന്ന പൂശാരി ഓരോ വീട്ടിലെത്തിയാലും അവിടുത്തെ ഓരോരുത്തരേയും കുറിച്ച് അന്വേഷിക്കുക പതിവായിരുന്നു. ചില വീടുകളിൽ ഇരുന്ന് ഏറെ നേരം ചിലവഴിക്കും. ചിലയിടത്ത് ചായയും ചിലയിടത്ത് ചോറും. അങ്ങനെയൊക്കെയായിരുന്നു പാൽക്കാവടിയുമായുള്ള ഊരുചുറ്റൽ. അതുകൊണ്ട്

പൂശാരിക്കറിയാത്ത വീടുകളൊന്നും ചുറ്റുവട്ടത്തെ രണ്ടു മൂന്ന് ദേശങ്ങളിൽ ഉണ്ടാവില്ല. അതൊരു കാലം. പൂശാരിക്ക് വയ്യാണ്ടായ തിൽ പിന്നെ കാവടിയുമില്ല, ഊരു ചുറ്റലുമില്ല. മക്കളോ പേരക്കുട്ടി കളോ ഒന്നും ചേനാരുടെ വഴിയിൽ സഞ്ചരിച്ചില്ല.

എത്ര പെട്ടെന്നാണ് ഓരോരോ കാഴ്ചകൾ നമുക്കന്യമായി മാറു ന്നത്. ചില വ്യക്തികളോടു കൂടി ചില ആചാരങ്ങളും വിശ്വാസങ്ങളും അനുഷ്ഠാനങ്ങളും കടന്നുപോകുന്നുണ്ടെന്ന് ആരും ചിന്തിക്കാറി ല്ലല്ലോ. എന്തായാലും ചേനാരെ കാണാൻ ആണ്ടവനേയുംകൂട്ടി പോകാൻതന്നെ വേലായുധൻ തീരുമാനിച്ചു.

ഓർമ്മകളിലൂടെ ഒരു സഞ്ചാരം

ആണ്ടവനേയും വേലായുധനേയും കണ്ടപ്പോൾ ചേനാരുടെ കണ്ണുകൾ നിറഞ്ഞു. പൂർവകാലത്തിന്റെ ഏതോ ഗിരിശൃംഗങ്ങളിൽ നിന്നുമെന്നപോലെയുള്ള ഓർമ്മകളുടെ നിരന്തരപ്രവാഹങ്ങൾ അയാൾക്ക് തടഞ്ഞുനിർത്താൻ കഴിയാത്തതുപോലെ തോന്നി. ആണ്ടവന്റെ കൈ പിടിച്ച് അയാൾ വിങ്ങിവിങ്ങി കരഞ്ഞു.

''മോനെ, ന്റെ കുട്ടിക്കൊന്നുല്യ. ന്റെ കുട്ടി തളരരുത്. ആളുകള് പലതും പറയും. ഒരു ചെവിട്ടിൽ കേൾക്കണത് മറ്റെ ചെവിട്ടിലൂടെ വിട്ടുകളയുക അത്രതന്നെ.''

ആണ്ടവൻ ഒന്ന് ചിരിച്ചു. നിസ്സംഗമായ ഒരു ചിരി. ആ ചിരിയിൽ അവൻ എന്തൊക്കെയോ ഒളിപ്പിക്കുന്നതുപോലെ ചേനാർക്ക് തോന്നി. ജീവിതത്തിന്റെ അപരാഹ്നകാലത്തിലേക്ക് പതിയെ പതിയെ പ്രവേശിച്ചുതുടങ്ങിയിരുന്നുവെങ്കിലും ചേനാരുടെ ഓർമ്മശക്തിക്ക് അല്പം പോലും മങ്ങലേറ്റിരുന്നില്ല എന്നത് അത്ഭുതംതന്നെ ആയിരുന്നു. ഏറെക്കാലത്തിനുശേഷമുള്ള കൂടിക്കാഴ്ച ആയതുകൊണ്ട് അവർക്ക് ഏറെ പറയാനുണ്ടായിരുന്നു. പൂർവകാലങ്ങളിലൂടെ അവരേറെ നേരം സഞ്ചരിച്ചു. കഴിഞ്ഞ കാലത്തിന്റെ ഗൃഹാതുരത സ്മൃതിയിൽ വിറങ്ങലിച്ചു നിൽക്കുമ്പോൾ ആണ്ടവൻ ഏറെ നേരത്തേക്ക് എട്ടും പൊട്ടും തിരിയാത്ത ഒരു കുട്ടിയായി. ആണ്ടിമുട്ട് കലശങ്ങളിലെ ഒറ്റച്ചെണ്ടയുടെ വലംതല നാദത്തിൽ എവിടെയോ നഷ്ടപ്പെട്ട തന്റെ ബാല്യത്തിലേക്കുള്ള സുവർണസഞ്ചാരം അവന് വല്ലാത്ത ഒരു അനുഭൂതിതന്നെയാണ് സമ്മാനിച്ചത്.

തിരിച്ചുപോരുമ്പോൾ വേലായുധൻ പറഞ്ഞു, ''ഈ കുമാരൻ ചേനാര് നാട് ഇളക്കിമറിച്ച ഒരു മനുഷ്യനാണ്. കാലത്തിന് ഏറെ മുന്നിലൂടെ സഞ്ചരിച്ചവൻ. ശരിക്കും ഇയാളൊക്കെയാണ് വിപ്ലവകാരികൾ. നമ്മുടെ ചരിത്രം അതൊന്നും രേഖപ്പെടുത്തിയില്ലെന്ന് മാത്രം. ആർക്കും വകവെച്ചു കൊടുക്കാത്ത, താനിഷ്ടപ്പെടാത്ത

എന്തിനേയും സധൈര്യം എതിർക്കുന്ന ഒരു മനുഷ്യൻ. നീ കേട്ടിട്ടു ണ്ടാവില്ല. പണ്ട് ഞങ്ങളുടെയൊക്കെ ചെറുപ്പകാലത്താണ്. തൃക്കണ്ടി യൂർ ക്ഷേത്രത്തിന്റെ കിഴക്കുഭാഗത്തുള്ള ആ നടവഴി കണ്ടിട്ടില്ലേ, അന്ന്, അതിലൂടെ നായന്മാർക്കും നമ്പൂരിമാർക്കും മാത്രമേ വഴി നടക്കാൻ പാടുണ്ടായിരുന്നൊള്ളൂ. 'അങ്ങനെണ്ടെങ്കിൽ അതിലൂടെ ഒന്ന് നടക്കണെല്ലോ' എന്ന് ചേനാരൊന്നു തീരുമാനിച്ചു. അന്ന് അയാൾക്ക് പ്രായം പത്തോ പതിനഞ്ചോ വയസ്സ്. ഞാനൊക്കെ ചെറിയ കുട്ടിയാണ്. അദ്ദേഹം നല്ല കസവ്കര മുണ്ടൊക്കെയുടുത്ത്, കരിങ്കപ്പാറയുള്ള ഏതോ ഒരു കുടുംബക്കാരനെയും കൂട്ടിനു വിളിച്ച് അതിലൂടെ നടന്ന ഒരു കഥയുണ്ട്. അവരുടെ തറവാട് ശരിക്കും കരിങ്കപ്പാറയാണ്. അവിടുന്ന് ഇദ്ദേഹത്തിന്റെ അച്ഛനായിട്ട് തൃക്കണ്ടി യൂര് വന്ന് കൂടിയതാണ്. അതുകൊണ്ടുതന്നെ തൃക്കണ്ടിയൂരുള്ള പ്രമാണിമാർക്കൊന്നും ചെക്കനെ കണ്ട് അത്ര പരിചയവുമില്ല. കസവുമുണ്ടും തോളിലൊരു തോർത്തും. നല്ല ധൈര്യത്തിലുള്ള ആ വരവും കണ്ടാൽ ഏതോ രണ്ട് നായരുകുട്ട്യോള് എന്നേ ആരും കരുതൂ.

അമ്പലത്തിന്റെ മുമ്പിലെ ആൽത്തറയിൽ ചില പ്രമാണിമാർ വെടിവട്ടം കൂടിയിരിക്കുന്ന സമയം. "എവിടെത്തേ ആകുട്ട്യോള്? ഇവിടൊന്നും കണ്ട് പരിചയമില്ലല്ലോ." ആരോ ഒരാൾ സംശയം പറഞ്ഞു. എന്നാൽ വിളിച്ച് ചോദിക്ക തന്നെ. അവർ ഒരാളെ അടു ത്തേക്ക് വിളിച്ചു. അതോടെ കുടുംബക്കാരന്റെ ധൈര്യം ചോർന്നു. അയാൾ പറഞ്ഞു, "ഏട്ട്വേ, ഏട്ട്വേ. മ്മള് കമ്മമ്മാരല്ലോലാന്നാ ഓല് പറയണ്, ഓലതാ വിളിച്ചത്."

ആ സംഭാഷണം ആൽത്തറയിലെ പ്രമാണിമാർ കേട്ടു. 'എട്ട്വേ' എന്ന വിളിയും 'ഓല്' എന്ന പ്രയോഗവും പൊതുവെ തിയ്യന്മാരുടെ സംസാരരീതി ആയിരുന്നതുകൊണ്ട് കള്ളി പൊളിഞ്ഞു. അന്ന് അവിടുന്ന് നല്ല തല്ല് കിട്ടി. വീട്ടിൽ ചെന്നപ്പോൾ അച്ഛന്റെ വക വേറെയും കിട്ടി. പിന്നെ കുറച്ച് വർഷങ്ങൾക്കു ശേഷം പുന്നയ്ക്കലെ കുട്ടിശങ്കരൻനായരുടെ നേതൃത്വത്തിൽ അധഃകൃതർക്ക് ആ വഴിയി ലൂടെ നടക്കാനും കിഴക്കേചിറയിൽ കുളിക്കാനും സമരം നടന്നു. അതിലും കുമാരൻ ചേനാര്ണ്ടായിരുന്നു. അന്നും ഇല്ലത്തുള്ളോര് സമരത്തെ പിന്തുണച്ചൂന്നാ പറയണത്. ചേനാര് പറഞ്ഞുകേട്ടതാണ്. ഇനിക്കതൊന്നും അത്ര ഓർമ്മയില്ല അന്നൊക്കെ ഞാനും ജീവി ക്കണ്ണ്ണ്ടാവും. ണ്ടാവുംന്നല്ല ണ്ട്. പക്ഷേ ഞാനതിലൊന്നും പങ്കെടു ത്തിട്ടുമില്ല, ഇനിക്കതൊന്നും അത്ര കണ്ട് ഓർമ്മയൂല്യ." ഒരു നിരാശ കലർന്ന സ്വരമായിരുന്നു വേലായുധന്. അത്തരം ഒരു ചരിത്രത്തിന്റെ ഭാഗഭാക്കാവാൻ അവസരം കിട്ടിയത് കളഞ്ഞുകുളിച്ച നിരാശ.

ആണ്ടവൻ എല്ലാം കേൾക്കുന്നുണ്ടെങ്കിലും മറ്റതോ ലോകത്തായിരുന്നു അവന്റെ മനസ്സ്. ചരിത്രത്തിൽ രജതലിപികളാൽ പേരെഴുതിവെച്ച മഹാരഥന്മാരുടെ പിറകിലും മുന്നിലും എത്രയെത്ര പേരില്ലാത്തവരുണ്ട്. ഒരു നേതാവിന്റെ പ്രഭാപൂരത്തിൽപെട്ട്, മറ്റാർക്കും കാണാൻ കഴിയാതെ മറഞ്ഞുപോകുന്ന സാധാരണക്കാർ എത്രമാത്രം. അവരുടെ സഹനവും ത്യാഗവും ഒരു ചരിത്രവും രേഖപ്പെടുത്തിയിട്ടില്ല. പല നേതാക്കന്മാരുടെയും ചുറ്റും പ്രസരിക്കുന്ന പ്രശസ്തിയുടെ പ്രകാശവലയങ്ങൾ ഈ പേരില്ലാത്തവർ ചാർത്തിക്കൊടുത്തതാണെന്ന് ആരും ഓർമ്മിക്കുന്നുമില്ല. ചരിത്രം സൃഷ്ടിക്കുന്നത് ഒരിക്കലും ഒരാളല്ല. ഒരു കാലമാണ്. ആ കാലത്തിനു മാത്രമുള്ളതാണ് അതിന്റെ ചരിത്രം. എന്നിട്ടും എന്നും ചരിത്രം അടയാളപ്പെടുത്തുന്നത് ഓരോരോ വ്യക്തികളെ മാത്രമാണ്.

ആണ്ടവൻ ഒരു നിമിഷം തന്റെ ചെറുപ്പത്തിലേക്കൊന്ന് സഞ്ചരിച്ചു. മുഷിഞ്ഞു കീറിയ സാരിയുടുത്ത് ഒരു മൺകൂരയുടെ മുമ്പിൽ പുറത്തിരിക്കുന്ന അല്പം തടിച്ച ആ സ്ത്രീ അവന്റെ ഓർമ്മയിലേക്ക് കയറിവന്നു. മുറുക്കി കറപിടിച്ച ആ പല്ലുകൾ കാട്ടി അവർ ചിരിക്കുകയാണ്. നാല് കാലിൽ ആടിയാടി വരുന്ന അപ്പാവ് മുണ്ടഴിച്ച് തോളത്തിട്ടിരിക്കുന്നു. വലിയ ഒരു ട്രൗസർ, കുടുക്കഴിഞ്ഞ് കിടക്കുന്ന ഷർട്ട്. മനസ്സിൽ പതിഞ്ഞ് കിടക്കുന്ന അച്ഛനമ്മമാരുടെ രൂപമാണത്. എത്ര ശ്രമിച്ച് ആലോചിച്ചു നോക്കിയിട്ടും മറ്റൊരു രൂപം കാണാനേയില്ല. പിന്നെ അച്ഛനിൽ നിന്ന് കിട്ടിയ ആഞ്ഞുള്ള തൊഴി വീണിടത്ത് നിന്ന് എഴുന്നേറ്റോടിയത്. ശരിക്ക് നടക്കാൻ വയ്യാത്തതുകൊണ്ട് പിറകെ ഓടാൻ കഴിയാതെ വീടിന്റെ മുളന്തണ്ടിൽ പിടിച്ചു നിന്നാടുകയായിരുന്നു അയാൾ. കുഴഞ്ഞ നാവുകൊണ്ട് അശ്ലീലത്തിന്റെ അടിവേരുകൾ ചികഞ്ഞുകൊണ്ടേയിരിക്കുന്ന അയാളുടെ ആ രൂപത്തിനോട് ഇന്നുമുണ്ട് അറപ്പും വെറുപ്പും അടങ്ങാത്ത ദേഷ്യവും. കൈയിൽ കിട്ടിയ കല്ലെടുത്ത് ഒറ്റ ഏറായിരുന്നു. ഉന്നം പിഴച്ചില്ല. നെറ്റിയിൽതന്നെ കൊണ്ടു. ഒറ്റ നിമിഷമേ നോക്കിയൊള്ളൂ. ചോര പുരണ്ട ആ ഭീകരമുഖം തന്നെ കിട്ടിയാൽ കൊല്ലുമെന്ന് അലറിപ്പറയുന്നതും പിന്നെ എന്തൊക്കെയോ പിറുപിറുക്കുന്നതും അവൻ വ്യക്തമായി ഇപ്പോഴും ഓർക്കുന്നുണ്ട്. അയാളുടെ കൈയിലെങ്ങാനും താൻ പെട്ടിരുന്നെങ്കിൽ ഇന്ന് ഇങ്ങനെ നടക്കാൻ താനൊരിക്കലുമുണ്ടാകുമായിരുന്നില്ല. ഒരു തരത്തിലാലോചിച്ചാൽ അതും ഒരു വിപ്ലവമായിരുന്നു. നിരന്തരം തന്റേതല്ലാത്ത കാരണത്താൽ അനുഭവിക്കേണ്ടി വരുന്ന ക്രൂരപീഡനങ്ങളുടെ ദുരന്ത വ്യവസ്ഥിതിക്കെതിരെയുള്ള ഒരു ബാലമനസ്സിന്റെ വിപ്ലവമായ പ്രതികരണം. പക്ഷേ....

അന്ന്, പിന്നെ ഒന്നും ചിന്തിക്കാനുള്ള സമയമില്ലായിരുന്നു. മരണത്തിൽ നിന്നുള്ള ഒളിച്ചോട്ടമായിരുന്നു. രക്ഷപ്പെടണം എന്ന ഒറ്റ ആഗ്രഹം മാത്രം. പ്രേതങ്ങളും പിശാചുക്കളും ആർത്തലറി അട്ടഹസിച്ചുകൊണ്ടേയിരിക്കുന്ന, ഏതോ ഒരു പുരാതന ഗുഹയിൽനിന്ന് പുറത്തുകടന്ന അനുഭൂതിയായിരുന്നു. വെളിച്ചം കണ്ടവന്റെ തിളക്കം അപ്പോൾ തന്റെ കണ്ണിനുണ്ടായിരിക്കണം. ഏറെ ദൂരം പിന്നിട്ടതിനു ശേഷമാണ് വിശപ്പും ദാഹവും അവൻ അറിഞ്ഞതുതന്നെ. ആ യാത്രയുടെ അവസാനമെത്തിയത് പഴനിമലയിലായിരുന്നു. ആണ്ടിപ്പെട്ടിയിൽ നിന്ന് ആണ്ടവപുരത്തേക്ക്. ഭഗവാന്റെ തിരുസന്നിധിയിലിരുന്നാൽ വിശപ്പു മാറുമെന്ന ഒരു വിശ്വാസം ആ കുഞ്ഞുമനസ്സിലും തോന്നിയിട്ടുണ്ടാകാം. യഥാർത്ഥത്തിൽ അവിടുന്നായിരുന്നു ആണ്ടവനെക്കൊണ്ട് സാക്ഷാൽ ആണ്ടവൻ നടത്തുന്ന ലീലാവിലാസങ്ങൾ തുടങ്ങിയത്. കൂലംകുത്തിയൊഴുകുന്ന, ചുഴികളും മലരികളുമുള്ള പുഴയ്ക്കെതിരെ നീന്തിത്തുടങ്ങിയത് അന്നുമുതലാണ്. ഒഴുക്കിനനുസരിച്ച് ഇങ്ങനെ നീന്തിക്കൊണ്ടിരിക്കുക. അതായിരിക്കണം ജീവിതം. ഇനി എത്ര കാലം.

ആശുപത്രിയിൽനിന്ന് വന്നിട്ട് ദിവസങ്ങൾ പലതും കഴിഞ്ഞു. ‘‘ആണ്ടവാ, എന്താടോ ആ വഴിക്കൊന്നും വരാത്തത്?’’ അങ്ങനെ ഒരു വിളിയും ചോദ്യവും അയാൾ പ്രതിക്ഷിച്ചിരുന്നു. മനയ്ക്കലെ ഭവത്രാതന്റെ. പക്ഷേ അതുണ്ടായില്ല. മനയ്ക്കൽവരെ ഒന്നു പോയാലോ? ഭവത്രാതൻ നമ്പൂരിയെ ഒന്നു കണ്ടാൽ നന്നായിരുന്നു എന്ന് വേലായുധനോട് പറഞ്ഞപ്പോൾ വേണ്ടെന്നാണ് വേലായുധൻ പറഞ്ഞത്. എപ്പോഴും ഒന്നിച്ചുണ്ടായിരുന്ന കൂട്ടുകാരായിട്ടും ഈ ഒരവസ്ഥയിൽ ഒരന്വേഷണംകൂടി അദ്ദേഹം നടത്തിയിട്ടില്ല. അദ്ദേഹത്തെ കുറ്റം പറയാനും കഴിയില്ല. ആർക്കും ചിന്തിക്കാവുന്നതേയുള്ളൂ. താൻ വിവാഹം കഴിക്കാൻ ആഗ്രഹിക്കുന്ന പെൺകുട്ടിയെ ഏറ്റവും പ്രിയപ്പെട്ട കൂട്ടുകാരൻ ബലാൽക്കാരം ചെയ്തു എന്നറിഞ്ഞാൽ അതൊന്നും ക്ഷമിക്കാൻ മാത്രം വിശാലത ആർക്കുമുണ്ടാവില്ല. ആ നിലയ്ക്ക് ആണ്ടവനെ കുറച്ച് ദിവസത്തേക്കെങ്കിലും ഭവത്രാതൻ കാണാതിരിക്കുന്നതാണ് നല്ലത്. അതായിരുന്നു വേലയുധന്റെ ചിന്ത.

വേലായുധൻ തന്റെ വികാരവിചാരങ്ങൾ ആണ്ടവനെ അറിയിച്ചപ്പോഴാണ് കഴിഞ്ഞുപോയ ഓരോന്നിന്റേയും ഗൗരവം അയാൾക്ക് ഓർമ്മയിലെത്തിയത്. സ്വപ്നം കണ്ട പോലെയുള്ള ചില ഓർമ്മച്ചിത്രങ്ങളായിരുന്നു അയാൾക്കുണ്ടായിരുന്നത്. അച്ഛൻ പറഞ്ഞു കേൾക്കുമ്പോൾ അതിന് കൂടുതൽ വ്യക്തത വരുന്നതുപോലെ അയാൾക്ക് തോന്നി. അങ്ങനെ ചിന്തിച്ചുതുടങ്ങിയപ്പോൾ ഭവത്രാതനെ ഉടനെ കാണണമെന്ന ചിന്ത അയാളിൽ കൂടിക്കൂടി വന്നു.

ഭവത്രാതൻ അയാൾക്ക് ഒരു കൂട്ടുകാരൻ മാത്രമായിരുന്നില്ല. പലപ്പോഴും തന്റെ ചുമടിറക്കിവെയ്ക്കാനുള്ള ഒരത്താണി കൂടിയായിരുന്നു. അയാൾക്ക് സാവിത്രിയോടുള്ള ഇഷ്ടത്തിന്റെ ആഴവും പരപ്പും അതിന്റെ പരിശുദ്ധിയും ആണ്ടവനറിയാം. എത്രയെത്ര തവണ അവളെക്കുറിച്ച് അയാൾ പറഞ്ഞിട്ടുണ്ട്. എന്നിട്ടും... കഷ്ടം. നന്ദികെട്ടവനെന്നേ അയാൾ വിചാരിക്കൂ. ഭവത്രാതനെ കാണണം. വസ്തുതകൾ അയാളെ മനസ്സിലാക്കിക്കൊടുക്കണം. അറിയാതെ പോലും മറ്റൊരു കണ്ണിലൂടെ സാവിത്രിയെ താൻ നോക്കിയിട്ടില്ലെന്ന് തെളിയിക്കണം. എല്ലാ കോടതിയിലും പ്രതിയാണ് നിരപരാധിയാണെന്ന് തെളിയിക്കേണ്ടത്. വാദിക്കുന്നവരുടെ വാദമുഖങ്ങളെ നിഷ്പ്രഭമാക്കുന്ന തെളിവുകൾ നിരത്തേണ്ടത്. പ്രതിസ്ഥാനത്ത് നിൽക്കുന്ന തനിക്കും അങ്ങനെയൊരു ബാധ്യതയുണ്ട്. തന്റെ നിരപരാധിത്തം തെളിയിക്കുകതന്നെ വേണം. അച്ഛൻ അനുവദിച്ചിട്ട് ഒരിക്കലും മനയ്ക്കലേക്ക് പോകുവാൻ കഴിയില്ല. അദ്ദേഹം അരുതെന്ന് പറഞ്ഞത് ചെയ്ത് ശീലവുമില്ല. അല്ലെങ്കിലും വേലായുധൻ തനിക്ക് അച്ഛൻ മാത്രമല്ല. സാക്ഷാൽ ദൈവംതന്നെയാണ്. തന്റെ സുരക്ഷയുടെ വേലാണ്. ആ വേലിന്റെ ഭ്രമണപഥത്തിന് പുറത്തേക്ക് സഞ്ചരിക്കുന്നത് തന്റെ സുരക്ഷയെതന്നെ ചോദ്യംചെയ്യലാണ്. അതുതന്നെയാണ് തന്റെ ആധിയും ആയുധവും. പുറത്ത് കാണിച്ചിട്ടില്ലെങ്കിലും ആ ഒരാരാധന ഉള്ളിൽ കൊണ്ടുനടന്നിട്ടുണ്ട്. പഠിച്ച എല്ലാ വിഷയങ്ങളെക്കാളും ഇപ്പോഴും ശരിയെന്ന് തോന്നുന്നത് അച്ഛൻ പറഞ്ഞതും പഠിപ്പിച്ചതുമാണ്. അതിൽ കൂടുതൽ വിശ്വാസം മറ്റൊന്നിലും തോന്നിയിട്ടില്ല. പക്ഷേ ഇവിടെ അച്ഛന്റെ വാക്കുകള മറികടന്നേ പറ്റൂ.

വേലായുധനോട് ആണ്ടവനുള്ള അനുസരണ നാട്ടുകാർക്കൊക്കെ അറിയുന്നതാണ്. ഏത് ഭ്രാന്തിന്റെ കാണാച്ചുഴിയിൽ കറങ്ങിനടക്കുകയാണ് ആണ്ടവന്റെ മനസ്സെങ്കിലും വേലായുധന്റെ ഒരു വാക്കുകൊണ്ട് അതിനെ നിയന്ത്രിക്കാമെന്ന് പലതവണ പലരും കണ്ടതുമാണ്. അതുകൊണ്ടുതന്നെ നാട്ടുകാർ ചിലർ പറഞ്ഞിരുന്നു. ആണ്ടവന്റെ പ്രാന്തൊക്കെ ഒരു കാട്ടിക്കൂട്ടലാണ്. അല്ലെങ്കിൽ ആ സമയത്തും വേലായുധനെ അവൻ തിരിച്ചറിയുന്നുണ്ടല്ലോ. വേലായുധൻ പറഞ്ഞാൽ അവൻ കേൾക്കുന്നുണ്ടല്ലോ. ഇതെന്താ ഇങ്ങനെ ഒരു പ്രാന്ത്?

വൈകുന്നേരം അച്ഛൻ പുറത്തേക്കിറങ്ങുന്നത് കാത്തിരിക്കുകയായിരുന്നു ആണ്ടവൻ. പോകുമ്പോൾ ആണ്ടവനെ നന്നായി ശ്രദ്ധിക്കണമെന്നും പുറത്തിറങ്ങാൻ സമ്മതിക്കരുതെന്നും രഹസ്യമായി കല്യാണിയോട് പറയുന്നത് അയാൾ കേട്ടിരുന്നു. തന്റെ ഭാവിയെ

കരുതി മാത്രമാണതെന്ന് ചിന്തിക്കുവാൻ ഇപ്പോൾ ആണ്ടവന് കഴിയുന്നുമുണ്ട്. എന്നാൽ ഭവത്രാതനെ ഒന്ന് കാണണമെന്ന അടങ്ങാത്ത ആഗ്രഹം അയാൾക്ക് നിയന്ത്രിക്കുവാൻ കഴിയുന്നതായിരുന്നില്ല.

''അമ്മാ എന്തൊരു ചൂടാ. ഇവിടെ ഞാനൊന്നു പുറത്തു പോയിട്ട് വരാം.'' അയാൾ കല്യാണിയോട് പറഞ്ഞു.

''വേണ്ട പൊന്നേ്വാ, പുറത്തെറങ്ങാൻ സമ്മതിക്കണ്ടാന്നാ അച്ഛൻ പറഞ്ഞത്. പോയി വന്നാ അതിന്റെ പേരില് ഒരു പുകിലുണ്ടാവും. നിനക്കറിയൂലേ നിന്റെ അച്ഛന്റെ സ്വഭാവം?''

ആണ്ടവൻ ഒന്നു ചിരിച്ചു. ''അച്ഛൻ ഇങ്ങട്ടെത്ത്ണേന് മുമ്പേ ഞാൻ വരില്ലേ? അമ്മ പറയാതിരുന്നാ മതി. ഉടനെ വരാം.''

കൊച്ചുകുട്ടികളെപ്പോലുള്ള അയാളുടെ സംസാരം കേട്ടപ്പോൾ കല്യാണിക്ക് പിന്നെ എതിർക്കാൻ കഴിഞ്ഞില്ല. അല്ലെങ്കിലും ആണ്ടവൻ എന്താവശ്യപ്പെട്ടാലും അത് അനുവദിച്ച് കൊടുത്തിട്ടേയുള്ളൂ അവർ. പിന്നെ ഇപ്പോഴാണെങ്കിൽ അവന് അസുഖത്തിന്റെ ലക്ഷണമൊന്നും കാണാനുമില്ല. അല്ലെങ്കിൽതന്നെ എത്ര കാലാന്ന് കരുതീട്ടാ ഒരാളെ ഇങ്ങനെ കൂട്ടിലടച്ച് ഇരിത്ത്വാ. അവനൊന്ന് പുറത്ത് പോയീച്ചട്ട് ഇപ്പൊ എന്ത്ണ്ടാവാനാ? ആലോചിച്ചപ്പോൾ അതിൽ എന്തെങ്കിലും അപകടമുണ്ടെന്ന് കല്യാണിക്ക് തോന്നിയില്ല. എങ്കിലും അവൾ മനസ്സിൽ പറഞ്ഞു. ''ന്റെ തറയ്ക്കലെ ഭഗവത്യേ, തട്ടകത്തമ്മേ ന്റെ കുട്ടിയെ കാത്തോളണേ.''

പടിഞ്ഞാറ് സൂര്യൻ മേലരി കൂട്ടിയിരിക്കുന്നു. വെയിലാറിത്തുടങ്ങിയെങ്കിലും ചൂടിന് ഒരു കുറവുമില്ല. മഴ ഇന്നു പെയ്യും നാളെപ്പെയ്യും എന്ന പ്രതീക്ഷയിലായിരുന്നു സകലരും. വീണ്ടുകീറിയ പാടത്തിന് നടുവിലുള്ള നടവരമ്പിലൂടെ ആണ്ടവൻ നടന്നു. പണി കഴിഞ്ഞ് വരുന്ന ചിലർ അവനെ കണ്ട് അത്ഭുതവും അല്പം ഭയവും ചേർന്ന ഭാവത്തിൽ ഒഴിഞ്ഞുമാറി നിന്നു. കാക്കി ചേത്തിയാര് വടിയും കുത്തി കൂനിക്കൂടി നടന്നുവരുന്നത് അവൻ കണ്ടു. ചേത്ത്യാരമ്മയെ ചെറുപ്പംമുതലേ കാണുന്നതാണ്. മാറുമറയ്ക്കാത്ത ചേത്ത്യാര് കുനിഞ്ഞ് നടക്കുമ്പോൾ നീണ്ടുകിടക്കുന്ന അവരുടെ ശുഷ്കിച്ച മുലകൾ താളാത്മകമായി ആടിക്കളിക്കുന്നുണ്ടായിരുന്നു.

''ആണ്ടവൻ കുട്ടീടെ സൂക്കടൊക്കെ മാറിലേ?'' കാക്കി ചേത്ത്യാര് ലോഹ്യം ചോദിച്ചു.

''ഒക്കെ മാറി. ഇപ്പൊ ഒരു കൊഴപ്പവുംല്യ.''

''പിന്നെ മാറാണ്ടെങ്ങന്യാ. കാവിലെ ഭഗവതിയെ കൊണ്ടാടാനുള്ള കുട്ടില്ലേ. ഭഗവതി കാക്കാതിരിക്ക്വോ?

“ഇപ്പൊ എങ്ങാടാ ഒരു യാത്ര?”

“വെറുതെ ഒന്ന് പുറത്തേക്കിറങ്ങീതാ. എങ്ങട്ടെന്നൊന്നും തീരുമാനിക്കാതെ.” ആണ്ടവൻ ചിരിച്ചു.

പല്ലുകൾ മുഴുവൻ കൊഴിഞ്ഞതെങ്കിലും മുറുക്കിച്ചുവന്ന മോണ കാട്ടി ഒരു കൊച്ചുകുട്ടിയെപ്പോലെ കാക്കി ചേത്തിയാരും ചിരിച്ചു. കൂടുതൽ സംസാരിക്കുവാൻ നിൽക്കാതെ അയാൾ വഴിയൊഴിഞ്ഞു നടന്നു. ചേത്തിയാര് തന്റെ വടിയും കുത്തി വേച്ച് വേച്ച് നടക്കുമ്പോൾ ആരോടെന്നില്ലാതെ പറഞ്ഞു. “കാവിലമ്മേ, കാത്തോളണേ ആ കുട്ടീനെ. അത്ണ്ടെങ്കിലേ കൊല്ലത്തിലും അന്നം വെള്ളും തെരാനൊരാളുണ്ടാവൂന്ന്ള്ളത് മറക്കണ്ട. മറന്നാൽ ഭഗവതിക്ക് പോയി. അല്ലാണ്ടെന്താ... കൊണ്ടാടാൻ കൂടെ നില്ക്കണവർക്കുകൂടി ഒരു ഗുണുംല്യച്ചാൽ പിന്നെ എന്തിനാ, കാവും കുളവും ഭഗവതിയും ഒക്കെ?”

വീണ്ടുമൊരു കൂടിച്ചേരൽ

മനയുടെ പടിപ്പുരയിൽ ചടഞ്ഞിരിക്കുകയായിരുന്നു ഭവത്രാതൻ നമ്പൂതിരി. ദൂരേക്ക് മിഴിയും നട്ടുകൊണ്ടുള്ള ആ ഇരുത്തം കണ്ടാൽ ഏതോ കാല്പനിക ലോകത്താണെന്ന് തോന്നിയേക്കാമെങ്കിലും അങ്ങനെയായിരുന്നില്ല. ആണ്ടവൻ പാടവരമ്പ് കഴിഞ്ഞ് വരുന്നത് അദ്ദേഹം കണ്ടിരുന്നു. സൗഹൃദത്തിന്റെ അനന്തദൂരവേഗങ്ങൾ താണ്ടിയുള്ള വരവ്. അതുതന്നെ നോക്കിയിരിക്കുകയായിരുന്നു അദ്ദേഹം. ആണ്ടവനെ എങ്ങനെ അഭിമുഖീകരക്കും എന്നത് ഭവത്രാതന് എത്ര ചിന്തിച്ചിട്ടും മനസ്സിലായിരുന്നില്ല. പക്ഷേ ഇന്നല്ലെങ്കിൽ നാളെ അതുവേണ്ടി വരും. തന്റെ ഹൃദയം അറിയുന്ന കളിക്കൂട്ടുകാരൻ. കുലമഹിമയുടേയും ഉച്ചനീചത്വത്തിന്റേയും അകലം ഒരിക്കലും സൂക്ഷിച്ചിട്ടില്ല. ബ്രാഹ്മണ്യത്തിന്റെ വല്മീകങ്ങൾക്കകത്ത് നിന്ന് അയാളെ ഒരിക്കലും നോക്കിക്കണ്ടിട്ടില്ല. എങ്കിലും പലപ്പോഴും അയാൾ അങ്ങനെ ചില സ്വകാര്യതകൾ സൂക്ഷിക്കാറുണ്ടെന്ന് ഭവത്രാതനു തോന്നിയിട്ടുണ്ട്. നേരിട്ട് കാണുമ്പോൾ നാട്ടിൽ നിന്ന് ഒരിക്കലും പേരുവിളിച്ചിട്ടില്ല. കോളേജിൽനിന്ന് ഭവൻ എന്നാണ് വിളിക്കാറ്. അതിനെക്കുറിച്ചൊരിക്കൽ ചോദിച്ചപ്പോൾ ആണ്ടവൻ പറഞ്ഞതോർമ്മയുണ്ട്.

‘‘ഭവൻ എന്നതിൽ പേരുമുണ്ട് ബഹുമാനവുമുണ്ട്. എല്ലാവരും ഭവത്രാതൻ എന്ന് നീട്ടിവിളിക്കുമ്പോൾ ഞാനൊന്ന് ചുരുക്കി വിളിക്കുന്നു എന്നു മാത്രം. അത്രയേയുള്ളൂ. വ്യവസ്ഥിതി ഒരു നിമിഷം കൊണ്ട് മാറ്റിമറിക്കാമെന്ന് കരുതുന്നതുതന്നെ വിഡ്ഢിത്തമാണ്. കാലങ്ങളായി മനസ്സിന്റെ അകത്തളങ്ങളിൽ അടിഞ്ഞുകൂടിയ ഒന്നാണത്. എന്നെ സംബന്ധിച്ചിടത്തോളം വ്യവസ്ഥിതിയല്ല. വ്യവസ്ഥാപിത നിയമങ്ങളാണ് പ്രശ്നം. ജാതിചിന്തകൾ ഏതെങ്കിലും ഒരു വിഭാഗത്തിന്റെ മാത്രം ചിന്തയല്ല. ഞങ്ങൾക്കിടയിലും ഉപജാതികളുണ്ട്. അവരോടുള്ള ഞങ്ങളുടെ സമീപനത്തിലുമുണ്ട് തീണ്ടലും തൊടീലും. അതൊന്നും പറഞ്ഞാൽ ഉൾക്കൊള്ളുന്ന തലത്തിലല്ല നമ്മുടെ ലോകം. അതുകൊണ്ട് പറയാതിരിക്കാം. കാലം മാറി വരും. ലോകം കുതിക്കും. അപ്പോഴതൊക്കെ മാറിമറിയുകയുള്ളൂ. അതു

പോട്ടെ, ഭവൻ എപ്പോഴെങ്കിലും കേട്ടിട്ടുണ്ടോ ഞാൻ എവിടെയെങ്കിലും തർക്കിക്കുന്നത്? എന്തിന്റെ വിഷയത്തിലാണെങ്കിലും.''

ആ ചോദ്യം ഭവത്രാതനെ ഏറെ ചിന്തിപ്പിച്ചിട്ടുണ്ട്. ശരിയാണ്. ഒരിക്കൽപോലും അയാൾ അയാളുടെ യോഗ്യത വെളിപ്പെടുത്തി യിട്ടില്ല. അയാളുടെ അറിവും വിവരവും ആരുടെ മുമ്പിലും ഒരു വാക്കുകൊണ്ടുപോലും വെളിപ്പെടാതിരിക്കാൻ ശ്രദ്ധിച്ചിട്ടുമുണ്ട്. പലരും പറയുന്ന ശുദ്ധഅസംബന്ധങ്ങൾക്ക് ചിരിച്ചുകൊണ്ട് തല യാട്ടിയിട്ടുമുണ്ട്. ശരി തന്നെ എന്ന് ആർക്കും തോന്നുന്ന തരത്തിൽ സമ്മതിച്ചു കൊടുത്തിട്ടേയുള്ളൂ. യഥാർത്ഥത്തിൽ അറിവ്, കീഴട ങ്ങാനുള്ള കഴിവാണ്. കീഴടക്കാനുള്ള ത്വരയല്ല എന്നതാണ് അയാളുടെ സിദ്ധാന്തം. അറിവിൽ നിന്ന് ക്ഷമയുണ്ടാകുന്നു എന്ന ആചാര്യന്മാർ പറഞ്ഞത് അക്ഷരംപ്രതി ശരിയായിരുന്നു ആണ്ടവന്റെ കാര്യത്തിൽ.

''പഴയ ആളുകളല്ലേ. അവർ പറയുന്നതാണ് ലോകത്തിലെ ഏക ശരിയെന്ന് അവർ വിശ്വസിക്കുന്നു. അത് തെറ്റാണെന്ന് അവർ സമ്മതി ക്കുകയുമില്ല. അഥവാ അങ്ങനെ സമ്മതിക്കേണ്ടിവന്നാൽ അവർ പറയാവുന്നത്, കുരുത്തക്കേട്, നാലക്ഷരം പഠിച്ചപ്പോഴേക്കും അവന്റെ നെല കണ്ടില്ലേ എന്നായിരിക്കും. എന്തിനാ വെറുതെ മറ്റുള്ളവരുടെ അപ്രീതി ഏറ്റുവാങ്ങുന്നത്.'' അത്രമാത്രം ക്ഷമയോടെ എല്ലാവരേയും അനുസരിച്ച് ജീവിച്ചവൻ. എന്നിട്ടും അവനിപ്പോൾ നാട്ടുകാരുടെ മുമ്പിൽ പരിഹാസ്യനായി. മറ്റുള്ളവരുടെ അപ്രീതി ഏറ്റുവാങ്ങി. എന്തൊരു കഷ്ടമാണത്. ഇതിനെയൊക്കെയല്ലാതെ മറ്റെന്തിനെ യാണ് വിധി എന്ന് പറയുന്നത്?

ആണ്ടവൻ ഭവത്രാതന്റെ സമീപത്തെത്തി, എന്തു പറയണമെന്ന റിയാതെ നിൽക്കുന്നത് കണ്ടപ്പോൾ ഭവത്രാതൻ പറഞ്ഞു. ''ആണ്ട വൻ ഇരിക്കൂ. എന്തൊക്കെ പുതിയ വിശേഷങ്ങൾ?''

ഹൃദയത്തിൽനിന്ന് വന്ന വാക്കുകളായിരുന്നില്ല അത്. തികച്ചും യാന്ത്രികമായ ഒരു പ്രതികരണം. പക്ഷേ എല്ലാ കൃത്രിമ അകല ങ്ങളുടേയും മറ പൊളിച്ചു തുടങ്ങുവാൻ അതുപോലും ധാരാളമായി രുന്നു. ആണ്ടവന് ഭവത്രാതന്റെ വാക്കുകളിലെ നിസ്സംഗത തിരിച്ചറി യുവാൻ കഴിഞ്ഞു എങ്കിലും.

''എന്ത് വിശേഷം. കുറേ മരുന്ന് കഴിക്കുന്നതുകൊണ്ട് എപ്പോഴും ഉറക്കച്ചടവാണ്. അതിലപ്പുറം എന്ത്. ങ്ഹാ... ഞാൻ വന്നത് ഒരു കാര്യം ചോദിക്കാനാണ്. ഞാൻ സാവിത്രിക്കുട്ടിയെ എന്തെങ്കിലും ചെയ്തു എന്ന് ഭവൻ വിശ്വസിക്കുന്നുണ്ടോ? നാട്ടുകാരൊക്കെ പറ ഞ്ഞോട്ടെ. അത് എനിക്ക് ഒരു വിഷയമേ അല്ല. എന്നാൽ എന്റെ കൂട്ടുകാരനങ്ങനെ വിശ്വസിക്കുന്നുണ്ടെങ്കിൽ പിന്നെ ഞാനെന്തി നാണ് ജീവിച്ചിരിക്കുന്നത്?''

‘‘അല്ലെങ്കിലും അത് ചെയ്തത് നീയല്ലല്ലോ ആണ്ടവാ. നിന്റെ അസുഖമല്ലേ? നീ സ്വബോധത്തിൽ അങ്ങനെ ചെയ്യില്ലെന്ന് മാത്ര മല്ല, ചിന്തിക്കുകകൂടിയില്ലെന്ന് എനിക്കറിയാം. അതൊരിക്കലും നിന്റെ തെറ്റായി ഞാൻ കാണുന്നില്ല. പിന്നെ സംഭവിക്കാനുള്ളത് സംഭവി ക്കേണ്ട സമയത്ത് സംഭവിക്കും. അത്തരം ദുരന്തങ്ങൾ വീണ്ടും നമ്മൾ ചികഞ്ഞെടുക്കുന്നതെന്തിനാ? നമുക്ക് വേറെയെന്തൊക്കെ പറയാ നുണ്ട്.’’

‘‘വേറെ എന്ത് പറയാൻ? അപ്പോൾ ഭവൻ വിശ്വസിക്കുന്നു എന്നർത്ഥം. എന്നാൽ എത്ര വലിയ ഭ്രാന്ത് വന്നാലും ഞാനങ്ങനെ യൊന്നും ചെയ്യില്ല. ഞാനത് ചെയ്തിട്ടില്ല. നീയെങ്കിലും വിശ്വസി ക്കണം.’’

‘‘അച്ഛനെപ്പോഴും പറയാറുണ്ട്. നിനക്ക് ആ അസുഖമുണ്ടാവാൻ കാരണം ഞാനാണെന്ന്. എന്നെ രക്ഷിക്കുവാൻവേണ്ടി അന്ന് നീ കിണറ്റിൽ ചാടിയില്ലായിരുന്നെങ്കിൽ ഞാനിന്നുണ്ടാവുകയുമില്ല, നിനക്ക് അസുഖവുമുണ്ടാവില്ല. എന്നിട്ടും എന്നോട് നീ ക്ഷമിച്ചില്ലേ? പിന്നെ ഞാൻ നിന്റെ അസുഖത്തോട് ക്ഷമിക്കാതിരിക്കുന്നതെങ്ങനെ?’’

ആണ്ടവൻ ഭവത്രാതനെ തന്നെ ശ്രദ്ധിക്കുകയായിരുന്നു. എന്നാൽ അയാൾ ആണ്ടവന്റ മുഖത്ത് നോക്കാതെയായിരുന്നു സംസാരിച്ചു കൊണ്ടിരുന്നത്. ആണ്ടവന് അവന്റെ ഹൃദയം തുറന്ന് കാണിക്കണ മെന്നുണ്ട്. എങ്ങനെ? അന്ന് സംഭവിച്ചതൊക്കെ ഇപ്പോൾ അവന് വ്യക്തമായി ഓർമ്മയുണ്ട്. അതൊക്കെ ഒന്ന് തുറന്ന് പറയാൻതന്നെ യാണ് അവൻ വന്നതും. എവിടെ തുടങ്ങണം എന്നത് മാത്രമാണ് പ്രശ്നം.

“അസുഖം എന്നാണ് എല്ലാവരും പറയുന്നത്. എന്നാൽ ഞാനിപ്പോഴും അത് വിശ്വസിക്കുന്നില്ല. അങ്ങനെ വിശ്വസിക്കുന്നില്ല എന്ന് ഞാൻ പറഞ്ഞാൽ നിങ്ങളൊക്കെ രോഗം മാറിയിട്ടില്ലന്നേ കരുതൂ. അതുകൊണ്ട് അസുഖംതന്നെ എന്ന് ഞാനും സമ്മതിക്കുന്നു. ചെവിട്ടിൽ കേൾക്കുന്നത് അസഹ്യമാവുമ്പോഴാണ് എന്റെ നിയന്ത്രണം പലപ്പോഴും നഷ്ടപ്പെടാറ്. തലച്ചോറിലെ ജൈവരാസപ്രവർത്തനത്തിൽ വരുന്ന തകരാറാണ് ഇല്ലാത്തത് കേൾക്കാൻ കാരണമാകുന്നതെന്ന് ഡോക്ടർ പറഞ്ഞു. ഞാൻ സമ്മതിക്കുകയും ചെയ്തു. അല്ലെങ്കിൽ ഞാൻ കേൾക്കുന്നത് ഇല്ലാത്തതാണ് എന്ന് അവരെങ്ങനെയാണ് തീരുമാനിക്കുന്നത്. മൃഗങ്ങൾക്ക് കളർ വിഷൻ കുറവാണെന്ന് കേട്ടിട്ടില്ലേ അപ്പോൾ മനുഷ്യന്റെ കാഴ്ചകൾ പലതും മൃഗങ്ങൾക്ക് ഇല്ലാത്തതാവാം. മനുഷ്യൻ കാണാത്തത് പലതും മൃഗങ്ങൾ കണ്ടെന്നും വരാം. ഒരാൾ കാണുന്നതിനപ്പുറത്ത് മറ്റൊരാൾക്ക് കാണാനോ കേൾക്കാനോ കഴിഞ്ഞാൽ, അത് എന്നെപ്പോലെയുള്ള സാധാരണക്കാരാണെങ്കിൽ അവൻ ഭ്രാന്തനാവും. എന്നാൽ നൂറ്റാണ്ടുകൾക്ക് മുമ്പ് അങ്ങനെ കേട്ടവരിൽ പലരും ഇന്ന് ദിവ്യപുരുഷന്മാരോ മഹാത്മാക്കളോ പ്രവാചകന്മാരോ ആണ്. ദൈവം സംസാരിക്കുന്നത് കേട്ടവർ, ദൈവത്തെ നേരിട്ട് കണ്ടവർ അവരുടെ വാക്കുകളെ സമൂഹം തള്ളിക്കളഞ്ഞിട്ടില്ല. ആരെങ്കിലും അന്ന് അങ്ങനെ തള്ളിപ്പറഞ്ഞിട്ടുണ്ടെങ്കിൽ അവർ ആ സമുഹത്തിൽ നിന്ന് ഭ്രഷ്ടാക്കപ്പെടുകയോ വധിക്കപ്പെടുകയോ ചെയ്തിട്ടുണ്ട്. അങ്ങനെ ദൈവത്തിന്റെ ശബ്ദം കേട്ടവരും ദൈവത്തോട് സംസാരിച്ചവരും ഇന്നും വാഴ്ത്തപ്പെടുന്നുമുണ്ട്. അത് പോട്ടെ, അതുതന്നെ പറഞ്ഞുകൊണ്ടിരുന്നാൽ ഇനിയും എനിക്ക് ഭ്രാന്താശുപത്രിയിലെത്തേണ്ടി വരും. അതല്ല, ഭവൻ സാവിത്രിയോട് ചോദിച്ചില്ലേ? ഞാൻ അവളെ ഉപദ്രവിച്ചു എന്ന് അവൾ പറഞ്ഞോ? അവൾക്കറിയാമായിരിക്കില്ലേ കാര്യങ്ങൾ?”

“ചോദിച്ചു. പക്ഷേ അവൾക്ക് അവളെ ഉപദ്രവിച്ചതാരാണെന്ന് ഒരു രൂപവുമില്ല. കറുത്ത തുണി പുതച്ച ഒരു രൂപമായിരുന്നു അവൾ കണ്ടത്. അയാളുമായുള്ള പിടിവലിക്കിടയിൽ അവളുടെ ബോധം നഷ്ടപ്പെടുകയും ചെയ്തു. പിന്നെയുള്ള കാര്യങ്ങളൊന്നും അവൾക്കറിയില്ല. സംഭവം കണ്ടു എന്ന് പറഞ്ഞത് ഗോവിന്ദനാണ്. പിന്നെ അച്യുതൻമാമയും മറ്റുള്ളവരും ഓടിക്കൂടിയപ്പോൾ നീ കുളപ്പുരയ്ക്കുള്ളിലായിരുന്നു.”

“അതെ, എനിക്കോർമ്മയുണ്ട്. ഞാൻ എപ്പോഴും കേൾക്കുന്ന ആ യക്ഷിയുടെ ശബ്ദം. അന്ന് എനിക്ക് തീരെ സഹിക്കാൻ കഴിഞ്ഞില്ല. അവൾ എവിടെയൊ ഇരുന്ന് കളിയാക്കുന്ന ശബ്ദമായിരുന്നു. ആ ശബ്ദത്തിന്റെ പിറകെ ഇറങ്ങിയതായിരുന്നു ഞാൻ. ഇല്ലത്തിന്റെ

കുളപ്പുരയ്ക്ക് പിറകിലുള്ള പാടവരമ്പിലൂടെ നടക്കുമ്പോഴാണ് കുളപ്പുരയിൽനിന്ന് ഒരു കരച്ചിൽ കേട്ടത്. ഞാൻ ഓടിയെത്തി. എന്നെ കണ്ടതും അയാൾ കുളപ്പുരയ്ക്ക് പുറത്ത് കടന്നു. വീണുകിടക്കുന്ന സാവിത്രിയുടെ വസ്ത്രങ്ങൾ സ്ഥാനം തെറ്റിയിരുന്നു. അങ്ങനെ ആരെങ്കിലും അവളെ കാണരുതല്ലോ എന്ന് കരുതി അതൊക്കെ ഞാൻ ശരിയാക്കി. എനിക്കപ്പോഴതാണ് തോന്നിയത്. അത് കണ്ടു കൊണ്ടാണ് എല്ലാവരും വന്നത്. അതാണ് അന്നവിടെ സംഭവിച്ചത്. പക്ഷേ അന്ന് എല്ലാവരും എന്നെ തെറ്റിദ്ധരിച്ചിരുന്നു എന്ന് എനിക്കറിയില്ലായിരുന്നു. അച്ഛൻ പറഞ്ഞപ്പോഴാണ് കഥ മാറിയിരിക്കുന്നു എന്ന് മനസ്സിലായത്. സത്യം ആരോടും ഞാൻ പറഞ്ഞിട്ടില്ല. ഇവിടെ അത് വ്യക്തമാക്കണമെന്ന് മാത്രം വിചാരിച്ചോള്ളൂ. അതിനാണ് വന്നതും.'' ആണ്ടവൻ പറഞ്ഞു നിറുത്തി. ഭവത്രാതൻ അവനെത്തന്നെ ശ്രദ്ധിക്കുകയായിരുന്നു.

''അങ്ങനെയാണെങ്കിൽ ആരായിരിക്കും അത്? ആണ്ടവൻ അയാളെ കണ്ടില്ലേ?''

''കണ്ടു. വ്യക്തമായി തന്നെ. അന്ന് അതവിടെ പറയുകയായിരുന്നുവെങ്കിൽ എല്ലാവരും വിശ്വസിക്കുമായിരുന്നു. എന്തുകൊണ്ടോ അതിനെനിക്ക് കഴിഞ്ഞില്ല. അല്ലെങ്കിലും അപ്പോഴെന്റെ മനസ്സിൽ മുഴുവൻ ആ യക്ഷിയായിരുന്നു. സാവിത്രിയെ കുളപ്പുരയിൽ നിന്ന് ആരൊക്കെയോ താങ്ങി കൊണ്ടുപോകുമ്പോഴും അവൾ കളിയാക്കി ചിരിച്ചുകൊണ്ടിരുന്നു. അപ്പോൾ ഞാൻ വീണ്ടും അവളെ തേടിയിറങ്ങി. അതുകൊണ്ടുതന്നെ ഒന്നും അവിടെ വിളിച്ചു പറയാൻ കഴിഞ്ഞിരുന്നില്ല. പിന്നെ ഏറെ ദിവസം ആശുപത്രിയിലും.''

''എങ്കിൽ പറയൂ. ആരായിരുന്നു അയാൾ? ആളെ അറിഞ്ഞിട്ടൊന്നും ചെയ്യാനല്ല. പക്ഷേ അറിഞ്ഞിരിക്കണമല്ലോ.''

''ഗോവിന്ദൻ. നമ്മുടെ രാവുണ്ണിനായരുടെ മകൻ. ഞാനവനെ ശരിക്കും കണ്ടതാണ്. ഇനി ഞാൻ അവനെ ഒന്നുകൂടി കാണുന്നുണ്ട്. അന്നേ ലോകം ഈ സത്യം തിരിച്ചറിയൂ.''

''ഗോവിന്ദനാണ് അവളെ രക്ഷിച്ചതെന്നാണ് അയാൾ അച്യുതൻ മാമയോട് പറഞ്ഞിട്ടുള്ളത്. അല്ലെങ്കിലും അയാളങ്ങനെ അവളെ രക്ഷിക്കാൻ അവിടെയെത്തി എന്നത് ആരും ചിന്തിച്ചില്ലെന്ന് തോന്നുന്നു. അയാൾ ഇല്ലത്തേക്കോ ഇല്ലത്തിന്റെ പരിസരത്തേക്കോ സ്ഥിരമായി വരുന്ന ഒരാളല്ല. പാടത്തെ പണിക്കാർ കേൾക്കാത്ത നിലവിളി അയാൾ മാത്രം കേൾക്കണമെങ്കിൽ അയാൾ അവിടെയെവിടെയോ ഉണ്ടായിരുന്നു എന്നല്ലേ അർത്ഥം. അന്നുതന്നെ അയാളെ വേണ്ടരീതിയിൽ ഒന്നു ചോദ്യം ചെയ്തില്ല. അല്ലെങ്കിൽ ഇങ്ങനെ ഒരു വാർത്ത നാട്ടിൽ പ്രചരിക്കില്ലായിരുന്നു. അത് പോട്ടെ, ഇനി നീ ഗോവിന്ദനെ കാണാനോ ഒരു വഴക്കുണ്ടാക്കാനോ പോവരുത്.

അങ്ങനെ ഒന്നുണ്ടായൽ അവിടെയും സാവിത്രിയുടെ പേരാണ് പൊന്തി വരിക. ആളുകൾ മറന്നുതുടങ്ങിയത് വീണ്ടും കുത്തിപ്പൊന്തിക്കരുത്. ഇത് എന്റെ അപക്ഷയാണ്.''

ഭവത്രാതന് ദുഃഖം തോന്നി. ഇല്ലത്തുള്ളവർക്ക് ആണ്ടവനോട് ഇപ്പോഴും ദേഷ്യമാണെന്ന് ഭവത്രാതനറിയാം. ഗോവിന്ദന്റെ സ്വഭാവം നാട്ടിലെല്ലാവർക്കും അറിയുന്നതാണ്. എന്നിട്ടും അയാൾ പറഞ്ഞത് വിശ്വസിച്ചതാണ് തെറ്റ്. ''സാരല്യ ആണ്ടവാ. ഞാനും ആ മാനസി കാവസ്ഥയിൽ നിനക്ക് എന്തോ അബദ്ധം പിണഞ്ഞൂന്നാണ് കരുതി യത്. എന്തായാലും കാര്യം ഞാൻ അച്ഛനോട് പറയാം.'' യഥാർത്ഥ ത്തിൽ ആണ്ടവൻ തെറ്റുകാരനല്ല എന്നറിഞ്ഞപ്പോൾ ഭവത്രാതന്റെ മനസ്സിന് എന്തെന്നില്ലാത്ത സമാധാനമുണ്ടായി. ഈ സത്യം എത്രയും പെട്ടെന്ന് അച്ഛനേയും ഇല്ലത്തുള്ളവരേയും അറിയിക്കണമെന്നും അയാൾ തീരുമാനിച്ചു.

ഇരുട്ട് അരിച്ചരിച്ച് കടന്ന് വന്ന് തുടങ്ങിയിരുന്നു. ''ആണ്ടവൻ പൊയ്ക്കോളൂ. വൈകിയാൽ വീട്ടുകാർ പേടിക്കും.''

ഭവത്രാതൻ അത് പറഞ്ഞപ്പോഴാണ് സമയത്തെക്കുറിച്ചുള്ള ബോധം അയാൾക്കുണ്ടായത്. അച്ഛൻ വന്നിട്ടുണ്ടെങ്കിൽ തന്നെ കാണാതെ വല്ലാതെ ഭയന്നിട്ടുണ്ടാവും. അതിന്റെ പേരിൽ അമ്മയ്ക്ക് നല്ലവണ്ണം കേൾക്കുന്നുമുണ്ടായിരിക്കും. അയാൾ മെല്ലെ എഴുന്നേറ്റ് ഇരുട്ടുമൂടിയ ഇടവഴിയിലൂടെ പാടവരമ്പ് ലക്ഷ്യമാക്കി നടന്നു. വഴി പ്പൊന്തകളിൽ പേരറിയാത്ത പലതരം ജീവികൾ ചിലയ്ക്കുന്നുണ്ടാ യിരുന്നു. അവന്റെയുള്ളിൽ ഏതോ മന്ത്രശകലങ്ങൾ ഉറന്നൊഴുകി.

''മറുതട്ടി കുലമെന്ന് ഭയപ്പെട്ടോ രാദീ കരുമകനേ. കരിമ്പുകൊണ്ടു വില്ലും തേൻകൊണ്ട് ഞാണും ശർക്കരകൊണ്ട് അസ്ത്രവും. വീണാർ തണ്ടെന്നു കരുതി ചെമ്പുപുഷ്പത്തെ കണ്ട് കട കട തുള്ളി തിട തിട വിറച്ച്...'' വീടെത്തുംവരെ മനസ്സിന്റെ അകത്തളങ്ങളിൽ നിന്ന് ആ ദ്രാവിഡ മന്ത്രം ശാന്തമായി, താളാത്മകമായി പ്രവഹിച്ചുകൊണ്ടി രുന്നു.

എല്ലാം എല്ലാവരേയും ബോധ്യപ്പെടുത്തേണ്ടതില്ല. എന്നാൽ ചിലത് ചിലരെ ബോധ്യപ്പെടുത്തിയേ മതിയാകൂ. അല്ലാത്തപക്ഷം അത് കരളിൽ ഒരു കനൽക്കൂട് തീർത്ത് സ്വയം ദഹിപ്പിക്കും.

ഭവനെ കാര്യങ്ങൾ ബോധ്യപ്പെടുത്തിയതിലൂടെ തന്റെ ഉള്ളിലെ ഒരു കനൽ ക്കൂട് കെട്ടടങ്ങിയിരിക്കുന്നു. ബാക്കിയുള്ളവർ എന്തു വിശ്വസിച്ചാൽ തനിക്കെന്താ? ആണ്ടവന്റെ ചിന്തകൾ ആ വഴിക്കാണ് സഞ്ചരിച്ചത്.

ഉത്സവത്തിന്റെ മുന്നൊരുക്കം

അന്ത്രുവിന്റെ ചായക്കടയിലിരുന്ന് ബീഡി വലിക്കുകയായിരുന്നു ഗോവിന്ദൻ. രാവിലെത്തെ കച്ചവടമൊക്കെ കഴിഞ്ഞ് ആളുകൾ പിരിഞ്ഞുപോയിരിക്കുന്നു. ഗ്ലാസും പ്ലെയിറ്റും കഴുകിക്കൊണ്ടിരിക്കുകയായിരുന്നു അന്ത്രു. അപ്പോഴാണ് കാക്കി ചേത്ത്യാര് വടിയും കുത്തിപ്പിടിച്ച് അങ്ങോട്ട് വന്നത്. രണ്ട് ബീഡിയും നാല് വെറ്റിലയും ഒരു കഷണം പുകയിലയും വാങ്ങാൻ വന്നതായിരുന്നു അവർ. ചേത്ത്യാര് അപൂർവ്വം ചിലപ്പോൾ ബീഡി വലിക്കാറുണ്ട്. ‘‘വല്ലാത്ത പല്ലുവേദന. അതാണ്ടെയ് ഒരു ബീഡി വലിച്ചോക്കാച്ച്ട്ട് വന്നതാണ്.’’ ആരും ചോദിച്ചില്ലെങ്കിലും ഗോവിന്ദനെ നോക്കി ചേത്ത്യാര് പറഞ്ഞു.

‘‘അയ്ന് വേദനിക്കാൻ മാത്രം ഇങ്ങക്ക്ണ്ടോ പല്ല് തള്ളേ?’’

ഗോവിന്ദന്റെ മറുപടി കേട്ട് അന്ത്രു ചിരിച്ചു. ‘‘നായരേ, ഇങ്ങളെ കാണിക്കാനാ ഇയ്ക്ക് പല്ല്. ഇന്റെ ആവശ്യത്തിനൊക്കെണ്ട്. നേരം വെള്ക്ക്ണേന്റെ മുന്നേ പീടിത്തലയ്ക്കല് വന്നിരിക്കാണല്ലോ. ഓട്ട് പാത്രം പണേം വച്ച മാതിരി. ഇനിപ്പൊ തിരിച്ച് കൊണ്ടോവലുംണ്ടാവൂല ല്ലേ അന്ത്ര്വാപ്ലേ?’’ അന്ത്രു ചേത്ത്യാരുടെ ചോദ്യം കേട്ട് അതെ എന്ന അർത്ഥത്തിൽ തലയാട്ടി ചിരിച്ചു.

‘‘അത് പ്പൊ കുടീല് അയിനെ കൊണ്ടെന്താകാരിം? പിന്നെ കണ്ട പൊന്തേലും കാട്ടിലും പോയിരിക്ക്ണേക്കാ നല്ലത് ഈ മഞ്ചപ്പൊറത്തിരിക്കണതന്നെല്ലേ?’’ അന്ത്രു ഗോവിന്ദനെ ഇടംകണ്ണിട്ടൊന്ന് നോക്കിക്കൊണ്ട് പറഞ്ഞു.

‘‘അതും ശര്യാ. നാട്ടിലെ പെണ്ണ്ങ്ങക്ക് മനസ്സമാധാനത്തില് കുളിക്കാലോ.’’

‘‘തള്ളേ... രാവിലെത്തന്നെ നെന ചൂടാക്കണ്ടട്ടോ. കാലനുംകൂടി കൊണ്ടാവാത്ത പഴേ ഓട്ടുപാത്രം ആരാന്ന് എല്ലാര്ക്കും അറിയാം. ന്റെ വായേന്ന് പുളിച്ചത് നാലെണ്ണം കേക്കാന്നിക്കണ്ട. മര്യാദയ്ക്ക് വേഗം വന്നവഴി പിടിച്ചോളിം.’’

"പിന്നെ, ആ ചൂട് കൊള്ളണ്ട പ്രായൊക്കെ പോയി കുട്ട്യേ. ആ ചോയിച്ചീന്റെ അവടെ ചെന്ന് പറഞ്ഞോക്കിം. ഓൾടെ തിയ്യൻ ജയിലിലെല്ലേ. അവടെ ചെലപ്പ ചൂട് ചെലവാവും. ഓൾക്കാവുമ്പോ കണ്ടോര്ക്ക് ചൂട് കൊടുത്തും വാങ്ങീം ചീലണ്ട്. അന്ത്രുവാല്ലേ, ഇങ്ങള് സാധനം കാട്ടിക്കാണിം. ഞാൻ വേഗം പോട്ടെ. അല്ലെങ്കി ഒന്നും രണ്ടും പറഞ്ഞൂടും."

അന്ത്രു പൊതിഞ്ഞുകൊടുത്ത സാധനങ്ങൾ മുണ്ടിന്റെ കോന്തലയിൽ കെട്ടി ചേത്ത്യാര് ഗോവിന്ദനെ ഒന്നുകൂടി നോക്കി. "വീട്ടാർക്ക് നാലണേന്റെ ഉപയോഗംല്യാന്ന് മാത്രല്ല, നാട്ടാര്ക്ക് നാല് റുപ്യേന്റെ ഉപദ്രവംണ്ടേനിം. ഓരോ കോന്തൻ കമ്മമ്മാര്..."

"തള്ളേ..." അടങ്ങാത്ത അമർഷത്തോടെ ഗോവിന്ദൻ വിളിച്ചു. എന്നാൽ അത് തന്നോടല്ലെന്ന ഭാവത്തിൽ അവർ മെല്ലെ നടന്നു നീങ്ങി. 'ഇത്തള്ളയ്ക്ക് എന്തിന്റെ കേടാ. രാവിലെ പൊറത്തെറങ്ങിക്കോളും. കണ്ടോര്ടെ മേക്കിട്ട് കേറാൻ. ആണ്ങ്ങളെ കൈച്ചൂട് അറിയാഞ്ഞിട്ടാ. ഒന്ന് കിട്ട്യാ അവടെ കെടക്കും. അയിന്ള്ള ആവതേള്ളൂ. നാലും വായേ കൊള്ളാത്തതേ പറയുള്ളൂ. ശവം." ഗോവിന്ദൻ വല്ലാത്ത കലിപ്പിലായിരുന്നു. എന്നാൽ അത് ശ്രദ്ധിക്കാതെ അന്ത്രു തന്റെ പണിയിലേക്ക് മുഴുകി

കാക്കി ചേത്ത്യാർക്ക് എത്ര വയസ്സുണ്ടെന്ന് ചോദിച്ചാൽ അവർക്കു തന്നെ ഉത്തരമില്ല. ഏട്ടാനുജന്മാർ മൂന്നുപേർ ഒന്നിച്ച് കല്യാണം കഴിച്ചു കൊണ്ടുവന്നതാണത്രെ. ആറ് മക്കളുമുണ്ട്. ഭർത്താക്കന്മാരാരും ഇപ്പോൾ ജീവിച്ചിരിപ്പില്ല. രാവിലെ വടിയും കുത്തി അവർ പുറത്തിറങ്ങും. വഴിയിൽ കാണുന്ന ആരെങ്കിലും ചായ കുടിക്കാൻ എന്നും പറഞ്ഞ് എന്തെങ്കിലും കൊടുത്താൽ അത് വാങ്ങും എവിടെയാണോ എത്തുന്നത് അവിടെനിന്ന് കഞ്ഞി കുടിക്കും. അവസാനം കിടക്കാൻ നേരത്ത് വീട്ടിലെത്തും. വീട്ടിൽ ഇളയ മരുമകൾ ഉണ്ട്. അവർ തമ്മിൽ ഒരു കണ്ടത്തിൽ നിൽക്കാൻ പഴുതില്ല. മകൻ ഒന്നും കണ്ടതായും കേട്ടതായും നടിക്കില്ല.

"പെങ്കോന്തൻ. അവന്റെ കൈയ്യിന് എല്ലുണ്ടെങ്കിൽ ഓള് ഇത്ര നെഗളീക്കോ. ഞാൻ ഓനേ പറയൊള്ളൂ. എരപ്പൻ!" കാക്കി ചേത്ത്യാർക്ക് മകനെക്കുറിച്ചുള്ള അഭിപ്രായമാണ്. കാക്കി ചേത്ത്യാര് കടയിൽനിന്ന് പുറത്തിറങ്ങുമ്പോൾ തന്നെയാണ് വേലായുധൻ ചോപ്പൻ അങ്ങോട്ട് കയറി വന്നത്.

"ആട്ടൊക്കെ കുറിച്ചീലേ ചോപ്പാ?" അന്ത്രു ഒരു ചായ കൊണ്ട് വച്ചുകൊണ്ട് ചോദിച്ചു. 'ആട്ടു കുറിച്ചു. അടുത്ത വെള്ളിയാഴ്ചയാണല്ലോ." വേലായുധൻ പറഞ്ഞു.

“ഇപ്രാവശ്യം മോൻ വെളിച്ചപ്പെടാൻ ണ്ടാവോ?” അന്ത്രു സംശയത്തോടെ ചോപ്പനെ നോക്കി.

“ഒന്നും തീരുമാനിച്ചിട്ടില്ലാ. ഭഗവതി എന്താ കരുതിച്ചാൽ അതു നടക്കും.” വേലായുധൻ ചായ ഒരു കവിൾ കുടിച്ചുകൊണ്ട് പറഞ്ഞു.

“അതെങ്ങനെ നടക്കാനാ. ഓന്റെ പ്രാന്തൊക്കെ മാറാതെ വെളിച്ചപ്പെടാൻ പറ്റോ?” ഗോവിന്ദൻ ബീഡി ഒന്ന് ആഞ്ഞു വലിച്ചശേഷം അന്ത്രുവിനെ നോക്കി പറഞ്ഞു.

പ്രാന്ത് നിന്റെ തന്ത രാവുണ്ണി നായർക്കാണെന്ന് പറയാൻ വേലായുധന് തോന്നി. ദേഷ്യം കടിച്ചമർത്തി അയാൾ മിണ്ടാതിരുന്നു.

“കോയിന്ദനായരേ, ങ്ങക്ക് പ്പൊ കാക്കീന്റെടത്ത്ന്ന് കിട്ടീതൊന്നും പോരേ? കണ്ടോരേയ്ക്ക് ന്ന് ഒക്കെ ചോയിച്ച് വാങ്ങാന്ന് വല്ലിച്ച നീർച്ചിം നേർന്നിട്ടാണോ ഇങ്ങട്ട് പൊറപ്പട്ടക്കണ്?” അന്ത്രു അതും പറഞ്ഞ് രൂക്ഷമായി ഗോവിന്ദനെ ഒന്ന് നോക്കി. ഗോവിന്ദൻ മെല്ലെ എഴുന്നേറ്റ് പുറത്തേക്കിറങ്ങി.

“ചോപ്പന് ഒന്നും തോന്നണ്ട. അയിന് പുത്തീം പോതോം ഒറച്ചിട്ടില്ലാന്ന്. ആ രാവുണ്ണ്യാരെ പറയിപ്പാക്കാൻ.”

വേലായുധൻ ചോപ്പൻ ഒന്നും മിണ്ടിയില്ല. അന്ത്രു വിഷയം മാറ്റാനെന്നപോലെ പറഞ്ഞു. “കാക്കി ആട്ട് ഒറപ്പിച്ചതറഞ്ഞിക്ക്ണ്ന്നാ തോന്ന്ണത്. വെറ്റിലയും പൊഹലയും വാങ്ങി എറങ്ങീക്ക്ണ്. അങ്ങട്ടെന്നെയേരിക്കും. അല്ല, കൊല്ലത്തിലും അതണല്ലോ പതിവ്.”

സാധാരണ അങ്ങനെയാണ്. ദേശത്തെ ആട്ട് നിശ്ചയിച്ചാൽ ദേശത്തെ മണ്ണാൻകുടിയിൽ പിന്നെ ഏഴ് ദിവസം പൂരമാണ്. ബന്ധുക്കളും മറ്റും നേരത്തെ വരും. കൂട്ടത്തിൽ ആദ്യം വരുന്നത് കാക്കി ചേത്ത്യാരാണ്. “നമ്മളെ ബന്ധു ഒന്നും അല്ലാച്ചിട്ട് നിക്ക് പോവാണ്ടിരിക്കാനാവോ?” രാവിലെ വന്ന് രാത്രിയേ പോകൂ. ഏഴു ദിവസവും അവിടെയുണ്ടാവും. മുറുക്കാനും ഉണ്ണാനും കുടിക്കാനും മുമ്പിൽ തന്നെ.

“ആരും ല്യാത്തോർക്ക് ഈശ്വരൻണ്ട്ന്നല്ലേ? അപ്പോ ഈശ്വരന്റെ കാര്യത്തിലെങ്കിലും മുന്നില് ഈ ഞാനും വേണ്ടെ. പിന്നെ, ഇന്നെക്കൊണ്ട് അയിറ്റങ്ങൾക്ക് ഒരു സഹായാവൂച്ചാ അത് നല്ല കാര്യല്ലേ?” അതാണ് കാക്കി ചേത്ത്യാരുടെ ചോദ്യം. ഉണ്ണാനും മുറുക്കാനും നാട്ടുവർത്തമാനം പറഞ്ഞിരിക്കാനുമല്ലാതെ മറ്റൊരു സഹായത്തിനും അവരുണ്ടാവാറില്ല എന്നത് വേറെക്കാര്യം.

അന്ത്രു പറഞ്ഞത് ശരിയായിരുന്നു എന്ന് വേലായുധൻ ചോപ്പൻ വീട്ടിലെത്തിയപ്പോൾ മനസ്സിലായി. അവിടെയുണ്ടായിരുന്നു കാക്കി ചേത്ത്യാര്. പൂതനും തിറയും ദേശം ചുറ്റാനുള്ള ഒരുക്കത്തിലാണ്. നാട്ടുകാരായ പലരും ഏറെ കുട്ടികളും കാഴ്ചക്കാരായുണ്ട്. വീടിന്റെ

ഉമ്മറത്തേക്ക് കയറുന്ന ചവിട്ടുപടിയിൽ എല്ലാം കണ്ടും കേട്ടും വിശദമായൊന്നു മുറുക്കിക്കൊണ്ടിരിക്കുകയാണ് കാക്കി ചേത്ത്യാര്. ആണ്ടവനും തിരക്കിലാണ്. കാരണവന്മാർക്കായി സ്ഥാപിച്ച കല്ലുകൾക്കായി പഞ്ചാർച്ചന കഴിച്ച് ഗണപതിക്ക് സങ്കല്പപൂജ കഴിച്ച് അഞ്ചു നറുക്കിട്ട് പിതൃക്കൾക്ക് കർമം ചെയ്യുന്ന കുഞ്ഞൻ, കാരണവരുടെ അടുത്ത് നില്ക്കുകയായിരുന്നു ആണ്ടവൻ. കുഞ്ഞൻ വേലായുധന്റെ അടുത്ത കുടുംബത്തിൽപെട്ട ഒരാളാണ്. ആട്ട് ഉറപ്പിച്ചാൽ പിന്നെ സഹായിയായി എന്തിനും ഏതിനും കുഞ്ഞൻ കൂടെയുണ്ടാകും. അത് വേലായുധന് വലിയ കാര്യമാണ്. പ്രായംകൊണ്ട് അയാൾ വേലായുധന്റെ മൂത്തതാണെങ്കിലും അവർ പരസ്പരം പേര് തന്നെയാണ് വിളിക്കാറ്.

വേലായുധൻ നേരെ വന്ന് കാക്കി ചേത്ത്യാരുടെ സമീപത്തിരുന്നു. കൈതോലകൊണ്ട് മെടഞ്ഞുണ്ടാക്കിയ മുറുക്കാൻ വട്ടി തന്റെ മുമ്പിലേക്ക് വലിച്ചു വെച്ചു. അതിൽ നിന്ന് നല്ലൊരു വെറ്റില തെരഞ്ഞെടുത്തു കൊണ്ടു പറഞ്ഞു. "ചേത്ത്യാര് ഇനി ആട്ട് കഴിഞ്ഞിട്ട് ഇബ്ട്ന്ന് പോയാമതി." അങ്ങനെയേ പോവുകയുള്ളൂ എന്നറിയാമെങ്കിലും വേലായുധന്റെ വക ഒരു നിർബന്ധം ഇരുന്നോട്ടെ. "ഈ വയസ്സുകാലത്ത് അങ്ങട്ടും ഇങ്ങട്ടും ങ്ങനെ നടക്കാൻ നിക്കണ്ട. രാത്രീം ഇവടെ കൂടാം. ള്ളോടത്ത് എല്ലാര്ക്കും കൂടി പായടാംന്ന്."

"ഒറങ്ങാൻ ന്റെ കുടീലെത്തണം വേലായ്ധാ. അത്വരെ എവിടേച്ചാലും മതി. ഇത്തിരി കഞ്ഞിന്റെ ള്ളം. അതും കുടിച്ച് നേരം കളേണം. അത്രേ വേണ്ടൂ. അതിന്റേടയ്ക്ക് എവിടെങ്കിലും വീണ് ചത്ത് പോണം. ഒരു പായത്തലയ്ക്ക് കെടത്താതിരിന്നാ മതി. ആരാള്ളത് നോക്കാൻ? ള്ള കഞ്ഞിക്ക് സൈ്വരം തരാത്ത ഒരു ഒരു മ്പെട്ടോളാണ് കുടീല്ള്ളത്. ഓള കോന്തലയ്ക്ക് ഒളിച്ചിരിക്കണ പെങ്കോന്തൻ മോനും. അവര്ടെ എടേലെങ്ങാനും ഒരു പായത്തലയ്ക്ക് കെടക്കേണ്ടി വന്നാ അന്ന് ന്റെ കഷ്ടകാലം തുടങ്ങീന്ന് പറഞ്ഞാ മതീല്ലോ."

വേലായുധൻ ഒന്നും പറയാതെ വെറ്റിലയിൽ ചുണ്ണാമ്പ് തേച്ചു. "അല്ല കുട്ട്യേ, അന്റെ ചെക്കന് ഒരു മംഗലം ഒക്കെ വേണ്ടെ. ഓൻ പോത്ത് പോലെ ങ്ങനെ നടന്നാ മത്യോ?" ചേത്ത്യാര് വേലായുധനെ ഒന്നു നോക്കി. വേലായുധൻ വായിലിട്ട മുറുക്കാൻ നന്നായി ചവച്ച് രണ്ട് വിരൽ ചുണ്ടത്ത് വച്ച് അതിനിടയിലൂടെ നീട്ടിതുപ്പി. പിന്നെ സാവാധാനം പറഞ്ഞു. "വേണം, അവനും വേണ്ടേ ഒരു കുടുംബവും കുട്ട്യോളും. ഓന്റെ സൂക്കട് ഒന്ന് മാറീട്ടാവാന്ന് വിചാരിക്ക്യാ."

"എന്ത് സൂക്കട്? ങ്ങളൊക്കെ പറഞ്ഞ് പറഞ്ഞ് ഓനെ ഒരു ദണ്ണക്കാരനാക്കാണ്ടിരുന്നാ മതി. ഇഞ്ഞിപ്പൊ എന്തെങ്കിലുംണ്ടെങ്കിൽ തന്നെ അതൊക്കെ നല്ലൊരുത്തീന്റെ കൈയിൽ പിടിച്ചാ അപ്പൊ

മാറും. ന്നെ കൊണ്ടേര്ണേന് മുമ്പേ ന്റെ മൂത്ത ചേനാര്ക്ക് മുഴു പ്രാന്തേര്ന്നാലാ. ഓര് ടെ അമ്മ പറഞ്ഞ് ഞാൻ കേട്ടതാ. ന്റെ ട് ത്ത്ണ്ടാ അതൊക്കെ ചെലവാവ്ണ്. അത് ഞാൻതന്നെ മാറ്റി ക്കൊടുത്തു. കാര്യപ്രാപ്തില്ലള്ള പെണ്ണൊരുത്ത്യാണോ? ന്നാ പിന്നെ ഒരു നൊസ്സും തലേക്കേറൂല.''

വേലായുധൻ വെറുതെ ചിരിച്ചു.

''ആ കുഞ്ഞന്റെ ഒരു പേരക്കുട്ടിണ്ടല്ലോ. ഞാൻ ന്നാ അയിനെ കണ്ടത്. നല്ല മാറും മൊലിംള്ള കുട്ട്യാ. ഓന് ചേരും. ഇങ്ങള് കുടുംബം കൂട്ട്വക്കെ ആവുമ്പോ വേണച്ചാൽ നടക്കും ചെയ്യും. ഓള് ത് വരെ ന്റെട്ത്ത്ണ്ടേർന്ന്. നല്ല കുരുത്തംള്ള സ്വഭാവം. വേണെങ്കിൽ നോക്കിക്കോ. ഇപ്പോ നോക്കീ ലാച്ചാൽ അയിനെ വല്ല കാക്കീം കിളീം റാഞ്ചി കൊണ്ടോയ്ക്കാളും, മറക്കണ്ട.'' കാക്കി ചേത്ത്യാര് പറഞ്ഞു.

കുഞ്ഞന്റെ മകന്റെ മകളാണ് ദേവു. കറുത്തിട്ടാണെങ്കിലും ഐശ്വര്യ മുള്ള പെൺകുട്ടി. കുഞ്ഞന്റെ കൂടെ കുടുംബം മുഴുവനും അവിടെ യെത്തിയിട്ടുണ്ടായിരുന്നു. കുഞ്ഞന്റെ മകൻ പൂതത്തിന്റെ തുടി കൊട്ടാനും തിറയ്ക്ക് പറയടിക്കാനും ഒക്കെ പോവാറുണ്ട്. അച്ഛന്റെ കൂടെത്തന്നെയാണ്. അരങ്ങേറ്റം കഴിഞ്ഞതാണ്. എങ്കിലും വെളിച്ച പ്പെടാൻ വല്ലാതെ നിൽക്കാറില്ല. പരികർമ്മിയായി എല്ലായിടത്തും അയാളുണ്ടാവും. അവരുടെ ദേശത്ത് ആട്ടുണ്ടാകുമ്പോൾ വെളിച്ച പ്പെടാൻപോലും അയാൾക്ക് മടിയാണ്. കുഞ്ഞനോ അല്ലെങ്കിൽ വേലായുധനോ ആണ് അവിടെയും കെട്ടിച്ചിറ്റാറ്. എന്തായാലും കാക്കിചേത്ത്യാരുടെ ആലോചന യഥാർത്ഥത്തിൽ വേലായുധന് ബോധിച്ചു. ആണ്ടവന്റെ അസുഖകാര്യങ്ങളൊക്കെ അവർക്കും അറിയാം. വേലായുധൻ ചോദിച്ചാൽ വേണ്ട എന്ന് പറയുകയുമില്ല. കുടുംബം വലിയ കൊഴപ്പമില്ല. ആട്ടിനും ആറാട്ടിനുമൊക്കെ പോവുമ്പോൾ കഴുത്തിനൊപ്പം കള്ള് കുടിക്കും. അതല്ലാതെ, മറ്റ് കുഴപ്പങ്ങളൊന്നും ഇല്ല. ആലോചിച്ചാൽ എല്ലാംകൊണ്ടും ചേർത്ത് വയ്ക്കാവുന്ന കുടുംബം.

''അത് പ്പോ ആണ്ടവന്റെ മനസ്സിലെന്താന്ന് അറ്യേണ്ടെ? ഇപ്പ ഴത്തെ കുട്ട്യേോളല്ലേ? പോരാത്തേന് കോളേജിലൊക്കെ പഠിച്ച കുട്ടീം. ഞാൻ പറഞ്ഞാ അവന് എതിരൊന്നും ണ്ടാവൂല. ന്നാലും ഓന്റെ മനസ്സൊന്നറിയണം.''

അത് കേട്ട് മുറുക്കാൻ പൂത്തിരിപോലെ തെറിപ്പിച്ചുകൊണ്ട് കാക്കി ചിരിച്ചു. ''ഓനും ഓളുംകൂടി ഇബടെ വർത്താനും പറഞ്ഞ് നിന്നീ രുന്നു. അത് കണ്ടിട്ട് നിക്ക് തോന്നീത് ഓന് ഓളോടൊരു കമ്പം ണ്ട് ന്നാ. ഇനി ഓന്റെ ഉള്ളറയണമെങ്കില് അത് ഞാൻ ചോയിച്ച് പറഞ്ഞ് തരാ. അയിന് പ്പെന്താ പാട്?'' കാക്കി അക്കാര്യം ഏറ്റെടു ക്കുകയായിരുന്നു.

ദേവൂനെ പലപ്പോഴും ആണ്ടവൻ കണ്ടിട്ടുണ്ട്. ഏറെ സംസാരിക്കാറുമുണ്ട് എന്നല്ലാതെ കാക്കി പറഞ്ഞതുപോലെ അവളോടെന്തെങ്കിലും പ്രത്യേക ഇഷ്ടമോ ഇഷ്ടക്കേടോ ഒന്നുമുണ്ടായിരുന്നില്ല. മാത്രമല്ല, ഒരു വിവാഹത്തെക്കുറിച്ചെന്നും അയാൾ ചിന്തിച്ചിട്ടുമുണ്ടായിരുന്നില്ല. ഒറ്റയ്ക്ക് കിട്ടിയ ഒരു സന്ദർഭത്തിൽ കാക്കി സൂത്രത്തിൽ ആണ്ടവനോട് വിഷയം അവതരിപ്പിച്ചു. ''കല്യാണോ? അതിനൊക്കെ ഇങ്ങ്യത്ര കാലംണ്ട്.'' ആണ്ടവൻ ചിരിച്ചു.

''എടാ മന്താ, ആവത്ള്ള കാലത്ത് കല്യാണം കയിക്കണം. ന്നെ പെണ്ണ്കൊണ്ടരുമ്പോ പതിമ്മൂന്ന് വയസ്സാ ഇനിക്ക് പ്രായം. തണ്ടും തടീംള്ള ഒരുമ്പട്ട മൂന്നാണ് ങ്ങള് ടെ എടേലാ ഞാൻ കയിഞ്ഞ് പോന്നത്. മൂത്തോനെ അടുത്ത കൊല്ലത്തില് പെറേം ചെയ്തു. പ്രായം നോക്കീട്ടൊന്നും വല്യ കാര്യം ല്യാ. അണക്ക് പ്പൊ ഒരു പെണ്ണിനെ കൊണ്ടടക്കാൻ ള്ള ആവതൊക്കെണ്ട്. ഒന്നുല്യാച്ചാൽ ഈ തണ്ടും തടിം പോരെ. പിന്നെ അന്റെ ആ കുട്ടിക്കളി ഒക്കെ ഒന്ന് മാറ്റ്യാ മതി. അനക്ക് ഓളെ പിടിച്ചിരിക്ക്ണാച്ചാ അത് പറീം.''

ആണ്ടവൻ ചിരിച്ചുകൊണ്ട് ചോദിച്ചു. ''അതല്ല പ്പൊ ഞാനാലോചിക്കിണത്. അപ്പൊ ചേത്യാരുടെ മൂത്ത മോന്റെ അച്ഛനാരാ? മൂന്നാൾക്കാരുണ്ടല്ലോ. അതിലാരാന്ന് ചേത്യാർക്ക് അറിയോ?''

''അതൊക്കെ എങ്ങന്യാടെ ഒറപ്പിച്ച് പറയ്യാ. മൂത്ത കുട്ടിക്ക് മൂത്ത ചേനാര് എന്നങ്ങണ്ട് തീരുമാനിച്ചു. അതന്നെ. അത് എല്ലാരും അങ്ങട്ട് സമ്മതിക്കും ചെയ്തു. അത് പോട്ടെ. ഇജ്ജ് അന്റെ കാര്യം പറയ്യ് ഇജ്ജ് ആങ്കുട്ട്യാണങ്കിൽ അടുത്ത കൊല്ലത്തെ ആട്ട് നടക്കുമ്പൊ ആ പെണ്ണിന്റെ കൈയില് ഒരു കുട്ടിണ്ടാവണം. അണക്ക് കയ്യോ, അത് പറിം.''

ആണ്ടവൻ വെറുതെ ചിരിച്ചതേയുള്ളൂ. ആ ചിരിയിൽനിന്ന് കാക്കി ചേത്ത്യാര് അവന്റെ സമ്മതം വായിച്ചെടുത്തു. പൂതനും തിറയും നിറഞ്ഞാടുന്നതിനിടയിൽ, തുടിയും പറയും കൊട്ടിത്തിമർക്കുന്നതിനിടയിൽ കാക്കി ആണ്ടവന്റെ സമ്മതം വേലായുധൻ ചോപ്പന്റെ ചെവിട്ടിൽ പറഞ്ഞു. ''ഓന് സമ്മതാ ട്ടോ. ചേത്ത്യാർക്കും ഒരു ഊണിനുള്ള വകണ്ടാക്കണം. മറക്കണ്ടട്ടോ.'' അതും പറഞ്ഞ് പൂത്തിരി കത്തിച്ചപോലെ മുറുക്കാൻ പുറത്തേക്ക് തെറിപ്പിച്ചുകൊണ്ട് അവരൊന്ന് ചിരിച്ചു. ''കാക്കി എത്ര കാലം കണ്ടതാ? ഒട്ട്യോന്റെ മുമ്പില് മായം മറഞ്ഞിട്ടാ ഇത്രേം കാലം ജീവിച്ചത്. ന്നിട്ടാപ്പൊ ഒരു കുട്ടിന്റെ മനസ്സറിയാൻ ഇത്രപണി?''

അതുകേട്ട് വേലായുധനും ഒന്നു ചിരിച്ചു. ഹൃദയം നിറഞ്ഞ ചിരി.

തോറ്റി പാടാത്ത ജീവിതം

"ദേവീടെ കാര്യല്ലേ വേലയുധൻ ചോപ്പാ. ദേവിക്ക് വേണ്ട അടിയന്തരത്തിന് കെട്ടിച്ചിറ്റീച്ചാൽ ആണ്ടവന് ഒന്നും വരൂല. അതും അല്ല, അവനിപ്പൊ എന്തെങ്കിലും ദേഹാരിഷ്ടുണ്ടെങ്കിൽ അത് അമ്മ ഭഗവതീടെ കാരുണ്യംകൊണ്ട് മാറിക്കിട്ടുകയും ചെയ്യും. അവൻ തന്നെ വെളിച്ചപ്പെടണം. ദേവിക്ക് കലശവും പീഠവും എഴുന്നള്ളിക്കുമ്പോ വാളും ചിലമ്പും അവന്റെ കൈയിലുണ്ടാവാണം.'' ദേശത്തെ തല മുതിർന്ന കാരണവന്മാർ ഒന്നിച്ചാണ് ഈ അഭിപ്രായം ചോപ്പന്റെ മുമ്പിൽ അവതരിപ്പിച്ചത്.

വാളെടുത്താൽ അവൻ വെട്ടും. അതും ഇപ്പോ ഈ സുഖമില്ലാത്ത കാലത്ത് അതിന് നിക്കണോ? വേലായുധൻ ചോപ്പന്റെ പേടി അതായിരുന്നു. എന്തായാലും കരക്കാരുടേയും കമ്മറ്റിക്കാരുടെയും നിർബന്ധത്തിനു വഴങ്ങി കലശം എഴുന്നള്ളിപ്പിന് ആണ്ടവൻതന്നെ വെളിച്ചപ്പെടാൻ തീരുമാനിച്ചു. വേലായുധന്റെ താല്പര്യക്കേടിന് അവിടെ യാതൊരു പ്രസക്തിയുമുണ്ടായില്ല, എങ്കിലും അയാളുടെ ഉള്ളിൽ ഭയത്തിന്റെ ഭ്രാന്തൻചിന്തകൾ നീലിച്ച് കിടപ്പുണ്ടായിരുന്നു. എന്നിട്ടും കരക്കാരുടെ തീരുമാനത്തെ എതിർക്കാൻ നിന്നില്ല. അല്ല, അതിനയാൾക്ക് കഴിയുമായിരുന്നില്ല. കരക്കാർ ഒന്നായിട്ട് ഒരാവശ്യം മുന്നോട്ട് വയ്ക്കുമ്പോൾ പറ്റില്ല എന്ന് മുഖത്ത് നോക്കി പറയാനുള്ള ത്രാണി വേലായുധനുണ്ടായിരുന്നില്ല. അതായിരുന്നു സത്യം.

"പിന്നെ ദേവി എന്താ തീരുമാനിച്ചത്ച്ചാൽ അത് സംഭവിക്കും. അത് മാറ്റാൻ ആര് വിചാരിച്ചാലാ കഴിയ്യാ? അവനനുഭവിക്കേണ്ടത് അവനും ഞാനനുഭവിക്കേണ്ടത് ഞാനും അനുഭവിക്ക്യതന്നെ വേണ്ടേ?''

എല്ലാം വിധിക്ക് വിട്ടുകൊണ്ട് കരക്കാരുടെ ആഗഹത്തിന് അയാൾ അർദ്ധസമ്മതം മൂളി. എന്നാൽ ദേവി കൈവിട്ടില്ല. ഉത്സവം ഒരുവിധം ഗംഭീരമായിതന്നെ നടന്നു. പറയത്തക്ക പ്രശ്നങ്ങളൊന്നുമുണ്ടായില്ല. സന്ധ്യയ്ക്കുള്ള എഴുന്നള്ളത്ത് കഴിഞ്ഞതും വേലായുധൻ ആണ്ടവന്റെ അടുത്തു വന്നു. വെട്ടുകൊണ്ട ആണ്ടവന്റെ നെറ്റിയിലെ

മുറിവിൽ മഞ്ഞൾപ്പൊടി തേയ്ക്കുകയായിരുന്നു കുഞ്ഞൻ. ആണ്ടവനോട് വീട്ടിൽ പോയി ഒന്നുറങ്ങാൻ പറയാനായിരുന്നു വേലായുധൻ വന്നത്. അവൻ ഉറക്കമൊഴിക്കുന്നത് നല്ലതല്ലെന്ന് അയാൾക്കറിയാമായിരുന്നു. ഞാൻ ഇവിടെ കിടന്നുറങ്ങിക്കൊള്ളാം എന്ന് ആണ്ടവൻ മറുപടി പറഞ്ഞപ്പോൾ പിന്നെ നിർബന്ധിച്ചില്ല. ആണ്ടവൻ ഒന്ന് കിടന്നു, ഉറങ്ങിയോ എന്നറിയില്ല. പുലർച്ചയ്ക്ക് തോറ്റം ചൊല്ലാൻ എല്ലാവരും അരങ്ങത്ത് നിന്നപ്പോൾ ആണ്ടവനും വന്നു. തോറ്റത്തോടുകൂടിയാണ് ഭഗവതിയുടെ ആട്ട് ആരംഭിക്കുന്നത്. വേലായുധൻ ചോപ്പനാണ് കെട്ടിച്ചിറ്റിയിരുന്നത്. ഭഗവതിയാട്ടിന് അത്യാവശ്യം അഭ്യാസമുണ്ട്. പ്രായമായവർക്ക് അതത്ര അനായാസമായി ചെയ്യാൻ കഴിയുന്നതല്ല. താൻ ഒരുങ്ങാമെന്ന് ആണ്ടവൻ നിർബന്ധിച്ചെങ്കിലും വേലായുധൻ സമ്മതിച്ചില്ല. മകനായി താനിവിടെയുള്ളപ്പോൾ പ്രായമായ അച്ഛൻ അത്രമാത്രം പ്രയാസപ്പെടേണ്ട കാര്യമില്ല എന്നായിരുന്നു അയാളുടെ പക്ഷം. എഴുന്നള്ളത്തിന് തന്നെ ഏറെ അദ്ധ്വാനമുണ്ട്. അത് കഴിഞ്ഞ് പുലർച്ചെയ്ക്കും കൂടി അവൻ വെളിച്ചപ്പെട്ടാൽ ഉണ്ടാകാവുന്ന അപകടം താങ്ങാൻ പറ്റിയെന്നു വരില്ല. വേലായുധന്റെ വിഷമം അതായിരുന്നു. ആണ്ടവൻ എത്ര നിർബന്ധിച്ചിട്ടും ആട്ടിന് കെട്ടിച്ചുറ്റാൻ വേലായുധൻ അയാളെ അനുവദിച്ചില്ല. എങ്കിലും ആണ്ടവൻ തോറ്റത്തിനുണ്ടായിരുന്നു. അവൻ എല്ലാം മറന്ന് അതിൽ ലയിച്ച് തോറ്റം ചൊല്ലി.

ശ്രീഹരി കേട്ട് തുരുവുള്ളം വരൂ ഭഗവതീ ക്ഷേത്രപാലാ, അന്നമാലാ, ചോകിരമാലാ, പതിനാറായിരം പൊന്നും പാനാ, പതിനാറായിരം വെള്ളി പാനാ, എടുത്തും പിടിച്ചും നടകൊണ്ടോരു തേരും കുടയും മാലയും പൊൻവിളക്കും തന്നേ പേരു കേൾപ്പോരുത്തി എന്റെ പരദേവതേ...''

ചുറ്റിലും കാണികളുടെ വലിയ ഒരു ലോകമുണ്ടെന്ന് അയാൾ കണ്ടതേയില്ല. ഉത്സവപ്പറമ്പിലെ ആരവങ്ങൾ അയാൾ കേട്ടതേയില്ല. കണ്ടത് മുഖം മുഴുവൻ രക്തം പുരുണ്ട ഭഗവതിയുടെ തിരുസ്വരൂപം മാത്രം. കേട്ടത് പറച്ചെണ്ടയുടെയും ചേങ്ങലയുടേയും ഒറ്റത്താളം മാത്രം. ഏതോ ഇരുണ്ട ഗുഹയിൽ നിന്നെന്നപോലെ, ആണ്ടവനിൽ നിന്ന് തോറ്റം ഒഴുകിവരികയായിരുന്നു. അസുരനിഗ്രഹം കഴിഞ്ഞ് ആനന്ദനൃത്തം ചവിട്ടിക്കൊണ്ട് തന്റെ മുമ്പിലെത്തുന്ന ഭഗവതിയെ കണ്ട് ഉന്മത്തനായി അയാൾ ചൊല്ലി.

''വരികേ എന്റെ വഴി നടക്കും താമി തേവരേ, തേവർ തന്നോരു താമരം തണ്ണീരു വടക്കും വാതിൽ ചേകേരിക്കുളം ഇളമരം ചേന്നം കുളം അമ്പലം, ഇയ്യയിക്കാട്ടെ പടിഞ്ഞാറേ പള്ളിയറ ഉതിരപ്പൂവഴകൻ നായനാരേ, വാണി വിഘ്നേറാനായി പെരിയേടത്ത് പള്ളിയറ

വെട്ടം വാണ എന്റെ മൂപ്പ് മൂപ്പടെ സ്വരൂപത്തെ തന്നെ പേര് കേൾപ്പോരുത്തി എന്റെ ഭരദേവതേ...."

പറച്ചെണ്ടകളുണർന്നു താളം മുറുകി അയഞ്ഞപ്പോൾ ആ ശബ്ദം പിന്നെയും കേട്ടുതുടങ്ങി.

"......വസൂരി ഉദരപ്പാച്ചിൽ വയറ്റി ദ്രോഹം എടുത്തേ കൊടുത്തും പെരുമാറാതെ കണ്ട്, ഊർന്ന് വിട്ടോരു കന്നിനും വാരിവിതച്ചോരു വിത്തിനും ചിറ്റാളർക്കും വെട്ടമയ്യായിരം ലോകർക്കും വെട്ടം വാണ സ്വരൂപത്തിനും അഞ്ചിടവഴിക്കും പതിനെട്ട് വഴിക്കും വെൺമൂർത്തി ഗുണം വരുത്തി കാവിൽ കളിച്ച് മണ്ഡപത്തിൽ കുടിയിരുന്ന്, അടിയൻ വിളിപ്പേടം അടിയന്റെ വലം ഭാഗേ ചേർന്ന് നിലക്കാ... എന്റെ ഭരദേവതേ..."

തോറ്റം മുറുകുന്നതിനനുസരിച്ച് പറച്ചെണ്ടയുടെ താളത്തിനും വേഗത കൂടിക്കൂടി വന്നു. അരങ്ങത്തു നിൽക്കുന്ന വേലായുധൻ ചോപ്പന്റെ വെളിച്ചപ്പാട് രൗദ്രഭാവത്തിലേക്ക് താളം മാറിത്തുടങ്ങി.

അന്നാണ് ഏറെ ദിവസത്തിനു ശേഷം ആണ്ടവനും ഗോവിന്ദനും നേരിട്ട് കണ്ടത്. കനലാട്ടത്തിന് മേലരി കൂട്ടുകയായിരുന്നു വെള്ളരി കമ്മൾ. കാര്യങ്ങൾ പറഞ്ഞുകൊടുക്കുന്നത് ആണ്ടവനായിരുന്നു. അപ്പോഴാണ് ഗോവിന്ദൻനായർ അവിടെ നിൽക്കുന്നത് അവന്റെ ശ്രദ്ധയിൽ പെട്ടത്. ആണ്ടവൻ അയാളെ ഒന്ന് അടിമുടി നോക്കി. ആ നോട്ടം അത്ര ശരിയല്ലെന്ന് ഗോവിന്ദന് തോന്നി. ആണ്ടവന്റെ അസുഖം പൂർണമായും മാറിയിട്ടില്ലെന്ന് ഗോവിന്ദൻ ഭയന്നു. മാത്രമല്ല, ആ നോട്ടത്തിൽ എന്തോ പന്തികേട് ഒളിച്ചിരിക്കുന്നത് അയാൾ മനസ്സിലാക്കുകയും ചെയ്തു. ആശുപത്രിയിൽ പോകുന്നതിനും മുമ്പ് ഇത്തരത്തിലൊരു ഭാവം ആണ്ടവന്റെ മുഖത്ത് ഗേവിന്ദൻ കണ്ടിട്ടില്ല. എന്തൊക്കെയോ അവന്റെ മനസ്സിൽ ഉരുക്കി തൂക്കിവെച്ചിട്ടുണ്ടെന്ന് ഗോവിന്ദനു തോന്നി.

മദ്യത്തിന്റെ ലഹരിയിലായിരുന്നിട്ടുകൂടി ഗോവിന്ദന്റെ ഉള്ളിൽ മേലരിയിൽ നിന്ന് കടുക് പൊട്ടിത്തെറിക്കുന്നതുപോലെ എന്തൊക്കെയോ പൊട്ടിത്തെറിച്ചു. അതിന്റെ ശബ്ദം പുറാത്താരെങ്കിലും കേൾക്കുമോ എന്നവൻ ഭയപ്പെട്ടതുപോലെ നാലുപാടും നോക്കി. എന്നാൽ ആണ്ടവൻ സ്വയം നിയന്ത്രിക്കുകയായിരുന്നു. ഇത് ഉത്സവപ്പറമ്പാണ്. എന്ത് പ്രശ്നമുണ്ടായാലും ആണ്ടവന് പ്രാന്തായി എന്നേ നാട്ടുകാർ പറയൂ. വേണ്ട, വേണ്ട, വേണ്ട. അവൻ മനസ്സിൽ പല പ്രാവശ്യം പറഞ്ഞു. അയാളെ ഒറ്റയ്ക്കു കാണും. ദേവി അവസരമുണ്ടാക്കും. അതുവരെ കാത്തിരിക്കുകതന്നെ. ഉള്ളിൽ എവിടെയോ ഒരു വെളിച്ചപ്പാട് അരമണി കിലുക്കി ഗ്വേയ്... ഗ്വേയ്.... എന്നാർക്കുന്നത് ആണ്ടവൻ കേൾക്കുന്നുണ്ടെങ്കിലും അയാൾ കടിച്ചുപിടിച്ചു

നിന്നു. മേലരികത്തി കനലായി കഴിഞ്ഞപ്പോൾ, കുളിച്ചു വന്ന നായന്മാർ കനലാട്ടക്കളത്തിലേക്ക് ഇറങ്ങിയതിനുശേഷം ആണ്ടവന്റെ കണ്ണുകൾ ചുറ്റും പരതി. ഇല്ല, ഗോവിന്ദനെ അവിടെയൊന്നും കാണാനില്ല. അയാൾ പോയിരിക്കുന്നു. അസുരനിഗ്രഹം കഴിഞ്ഞ് രുധിര നൃത്തം നടത്തിയ ദേവി ശാന്തയായി വടക്കൻ വാതിൽക്കലെ അറുപത്തിനാല് കളത്തിലേക്ക് ഇറങ്ങിക്കഴിഞ്ഞിരുന്നു.

പതിനെട്ടാം കർമ്മം കഴിഞ്ഞപ്പോൾ നേരം നന്നായി പുലർന്നിരുന്നു. അതിനുശേഷം സാധനങ്ങളൊക്കെ മുണ്ടിൽ പൊതിഞ്ഞ് കെട്ടുമ്പോഴാണ് ദേവുവിനെ അയാൾ ശ്രദ്ധിച്ചത്. അവൾ കുഞ്ഞനെയും വേലായുധനേയും സഹായിക്കുകയായിരുന്നു. അവകാശികൾക്കർഹതപ്പെട്ട അരിയും നെല്ലും എണ്ണയും മറ്റും എടുത്ത് വയ്ക്കുന്ന അവളെ ആണ്ടവൻ ഒരു നിമിഷം നോക്കി നിന്നു. 'ഒരു നല്ല മണ്ണാന് ഏറെ പഠിച്ച പെണ്ണിനെയല്ല വേണ്ടത്. അലക്കാനും ഈറ്റെടുക്കാനും കഴിയണം. അതിന് പറ്റുന്ന ഒരാളെ ഇന്നത്തെ കാലത്ത് എവിടെ കിട്ടാനാ കാക്കി ചേത്ത്യാരേ? അതോണ്ട് ഇപ്പോ അങ്ങനത്തെ ഒരു മോഹൊന്നും ഇല്യ. നാലും കെട്ട്യോൻ കെട്ടിച്ചിറ്റി വാളെടുക്കുമ്പോൾ, കൂർക്കംവലിച്ചുറങ്ങ്ണ ഒരു പെണ്ണാവരുത്. അവന്റെ ഒപ്പം നിക്കണം. അങ്ങനെത്തെ ഒന്നിനേപ്പൊ നോക്കുണൊള്ളൂ.''

അച്ഛൻ വേലായുധന്റെ വാക്കുകൾ അവന്റെ ചെവിയിൽ പ്രതിധ്വനിച്ചു. മനസ്സു പറഞ്ഞു. പറ്റും ഇവൾക്കതിനു പറ്റും. അച്ഛന്റെ സങ്കല്പത്തിനനുസരിച്ച് സമുദായത്തിന്റെ ആചരണങ്ങൾക്ക് പിറകെ സഞ്ചരിക്കുവാൻ ഇവൾക്ക് പറ്റും. ആണൊരുത്തൻ അരങ്ങത്ത് നിൽക്കുമ്പോൾ സ്വന്തം പ്രാണനെ തുണയ്ക്കയയ്ക്കുന്ന ഭാര്യയെയാണ് ചോപ്പന്മാർക്ക് വേണ്ടത്. ആണ്ടവനും ഒരു ചോപ്പനാണ്. എണ്ണം പറഞ്ഞ ചോപ്പൻ. ''എണ്ണം പറഞ്ഞറിഞ്ഞ് പെരുമാറാൻ കഴിയുന്ന ഒരുത്തി കൂടെണ്ടെങ്കിൽ ദണ്ണം ല്യാതെ അതിനും ജീവിക്കാം.'' കാക്കി ചേത്ത്യാരുടെ വാക്കുകൾ മനസ്സിൽ പ്രതിധ്വനിച്ചു. ''ചെലപ്പൊ ശര്യായാലോ.'' അനുഭവങ്ങളുടെ അനന്തകാലങ്ങളിലൂടെ സഞ്ചരിച്ചതല്ലേ അവർ. നിരവധി ജീവതാളങ്ങളും അപതാളങ്ങളും കേട്ടറിഞ്ഞവരല്ലേ അവർ. അവരുടെ വാക്കുകളെ വെറുതെ എഴുതിത്തള്ളാൻ വയ്യ. ആണ്ടവൻ ചിന്തിച്ചു.

വൈകുന്നേരമാണ് കുഞ്ഞനും കൂട്ടരും വേലായുധന്റെ വീട്ടിൽ നിന്നിറങ്ങിയത്. അതിനു മുമ്പുതന്നെ കാക്കി പറഞ്ഞതനുസരിച്ച് ആരും കേൾക്കാതെ വേലായുധൻ കുഞ്ഞനോട് ആണ്ടവന്റെ കാര്യം സംസാരിച്ചു. ജോലിക്ക് കടലാസ് കൊടുത്തിരിക്ക്ണ ചെക്കൻ. സമുദായത്തിലാരേക്കാളും പഠിച്ചവൻ. ഒരു നല്ല വെളിച്ചപ്പാട്. മറ്റു വെളിച്ചപ്പാടന്മാരെപോലെ മൂക്കറ്റം കുടിക്കാത്തവൻ. കുഞ്ഞന്റെ

സങ്കല്പത്തിൽ ആണ്ടവനോളം യോഗ്യനായ മറ്റൊരു പുരുഷൻ വേറെയുണ്ടായിരുന്നില്ല. പിന്നെ ചിലപ്പോൾ ചിലപ്പോൾ മാത്രം അയാളെ തേടിയെത്തുന്ന രോഗം. അതത്ര വലിയ കാര്യമാക്കേണ്ട വലിയ ഒരു സംഗതിയായി അയാൾക്ക് തോന്നിയതുമില്ല. രോഗങ്ങൾ ഇല്ലാത്ത മനുഷ്യരുണ്ടാ ലോകത്ത്? കുഞ്ഞൻ നൂറ് ശതമാനം സമ്മതം പറഞ്ഞു.

"കാലം പഴേതല്ല. പെങ്കുട്ട്യോൾക്കും അവരുടെ അഭിപ്രായങ്ങളൊക്കെണ്ടാവും. അവളോടൊന്ന് ചോദിച്ചിട്ട് തീരുമാനിച്ചാൽ മതി." വേലായുധന്റെ അഭിപ്രായം അതായിരുന്നു.

"ന്റെ മോനും അവന്റെ കുട്ട്യോളും ഞാനൊരു തീരുമാനം പറഞ്ഞാൽ അതിനപ്പുറം പോവൂല. അതോണ്ട് കാര്യം വേലായ്ധനങ്ങട്ട് തീരുമാനിച്ചാ മതി. പെട്ടെന്നാച്ചാ പെട്ടെന്നായിക്കോട്ടെ. അവക്ക് കൊടുക്കാൻള്ളതൊക്കെ അവടെ ഒര്ക്കി വെച്ചിര്ക്ക്ണ്. നല്ലൊരു കാര്യം കാത്തിരിക്കേര്ന്ന്."

കുഞ്ഞന്റെ മറുപടി വേലായുധന് വല്ലാത്ത ഒരാശ്വാസമായി. അസുഖത്തിന്റെ കാര്യത്തിൽ അയാൾക്കെന്തെങ്കിലും എതിർപ്പുണ്ടാകുമോ എന്ന ഭയമുണ്ടായിരുന്നു. 'ന്നാലും ന്റെ കാക്കി ചേത്ത്യാരേ, ങ്ങളെക്കൊണ്ടും നാട്ടില് ആർക്കെങ്കിലും ചിലപ്പോളെങ്കിലും എന്തെങ്കിലും നല്ലത് നടക്കും. അതിപ്പൊ ബോധ്യായി." വേലായുധൻ മനസ്സിൽ പറഞ്ഞു.

ആളും വാളും ഒഴിഞ്ഞപ്പോൾ വീട്ടിൽ വീണ്ടും ഏകാന്തതയുടെ കരിമുത്തന്മാർ ഇറങ്ങിവന്നു. അവർക്കിടയിലൂടെ വേലായുധന്റെ മനസ്സ് സ്വപ്നങ്ങളുടെ താഴ്‌വാരത്തിലേക്ക് ഒടിമറഞ്ഞു സഞ്ചരിച്ചു. വേലായുധൻ എന്ന വടവൃക്ഷത്തിന്റെ ചുവട്ടിൽ അനന്തമായി തുടരേണ്ട സന്തതിപരമ്പകളെക്കുറിച്ചയാൾ ആലോചിച്ചു. മുറ്റത്തെ മറ്റൊരു കല്ലിനുമുമ്പിൽ തനിക്കു വേണ്ടി അഞ്ചു നറുക്കിട്ട് കർമ്മം ചെയ്യുന്ന പേരക്കുട്ടിയുടെ അവ്യക്തമുഖം അയാളുടെ ചിന്തയിൽ തെളിഞ്ഞു വന്നു. ആണ്ടിലൊരിക്കൽ പതിനാറെ ഒമ്പതേ അഞ്ചേ മൂന്ന് കളം വരച്ച് തന്റെ പേരക്കുട്ടി തന്നെ വിളിച്ചുണർത്തുന്ന കാലം അയാൾ മനസ്സിൽ കണ്ടു. "എല്ലാം നല്ലതിനാവണേ ദേവ്യേ... കാത്തോളണേ." അയാൾ മനമുരുകി പ്രാർത്ഥിച്ചു.

അന്ന് രാത്രി ആണ്ടവൻ ഒരു സ്വപ്നം കണ്ടു. നല്ല ക്ഷീണമുണ്ടായിരുന്നു. കഴിഞ്ഞ രാത്രി വേണ്ടത്ര ഉറങ്ങിയിരുന്നില്ലല്ലോ. പിന്നെ ഗുളിക കഴിച്ചാൽ ഒന്നും ചിന്തിക്കാനേ സമയം കിട്ടാറില്ല. അതുകൊണ്ടുതന്നെ ഗുളിക കഴിച്ച് കിടന്നതും ഉറങ്ങിയിരുന്നു. ഉറക്കത്തിൽ ഒരു അഗാധമായ ഗർത്തത്തിലേക്ക് കാറ്റിലെന്നുപോലെ അല്പം പോലും ഭാരമില്ലാതെ താഴ്ന്ന് താഴ്ന്നു പോകുന്നതു

പോലെയാണ്. അതിലപ്പുറം സ്വപ്നമൊന്നും അയാൾ കാണാറില്ല. പുലരാറായിട്ടുണ്ടാവും. അപ്പോഴാണ് അയാൾ ആ സ്വപ്നം കണ്ടത്. തറയ്ക്കലെ ഭഗവതിയുടെ മുമ്പിൽ നന്നായി അണിഞ്ഞൊരുങ്ങി നില്ക്കുകയാണ് ദേവു. കൂടെ ആരുമില്ല. പക്ഷേ ദൂരെ എവിടെ നിന്നോ ആണ്ടവനവളെ കാണുന്നുണ്ട്. പെട്ടെന്നാണ് ഭയാനകരൂപ ത്തിൽ ഒരു യക്ഷി അവളുടെ മുമ്പിലെത്തിയത്. ദേവു ഭഗവതിയെ വിളിച്ചലറിക്കരയുന്നു. പെട്ടെന്ന് ഭഗവതി ചെമ്പട്ടുടുത്ത് വാളു പിടിച്ച് ദേവുവിന്റെ മുന്നിലെത്തി. ദേവുവിന്റെ ഒരു കൈയിൽ ഭഗവതി പിടിച്ചു. അപ്പോഴേക്കും മറുകൈയിൽ യക്ഷിയും പിടിച്ചു. പിന്നെ രണ്ടുപേരും അങ്ങോട്ടും ഇങ്ങോട്ടും പിടിവലി നടത്തുന്നു. ദേവു ഉറക്കെ കരയുന്നുണ്ട്. ഇതുകണ്ട് നിന്നുകൊണ്ട് ഉറക്കെ ചിരിക്കുക യാണ് ഗോവിന്ദൻ.

അത്രയേ കാണാൻ കഴിഞ്ഞൊള്ളൂ. അപ്പോഴേക്കും ആണ്ടവൻ ഉണർന്നിരുന്നു. അയാളുടെ ശരീരം ആകെ വിയർത്തിരുന്നു. ഒന്നും മിണ്ടാൻ കഴിയാത്തതുപോലെ നാവ് മരവിച്ചിരുന്നു. പിന്നെ അന്ന യാൾക്ക് ഉറക്കം വന്നില്ല. എന്തൊരു സ്വപ്നമാണത്. എന്താണതി നർത്ഥം? അതുതന്നെ ചിന്തിച്ചുകൊണ്ട് അയാൾ പുലരുംവരെ തിരിഞ്ഞും മറിഞ്ഞും കിടന്നു കഴിച്ചുകൂട്ടി. കിഴക്കൻ മാനം ചെമ്പ ട്ടുടുക്കുന്നതിൻ മുമ്പേ അയാളെഴുന്നേറ്റിരുന്നു. ഇലഞ്ഞിപ്പൂവിന്റേയോ പാലപ്പൂവിന്റെയോ മണം അവിടെയെവിടെയെങ്കിലും തങ്ങിനിൽ ക്കുന്നുണ്ടോ? അയാൾ വെറുതെ മണം പിടിച്ചു നോക്കി. ഇല്ല, രാത്രി കണ്ടത് വെറും ഒരു സ്വപ്നം മാത്രമാണ്. “ആവണേ ഭഗവതീ...” അയാൾ ഹൃദയം നിറഞ്ഞ് പ്രാർത്ഥിച്ചു.

പക വീട്ടുന്ന ഉന്മാദം

ആണ്ടവന് സർക്കാർ ജോലി കിട്ടി എന്ന് കേട്ടപ്പോൾ കല്യാണിക്കും വേലായുധനുമുണ്ടായ സന്തോഷം പറഞ്ഞറിയിക്കാൻ കഴിയുന്നതായിരുന്നില്ല. എന്നാൽ പൊന്നാനിയിൽ ആണ് നിയമനം എന്ന് കേട്ടപ്പോൾ അവർക്ക് സങ്കടമായി. ദിവസവും പോയി വരാൻ വല്ലാതെ ബുദ്ധിമുട്ടും. തിരൂരിൽ നിന്ന് പൊന്നാനിക്ക് വഞ്ചിയുണ്ട്. എപ്പോഴുമില്ല. ബസ്സിനു പോകണമെങ്കിൽ കുറ്റിപ്പുറത്തിറങ്ങി പിന്നെ എടപ്പാൾ ബസ് കയറി അവിടുന്ന് പൊന്നാനിക്ക് പോകണം. ഒരിക്കലും സമയത്തിനെത്താൻ കഴിയില്ല. അതിനേക്കാൾ നല്ലത് വഞ്ചിയിൽ പോകുന്നത് ആണ്. ആദ്യത്തെ കുറച്ച് ദിവസം പോയി വരാം. പിന്നെ അവിടെ എവിടെയെങ്കിലും താമസിക്കാൻ ഒരിടം കിട്ടുമോ എന്ന് നോക്കാമെന്ന ആണ്ടവന്റ തീരുമാനം അവരംഗീകരിച്ചു. ഇനിയെത്രയും പെട്ടെന്ന് മംഗലം നടത്തണം എന്ന അച്ഛന്റെ നിർബന്ധത്തിന് ആണ്ടവൻ എതിരൊന്നും പറഞ്ഞില്ല. ഭവത്രാതൻ നമ്പൂരിയുടെ വേളി കഴിഞ്ഞ പോലെ വലിയ ആർഭാടമൊന്നുമില്ലാതെയാണെങ്കിൽ എപ്പോൾ വേണമെങ്കിലും ആവാമെന്നായിരുന്നു വേലായുധന്റെ അഭിപ്രായം. ഭവത്രാതന്റെ വേളി നാട്ടിലാരെയും അറിയിക്കാതെയായിരുന്നു. ഭവത്രാതൻ ആണ്ടവനോട് കാര്യം പറഞ്ഞിരുന്നുവെങ്കിലും കല്യാണത്തിന് ക്ഷണിച്ചിരുന്നില്ല. അത് മനസ്സിലാക്കാൻ ആണ്ടവനും കഴിഞ്ഞു. അല്ലെങ്കിലും വേളിയുടെ ചടങ്ങുകൾ മാത്രമേ ഉണ്ടായിരുന്നൊള്ളൂ. അവിടേക്ക് ക്ഷണിച്ചിട്ട് ആണ്ടവനെന്ത് ചെയ്യാനാണ്?

മനയ്ക്കലേക്ക് ആണ്ടവൻ ഇടയ്ക്ക് പോകാൻ തുടങ്ങിയിരുന്നു. വല്യമ്പൂരിയേയും അയ്യപ്പൻനായരേയും കാണാറും സംസാരിക്കാറുമുണ്ട്. അവർക്കൊന്നും ആണ്ടവനോട് പറയത്തക്ക ദേഷ്യമുള്ളതായി അയാൾക്ക് തോന്നിയിട്ടില്ല. എന്നാൽ ഇല്ലത്തേക്കു പിന്നെ ആണ്ടവൻ പോയിട്ടില്ല. പോകുവാൻ അയാൾക്ക് ആഗ്രഹമുണ്ടായിരുന്നുവെങ്കിലും ഭവത്രാതൻ അത് നിരാശപ്പെടുത്തി. അച്യുതൻ നമ്പൂതിരിക്ക്

കാര്യങ്ങളൊക്കെ മനസ്സിലായിട്ടുണ്ടെന്നും എന്നാലും ഇനി അവിടേക്ക് വല്ലാതെ പോകേണ്ടെന്നുമാണ് ഭവത്രാതൻ പറഞ്ഞത്. ജോലി അറിയിപ്പ് കിട്ടിയപ്പോൾ അച്യുതൻ നമ്പൂരിയെ കാണണമെന്നും അനുഗ്രഹം വാങ്ങണമെന്നും ആണ്ടവൻ ഭവത്രാതനെ അറിയിച്ചു. അപ്പോഴും അദ്ദേഹം പറഞ്ഞു. "അവിടേക്കു പോവേണ്ട. അച്യുതൻ മാമയ്ക്കറിയാം. റവന്യു വകുപ്പിൽ ഉടൻ നിയമനമുണ്ടാകുമെന്നും നല്ല പ്രൊമോഷൻ സാധ്യതയുണ്ടെന്നും അദ്ദേഹം പറഞ്ഞിട്ടുണ്ട്. ഡിഗ്രിയുണ്ടായതുകൊണ്ട് ശ്രമിച്ചാൽ ഭാഗ്യംണ്ടെങ്കിൽ കലക്ടറു വരെ ആകാമെന്നദ്ദേഹം അറിയിച്ചിട്ടുമുണ്ട്. എന്തായാലും തഹസിൽ ദാർവരെ ആകുന്ന കാര്യത്തിൽ സംശയം വേണ്ട എന്നും പറഞ്ഞു. പിന്നെ അങ്ങോട്ടേയ്ക്കോറ്റെ ചെല്ലണ്ട കാര്യം പറഞ്ഞാൽ അത് വേണ്ടെന്ന് പറയാനും പറഞ്ഞിട്ടുണ്ട്."

അത് കേട്ടപ്പോൾ പിന്നെ ആ യാത്ര വേണ്ടെന്ന് ആണ്ടവനും കരുതി. അച്യുതൻ നമ്പൂതിരിയുടെ ശ്രമം കൊണ്ടാണ് ഇത്ര പെട്ടെന്ന് ഒരു ജോലി തരപ്പെട്ടതെന്ന കാര്യത്തിൽ ആണ്ടവന് സംശയമുണ്ടായിരുന്നില്ല. എന്നിട്ടും കാണാൻ അദ്ദേഹം വിസമ്മതിക്കുന്നതെന്തിന്? അതിനുമാത്രം ആണ്ടവന് ഉത്തരം കിട്ടിയില്ല.

ജോലി കിട്ടി രണ്ട് മാസം കഴിഞ്ഞതിൽ പിന്നെയായിരുന്നു ആണ്ടവന്റെ വിവാഹം. വലിയ ആർഭാടമൊന്നുമില്ലാത്ത ഒരു ചടങ്ങിൽ ദേവു ആണ്ടവന്റെ ഭാര്യയായി. കല്യാണിക്കും വേലായുധനും ദേവു നല്ലൊരു സഹായമായിരുന്നു. പഠിപ്പും വിവരവുമല്ല, കണ്ടറിഞ്ഞു പെരുമാറാനുള്ള കഴിവാണ് കുടുംബത്തിൽ സന്തുഷ്ടിയുണ്ടാക്കുന്നതെന്ന് ദേവു തെളിയിച്ചുകൊണ്ടേയിരുന്നു. പക്ഷേ ആ സന്തോഷം അധികം നീണ്ടുനിന്നില്ല. കല്യാണിയുടെ മരണമായിരുന്നു കാരണം. വിറകു കെട്ടുമേറ്റി വീട്ടിലേക്കു വരുന്ന വഴിയിൽ കാലുതെന്നിവീണതായിരുന്നു. ഒരാഴ്ച കിടന്നു. മരണത്തിനും ചിലപ്പോൾ ചില കാരണങ്ങൾ വേണ്ടിവരുമായിരിക്കും. അത്രയേ ആ വീഴ്ചയെക്കുറിച്ച് നാട്ടുകാർക്ക് പറയാനുണ്ടായിരുന്നൊള്ളൂ കല്യാണിയുടെ മരണത്തോടെ വേലായുധൻ കൂടുതൽ ഭക്തിയിലേക്കു മുഴുകി. പുറത്തേക്കൊന്നും പോവാതായി. എപ്പോഴും വീട്ടിൽതന്നെ. ആണ്ടവൻ അതിരാവിലെ പോയാൽ പിന്നെ വൈകിയിട്ട് ഇരുട്ടിയതിനുശേഷമേ വരൂ. ആളും ബഹളവുമില്ലാത്ത വേലായുധന്റെ വീട് ആരവങ്ങളൊഴിഞ്ഞ ഉത്സവപ്പറമ്പ് പോലെയായി.

അന്ന്, ആണ്ടവൻ ജോലി കഴിഞ്ഞ് വരികയായിരുന്നു. തോണിയിറങ്ങിയപ്പോൾ തന്നെ സമയം വളരെ വൈകിയിരുന്നു. കരിക്കുന്നു

വഴിയായിരുന്ന വരവ്. കൽക്കരിവണ്ടികളിൽ നിന്ന് കരി ഒഴിവാക്കുന്നത് കൂട്ടിയിടുന്ന റെയിൽവെയുടെ സ്ഥലത്തെയാണ് കരിക്കുന്ന് എന്ന് പറഞ്ഞിരുന്ന്. ആളൊഴിഞ്ഞ സ്ഥലമാണ് കരിക്കുന്ന്. ചില പ്രത്യേക സമയങ്ങളിൽ നാടോടികൾ അവിടെ ടെന്റ് കെട്ടി താമസിക്കാറുണ്ട്. ചില പ്രത്യേക കാലത്ത് നാട്ടിലെത്തുന്ന തെരുവുസർക്കസ്സുകാരുടെ ആശ്രയവും അവിടെത്തന്നെയായിരുന്നു. അവരുണ്ടാകുമ്പോൾ മാത്രമാണ് അവിടെ ജനത്തിരക്കുണ്ടാവുന്നത്. അവരു പോയിക്കഴിഞ്ഞാൽ പിന്നെ അവിടം വിജനമായി. അവിടെ വച്ചാണ് ഗോവിന്ദനെ അവിചാരിതമായി അന്ന് ആണ്ടവൻ കണ്ടുമുട്ടിയത്.

''അല്ല, ആണ്ടവൻ ഇന്നും പണിക്ക് പോയിരുന്നോ നല്ലോരു ദിവസായിട്ട്.'' ഗോവിന്ദൻ ഒരു പരിഹാസച്ചിരിയോടെയാണ് ചോദിച്ചത്. സാധാരണ അങ്ങനെ നേരിട്ട് ആണ്ടവന്റെ മുമ്പിലെത്തുന്ന ഒരു സ്വഭാവം ഗോവിന്ദനില്ല. കണ്ടാൽ ഒഴിഞ്ഞു മാറി പോകാറാണ് പതിവ്. ആണ്ടവൻ ഒന്നും മനസ്സിലാകാതെ അവനെത്തന്നെ നോക്കി നിന്നു. അവൻ തുടർന്നു. ''അറിഞ്ഞില്ലേ? ആണ്ടവൻ ഒരച്ഛനായി. നമ്മുടെ ഇല്ലത്തെ ആത്തോരുകുട്ടി പെറ്റു. കുട്ടി ആങ്കുട്ട്യാ. അന്ത്രൂന്റെ ചായക്കടയിൽനിന്നാ ഞാനറിഞ്ഞത്. കുട്ടി ആണ്ടവനെപ്പോലെ

തന്നെ ഉണ്ടെന്നാ കേട്ടത്.'' ഗോവിന്ദൻ ഒന്നുകൂടി ചിരിച്ചു. പരിഹാസത്തിന്റെ ഒടുക്കത്തെ ചിരി. ''ചെലവ് ചെയ്യണം ട്ടോ. ഒരു പണില്യാം ണ്ടെ അച്ഛനാവാനും വേണം ഭാഗ്യം. ന്നാലും ആണ്ടവാ, അന്റെ കഴിവ് സമ്മതിച്ചിരിക്ക്ണ് ട്ടോ.''

ആണ്ടവന് തന്റെ ശരീരം മുഴുവൻ പെരുത്തുകയറന്നതുപോലെ തോന്നി. നിയന്ത്രണം നഷ്ടപ്പെടുന്നതുപോലെ. ആയിരം യക്ഷികൾ ഒന്നിച്ച് ചിരിക്കുന്നതുപോലെ തലയ്ക്കുള്ളിൽ ഒരായിരം കടുന്നലുകൾ മൂളി പറക്കുന്നതുപോലെ. ''ചെലവ് ചെയ്യാംടാ നായിന്റെ മോനേ. അണക്ക് ഒരു ചെലവ് പണ്ടേ ബാക്കിണ്ട്.'' അത് പറഞ്ഞുകൊണ്ട് ആണ്ടവൻ ഒറ്റച്ചവിട്ടായിരുന്നു. ഗോവിന്ദൻ ഒരിക്കലും പ്രതീക്ഷിക്കാത്ത ഒന്നായിരുന്നു അത്. ഗോവിന്ദൻ തെറിച്ചു വീണു. താഴെ കിടന്നിരുന്ന ഒരു കരിങ്കല്ലിലാണ് അവന്റെ തല ചെന്നിടിച്ചത്. എന്നാൽ അതൊന്നും നോക്കാതെ ആണ്ടവൻ നടന്നു. അവന്റെ മനസ്സിൽ ഏതോ ഒരു വനയക്ഷി പൊട്ടിച്ചിരിക്കുന്നുണ്ടായിരുന്നു. പാല പൂത്ത അസഹ്യമായ ഗന്ധം അവനെ കടന്നാക്രമിച്ചുകൊണ്ടിരുന്നു. ലോകത്തുള്ള യക്ഷിയമ്പലങ്ങളെല്ലാം തുറന്നുതുടങ്ങിയിരുന്നു. സുന്ദരികളായ യക്ഷികൾ കാമമോഹിതരായി അവന്റെ മുമ്പിൽ ഉന്മാദനൃത്തം ചവിട്ടി സുരതം, സുരതം എന്നവരൊന്നിച്ച് ആർത്ത് വിളിക്കുന്നത് അവൻ കേട്ടു.

തിടുക്കപ്പെട്ടു വീട്ടിന്നകത്തേക്ക് കയറിപ്പോയ ആണ്ടവനെ അച്ഛൻ കണ്ടു. അവന്റെ കണ്ണുകൾ കലങ്ങിയതും മുഖം ചുവന്നിരിക്കുന്നതും ഒറ്റനോട്ടത്തിൽ അയാൾ ശ്രദ്ധിച്ചു. ''ചതിച്ചോ ന്റെ ഭഗവത്യേ...'' അയാൾ ഹൃദയം പൊട്ടി വിളിച്ചു.

വൈകുന്നേരം ആണ്ടവനെ തിരഞ്ഞ് പൊലീസ് വന്നപ്പോഴാണ് നാട്ടുകാരിൽ പലരും കാര്യമറിഞ്ഞത്. ആണ്ടവൻ ഗോവിന്ദനെ അടിച്ചു. ഗോവിന്ദന്റെ നില വളരെ ഗുരുതരമാണ്. ''ഓനു പിന്ന്യം പ്രാന്ത് എളഗ്യോ?'' പലരും മൂക്കത്ത് വിരൽ വച്ചു. ചിലർ പറഞ്ഞു. ''ആ കോയിന്ദൻ നായര് വെറുതെ പോയി ചോയിച്ച് വാങ്ങീതാവും. ഒരു കാര്യല്ലാണ്ടെ ആണ്ടവൻ ആരേയും തല്ലൂല.''

നാട്ടുകാർ സംഭവത്തിന്റെ സത്യാവസ്ഥയെക്കുറിച്ചുള്ള ഊഹാപോഹങ്ങളിൽ അഭിരമിക്കുമ്പോൾ, വേലായുധൻ ഓടിച്ചെന്നത് മനയ്ക്കലേക്കാണ്. ഭാഗ്യത്തിന് അയ്യപ്പൻ നായരും വല്യമ്പൂരിയും സ്ഥലത്തുണ്ടായിരുന്നു. ഭവത്രാതൻ നമ്പൂതിരി മുത്താഴിയംകോട്ടാണ്. അവിടെ സാവിത്രി അന്തർജനം പ്രസവിച്ചു കിടക്കുകയാണ്. ഡോക്ടർ ഇല്ലത്ത് വന്നു പ്രസവം എടുക്കുകയായിരുന്നുവത്രെ. വേലായുധൻ കരഞ്ഞുകൊണ്ടാണ് കാര്യങ്ങൾ പറഞ്ഞത്. ആണ്ടവനെ പൊലീസുകാര് തല്ലിച്ചതയ്ക്കും എന്ന ഭയമായിരുന്നു അയാൾക്ക്.

''മുത്താഴിയംകോട്ട് പോയി അച്യുതനോട് കാര്യം പറയണം. നിക്ക് പൊലീസ് സ്റ്റേഷനിലൊന്നും പോയി യാതൊരു പരിചയവുമില്ല.'' വല്യമ്പൂരി പറഞ്ഞു. ഒരു നിമിഷം ആലോചിച്ചതിന് ശേഷം, ''അല്ലെങ്കിൽ വേലായുധൻ ഒറ്റയ്ക്ക് പോവണ്ട ഞാനുംകൂടി വരാം'' എന്ന് പറഞ്ഞ് അദ്ദേഹം ഒരു തോർത്തെടുത്ത് തോളിലിട്ട് വേലായുധന്റെ കൂടെ പുറപ്പെട്ടു.

ആണ്ടവനോടിപ്പോഴും ഇല്ലത്തുള്ളോർക്ക് ദേഷ്യം തന്നെയായിരിക്കും എന്നാണ് വേലായുധൻ കരുതിയിരുന്നത്. ഇല്ലത്തേക്ക് വേലായുധനും പോകാറുണ്ടായിരുന്നില്ല. പോകണമെന്നാഗ്രഹമില്ലാഞ്ഞിട്ടല്ല. പക്ഷേ അവരെ അഭിമുഖീകരിക്കാൻ അയാൾക്ക് കഴിഞ്ഞില്ല. ഇല്ലത്തുള്ള ആരെയെങ്കിലും കണ്ടാൽ അവരുടെ മുഖത്ത് നോക്കാനുള്ള ധൈര്യമില്ലാത്തതുകൊണ്ട് കഴിയുന്നത്ര മാറിപ്പോകാറാണ് പതിവ്. എന്നിട്ടും ഒന്നുരണ്ട് പ്രാവശ്യം അച്യുതൻ നമ്പൂരിയേയും നാരായണൻ നമ്പൂതിരിയേയും വഴിയിൽ നിന്നു കാണേണ്ടി വന്നിട്ടുമുണ്ട്.

ആണ്ടവന്റെ കാര്യത്തിൽ അച്യുതൻ നമ്പൂതിരിക്ക് വലിയ താൽപര്യമൊന്നും ഉണ്ടാകില്ല എന്നായിരുന്നു വേലായുധൻ പ്രതീക്ഷിച്ചത്. പിന്നെ വല്യമ്പൂരി പറഞ്ഞാൽ തടസ്സം പറയില്ല എന്നത് മാത്രമായിരുന്നു പ്രതീക്ഷ. എന്നാൽ വേലായുധൻ ഒട്ടും പ്രതീക്ഷിക്കാത്ത പെരുമാറ്റമാണ് അച്യുതൻ നമ്പൂതിരിയിൽ നിന്നുണ്ടായത്. വിവരം അറിഞ്ഞ ഉടനെ അദ്ദേഹം വേഗത്തിൽ ഷർട്ടും ധരിച്ചുകൊണ്ട് വേലായുധനോട് പറഞ്ഞു, 'വേഗം വരാ'. നാട്ടിലെ അറിയപ്പെടുന്ന പൊതുപ്രവർത്തകൻ എന്ന നിലയ്ക്ക് അച്യുതൻ നമ്പൂതിരിക്ക് നാട്ടിലും രാഷ്ട്രീയത്തിലുമൊക്കെ ഏറെ ബന്ധങ്ങൾ ഉണ്ടായിരുന്നു. അച്യുതൻ നമ്പൂതിരി നേരിട്ട് ഇറങ്ങിയതോടെ വേലായുധന് പകുതി ആശ്വാസമായി.

പൊലീസ് സ്റ്റേഷനിലെത്തിയപ്പോൾ വേലായുധൻ പുറത്ത് നിന്നതേയുള്ളൂ. അച്യുതൻ നമ്പൂതിരിയാണ് അകത്ത് കയറിയത്. ഇൻസ്പെക്ടറോട് അദ്ദേഹം സംസാരിച്ചു.

ഇൻസ്പെക്ടർ പറഞ്ഞു, ''ആശുപതിയിൽ നിന്ന് കിട്ടിയ വിവരമനുസരിച്ച് വയറ്റിൽ രക്തസ്രാവമുണ്ട്. കരിങ്കല്ലിൽ വീണ് തലയ്ക്കും പരിക്കുണ്ട്. കേസ് അത്ര നിസ്സാരമായി കാണാൻ കഴിയില്ല. അയാളെ മെഡിക്കൽ കോളേജിലേക്ക് കൊണ്ടുപോയിരിക്കുകയാണ്. ഗോവിന്ദനെന്തെങ്കിലും സംഭവിച്ചാൽ കൊലപാതകമായി കേസ് മാറാം.''

വെറും ഒരടിപിടിക്കേസുപോലെ സ്റ്റേഷൻ ജാമ്യത്തിൽ വിട്ടാൽ അത് തന്റെ ജോലിയെ ബാധിക്കുമോ എന്ന ഭയമായിരുന്നു അയാൾക്ക്.

എന്നാൽ ആണ്ടവൻ മാനസികരോഗിയാണെന്ന് അച്യുതൻ നമ്പൂതിരി പറഞ്ഞപ്പോൾ എന്നാൽ പിന്നെ പഴുതുകൾ കണ്ടെത്താമെന്നായി ഇൻസ്പെക്ടർ. ചികിത്സിക്കുന്ന രേഖകളൊക്കെ ഇല്ലേ എന്ന് ചോദിച്ചപ്പോൾ വേലായുധനോട് ചോദിക്കാതെതന്നെ ഉണ്ടെന്ന് അച്യുതൻ നമ്പൂതിരി സമ്മതിക്കുകയും ചെയ്തു. പിന്നീട് വേലായുധനെ അകത്തേക്ക് വിളിച്ചു. അയാളോട് രണ്ട് മൂന്ന് കടലാസുകളിൽ ഒപ്പിടാൻ ആവശ്യപ്പെട്ടു. ആണ്ടവനെ അവരുടെ കൂടെത്തന്നെ പറഞ്ഞയയ്ക്കുകയും ചെയ്തു.

കാലങ്ങൾക്ക് ശേഷം അച്യുതൻ നമ്പൂതിരിയും ആണ്ടവനും നേരിൽ കാണുകയായിരുന്നു. ആണ്ടവന്റെ കണ്ണുകൾ നിറയുന്നത് അച്യുതൻ നമ്പൂതിരി ശ്രദ്ധിച്ചു. ''എന്താണ്ടായത്'' എന്ന് അച്യുതൻ നമ്പൂതിരി ചോദിച്ചില്ല. ആണ്ടവൻ പറഞ്ഞതുമില്ല.

''രാവുണ്ണി വിവരം വല്ലതും അറിഞ്ഞിരിക്ക്ണോ ആവോ?'' അച്യുതൻ നമ്പൂതിരി ആരോടെന്നില്ലാതെ പറഞ്ഞു. പിന്നെ ആണ്ടവനോടായി ചോദിച്ചു. ''ആണ്ടവൻ നേരെ വീട്ടിലേക്കാണോ അതോ ഇല്ലത്ത് കേറീട്ട് പോയാ മത്യോ?''

തലതാഴ്ത്തി ആണ്ടവൻ പറഞ്ഞു, ''മതി.''

''ഇനി എന്തിനാടോ തല താഴ്ത്തുന്നത്. ഇത് നീ പണ്ടേ ചെയ്യണ്ടതായിരുന്നു. ഒരു കടം വീട്ടീന്ന് കരുത്യാ മതി. ഈ കടം വീട്ടിയാൽ മാത്രമേ നിന്നെ കാണാവൂ എന്ന് ഞാനും കരുതിയിരുന്നു. നിക്ക് കടം വാങ്ങീട്ട് കൊടുക്കാതിരിക്കുന്നവരെ തീരെ ഇഷ്ടല്ല. ഇപ്പോൾ ആണ്ടവൻ കടം പലിശയടക്കം തിരിച്ച് കൊടുത്തൂന്നറിഞ്ഞപ്പോൾ സന്തോഷായി.'' അച്യുതൻ നമ്പൂരി ചിരിച്ചു.

''കുട്ടി ഒറ്റയ്ക്കേള്ളൂ. പേടിക്കാവോ.'' വേലായുധൻ പറഞ്ഞപ്പോൾ, വേലായുധനോട് വീട്ടിലേക്ക് പൊയ്ക്കൊള്ളുവാൻ നമ്പൂതിരി അനുവാദം നൽകി.

''പേടി മാത്രാവില്ല, സങ്കടുംണ്ടാവും. വേലായുധൻ പോയി കാര്യങ്ങൾ പറഞ്ഞ് സമാധാനിപ്പിക്കൂ.'' അച്യുതൻ നമ്പൂതിരി വേലായുധനെ നോക്കി പറഞ്ഞു. പിന്നെ അച്യുതൻ നമ്പൂതിരിയും ആണ്ടവനും കൂടി മെല്ലെ മുത്താഴിയംകോട്ടില്ലത്തേക്കു നടന്നു. അപ്പോൾ ആകാശത്ത് നിലാവ് ഉദിച്ചുതുടങ്ങിയിരുന്നു. പതുപതുത്ത പഞ്ഞിക്കെട്ടുകൾപോലെ ആകാശത്ത് മേഘങ്ങൾ പറന്നുനടക്കുന്നത് ആണ്ടവൻ കണ്ടു. അവന്റെ ഹൃദയത്തിൽ നിന്നും ആരോ കയറ്റിവെച്ച വലിയ ഒരു ഭാരം ഉരുകിത്തീരുന്നതുപോലെ അവനു തോന്നി. എല്ലാ യക്ഷിയമ്പലങ്ങളുടേയും വാതിലുകളടഞ്ഞു. ആരെയൊ ഭയപ്പെട്ടിട്ടെന്നപോലെ യക്ഷികൾ കൂട്ടത്തോടെ എങ്ങോട്ടോ പോയ് മറഞ്ഞു.

അച്യുതൻ നമ്പൂതിരി മുമ്പിലും ആണ്ടവൻ പിറകിലുമായിരുന്നു. ''നിറയെ ഇഴജന്തുക്കളുള്ള വഴിയാ. ഞാൻ കാല് വെയ്ക്കന്നത് ശ്രദ്ധിച്ച് നടന്നോളൂ.''

തിരുമേനി പറഞ്ഞപ്പോൾ ആണ്ടവൻ ഒന്നു മൂളി. ഏതിരിട്ടിലും തെളിയുന്ന ആ പാദമുദ്രകൾ ശരിക്ക് കാണാനോ എന്നറിയില്ല തല താഴ്ത്തിക്കൊണ്ട് അവൻ പിറകിൽതന്നെ നടന്നത്. പടിപ്പുരയിലെത്തിയപ്പോൾ അച്യുതൻ നമ്പൂരി പറഞ്ഞു. ''കേറി വാ ആണ്ടവാ. ഈ മുട്ട് അറുത്ത് കഴിഞ്ഞേ നീയിങ്ങട് കേറാവൂ എന്നേരുന്നു ന്റെ ആഗ്രഹം. അത് നടന്നു. ഇനി പഴയ ആണ്ടവനായിട്ട് നിനക്ക് എപ്പോഴും ഇവിടെ വരാം. ഇല്ലത്തിന്റെ എല്ലാ വാതിലുകളും നിനക്കായി തുറന്നിടുകയാണ്. കടം മേടിച്ചാൽ അത് എന്തായാലും അതേ അളവിൽ ഇത്തിരി കൂടിയാലും വിരോധം ല്യ തിരിച്ച് കൊടുക്കണം. അങ്ങനെയുള്ളവരെയാണ് എനിക്കിഷ്ടം.''

അച്യുതൻ നമ്പൂതിരി അതേ വാക്യം ഒന്നുകൂടി ആവർത്തിച്ചത് ആണ്ടവൻ ശ്രദ്ധിച്ചു. തിരുമേനി ചിരിച്ചു. മനസ്സു നിറഞ്ഞ ചിരി. ആ ചിരിയിൽ ആണ്ടവന്റെ മനസ്സ് തെളിയുകയായിരുന്നു. അവന്റെ ഉള്ളിലെ കൃഷ്ണപക്ഷം കഴിഞ്ഞപോലെ അവനു തോന്നി. ശുക്ലപക്ഷ ചന്ദ്രബിംബം ഉദിച്ചുയരുന്നത് അയാൾ അറിഞ്ഞുതുടങ്ങി. നിലാവ് മനസ്സിൽ പരന്ന് തുടങ്ങുകയാണ്. നിശാഗന്ധിപ്പൂക്കളുടെ സുഗന്ധവുമായി ഒരിളംകാറ്റ് അവനെ തലോടുന്നതുപോലെ അയാൾക്ക് തോന്നി.

അവശിഷ്ടങ്ങൾക്കിടയിലൂടെ

സ്കന്ദൻ നമ്പൂതിരി ഒരുങ്ങിയിരിക്കുകയായിരുന്നു. പത്തായപ്പുരയിൽ നിന്ന് അയ്യപ്പൻനായർ വന്ന് വിളിക്കുന്നതും കാത്ത്. രാവിലെ അമ്മ ഉണ്ടാക്കിയ ഇഡ്ഡലിയും സാമ്പാറും കഴിക്കുമ്പോൾ അയാൾ പറഞ്ഞു. ''വെറുതെ വിളിച്ചു വരുത്തി. ആണ്ടി പൂശാരിയെ കാണാനാണത്രെ. അമ്മയ്ക്ക് പറഞ്ഞൂടാരുന്നോ അതൊക്കെ ഞാൻ വരുമ്പോ മതീന്ന്?''

''അതിന് കുട്ട്യേ, നീയ് വരുമ്പോൾ അദ്ദേഹം ണ്ടായീലെങ്കിലോ. അച്ഛന് വല്യ ആഗ്രഹായിരുന്നു ന്റെ കുട്ടി അട്ത്തുണ്ടാവുമ്പോ വേണം കണ്ണടയ്ക്കാൻ ന്ന്. ന്നിട്ട് അത് നടന്നോ? ഓരോരുത്തരുടെ ആഗ്രഹല്ലേ? അതോണ്ടിപ്പെന്താ, ഞങ്ങൾക്കും കാണാറായില്ലേ?''

''അപ്പൊ എല്ലാരും അറിഞ്ഞിട്ടാണ്. അതു ശരി. ഞാനൊന്നും പറഞ്ഞില്ല്യേയ്.'' സാവിത്രി അന്തർജ്ജനം ഒന്നു ചിരിച്ചു. ഒരു വിഷാദച്ഛായയുള്ള ചിരി.

അല്ലെങ്കിലും അവരുടെ ചിരി എന്നും അങ്ങനെയാണെന്ന് സ്കന്ദൻ ഓർമ്മിച്ചു. അധികം സംസാരിക്കാതെ, അധികം ചിരിക്കാതെ അങ്ങനെ ഒരാൾ അവിടെയുണ്ടെന്നുപോലും പലപ്പോഴും തോന്നാറില്ല. ഒരിക്കലും ഒരു പരാതി പറയുന്നത് കേട്ടിട്ടില്ല. ഒന്നുറക്കെ വർത്തമാനം പറയുന്നതും കണ്ടിട്ടില്ല. അമ്മാത്തേക്ക് എപ്പോഴെങ്കിലും ഒന്നു പോയാലായി. അതിനല്ലാതെ അമ്പലത്തിലേക്കൊന്നു തൊഴാനായിട്ടുപോലും പുറത്തിറങ്ങുന്നത് കണ്ടിട്ടില്ല. അങ്ങനെ ഒരാൾ അവിടെ ജീവിച്ചിരിക്കുന്ന കാര്യം തന്ന പുറത്തുള്ളവർ അറിഞ്ഞിട്ടുണ്ടായിരിക്കില്ല. ഇല്ലത്തിന്റെ അകത്തളങ്ങളിൽ മാത്രം ഒതുങ്ങിക്കൂടിയ ഒരു ജീവിതം. അടുപ്പിലെ വിറകുകൊള്ളിപോലെ എരിഞ്ഞുതീരാനുള്ള ഒന്നായിരിക്കണം അവർക്ക് ജീവിതം.

സ്കന്ദൻ നമ്പൂതിരി ഭക്ഷണം കഴിഞ്ഞ് പുമുഖത്ത് വന്ന് ഏറെ നേരം കാത്തിരുന്നു. അയ്യപ്പൻനായരെത്താൻ കുറച്ചു വൈകിയിരുന്നു. അല്ലെങ്കിലും ഒരിക്കലും അദ്ദേഹത്തിന് പറഞ്ഞ സമയത്ത്

എത്താൻ കഴിയാറില്ലല്ലോ. ഇറങ്ങാൻ നേരത്ത് അതിലും വലിയ ഒരു പണിയുണ്ടാവും മുന്നിൽ.

‘‘പാടത്ത് പണിക്കാരുണ്ട്. അവിടെയൊന്നു പോയി. ഇന്നലെ പറിച്ച ഇഞ്ചിയും മഞ്ഞളും പറമ്പിൽ തന്നെ കൂട്ടിയിട്ടിരിക്കാണ്. അതിൽനിന്ന് വിത്തിനുള്ളത് മാറ്റി ബാക്കിള്ളത് മുറ്റത്ത് ഉണക്കാനിടണം. അതിന് പടിഞ്ഞാറാലേ കോരൻകുട്ടിയെ ഏല്പ്പിച്ചു. അത് കഴിഞ്ഞ് കുളിച്ച് വന്നപ്പോഴേക്കും സമയം ഇത്തിരി വൈകി. കുട്ടി കാത്തിരുന്നു മുഷിഞ്ഞോ ആവോ?’’ അയ്യപ്പൻനായരുടെ തിരക്കുകൾ പറഞ്ഞുകേട്ടപ്പോൾ ഉള്ളിലുണ്ടായ പരിഭവങ്ങൾ സ്കന്ദൻ മറന്നു.

‘‘ന്നാൽ പോവ്വല്ലേ പൂശാരിനെ കാണാൻ?’’ സ്കന്ദൻ ചോദിച്ചു.

‘‘പൂവാം. ആത്തോരേ, ഞങ്ങളങ്ങട്ടിറങ്ങാണ്. അല്ല, ചോദിച്ചില്യ പൂശാരിക്ക് എന്തെങ്കിലും കൊടുക്കേറ്റെ വേണാ?’’

പൂമുഖത്തിന്റെ പിറകിലുള്ള വാതിലിൽ തല മാത്രം പുറത്ത് കാണുന്ന രീതിയിൽ ആത്തോര് പ്രത്യക്ഷപ്പെട്ടു. ‘‘ഉണ്ണിയെക്കൊണ്ടെന്തെങ്കിലും കൊടുപ്പിക്കണം. ഇപ്പൊ പുറത്തൊന്നും പോവലില്യാന്നല്ലേ കേട്ടേ? ബുദ്ധിമുട്ടുണ്ടാവും.’’

‘‘ന്നാൽ ശരി.’’ അയ്യപ്പൻനായർ മുമ്പിലിറങ്ങി. സ്കന്ദൻ നമ്പൂതിരി പിറകെയും. പണ്ടൊക്കെ കാര്യസ്ഥൻ പിറകിലായായിരുന്നു. ഇവിടെ ഇപ്പോൾ എല്ലാ കാര്യത്തിനും മുന്നിൽ നില്ക്കാൻ അയ്യപ്പൻ നായർ വേണം. ഇല്ലെങ്കിൽ ഒന്നും നടക്കില്ല. മുന്നിൽ നടന്ന ശീലം അയ്യപ്പൻനായർക്കുണ്ടായിരുന്നില്ല. വല്യമ്പൂരി മരിച്ചതിൽ പിന്നെ മുന്നിൽനിന്ന് മാറാൻ ഭവത്രാതൻ നമ്പൂരി സമ്മതിച്ചതുമില്ല. ഇപ്പോൾ എല്ലാം ശീലമായി. അല്ലെങ്കിലും ഒന്നും ആരംഭിക്കുന്നതുപോലെ അവസാനിക്കാറില്ലല്ലോ. പാടത്തേക്കുള്ള ഇടവഴി കഴിഞ്ഞ് നടവരമ്പിലേക്ക് കയറുമ്പോൾ അയ്യപ്പൻനായർ പറഞ്ഞു.

‘‘കുട്ട്യേ, ആണ്ടി പൂശാരി ഒരു ജന്മം മുഴുവൻ നരകയാതന അനുഭവിച്ചയാളാ. തെറ്റൊന്നും ചെയ്യാതെ ഒരുപാടു തെറ്റുകളുടെ പാപഭാരം ഏറ്റെടുക്കേണ്ടിവന്നവൻ. പലരുടേയും ആട്ടും തുപ്പും സഹിച്ചു സഹിച്ചു നരകിച്ച ഒരു ജീവിതമാണത്. ഒന്നിലും ഒരു പരിഭവവുമില്ലാതെ ഇപ്പോഴും അങ്ങനെ കഴിയുന്നു. വല്യമ്പൂരിക്കും കുട്ടീടച്ഛനും എല്ലാം അറിയാമായിരുന്നു. അവരെന്നും അയാളുടെ കൂടെത്തന്നെ നിന്നു. പിന്നെ കുട്ടീടെ അമ്മച്ഛൻ അച്യുതൻ നമ്പൂതിരിക്കും കുറെയൊക്കെ അറിയാം. അദ്ദേഹത്തിനാണെങ്കിൽ ഇപ്പോൾ നടക്കാൻ വയ്യാന്ന് മാത്രല്ല, ത്തിരി ഓർമ്മക്കുറവുമുണ്ട്. ഞാൻ പറഞ്ഞുവരുന്നത് കുട്ടി അവിടെ ചെന്ന് മുഷിച്ചിലൊന്നും പറയരുത്ന്നാണ്.’’

സ്കന്ദൻ നമ്പൂതിരി ഒന്നും മിണ്ടിയില്ല. അയാളുടെ ഓർമ്മകൾ പിറകോട്ട് പോവുകയായിരുന്നു. പത്തിൽ പഠിക്കുമ്പോഴാണ് ക്ലാസ്സിൽ വെച്ച് ഒരു കൂട്ടുകാരനുമായി അടിപിടി കൂടിയത്. അതിനു മുമ്പും അതിനുശേഷവും അങ്ങനെയൊന്ന് ഉണ്ടായതായിട്ട് ഓർമ്മയില്ല. അന്ന് ആ കൂട്ടുകാരൻ ബഷീർ പറഞ്ഞത്. ''ജ് വല്ലാതെ ഞെളിയൊന്നും വേണ്ടാ പൂശാര്യേ. ആണ്ടിപ്പൂശാരിന്റെ മോനാ. ഇപ്പൊ വല്യ തമ്പ്രാനാന്നാ ഭാവം.''

ബഷീറിന്റെ വാക്കുകൾ കേട്ട് കൂട്ടുകാരൊക്കെ ചിരിച്ചു. അവന്റെ കരണം നോക്കി ഒന്നു കൊടുത്തു.

''വെറുതെ ന്നെ അടിച്ചിട്ടൊന്നും കാര്യം ല്യ. ജ് അന്റെ തള്ളേനോട് പോയ് ചോയ്ച്ച് നോക്ക്.''

ആ വാക്കുകൾ ഇടിമുഴക്കം പോലെയാണവൻ കേട്ടത്. അതിനുശേഷമാണ് ആണ്ടിപ്പൂശാരിയോട് എന്തോ ഒരു ദേഷ്യം തോന്നിത്തുടങ്ങിയത്. 'കുട്ട്യേ' എന്നും വിളിച്ച് അടുത്തു വരുമ്പോഴൊക്കെ വല്ലാത്ത ഒരറപ്പ് തോന്നി. പലപ്പോഴും അമ്മയോടും ദേഷ്യം തോന്നിയിട്ടുണ്ട്. വളർന്ന് വരുന്നതിനിടയിൽ പലയിടത്തു നിന്നും പലപ്പോഴുമായി ആ കഥ മുഴുവനറിഞ്ഞു. ഇല്ലത്തിന് മാനക്കേടുണ്ടാകാതിരിക്കാൻ സാവിത്രിയെ ഭവത്രാതൻ വേളി കഴിച്ച കഥ. വേളി കഴിഞ്ഞ് എട്ടാംമാസം അന്തർജ്ജനം പ്രസവിച്ച കഥ. ഇല്ലത്തുള്ളവർ പരമരഹസ്യമാക്കി വെച്ചിരുന്നുവെങ്കിലും അന്ത്രുവിന്റെ ചായഗ്ലാസ്സിലൂടെ പലരുടെ ഉള്ളിലേക്കും മധുരത്തോടെ ഇറങ്ങിച്ചെന്ന കഥ. അവിടന്നു തുടങ്ങിയതാണ് ആണ്ടിപ്പൂശാരിയോടുള്ള വെറുപ്പ്. എത്രയൊക്കെ വിദ്യാഭ്യാസമുണ്ടെന്ന് പറഞ്ഞാലും അച്ഛൻ അംഗീകരിച്ചതുപോലെ അതൊന്നും അംഗീകരിക്കുവാൻ അയാളുടെ മനസ്സ് വളർന്നിട്ടുണ്ടായിരുന്നില്ല.

ആരോടെങ്കിലും സത്യാവസ്ഥ ചോദിച്ചറിയാനുള്ള ആഗ്രഹം അന്നേ ഉണ്ടായിരുന്നു. അച്ഛനോട് എന്തും ചോദിക്കാനും പറയാനുമുള്ള സ്വാതന്ത്ര്യമുണ്ടായിരുന്നു. എന്നിട്ടും ഈ കാര്യം ചോദിക്കുവാൻ മനസ്സു സമ്മതിച്ചില്ല. പിന്നെ അമ്മയോട് രണ്ടു മൂന്ന് പ്രാവശ്യം ചോദിക്കാൻ ശ്രമിച്ചതാണ്. ആ മുഖത്ത് എപ്പോഴും ദുഃഖത്തിന്റെ കാർമേഘം മൂടിപ്പുതച്ചു നിൽക്കുന്നത് കാണുമ്പോൾ ചോദിക്കാൻ ആർജ്ജിച്ച ധൈര്യമൊക്കെ ചോർന്നുപോകും. എങ്ങന്യാ ആ പാവത്തിന്റെ മുഖത്ത് നോക്കി ചോദിക്ക്യ. പിന്നെ കണ്ടെത്തിയത് എപ്പോഴും ചിരിച്ചു മാത്രം സംസാരിക്കാറുള്ള മുത്തച്ഛനെയാണ്. നാട്ടുകാരൊക്കെ വല്യമ്പൂരി എന്നാണ് വിളിക്കാറുള്ളതെങ്കിലും എപ്പോഴും മനുഷ്യന്റെ ചെറുപ്പത്തെക്കുറിച്ചേ മുത്തച്ഛൻ സംസാരിക്കാറുള്ളൂ.

ഒരിക്കൽ കുറേയേറെ ദുഃഖം അഭിനയിച്ചുകൊണ്ട് മുത്തച്ഛനോട് പറഞ്ഞു. ‘‘കുട്ടികളൊക്കെ പൂശാരി പൂശാരി ന്ന് വിളിച്ച് കളിയാക്കാണ് മുത്തശ്ശാ. എന്താ അവരൊക്കെ ന്നെ അങ്ങനെ വിളിക്ക്ണത്?’’

‘‘അതോ...’’ മുത്തച്ഛൻ കുറച്ച് ആലോചിച്ചതിനുശേഷം പറഞ്ഞു. ‘‘കുട്ട്യേ, അത് അവര് നെന്നെ കളിയാക്ക്ണതൊന്നും അല്ല. നെനക്കത് മനസ്സിലാവാഞ്ഞിട്ടാ. പണ്ടൊക്കെ നമ്മളെ പലരും തമ്പ്രാൻ, അല്ലെങ്കിൽ തിരുമേനി എന്നൊക്കെയാ വിളിച്ചിരുന്നത്. മുത്തച്ഛനെ പലരും ഇപ്പോഴും അങ്ങനെ വിളിക്ക്ണത് നീയ്യ് കേട്ടിട്ടില്ലേ? നമ്മൾടെ ആൾക്കാരാണല്ലോ അമ്പലത്തിലൊക്കെ പൂജിക്കണത്. ഇവടേംണ്ടാരുന്നു വലിയ തന്ത്രിമാരൊക്കെ. തന്ത്രം, മന്ത്രം, ഓത്തും അതൊക്കെ പഴയ കഥ. പൂജ ചെയ്യുന്നവനാണല്ലോ പൂജാരി. ആ വാക്കാണ് പിന്നീട് പൂശാരി ന്നായത്. ഉണ്ണി കേട്ടിട്ടില്ലേ, നമ്മള് തേവാരം, തേവാരം എന്ന് പറയണത്. അതെന്താന്നറിയോ ദേവകാര്യം അതെന്നെ. ദേവകാര്യം തേവാരമായപോലെ പൂജാരി പൂശാരി ആയി മാറി. അത്രയുള്ളൂ. അത് ഉണ്ണിയെ ബഹുമാനംകൊണ്ട് വിളിക്കണതാ. അത് കളിയാക്കലായി കാണ്ണതെന്തിനാ? അതൊരു ബഹുമാനായിട്ട് കണ്ടേക്കൂ. പിന്നാരും വിളിക്കും ല്യ, കളിയാക്കും ല്യ.’’

വെറുതെ മുത്തച്ഛനോട് ചോദിക്കേണ്ടിയിരുന്നില്ല എന്ന് തോന്നി. ചോദിച്ചതെന്താണെന്ന് മനസ്സിലാകാഞ്ഞിട്ടൊന്നുമല്ല. വെറുതെ വിഷയം മാറ്റീതാ. അയാൾക്കുറപ്പായിരുന്നു അത്. അല്ലെങ്കിലും മുത്തശ്ശനങ്ങന്യാ.

‘‘ഉണ്ണിക്കറിയോ അയാളുടെ കഷ്ടകാലംകൊണ്ടാ ഇന്നീ അവസ്ഥ വന്നത്.’’ അയ്യപ്പൻനായരുടെ വാക്കുകൾ സ്കന്ദനെ വർത്തമാന കാലത്തേക്കു തിരിച്ചു വിളിച്ചു. ‘‘അല്ലെങ്കിൽ നല്ലൊരു നെലേല് എത്തേണ്ട ആളാ. ഭാഗ്യംണ്ടാരുന്നെങ്കിൽ ഒരു കലക്ടറായിട്ടേ അയാൾ ജോലിയിൽനിന്നും പിരിയൂന്ന് കുട്ടീടെ അമ്മച്ഛൻ അച്യുതൻ നമ്പൂരി എപ്പോഴും പറയും. ഭാഗ്യണ്ടായില്ല. രണ്ട് കൊല്ലം തെകച്ചോ ആവോ അതിന് മുമ്പ് സർക്കാര് അയാളെ ജോലീൽ നിന്നും പിരിച്ചുവിട്ടില്ലേ? കഷ്ടംന്നല്ലാണ്ടെ എന്താ പറയാ? അവരുടെ സമുദായത്തിൽ നിന്ന് ഈ നാട്ടിലുണ്ടായ ആദ്യത്തെ ഡിഗ്രിക്കാരനാ. ആദ്യായിട്ട് സർക്കാരിന്റെ ശമ്പളം വാങ്ങ്യ ആളുമാണ്. എന്നിട്ടെന്തു കാര്യംണ്ടായി. അനുഭവിക്കാനും ഒരു യോഗം വേണം. അതയാൾക്കില്ലാതെ പോയി.’’

‘‘അയാളുടെ കൈയിലിരിപ്പോണ്ടാവും. അല്ലാതെ വെറുതെ സർക്കാര് ഒരാളെ പിരിച്ചുവിടില്ലല്ലോ.’’ സ്കന്ദൻ തന്റെ ആലോചനയ്ക്കിടയിൽ ആത്മഗതമെന്നപോലെയാണ് അത് പറഞ്ഞത്. ഒരു

നിമിഷം അയ്യപ്പൻനായരെ അയാൾ പാടെ മറന്നുകഴിഞ്ഞിരുന്നു. എന്നാൽ അയ്യപ്പൻനായരതു കേട്ടു.

"അല്ല കുട്ട്യേ, അയാളുടെ തലയുടെ കൊഴപ്പം കൊണ്ടാ. പറഞ്ഞുകേട്ടിട്ടില്ലേ, അയാൾക്കിടയ്ക്കുണ്ടാവുന്ന ഭ്രാന്തിനെക്കുറിച്ച്. അതോണ്ടാ ജോലി പോയത്. തിരുമേനിക്കുട്ടിക്കറിയോ കുട്ടീടെ അച്ഛന്റെ ജീവൻ കാലന്റെ കൈയിൽ നിന്നും തിരുച്ചു വാങ്ങിയപ്പോ കാലൻ കൊടുത്തതാ ആ ഭ്രാന്തെന്ന് വല്യമ്പൂരി എപ്പോഴും പറയും."

പല കഥകളും സ്കന്ദൻ കേട്ടിരുന്നുവെങ്കിലും ആ കഥ കേട്ടിരുന്നില്ല. പിന്നെ അയ്യപ്പൻനായർ ആ കഥ പറഞ്ഞു. ഭവത്രാതൻ കിണറ്റിൽ വീണതും രക്ഷിക്കാൻ ആണ്ടവൻ കിണറ്റിൽ ചാടിയതും അവന്റെ തല പൊട്ടിയതുമൊക്കെ. "എന്താ ചെയ്യാ, വരാൻ ള്ളത് വഴിയിൽ തങ്ങില്യാല്ലോ."

"തല പൊട്ടിയാൽ ഭ്രാന്തുണ്ടാവുംന്നാരേ പറഞ്ഞത്?" സ്കന്ദൻ ചിരിച്ചുകൊണ്ടാണ് ചോദിച്ചത്.

"മനയ്ക്കലെ ഉണ്ണിഷ്ണൻ നമ്പൂരി. അയാൾ കൽക്കട്ടയിൽ വല്യ ഡോക്ടറായിരുന്നില്ലേ. തലയ്ക്കുണ്ടാവുന്ന വലിയ ആഘാതംകൊണ്ടും ഇങ്ങനെയൊക്കെ വരാമെന്നേ അദ്ദേഹം പറഞ്ഞിട്ടൊള്ളൂ. പല പല കാരണങ്ങളിൽ ഒന്ന്. എന്നാൽ വല്യമ്പൂരി ഉറച്ച് വിശ്വസിച്ചത് അന്നത്തെ ആ വീഴ്ചയാണ് ആണ്ടവന്റെ ഭ്രാന്തിന് കാരണമെന്നാണ്. അതുകൊണ്ടുതന്നെ മരിക്കുന്നതുവരെ ആണ്ടവന്റെ കാര്യത്തിൽ അദ്ദേഹത്തിനൊരു പ്രത്യേക ശ്രദ്ധണ്ടായിരുന്നു. കുട്ടീടച്ഛനുമുണ്ടായിരുന്നു ആണ്ടവനോട് അങ്ങേയറ്റം സ്നേഹം. അവരൊന്നിച്ച് കളിച്ചും പഠിച്ചും വളർന്നവരാ. ഒന്നായിട്ടെന്നേ അവര് ജീവിച്ചത്. മരിക്കണതുവരേയും കുട്ടീടച്ഛൻ ഇങ്ങട്ട് നിക്കുമ്പോ അങ്ങട്ട് നിൽക്ക്ന്ന് ആണ്ടവനോട് പറഞ്ഞിട്ടില്യാ."

അച്ഛനും ആണ്ടി പൂശാരിയും തമ്മിലുള്ള സ്നേഹത്തിന്റെ ആഴം സ്കന്ദനും അറിയാവുന്നതാണ്. സ്കൂളിൽ നിന്ന് താൻ കേട്ട കഥ നാട്ടിൽ പ്രചരിച്ചിട്ടുള്ളതാണെങ്കിൽ എന്തായാലും അച്ഛനും അത് കേട്ടിട്ടുണ്ടാവും. അതിന്റെ പേരിൽ നാട്ടുകാരുടെ പരിഹാസവും ഏറ്റുവാങ്ങിയിട്ടുണ്ടാവും. അങ്ങനെയാണെങ്കിൽ അവർക്ക് തമ്മിൽ ഇത്രമാത്രം അടുപ്പം നിലനിർത്തുവാനാകുമോ? ഒരു മകൻ എന്ന നിലയ്ക്ക് കളങ്കമില്ലാത്ത സ്നേഹം വാരിക്കോരി തന്നതാണച്ഛൻ. ഈ കഥയൊക്കെ അറിഞ്ഞ ഒരാൾക്ക് അങ്ങനെ അല്പം പോലും കളങ്കമില്ലാതെ തന്നെ സ്നേഹിക്കുവാൻ കഴിയുമോ? പലപ്പോഴും ഉത്തരം കിട്ടാത്ത ഒരു ചോദ്യമാണത്. ശരിക്കും ഉത്തരം കിട്ടണമെങ്കിൽ ആണ്ടി പൂശാരിയോടുതന്നെ ചോദിക്കണം. അല്ലാത്ത പക്ഷം

എത്ര ഒളിപ്പിച്ചുവെച്ചാലും ഉള്ളിൽ ആ സംശയം വളർന്നുകൊണ്ടേയിരിക്കും. ഏതായാലും കാണണ്ണ്ടല്ലോ. ചോദിച്ചിട്ടുതന്നെ കാര്യം.

ഞാറുകൾ പച്ചപ്പട്ട് വിരിച്ചിട്ട് കിടന്നിരുന്ന വിശാലമായ പാടശേഖരത്തിന്റെ നടുവിലുള്ള ആ വലിയ വരമ്പിലൂടെ നടക്കുമ്പോൾ ആശങ്കയുണർത്തുന്ന പലതരം ഓർമ്മകളുടെ ചൂടുകാറ്റു സ്കന്ദൻ നമ്പൂതിരിയുടെ ഹൃദയത്തിലാണ് വീശിയിരുന്നത്. വാർദ്ധക്യത്തിന്റെ ക്ഷീണം ബാധിച്ചു തുടങ്ങിയിരുന്നുവെങ്കിലും അയ്യപ്പൻനായരുടെ നടത്തത്തിന് വേഗത കുറവുണ്ടായിരുന്നില്ല. അയാളും ചിന്തയുടെ നടുക്കടലിലേക്ക് ഇടയ്ക്കിടയ്ക്ക് തന്റെ മനസ്സിനെ കയറൂരി വിട്ടിരുന്നു. 'ഏഴൂർ മനയ്ക്കലെ മൂന്നാം തലമുറയിലെത്തി നിൽക്കുന്ന തന്റെ കാര്യസ്ഥപ്പണിയിൽ എന്തെല്ലാം കണ്ടു കേട്ടു അനുഭവിച്ചു. ഇനിയെത്ര കാലം? മരിക്കുന്നതുവരെ ജീവിക്ക്യാന്ന് എല്ലാവരും പറയും. എന്നാൽ ജീവിതകാലം മുഴുവൻ മരിച്ചുകൊണ്ടിരിക്കാണ് എന്ന് ആരും ചിന്തിക്കാറുമില്ല. അതാണീ ലോകം. അല്ലെങ്കിലും മരണവേദന നിരന്തരം അനുഭവിച്ച് കഷ്ടപ്പെട്ട്, കഷ്ടപ്പെട്ട് ഇങ്ങനെ ജീവിക്കുന്നതെന്തിനാ. അവസാനം മരിക്കാൻതന്നെ. ഓർത്താൽ വല്ലാത്ത തമാശ തോന്നും. പക്ഷേ അങ്ങനെയൊന്നും ആരും ഓർക്കാറില്ലല്ലോ.'

ചിന്തകൾ അവിടെയെത്തിയപ്പോൾ അയ്യപ്പൻനായരുടെ മനസ്സിലൊരു ചിരി വിരിഞ്ഞു. 'വെറുതെ ചിരിക്കണത് കുട്ടി കണ്ടാവോ' അദ്ദേഹം പിറകിലേക്ക് തിരിഞ്ഞുനോക്കി. അയാളും ഗാഢമായ ചിന്തയിലൂടെതന്നെയാണ് സഞ്ചരിക്കുന്നത് എന്ന് അയ്യപ്പൻനായർക്ക് തോന്നി.

മരണം തേടുന്ന മനസ്സ്

"ആണ്ടവന് രോഗം അധികവും കാണാറുള്ളത് കുംഭം-മീനം മാസങ്ങളിലാണ്. എല്ലാ കുംഭം-മീനത്തിലും അങ്ങനെ ഉണ്ടാകാറുമില്ല. രോഗമില്ലാത്ത കാലങ്ങളിൽ ഉത്സവങ്ങൾക്ക് അച്ഛനെ സഹായിക്കുന്ന രീതി ജോലി കിട്ടിയതിനുശേഷവും അയാൾ തുടർന്നുപോന്നിരുന്നു. പ്രത്യേകിച്ച് യാതൊരു അസ്വസ്ഥതയും കാണിക്കാത്തതുകൊണ്ടാണ് ആ കൊല്ലം വേലായുധൻ ചോപ്പൻ അണ്ടവനെ തറയ്ക്കൽഭഗവതി യാട്ടിന് ഒപ്പം കൂട്ടിയത്. ഉത്സവം ഗംഭീരമായി നടക്കുകയും ചെയ്തു. വൈകുന്നേരത്തെ എഴുന്നള്ളത്തിനും പുലർച്ചെയ്ക്കുള്ള ഭഗവതി യാട്ടിനും ആണ്ടവൻതന്നെയാണ് കെട്ടിച്ചുറ്റിയത്. നാലാളറിയേ നാല് ദിക്കും കേൾക്കെ ചാത്തൻ കുന്നൻ മെയ്യടിയാന്മാരുടെ നാല് പാദം തോറ്റത്തിന്റെ ഏറിയ ഭാഗവും ആണ്ടവൻതന്നെ ഉരുക്കഴിച്ചു. പുലർച്ചെയ്ക്കുള്ള എഴുന്നള്ളത്തിന് മാത്രമാണ് അച്ഛൻ വേലായുധൻ ചോപ്പന് വെളിച്ചപ്പെടേണ്ടി വന്നത്.

ഉത്സവത്തിന്റെ അവസാനഭാഗമായ പതിനെട്ടാംകർമ്മം വടക്കൻ വാതിൽക്കൽ നടക്കുമ്പോഴും നേതൃത്വം ആണ്ടവനായിരുന്നു. പതിനെട്ടാം കർമ്മത്തിനുശേഷം ഭഗവതിയെ തേരേറ്റാൻ മണ്ണാന്മാരൊക്കെ ഓലച്ചൂട്ട് കത്തിച്ചപ്പോൾ ആണ്ടവൻ ഉത്സാഹത്താൻ പാടി.

'ഒന്നാം തട്ടുമ്മൽ ഓരോ നറുക്കില ഓരോ ചെറുതിരി ഓരോ വലുതിരി ഒരായിരം പടതേരേറ്. ദണ്ഡനും മുണ്ടനും തേരേറ്, തേരേറമ്മേ തേരേറ്. തേരേറ് കാളി തേരേറ്. ഇക്കളം തന്നില് തേരേറ്. രണ്ടാം തട്ടമ്മൽ രണ്ടു നറുക്കില രണ്ടു ചെറു തിരി രണ്ടു വലുതിരി രണ്ടായിരം പട തേരേറ്...."

താളം മുറുകുന്നതിനനുസരിച്ച് പത്മക്കളത്തിന്റെ ചുറ്റിലും നിന്ന് കളത്തിന്റെ നടുവിലേക്ക് ചേർത്തുവെച്ച ഓലച്ചൂട്ടിലേക്ക് തവിട് തൂവി തീ പാളിച്ചു. അതിനിടയിലാണ് എന്തോ ഒരാവേശംപോലെ ആണ്ടവൻ ഉറഞ്ഞുതുള്ളി ഓടിയത്. അതുവരെ കുഴപ്പമില്ലാത്ത ആണ്ടവൻ ഉറഞ്ഞുതുള്ളി ഓടിയത് ഉത്സവത്തിന്റെ ഭാഗമല്ലെന്ന്

എല്ലാവർക്കുമറിയാം. ചൂട്ട് കുത്തിക്കെടുത്തി കർമ്മം അവസാനിപ്പിച്ച ചിലർ അയാളുടെ കൂടെ ഓടി. വേലായുധനും കുഞ്ഞനും കൂടെയുണ്ടായിരുന്നു. ആണ്ടവൻ നേരെ ഓടിയത് വീട്ടിലേക്കായിരുന്നു. അഞ്ചു മാസം ഗർഭിണിയായ ദേവു ഉത്സവപ്പറമ്പിലുണ്ടായിരുന്നു. ഭർത്താവിന്റെ പെട്ടെന്നുണ്ടായ മാറ്റത്തിൽ അവരാകെ പരിഭ്രമിച്ചു. അവരും കൂടെ ഓടാൻ നോക്കിയെങ്കിലും മറ്റുള്ള സ്ത്രീകൾ അവരെ പിടിച്ചുവെച്ചു.

വീട്ടിലെത്തിയ ആണ്ടവൻ ''എന്നെ വിട്ടു പോ... എന്നെ വിട്ടു പോ...'' എന്ന് ഉറക്കെ ആക്രോശിച്ചുകൊണ്ടേയിരുന്നു. തന്നെ പിടിക്കാൻ ആരൊക്കെയോ ഓടിക്കൂടുന്നുണ്ടെന്ന് അവനറിഞ്ഞു. ഉത്സവപ്പറമ്പിൽ നിന്ന് അവന്റെ കൂടെ ഓടിയെത്തിയ അവരെ നോക്കി അയാൾ അലറി. ''അടുത്ത് വരരുത്, ആരും അടുത്ത് വരരുത്.''

ആക്രോശത്തിനിടയിലും ചിലർ വന്ന് ആണ്ടവനെ പിടിക്കാൻ ശ്രമിച്ചു. അവരെ ആണ്ടവൻ തട്ടിമാറ്റി. ആളുകൾ വീണ്ടും ഓടിക്കൂടി. ഒന്നുരണ്ടു മണിക്കൂറിന്റെ ബലപ്രയോഗത്തിന് ശേഷമാണ് ആണ്ടവനെ അവർ കീഴടക്കിയത്. അപ്പോഴേക്കും നേരം നന്നായി പുലർന്നിരുന്നു. സ്ത്രീകളും കുട്ടികളുമടക്കം ഓരോരോ കൂട്ടങ്ങളായി ഉത്സവപ്പറമ്പിൽ അവശേഷിച്ചവരെല്ലാം വേലായുധന്റെ വീട്ടിലെത്തിക്കഴിഞ്ഞിരുന്നു. കൂട്ടത്തിൽ ആരൊക്കെയോ താങ്ങി എങ്ങനെയോ ഒരുവിധം ദേവുവും അവിടെയെത്തി. അവൾ അലമുറയിട്ടു കരയുന്നുണ്ടായിരുന്നു. പലരും പല ആശ്വാസവാക്കുകൾ പറയുന്നുണ്ടായിരുന്നുവെങ്കിലും അതൊന്നും അവൾ കേട്ടതേയില്ല. അല്ലെങ്കിൽ അതൊന്നും കേൾക്കാനുള്ള ബോധം അവൾക്കുണ്ടായിരുന്നില്ല. പാതി ബോധത്തിനുള്ളിൽ അവൾ കാണുന്നതും കേൾക്കുന്നതുമൊക്കെ ആണ്ടവന്റെ ആക്രോശം മാത്രമായിരുന്നു.

കാരണവന്മാർ കൂടിയാലോചിച്ചു. എത്രയും പെട്ടെന്ന് ആണ്ടവനെ ആശുപത്രിയിലെത്തിക്കണം. പിടിച്ചുകെട്ടി ചാരുകസേരയിലിരുത്തി റോഡിലേക്ക് എടുക്കണം. അവിടെനിന്ന് വല്ല ജീപ്പോ കാറോ വിളിച്ച് കൊണ്ടുപോകാം. ഇല്ലത്തൊരു കാറ് അടുത്തയിടെയാണ് വാങ്ങിയത്. അതിന്റെ ഡ്രൈവറെ വീട്ടിൽ പോയി വിളിച്ചുണർത്തണം. അതിനൊക്കെ ഓരോരുത്തരായി മുന്നോട്ട് വന്നു. പലരും പല വഴിക്ക് ഓടുകയായിരുന്നു.

എല്ലാവരുംകൂടി ആണ്ടവനെ ബലം പ്രയോഗിച്ച് ഒരു ചാരുകസേരയിലേക്ക് പിടിച്ചുകെട്ടുകയായിരുന്നു. അതിനിടയിലാണ്. ''അവരെ കെട്ടിവരിഞ്ഞ് കൊണ്ടുപോവണ്ടാ'' എന്നാർത്ത് അലമുറയിട്ട് പൊട്ടിക്കരഞ്ഞുകൊണ്ട് ദേവു വന്ന് അതിനിടയിൽ വീണത്. അവളെ എല്ലാവരും ചേർന്ന് എടുത്തുമാറ്റുമ്പോൾ അവൾക്ക് ബോധമില്ലായിരുന്നു.

കുഞ്ഞനെ വീട്ടിൽ നിറുത്തി വേലായുധൻ ആണ്ടവന്റെ കൂടെ ആശുപത്രിയിൽ പോയി. അപ്പോഴും ഒന്നുമറിയാതെ തളർന്നു കിടക്കുകയായിരുന്നു ദേവു. അവൾക്കും ചുറ്റും സ്ത്രീകൾ കൂടിയിരിക്കുകയായിരുന്നു.

''ചതിച്ചോ ഭഗവത്യേ'' എന്ന് ആരോ അലമുറയിട്ടത് കേട്ടപ്പോഴാണ് കുഞ്ഞൻ അങ്ങോട്ട് കയറിച്ചെന്നത്. തളർന്നുകിടക്കുന്ന ദേവുവിന്റെ കാലിനു താഴെ ഉറുമ്പിൻകൂട്ടം വരിയിട്ട് നീങ്ങുന്നതുപോലെ ഒരു നേർത്ത രേഖയായി രക്തം അരിച്ചിറങ്ങുന്നത് കുഞ്ഞൻ കണ്ടു. വളരെ പെട്ടെന്നുതന്നെ അത് നിലത്ത് തളം കെട്ടി തുടങ്ങി. ഉടുവസ്ത്രം മുഴവൻ നനഞ്ഞു കഴിഞ്ഞിരുന്നു. ''അയ്യോ ന്റെ ഭഗവത്യേ കാത്തോളണേ...'' കുഞ്ഞന്റെ തൊണ്ടയിൽ നിന്ന് പൊള്ളിപ്പിടഞ്ഞ പ്രാർത്ഥനകൾ ഒലിച്ചിറങ്ങി. അതുകണ്ട് അവിടെ കൂടിയവരുടെ കണ്ണുകളെല്ലാം നനഞ്ഞു.

ദേവുവിനെ താലൂക്കാശുപത്രിയിലാണ് അഡ്മിറ്റു ചെയ്തിരുന്നത്. ആണ്ടവനെ കോഴിക്കോടും. മൂന്നാം ദിവസം ദേവു ആരോടും യാത്ര പറയാതെ പോയി. അവളുടെ ഗർഭത്തിൽ നിന്ന് മൂന്ന് ദിവസം മുമ്പേ ഒഴുകിപ്പോയ കുഞ്ഞിനെക്കുറിച്ചവൾ അറിഞ്ഞിരുന്നതേയില്ല. ഉന്മാദത്തിന്റെ ചങ്ങലക്കണ്ണികളിൽ ബന്ധനസ്ഥനായി കിടക്കുന്ന ആണ്ടവനെക്കുറിച്ച് അവൾ അറിഞ്ഞതേയില്ല. പൊള്ളുന്ന പ്രാർത്ഥനകളിൽ ഉരുകിത്തീരുന്ന കുഞ്ഞന്റെ ശബ്ദം അവൾ കേട്ടതേയില്ല. ഭ്രാന്തുകളില്ലാത്ത ലോകത്തേക്ക് അവൾ കടന്നുപോയി. അക്കാര്യം ആണ്ടവനെ അറിയിക്കുവാൻ ശ്രമിച്ചെങ്കിലും ഡോക്ടർ പറഞ്ഞു. ''ഇപ്പോൾ അറിയിച്ചിട്ട് യാതൊരു കാര്യവുമില്ല. അതൊന്നും ശരിക്ക് മനസ്സിലാക്കുവാൻ അയാൾക്ക് കഴിയില്ല. മാത്രമല്ല, അത് അയാളുടെ നില കൂടുതൽ വഷളാക്കാനും സാധ്യതയുണ്ട്.''

പിന്നെ ഒന്നും ചിന്തിച്ചില്ല കാരണവന്മാരുടെ തീരുമാനപ്രകാരം അന്ത്യകർമ്മങ്ങൾ കഴിഞ്ഞു. ''അവസാനമായി ന്റെ കുട്ടിക്ക് അവളെ ഒന്നു കാണാനുംകൂടി കഴിഞ്ഞില്ലല്ലോ'' എന്ന വേലായുധന്റെ തേങ്ങൽ മാത്രം ബാക്കിയായി. ആളുകൾ ഒഴിഞ്ഞ് വീട് ശൂന്യമായപ്പോഴും ആ തേങ്ങൽ മാത്രം ഇടയ്ക്കിടയ്ക്ക് ഗതി കിട്ടാത്ത ഏതോ പ്രേതം കണക്കെ ആ വീടിനുള്ളിൽ അലഞ്ഞുതിരിഞ്ഞുകൊണ്ടിരുന്നു.

ആണ്ടവന്റെ അസുഖം കുറഞ്ഞു എന്നറിഞ്ഞപ്പോഴാണ് ഡോക്ടർ ഭാര്യയുടെ മരണത്തെക്കുറിച്ച് പറഞ്ഞത്. അതറിഞ്ഞപ്പോൾ അവൻ പൊട്ടിപ്പൊട്ടി കരഞ്ഞെന്ന് ഡോക്ടർ പറഞ്ഞു. അപ്പോൾ അത് കാണാനോ കേൾക്കാനോ വേലായുധൻ ഉണ്ടായിരുന്നില്ല. മരുമകളുടെ മരണം വേലായുധന്റെ ജീവിതത്തെ വല്ലാതെ മാറ്റിമറിച്ചിരുന്നു. അതിനുശേഷം ആരും അയാളെ പുറത്തു കണ്ടിട്ടില്ല. ''എന്റെ

കുട്ടി പോയി, എന്റെ കുട്ടി പോയി.'' ആരെങ്കിലും അവിടെ ചെല്ലു മ്പോൾ അതു മാത്രമായിരുന്നുവത്രെ അയാൾ പറഞ്ഞിരുന്നത്. എല്ലാം വിധിയാണ്, വിധിയാണ് എന്നു പറഞ്ഞ് കരയുക അതാണല്ലോ പലപ്പോഴും ഇരുകാലിയായ മനുഷ്യന്റെ അവസാനത്തെ വഴി.''

അയ്യപ്പൻനായർ പിന്നെ കുറച്ച് നേരത്തേക്ക് ഒന്നും മിണ്ടിയില്ല. സ്കന്ദൻ നമ്പൂതിരി ഒന്നും ചോദിച്ചതുമില്ല. വയൽ വരമ്പു കഴിഞ്ഞ് അവർ തറയ്ക്കൽ ഭഗവതിയുടെ മുന്നിലൂടെയുള്ള കല്ലുവെട്ടിയു ണ്ടാക്കിയ നടവഴിയിലേക്ക് പ്രവേശിച്ചപ്പോൾ സ്കന്ദൻ ചോദിച്ചു.

''പിന്നെ വേലായുധൻചോപ്പനെന്താണ് സംഭവിച്ചത്?''

അയ്യപ്പൻനായർ തുടർന്നു. ''വേലായുധൻ ചോപ്പൻ! അയാളെ ക്കുറിച്ച് അന്വേഷിക്കാനോ പറയാനോ ഒന്നും ആരും ഉണ്ടായിരു ന്നില്ല. അല്ലെങ്കിലും ഉത്സവക്കാലം അടുക്കുമ്പോഴല്ലേ വെളിച്ചപ്പാടിനെ എല്ലാവരും ഓർമ്മിക്കുന്നത്. ഉത്സവം കഴിഞ്ഞാൽ പിന്നെ വെളിച്ച പ്പാടിനെ ആർക്ക് വേണം. ആണ്ടവൻ പ്രാന്താശുപത്രിയുടെ അടച്ചിട്ട സെല്ലിൽ ആറുമാസത്തോളം കിടന്നു. ആദ്യമൊക്കെ ഒന്നിടവിട്ട ദിവസങ്ങളിൽ വേലായുധൻ മകനെ കാണാൻ പോകുമായിരുന്നു. പിന്നെ ആഴ്ചയിലായി. ശരിക്കും പറഞ്ഞാൽ ഈ സമയത്ത് വേലാ യുധന് പുറംലോകവുമായുള്ള ബന്ധം തീരെയില്ലാതായി. കല്യാണി യുടെ മരണശേഷംതന്നെ അയാൾ അധികം പുറത്തിറങ്ങാറില്ലായി രുന്നു. ഒരു തരത്തിൽ പറഞ്ഞാൽ ജനങ്ങൾ വേലായുധൻ ചോപ്പ നെയും ആണ്ടവനേയും മറന്നുകഴിഞ്ഞിരുന്നു. അവർക്ക് പുതിയ പുതിയ കാര്യങ്ങൾ കിട്ടി. അന്ത്രുവിന്റെ ചായക്കട പൊളിച്ച് കഴിഞ്ഞി രുന്നു. അവിടെ പുതിയ കെട്ടിടംവന്നു. അതിൽ നല്ലൊരു ഹോട്ട ലായി അന്ത്രുവിന്റെ കച്ചവടം രൂപപരിണാമം സംഭവിച്ചു. അവിടെ വരുന്നവർക്കും സംസാരിക്കുന്നവർക്കും ലോകകാര്യങ്ങളായി പ്രിയം.

പിന്നെ വേലായുധൻ ചോപ്പൻ നാട്ടുകാർക്കിടയിൽ വീണ്ടും ചർച്ചാവിഷയമാകുന്നത് അദ്ദേഹത്തിന്റെ മരണത്തോടെയായിരുന്നു. വിഷുപ്പാടത്തിനടുത്ത് വച്ച് വണ്ടിയിൽ കുടുങ്ങിയാണ് വേലായുധൻ ചോപ്പൻ മരിച്ചത്. ആ ഭാഗത്തേക്കൊന്നും പൊതുവെ പോകുന്ന ഒരാളല്ല വേലായുധൻ. അങ്ങോട്ടൊന്നും പോകേണ്ട കാര്യവുമയാൾ ക്കില്ല. പിന്നെ എങ്ങനെ വണ്ടിയിൽ കുടുങ്ങി എന്നത് ഒരു ചോദ്യ മായി. പലരും വിശ്വസിക്കുന്നത് വണ്ടിക്ക് തല വെച്ച് ആത്മഹത്യ ചെയ്തതാണെന്നാണ്. ശരിയാവും. അദ്ദേഹത്തിന് മടുത്തിട്ടുണ്ടാവും. ദുരന്തങ്ങൾക്ക് മീതേ ദുരന്തങ്ങൾ മാത്രമാവുമ്പോൾ ജീവിതം ആർക്കും മടുക്കും. എടുക്കാൻ വയ്യാത്ത ചുമടും വഹിച്ച് പ്രാഞ്ചി, പ്രാഞ്ചി വീഴാൻ പോകുമ്പോൾ ആ ചുമടൊന്നിറക്കി വെയ്ക്കാനുള്ള ഒര ത്താണി ആരാണ് അന്വേഷിക്കാത്തത്. അത് കാണാതാവുന്ന

നിരാശയിൽ ഉള്ള തലയും ചിലപ്പോൾ താഴെയിട്ടെന്നുവരും. അങ്ങനെ തന്റെ ഭാരം വലിച്ചെറിഞ്ഞ് പോയത് തന്നെയാവും വേലായുധൻ. അയാൾക്ക് മത്യായിട്ടുണ്ടാവും.'' അയ്യപ്പൻനായർ ഒന്നു നിന്നു. ചെറുതായി കിതയ്ക്കുന്നുണ്ടെന്നു തോന്നി. അല്പസമയത്തിന് ശേഷം അയാൾ വീണ്ടും പറഞ്ഞുകൊണ്ട് നടക്കുവാൻ തുടങ്ങി.

''അച്യുതൻ നമ്പൂതിരിയുടെ നേതൃത്വത്തിൽ നാട്ടുകാരൊത്തു കൂടി ആണ്ടവനെ കൊണ്ടുവന്നു. വേലായുധന്റെ കർമ്മങ്ങളൊക്കെ കഴിച്ചതിനുശേഷം തിരിച്ച് കൊണ്ടുപോയി അവിടെത്തന്നെ ഏൽപിച്ചു. അന്ന് ആണ്ടവൻ പരമശാന്തനായിരുന്നു. കർമ്മങ്ങൾ കഴിയുന്നതു വരെ കണ്ണിൽനിന്നും ഒരു തുള്ളി കണ്ണീരുപോലും വീണില്ല. എല്ലാർക്കും അത്ഭുതമായിരുന്നു. അവന്റെ ഉള്ളിലുള്ള ദുഃഖം അവൻ കടിച്ചമർത്തി പ്പിടിക്കുകയായിരുന്നു. അവന് കാര്യങ്ങളൊന്നും മനസ്സിലാക്കുവാ നുള്ള ബുദ്ധി ഇപ്പോഴും തിരിച്ചു കിട്ടിയിട്ടില്ലേ എന്നുപോലും പലരും സംശയിച്ചു. തിരിച്ചു പോവുമ്പോഴാണ് അയാൾ അച്യുതൻ നമ്പൂ തിരിയുടെ സമീപത്ത് വന്നു നിന്നു പൊട്ടിപ്പൊട്ടിക്കരഞ്ഞത്. ആ കാഴ്ച ഒരാൾക്കും മറക്കാൻ കഴിയില്ല. എല്ലാവരും പ്രതീക്ഷിച്ചത് അയാൾക്ക് അസുഖം വീണ്ടും കൂടുമെന്നാണ്. എന്നാൽ അങ്ങനെ യൊന്നുമുണ്ടായില്ല.

അച്ഛനുംകൂടി പോയതോടെ അയാളെ അന്വേഷിക്കാനൊന്നും പിന്നെ ആരുമില്ലാതായി. എന്നാൽ അച്യുതൻ നമ്പൂതിരി അയാളെ കൈവിട്ടില്ല. ആഴ്ചയിൽ ഒരിക്കൽ ഇല്ലത്ത് നിന്ന് ആരെയെങ്കിലും ആശുപത്രിയിൽ പോകാൻ ഏർപ്പാടാക്കും. ഒന്നുരണ്ട് പ്രാവശ്യം ഞാനും പോയി. അന്നാണ് പ്രാന്തൻജയില് നേരിട്ട് കണ്ടത്. അത് കണ്ടാൽതന്നെ അറിയാം, അവിടെ കിടക്കുന്ന ഓരോരുത്തരും എത്ര മാത്രം അനുഭവിക്കുന്നുണ്ടാവുമെന്ന്. അവിടെ നിന്നാരെങ്കിലും രോഗം മാറി പോവുമെന്ന് എനിക്ക് വിശ്വസിക്കാൻ കഴിഞ്ഞില്ല. എന്നാൽ എന്റെ വിശ്വാസത്തിന് യാതൊരർത്ഥവുമുണ്ടായിരുന്നില്ല.

ആണ്ടവൻ അസുഖമൊക്കെ മാറി തിരിച്ചെത്തി. അപ്പോഴേക്കും ജോലിയൊക്കെ നഷ്ടപ്പെട്ടിരുന്നു. എന്നാൽ അച്യുതൻ നമ്പൂരി അയാളെ കൈവിട്ടില്ല. രാവുണ്ണിനായര് പോയതിൽ പിന്നെ ഇല്ലത്ത് കാര്യസ്ഥന്മാരാരുമുണ്ടായിരുന്നില്ലല്ലോ. ഇനി അങ്ങനെ കാര്യസ്ഥ പണിക്ക് ആരും വേണ്ടെന്നായിരുന്നു നമ്പൂതിരിയുടെ തീരുമാനം. ആ തീരുമാനം മാറ്റി ആണ്ടവനോട് കാര്യങ്ങളൊക്കെ ഏറ്റെടുക്കാൻ പറഞ്ഞു. ആണ്ടവൻ പറഞ്ഞു, ''എപ്പഴാ പ്രാന്ത് വരാ പോവ്വാന്ന് നിക്കന്നെ അറിയൂല. അതോണ്ട് ഒരു ഉത്തരവാദിത്തവും ഞാനാ യിട്ട് ഏറ്റെടുക്കാതിരിക്കുന്നതാ നല്ലത്. നിക്ക് കഴിയുന്നതൊക്കെ വന്ന് ചെയ്യാംന്നല്ലാതെ സ്ഥിരമായ ഒരേർപ്പാട് വേണ്ട.''

ഭവത്രാതൻ നമ്പൂതിരി പല പ്രാവശ്യം പറഞ്ഞു. അച്യുതൻ നമ്പൂരി നൽകിയ അവസരം പാഴാക്കരുത്. അതേറ്റെടുക്കണം എന്ന്. എന്നാൽ ആണ്ടവൻ കൂട്ടാക്കിയില്ല. ഇല്ലത്തും മനയ്ക്കലും വരും. എന്ത് പറഞ്ഞാലും ചെയ്യും. കൊടുത്തത് വാങ്ങും. അങ്ങനെയായിരുന്നു പിന്നെയുള്ള കാലം. അതിനുശേഷം ഒരു ഭഗവതിയാട്ടിനും ആണ്ടവനെ കണ്ടിട്ടില്ല. കരക്കാര് വിളിക്കാഞ്ഞിട്ടില്ല. "അച്ഛനില്ലാത്ത ആട്ടിന് ഞാൻ ല്യ." അയാള് വിട്ടുപറഞ്ഞു.

ആട്ട്കുറ്റിയടിച്ചാൽ പിന്നെ ഏഴാംപൂജ കഴിഞ്ഞ് നടതുറക്കുന്നതുവരെ ആണ്ടവനെ ഈ ദേശത്തുതന്നെ ആരും കാണാറില്ല. ഒരൊറ്റ മുങ്ങലാണ്. തിരിച്ചു വന്നതിനുശേഷം ആരെങ്കിലും ചോദിച്ചാൽ ഒരു ചിരികൊണ്ട് ഉത്തരം വിഴുങ്ങും. "വേറൊരു കാര്യം, എന്താച്ചാൽ, പിന്നെ ആണ്ടവന് ആ സൂക്കേടും കണ്ടിട്ടില്ല. കാലം കുറച്ചായി. പഴയവര് പലരും പടിയിറങ്ങി, പുതിയ തലമുറ അരങ്ങേറ്റം നടത്തി. പഴയതിനേക്കാളും ഗംഭീരമായി ഉത്സവങ്ങൾ നടന്നു. എന്നാലും ആണ്ടവനെപോലെ ഒരു വെളിച്ചപ്പാടിനെ ഈ ദേശത്തുള്ളോര് കണ്ടിട്ടില്ല എന്നതാണ് സത്യം.

ഓർമ്മകളിലൂടെ ഒരു ദേശാടനം നടത്തുകയായിരുന്നു അയ്യപ്പൻ നായർ. അതുകൊണ്ടുതന്നെ വഴിയുടെ ദൂരം അറിഞ്ഞതേയില്ല. ആണ്ടവന്റെ ഭ്രാന്തൻസ്വപ്നങ്ങൾക്ക് പിറകെ അയ്യപ്പൻനായർ കൈപിടിച്ച് കൊണ്ടുപോവുകയാണെന്നറിഞ്ഞിട്ടും ആ വഴി നടക്കുന്നതിൽ സ്കന്ദന് അൽപംപോലും പരിഭവം തോന്നിയില്ല. പീഠത്തിൽ കയറി നിന്ന് ചെണ്ടയുടെ താളത്തിനൊത്ത് നൃത്തം ചെയ്യുന്ന ആണ്ടവന്റെ ആ പഴയ രൂപം അയാളിൽ തെളിഞ്ഞു വരികയായിരുന്നു. ഗ്വേയ്... ങ്ങാ ഹ ഹ... ങ്ങാഹാ ഹ... എന്ന ഊറ്റം കൊണ്ട അട്ടഹാസം ഓർമ്മയുടെ ഇരുണ്ട വനാന്തരങ്ങളിലെവിടെയോ ഇപ്പോഴും മാറ്റൊലി കൊള്ളുന്നതുപോലെ അയാൾക്ക് തോന്നി.

നേർത്ത കാറ്റിൽ ഒരു തേങ്ങൽപോലെ ദൂരെയെവിടെയോ നിന്ന് ആണ്ടവന്റെ തോറ്റം ഒഴുകി വരുന്നുണ്ടെന്ന് അയ്യപ്പൻനായർക്ക് തോന്നി. അയ്യപ്പൻ നായർ ഒരു നിമിഷം കാതോർത്തു.

"ഏഴില്ലത്തറയകം ചെമ്പകശ്ശേരി ഊരാള രേ, മറയഞ്ചേരി വാണ തൃക്കുലത്താൻ മാരുടെ മഹാഭാരതം വളർ പുസ്തകം തന്നെ പ്പേരുകേൾപ്പോരുത്തി എന്റെ ഭരതേവതേ....."

ആ തോറ്റത്തിന്റെ താളത്തിൽ അയ്യപ്പൻ നായർ അലിഞ്ഞലിഞ്ഞ് പോവുകയായിരുന്നു.

തിരുത്തപ്പെടുന്ന തോറ്റങ്ങൾ

ചുറ്റും കാടുപിടിച്ചു കിടക്കുന്ന ചെറിയ ആ ഓട് മേഞ്ഞ വീട് ദൂരെ നിന്നു കാണുന്നവർക്ക് ഒരു പ്രേതഭവനംപോലെ തോന്നും. പണ്ടെങ്ങോ ചാണകം തേച്ച മുറ്റത്ത് ഇപ്പോഴും അതിന്റെ അടയാളങ്ങളവശേഷി ച്ചിരുന്നു. മരനിഴലുകൾ ഇണചേർന്ന് കിടക്കുന്ന മുറ്റത്തിനരികിൽ ചെറിയ കല്ലുകൾ പ്രതിഷ്ഠിച്ച പലതരം തറകൾ സ്കന്ദൻ അത്ഭുത ത്തോടെ നോക്കിനിന്നു.

"അതൊക്കെ അവരുടെ ഉപാസനാമൂർത്തികളാണ്. പണ്ടുകാലത്ത് ഈ തറയിൽ നിന്നാണെത്രെ തെയ്യുണ്ണി, അർദ്ധരാത്രിക്ക് ഒടിമന്ത്രം ചൊല്ലാറുള്ളത്. തെയ്യുണ്ണി, അതായത് ആണ്ടവന്റെ മുത്തച്ഛൻ നല്ല ഒടിയനായിരുന്നൂന്നാണ് കേൾവി. തെയ്യുണ്ണിയെ നിക്ക് നല്ല പരി ചയായിരുന്നു. അന്നത്തെ കാലത്ത് പറയാരാണ് ഒടിയന്മാരുടെ കൂട്ട ത്തിൽ കേമന്മാർ. മണ്ണാരുടെ കൂട്ടത്തിൽ തെയ്യുണ്ണിയെ മാത്രമേ ഒടിയനായിട്ട് നാട്ടുകാർ പേടിച്ചിട്ടൊള്ളൂ. തെയ്യുണ്ണിയും മനയ്ക്കലെ ഒരാളായിരുന്നു. പറഞ്ഞ് കേട്ടതാണ്, വല്യമ്പൂരിയുടെ അച്ഛൻ, അതാ യത്, കുട്ടീടെ മുത്തച്ഛന്റെ അച്ഛൻ തെയ്യുണ്ണിയെ വിളിച്ചു കൊണ്ടു വന്നതാണത്രെ.

ഒരു പ്രശ്നം തീർക്കാൻ തെയ്യുണ്ണിയുടെ സഹായം വേണം. ഏഴൂർ മനയ്ക്ക് ഏഴ് ദേശത്തിന്റെ അധികാരമായിരുന്നു വെട്ടത്ത് രാജാവ് കല്പിച്ച് നൽകിയത്. എന്നാൽ നമ്പടിക്കാര് കല്പന തെറ്റിച്ചു. അവര് ഏഴൂരാന്റെ കീഴിൽ നില്ക്കില്ല എന്ന് പറഞ്ഞു. വാണിയന്നൂര് നമ്പിടിമാരുടെ അധികാരത്തിലുള്ള ദേശമായിരുന്നു. രാജാവ് കല്പിച്ചനുവദിച്ച ദേശത്തിൽ ഒന്നാണെങ്കിലും ദേശവാഴി നമ്പിടി അതംഗീകരിച്ചില്ല. അവർക്ക് സ്വന്തമായി ഒരു സൈന്യം തന്നെ ഉണ്ടായിരുന്നു. അപ്പോൾ പിന്നെ അധികാരം നിലനിർത്താൻ ഏഴൂർ മനയ്ക്കൽ തമ്പുരാൻ നമ്പിടിയെ കൊല്ലാൻ തീരുമാനിച്ചു. അങ്ങനെ പേരുകേട്ട ഒടിയനും കൂടിയായിരുന്ന തെയ്യുണ്ണിയെ ദേശ ത്തേക്ക് വിളിച്ചു. നമ്പിടിയെ കൊന്നത് വെള്ളൊടി ഒടിച്ചിട്ടാണെന്ന് കഥ. കിണറ്റിൽ വീണാണ് നമ്പിടി മരിച്ചതത്രെ. അതിനുശേഷം

തെയ്യുണ്ണിക്കും കുടുംബത്തിനും മനയ്ക്കലെ പറമ്പിൽ ഇടം കൊടുത്തു. പക്ഷേ ജന്മം തീറായി സ്ഥലം എഴുതിക്കൊടുത്തതും അവരിവിടെ ഈ കാണുന്ന വീട് വച്ചതുമൊക്കെ വല്യമ്പൂരിയുടെ കാലത്തു തന്നെയാണ്. അച്ഛൻ പറഞ്ഞതനുസരിച്ചാണ് അവരെ ഇവിടെ കുടിയിരുത്തിയതെന്ന് പലരും പറഞ്ഞുകേട്ടതാണ്. എന്നാൽ വല്യമ്പൂരി അതിനെക്കുറിച്ചൊന്നും അധികം പറഞ്ഞതായി ഞാൻ കേട്ടിട്ടില്ല. ഞാൻ ചോദിച്ചിട്ടുണ്ട്. അദ്ദേഹം എപ്പോഴത്തെയുംപോലെ ഒന്നു ചിരിക്കും. അത്രതന്നെ. അല്ലെങ്കിലും അദ്ദേഹം കാര്യം മാത്രം പറയുന്ന സ്വഭാവക്കാരനായിരുന്നല്ലോ. ആവശ്യത്തിനും അനാവശ്യത്തിനും എന്തെങ്കിലും പറഞ്ഞുകൊണ്ടിരിക്കുന്നത് അദ്ദേഹത്തിന്റെ രീതിയായിരുന്നില്ല.

ഭൂപരിഷ്കരണനിയമം വരുന്നതിന് ഒരു ഒന്നൊന്നര മാസം മുമ്പാണ് ഇക്കണ്ട സ്ഥലം മുഴുവൻ വേലായുധൻ ചോപ്പന്റെ പേരിൽ ജന്മം തീറാക്കിയത്. ആ സമയത്തുതന്നെ വല്യമ്പൂരി കുറച്ച് സ്വത്ത് എനിക്കും തന്നു. മുത്താഴിയംകോട്ട് ഇല്ലക്കാര് വല്യ വിപ്ലവകാരികളായിരുന്നുവല്ലോ. അവർക്ക് വിവരം കിട്ടി. ഭൂപരിഷ്കരണ നിയമം വരാൻ പോണു. ഇല്ലങ്ങളിലെ കൂട്ട്സ്വത്ത് ഭാഗിച്ചാൽ ഒന്നും പോവില്യാന്ന്. ഒരാൾക്ക് വെയ്ക്കാൻ പറ്റ്ണതിന്റെ അളവും തൂക്കവും നോക്കി വല്യമ്പൂരി എഴുതി. എന്നാലും ബാക്കി ഏറെ. അത് വേലായുധൻ ചോപ്പനും നിക്കും പിന്നെ മനയ്ക്ക് വേണ്ടപ്പെട്ടോരുക്കും എഴുതി. അതോണ്ടെന്താണ്ടായത്. മനയ്ക്കക്കാരുക്കും മുത്താഴിയംകോട്ടുകാരുക്കും ഒന്നും പോയിട്ടില്ല. പൊന്നാനീലുള്ള ചില നായന്മാർക്ക് ഒരുപാട് പോയീന്ന് കേട്ടിരിക്കുണു. അവര് നായന്മാരല്ലേ, പൊയ്ക്കോട്ടേന്ന് ഭരിക്ക്ണോർക്ക് തോന്നീട്ടുണ്ടാവും. സത്യാണോന്നറിയില്ല. നാട്ടിൽ പറഞ്ഞ് കേൾക്കണതാണ്. ഭൂപരിഷ്കരണം വരാൻ പോണ കാര്യം സാക്ഷാൽ തിരുമേനി അവരെ അറിയിച്ച്ട്ടുണ്ടാവില്യ ന്നാ നാട്ടില് സംസാരം.''

അയ്യപ്പൻനായർ വെറുതെ കാട് കേറുന്നതായി സ്കന്ദന് തോന്നി. സ്കന്ദൻ പറഞ്ഞു. ''ഒരു കാലത്ത് ഈ ഭൂമി മുഴുവനും പറയനും പാണനും മണ്ണാനും അവകാശപ്പെട്ടതായിരുന്നു എന്ന് ചരിത്രത്തിൽ കേട്ടിട്ടുണ്ട്. പാണൻ പാട്ടുകാരനാണ്. പറയൻ പറയാനുള്ളവനാണ്. അതായത് രാജാക്കന്മാർക്ക് കാര്യങ്ങൾ പറഞ്ഞു കൊടുക്കുന്നവൻ. മണ്ണാൻ മണ്ണിന്റെ ഗന്ധം നോക്കി കൃഷിയെ അറിയുന്നവൻ. അവിടെ നമുക്കൊന്നും വലിയ പ്രസക്തിയില്ല. തമിഴ്നാട്ടിലൊക്കെ ഇപ്പോഴും തിരുവള്ളുവരെയൊക്കെ പോലുള്ളവർക്ക് എന്തു മാത്രം ആദരവുണ്ടെന്നോ? അദ്ദേഹം ബ്രാഹ്മണനല്ല. അവിടെ ആദരിക്കപ്പെടുന്ന ചരിത്രപുരുഷന്മാർ ശീത്ത ലൈസാത്തനാർ, ഇളങ്കോവടികൾ, അങ്ങനെ എത്ര പേർ. ഞാൻ പഠിക്കുന്നത് എഞ്ചിനീയറിങ്ങാണെങ്കിലും അവിടെ

എത്തിയപ്പോഴാണ് അവരെക്കുറിച്ച് കൂടുതൽ മനസ്സിലാക്കാൻ കഴിഞ്ഞത്. പാണകുല സംരക്ഷകനായ രാജാവിനെക്കുറിച്ച് സംഘകാല കൃതികളിൽ പറഞ്ഞിട്ടുണ്ടത്രെ. പിന്നെ ഈ ഒടിമറയലും ആളെ കൊല്ലലുമൊക്കെ അന്ധവിശ്വാസംന്നല്ലാണ്ടെ മറ്റെന്താ? അതുപോട്ടെ, പൂശാരിയെ ഇവിടെയൊന്നും കാണാനില്ലല്ലോ. നമ്മൾ വരും എന്നായാൾ വിചാരിച്ചിട്ടുണ്ടാവില്ല അല്ലേ?''

''ഒരിക്കലും ഉണ്ടാവില്ല. അയാൾ കുട്ടിയെ കാണണമെന്ന് പറഞ്ഞു. എന്ന് വരും എന്നൊന്നും നിക്ക് ഒറപ്പിച്ചു വാക്കു കൊടുക്കാൻ കഴിയില്ലല്ലോ. കൊണ്ടുവരാൻ ശ്രമിക്കാംന്ന് ഞാൻ പറഞ്ഞിരുന്നു. ഇപ്പോൾ കൊണ്ടുവരികയും ചെയ്തു. ഇവിടെ ഉണ്ടാവും. എറങ്ങി നടക്കാനൊന്നും വയ്യ. ഉള്ളിൽ എവിടെ എങ്കിലും കാണും. പിന്നേയ്, ഒടിമറയലൊന്നും അന്ധവിശ്വാസല്ല കേട്ടോ. ഇന്നതിന് പറ്റിയ ആൾക്കാരില്ലാത്തതോണ്ടല്ലേ. ഒടിവിദ്യ അടക്കം ആണ്ടവൻ പഠിച്ചിട്ടുണ്ടത്രെ. അതിനെപ്പറ്റി ഞാനൊരിക്കൽ ആണ്ടവനോട് ചോദിച്ചിട്ടുണ്ട്. അപ്പോൾ അയാള് പറഞ്ഞതാണ് മഷി ണ്ടെങ്കിൽ ഒടിമറയാനാര്ക്കും കഴിയും. പക്ഷേ മഷി ഉണ്ടാക്കുക എളുപ്പമല്ലെന്ന്. അതിന് കിട്ടാത്ത പല സാധനങ്ങളും വേണം.

ഒരു സ്ത്രീയുടെ ആദ്യഗർഭത്തിൽ ജനിക്കുന്ന ആൺകുട്ടീടെ ചാപ്പിള്ളവരെ ഒരുപാട് കിട്ടാത്ത സാധനങ്ങൾ. ഇനി അതൊക്കെ എങ്ങനെയെങ്കിലും ഒപ്പിച്ചുണ്ടാക്കിയാലോ മഷിയുണ്ടാക്കാൻ, ഒരു തരത്തിലും ബ്രഹ്മചര്യം നഷ്ടപ്പെടാത്ത ഒരാൺകുട്ടിയും വേണത്രെ. പതിന്നാല് ദിവസം അയാൾ രാത്രികളിൽ ഈ മഷിക്ക് മന്ത്രസിദ്ധി ചെയ്യണം. അങ്ങനെ ചെയ്യുമ്പോൾ അതിസുന്ദരികളായ യക്ഷികൾ വന്ന് നഗ്നനൃത്തം ചെയ്യും. അപ്പോഴെങ്ങാനും യുവാവിന്റെ ബ്രഹ്മചര്യം നഷ്ടപ്പെട്ടാൽ കഴിഞ്ഞു കഥ. അങ്ങനെ എന്തോ വേണ്ടാത്തത് പഠിച്ചപ്പോൾ ഒരു യക്ഷി അദ്ദേഹത്തിന്റെ പിറകിൽ കൂടി. അത് പിന്നെ ഒഴിഞ്ഞുപോയില്ല. അതിന്റെ ഉപദ്രവാണ് ആണ്ടവനുണ്ടായ ഭ്രാന്ത് എന്നാ നാട്ട് കാര് പറയണത്. അല്ലാ, നാട്ടുകാര് പറയ്ണതൊക്കെ സത്യാവണംന്ന്ല്യ. ഇത്തിരി എന്തെങ്കിലും കേട്ടാ അത് ഒത്തിരിയാക്കാൻ അവർക്ക് ണ്ടോ പ്രയാസം. സൂചിമുന കേറ്റാൻ പഴ്ത് കിട്ടാൽ കുന്താണി കേറ്റി നോക്ക്ണോരാ നാട്ടിലുള്ള ചിലർ. എന്തായാലും കല്യാണം കഴിച്ചതാ ബുദ്ധിമുട്ടായത് എന്നാ നാട്ടിൽ പറഞ്ഞ് കേക്കണത്. യക്ഷിയോടൊപ്പമല്ലാതെ മറ്റൊരു സ്ത്രീയോടൊത്ത് ജീവിക്കാൻ സമ്മതിക്കില്ലാന്ന് അന്നേ അത് പറഞ്ഞിട്ടുണ്ടത്രേ. അത് കൂട്ടാക്കാതെയാണ് ആണ്ടവന്റെ കല്യാണം നടന്നത്. അതാണ് കുലം മുടിയാൻ കാരണമായത് എന്നൊക്കെ ഇവിടെ പലരും പറഞ്ഞു കേട്ടിട്ടുണ്ട്. എന്തോ, ആർക്കറിയാം ദൈവം തീരുമാനിക്കുന്നത്

അനുഭവിക്കണെ. അത് നിക്കായാലും കുട്ടിക്കായാലും ആണ്ടവനായാലും അത്രേയുള്ളൂ. പിന്നെ എന്തുണ്ടായാലും അതിന്റെ പിന്നിൽ ഒരു കഥ കണ്ടെത്തുന്ന കാര്യത്തിൽ നാട്ടുകാർക്കുള്ള കഴിവ് പറയണ്ടല്ലോ. ചൂ ന്ന് കേട്ടാ മതി അത് ചുണ്ടങ്ങാന്നാക്കണോരല്ലേ.''

ഉന്നങ്ങിയ ഇലകൾ പരന്നു കിടക്കുന്ന ആ വിശാലമായ മുറ്റം കടന്ന് വീടിന്റെ ഉമ്മറക്കോലായുടെ സമീപത്തെത്തി അവിടെ നിന്ന് അയ്യപ്പൻ നായർ ഒന്നു ചുമച്ചു. ആളനക്കം ഒന്നും കേൾക്കാത്തത് കൊണ്ട് അദ്ദേഹം അകത്തേക്ക് നോക്കി ഉറക്കെ ചോദിച്ചു. 'ഇവടെ ആരും ല്യേ?''

നാലഞ്ച് നിമിഷം കഴിഞ്ഞപ്പോൾ പുള്ളിമുണ്ടും ബ്ലൗസും ധരിച്ച ഒരു സ്ത്രീ പറത്തേക്കു വന്നു. ''ദ് മ്മളെ മനയ്ക്കലെ തമ്പ്രാൻകുട്ടി അല്ലേ കമ്മളേ?''

അയ്യപ്പൻ നായർ അതേ എന്ന അർത്ഥത്തിൽ തലയാട്ടി. എന്നിട്ട് സ്കന്ദനോടായി പറഞ്ഞു. ''അപ്പറൊത്തെ ശങ്കരന്റെ പെണ്ണും പിള്ളയാ. ഇവരാണിപ്പോൾ ആണ്ടവന് ഒരു സഹായം.'' എന്നിട്ട് അവളെ തിരിഞ്ഞ് ചോദിച്ചു. ''അല്ല, ഇവിടെയില്ലേ ആള്?''

''ണ്ടല്ലോ. കുളിക്കാണ്. ഞാൻ കഞ്ഞിയായിട്ട് വന്നതാ. ഇപ്പോ രാവിലെത്തെ ചായകുടിക്ക് പകരം വെയില് ചൂടാവുമ്പോ ഒരു കഞ്ഞ്യാണ് പതിവ്. ങ്ങള് കേറിരിക്കിൻ. ഞാൻ വിളിച്ച് പറയാം.'' അവൾ അകത്തേക്കു പോയി.

സ്കന്ദൻ ഒരു നിമിഷം ചിന്തിച്ചു. മനയ്ക്കലെ തമ്പ്രാൻകുട്ടി എന്ന അവരുടെ പ്രയോഗത്തിൽ ഒരു പരിഹാസം ഒളിഞ്ഞിരിക്കുന്നുണ്ടോ? വെറുതെ തോന്നിയതാവും. എന്നാലും... നാട്ടുകാർക്കൊക്കെ താൻ ആണ്ടവനുണ്ടായ അവിഹിതസന്തതിയാണല്ലോ. അപ്പോൾ? മനസ്സ് ഒരു കുരങ്ങനെപ്പോലെ എപ്പോഴും അങ്ങോട്ടുമിങ്ങോട്ടും ചാടിക്കളിക്കും എന്ന് ആരോ പറഞ്ഞത് എത്ര ശരിയാണ്. അല്ലെങ്കിൽ ആവശ്യമില്ലാത്ത സമയത്ത് അത്തരം ഒരു ചിന്തയുടെ കാരണം?

''രണ്ട് ദുർമരണം നടന്ന വീടാ.'' അയ്യപ്പൻനായർ പറഞ്ഞു തുടങ്ങിയപ്പോഴാണ് വീണ്ടും മനസ്സ് കടിഞ്ഞാണിട്ടപോലെ വർത്തമാന കാലത്തേക്ക് തിരിഞ്ഞുനിന്നത്.

''ദേവു ഗർഭിണിയായിരിക്കുമ്പോഴാണ് രക്തം പോയി മരിച്ചത്. വേലായുധൻ ചോപ്പൻ വണ്ടിക്കു കുടുങ്ങിയും. ആദ്യഗർഭത്തിലെ ആൺകുട്ടികളെ ഊറ്റിയെടുക്കും ഒടിയന്മാർ എന്ന് കേട്ടുകേൾവി ക്കഥ ഞാൻ പറഞ്ഞല്ലോ. തെയ്യുണ്ണി അങ്ങനെയൊക്കെ ചെയ്തിട്ടുണ്ടോ എന്ന് ആർക്കാ നിശ്ചം? പൂർവികര് ചെയ്ത പാപം അനന്തരര്

അനുഭവിക്കും ന്നാ പറയ്യാ. എന്തായാലും ആ കുട്ടീടെ ആത്മാവ് ഗതി കിട്ടാതെ ഇവിടൊക്കെ അലഞ്ഞ് നടക്കണ്ണ്ട്ന്നാ പലോരും പറയ്ണത്. അതായത് ദേവൂന്റെ. രാത്രിയായാൽ നാട്ട്കാരൊന്നും ഈ വഴിക്ക് വല്ലാണ്ടെ നടക്കാറില്ല. പലോരും കണ്ടിട്ടുണ്ടത്രെ. ന്നാൽ ആരേയും ഉപദ്രവിച്ചതായി കേട്ടിട്ടില്ല. നമ്മളെ ഗോവിന്ദൻണ്ടല്ലോ, രാവുണ്ണ്യാരുടെ മോൻ, അയാളൊരിക്കെ അവളെ കണ്ട് പേടിച്ചു കരഞ്ഞുകൊണ്ട് വീട്ടിലേക്കോടിയിട്ടുണ്ട്. അത് നാട്ടിൽ പാട്ടായ തോടെയാണ് ദേവൂനെ കണ്ട കഥ മറ്റ് പലരും പറഞ്ഞുതുടങ്ങീത്. ഗോവിന്ദൻതന്നെ അന്ത്രൂന്റെ ചായക്കടയിൽ ചെന്ന് ഈ കഥ പല പ്രാവശ്യം പറഞ്ഞിട്ടുണ്ട്.

ഒരു ദിവസം സന്ധ്യമയങ്ങിയ നേരത്ത് ഈ വഴി പോകുമ്പോ, 'തമ്പ്രാൻ കുട്ട്യേ ഒന്ന് നിക്ക്വാന്ന്' ഒരു ചോദ്യം കേട്ടെത്രെ. സന്ധ്യമയ ങ്ങിയ നേരത്ത് ഏതാ ഒരു പെൺകുട്ടീന്ന് അതിശയിച്ച് ഗോവിന്ദൻ തിരിഞ്ഞ് നോക്കുമ്പോ ഒറ്റമുണ്ടും ബ്ലൗസും ധരിച്ച് പുഞ്ചിരിച്ചുകൊണ്ട ങ്ങനെ നിക്ക്യാത്രെ ദേവു. പിന്നെ തിരിഞ്ഞുനോക്കാതെ ഗോവിന്ദ നോടീന്നാ പറഞ്ഞു കേട്ടത്. ആ കഴുത ചെലപ്പോൾ മുക്കറ്റം കഞ്ചാവ് വലിച്ച് കേറ്റീട്ടുണ്ടാവും. അപ്പൊണ്ടായ എന്തെങ്കിലും വിഭ്രാന്തി ആവാനും മതി. ന്നാൽ ഞാൻ പലപ്പോഴും ഇവടെ വരാറും പോവാ റുംണ്ട്. ഇതുവരെ അങ്ങനെയൊന്ന് കണ്ടിട്ടില്ല.''

അയ്യപ്പൻനായർ പറഞ്ഞു നിറുത്തി സ്കന്ദൻ നമ്പൂതിരിയെ ഒന്നു നോക്കി. അയാൾ അയ്യപ്പൻനായരുടെ വാക്കുകളിൽ ലയിച്ച് ഇരിക്കുകയായിരുന്നു. പുറത്ത് ചെറിയ കാറ്റുണ്ടായിരുന്നു. കാറ്റിൽ മുറ്റത്തെ ചപ്പിലകൾ ഇളകുന്ന ശബ്ദം മാത്രമേ ഉണ്ടായിരുന്നുള്ളൂ. ജീവിച്ചിരിക്കുമ്പോൾ കണ്ടാൽ മാറിനിൽക്ക് എന്നാക്രോശിക്കു ന്നവർപോലും മരിച്ചശേഷം അവരെ ഒന്നു കണ്ടാൽ എന്തുമാത്രം ഭയപ്പെടുന്നു. അപ്പോൾ അവരാണ് മാറിക്കൊടുക്കുന്നത്. ഓർത്താൽ നല്ല തമാശ തന്നെ.

''ക്ഷമിക്കണം. എത്തീട്ട് കുറച്ച് നേരായീല്ലേ. കാത്തിരുത്തീന്ന് കുട്ടിക്ക് ഒന്നും തോന്നരുത് ട്ടോ. കുളിക്കേരുന്നു. മേല് വെള്ളൊഴിച്ച് കഴിഞ്ഞാ പിന്നെ തോർത്താതെ കേറിപ്പോരാൻ പറ്റില്ലല്ലോ. വല്യ സന്തോഷായി. വന്നല്ലോ.'' അങ്ങനെ പറഞ്ഞുകൊണ്ടാണ് ആണ്ടവൻ കടന്നുവന്നത്. ആണ്ടവനെ കണ്ടതും സ്കന്ദൻ ഇരുന്നിടത്തുനിന്ന് എഴുന്നേറ്റു.

''അയ്യോ എന്താ കുട്ടി കാട്ടണത്. ന്നെ കണ്ട്ട്ട് എഴുന്നേൽക്കേ. ഇരിക്കൂ കുട്ടി.'' ആണ്ടവൻ പറഞ്ഞു.

''പ്രായത്തിന് മൂത്തോരെ കണ്ടാൽ ബഹുമാനിക്കണതിൽ ഒരു

കുഴപ്പോംല്യ. അങ്ങന്യാ വല്യമ്പൂരി പറയാറുള്ളത്. ആണ്ടവൻ ഇരിക്കൂ.'' അയ്യപ്പൻനായരാണത് പറഞ്ഞത്.

ആണ്ടവൻ ഉമ്മറക്കോലായിൽ വെറും നിലത്ത് ഇരുന്നപ്പോൾ കസേരയിലിരിക്കാൻ സ്കന്ദൻ നിർബന്ധിച്ചു. എന്നാൽ അയാളത് കേട്ടില്ല. ഉടൻ സ്കന്ദനും നിലത്തേക്കിറങ്ങിയിരുന്നു. അപ്പോൾ പിന്നെ അയ്യപ്പൻനായർക്കും കസേരയിൽ ഇരുപ്പുറച്ചില്ല. അദ്ദേഹവും താഴേക്കിറങ്ങി. അവർ സംസാരിക്കാൻ തുടങ്ങുകയായിരുന്നു. ഉമ്മറക്കോലായിലെ വെറുംനിലത്ത് നായരും നമ്പൂതിരിയും മണ്ണാനും തൊട്ടുതൊട്ടിരുന്നുകൊണ്ട് ചരിത്രം തിരുത്തിയെഴുതുകയായിരുന്നു. പാടിപ്പതിഞ്ഞ തോറ്റങ്ങളിലും കാലത്തിന്റെ ഒരു തിരുത്തുണ്ടാവണമല്ലോ. പാടാൻ മറന്ന ചില പഴയ തോറ്റങ്ങൾ പാടിക്കേൾക്കുന്നതിലാണെങ്കിൽ ഒരു പുതുമയുമുണ്ടാവും. അടിയാളത്തവും ആഢ്യത്തവും അടിപിടികൂടിയതേ ചരിത്രത്തിന്റെ തോറ്റംപാട്ടുകളിലാവർത്തിച്ചിട്ടുള്ളൂ.

അടിയാളത്തവും ആഢ്യത്തവും ഒരു കോലായപ്പുറത്തിരുന്ന് പറഞ്ഞ കഥകൾ തോറ്റി പാടാൻ ഇനിയെങ്കിലും നമ്മുടെ ചരിത്രം സമ്മതിക്കുമോ ആവോ?

വെളിച്ചപ്പെടാത്ത വെളിപാടുകൾ

വാർദ്ധക്യത്തിന്റെ ചുളിവുകൾ വീണുകിടന്നിരുന്നുവെങ്കിലും ആണ്ടവന്റെ മുഖത്തിന് എന്തോ ഒരു ദിവ്യചൈതന്യമുള്ളതുപോലെ സ്കന്ദനു തോന്നി. പാതിയും നരച്ചതെങ്കിലും തോളറ്റം വരെ ചുരുണ്ട് നീണ്ടുകിടക്കുന്ന മുടിയും കുഴിഞ്ഞതെങ്കിലും തിളക്കമുള്ള കണ്ണുകളും സ്കന്ദൻ ശ്രദ്ധിച്ചു. നടന്നു വരുമ്പോൾ കണ്ട ക്ഷീണമൊന്നും അയാളുടെ വാക്കുകൾക്കുണ്ടായിരുന്നില്ല. മുഴക്കമുള്ള ആ ശബ്ദം കാലങ്ങൾക്കപ്പുറത്ത് നിന്നും വരുന്നതുപോലെയാണ് തോന്നിയത്. ആണ്ടവൻ പറയുകയായിരുന്നു. സ്കന്ദനും അയ്യപ്പൻ നായരും അത് കേട്ടുകൊണ്ടിരുന്നു. ഹൃദയഗുഹയിൽ നിന്ന് ആർദ്രമായ വാക്കുകൾ ഒഴുകി വരികയായിരുന്നു.

‘‘ആരംഭമുള്ളതിനൊക്കെ ഒരവസാനവും ഉണ്ട്. പഴയത്. അസ്തമിക്കുകയും പുതിയത് ഉദിക്കുകയും വേണമെന്നത് കാലത്തിന് നിർബന്ധമാണ്. ഇന്നലെ ഉദിച്ച സൂര്യൻതന്നെയാണ് ഇന്നും ഉദിക്കുന്നതെങ്കിലും ഇന്നലത്തെ നമ്മുടെ കാഴ്ചയല്ല ഇന്നത്തേത്. ഇന്നതിന് വേറൊരു ചന്തമാണ്. വേറെ ഒരു തേജസ്സാണ്. ആണ്ടവനെപ്പോലെ എത്രയോ ആളുകൾ ഈ ഭൂമുഖത്ത് ജീവിച്ചിട്ടുണ്ട്. മരിച്ചുപോയിട്ടുമുണ്ട്. ഇനി നാളെ ജീവിക്കാനുമുണ്ട്. എന്റെ സമയം കഴിയാറായി എന്ന് ഇടയ്ക്കിടയ്ക്ക് മനസ്സിലിരുന്നാരോ പറയുന്നതുപോലെ തോന്നും. കണ്ണടയ്ക്കുന്നതിനുമുമ്പ് ന്റെ ഭവന്റെ കുട്ടിയെ ഒന്നു കാണണംന്ന്ണ്ടായിരുന്നു. ഭവത്രാതൻ നമ്പൂതിരിയെ ഞാൻ ഭവൻ എന്നായിരുന്നു വിളിക്കുക. അവിടെ വന്ന് കാണുന്നതാണ് ശരി എന്നറിയാത്തതുകൊണ്ടല്ല. മനസ്സ് പോകുന്നതുപോലെ ഇപ്പോൾ ശരീരം സഞ്ചരിക്കുന്നില്ല. അതാണ്. അതുകൊണ്ട് മാത്രമാണ് കുട്ടിയെ ഇത്രേടം ഒന്നു കൊണ്ടുവരാമോന്ന് അയ്യപ്പൻനായരോട് ചോദിച്ചത്. ആവശ്യം നമ്മുടേതാണെങ്കിൽ നമ്മളങ്ങോട്ട് പോവണം എന്നതാണ് എന്റെ കാഴ്ചപ്പാട്. പക്ഷേ കഴിയാതായാൽ പിന്നെ ഒന്നു പറഞ്ഞു നോക്കുക. അതാണ് അയ്യപ്പൻനായരോട് പറഞ്ഞത്. എന്തായാലും

ദേവി അവസാനമായിട്ട് ഈ ആണ്ടവന്റെ പ്രാർത്ഥനയും കേട്ടു. അതോണ്ടല്ലേ കുട്ടിക്കു വരാൻ തോന്നിയത്.''

സ്കന്ദൻ ഒന്നും മിണ്ടാതെ കേട്ടുകൊണ്ടിരുന്നു. വാക്കുകൾ ഒഴുകിവരികയാണ്. ഒരു തട്ടും തടവുമില്ലാതെ. അതിനൊരു തടസ്സവും ഉണ്ടാകാതിരിക്കാനായിരിക്കണം അയ്യപ്പൻനായരോ സ്കന്ദനോ ഒന്നും മിണ്ടിയില്ല.

''നിക്ക് ഒരു കാര്യം പറയാനുണ്ട്. അത് ന്റെ ജീവിതം അവസാനിക്കുന്നതിനു മുമ്പ് അറിയിക്കണം. അതെന്റെ വല്യ ഒരാഗ്രഹമാണ്. അല്ലെങ്കിൽ അത് മാത്രമാണ് ആഗ്രഹം. അത് പറയാനാ കുട്ടിയെ ഒന്ന് കാണാൻ ആഗ്രഹിച്ചത്. എന്റെ പേരിൽ കുട്ടി ഒരു പാട് സങ്കടപ്പെട്ടിട്ടുണ്ട്. ഞാനാണോ കുട്ടിയുടെ അച്ഛൻ എന്ന് കുട്ടി പോലും സംശയിച്ചിട്ടുണ്ട്. ല്യേ. ല്യാന്ന് പറയാൻ പറ്റ്വോ, ന്നാൽ ഞാൻ ഒറപ്പിച്ചു പറയാം. ഞാനല്ല. മോന്റെ അച്ഛൻ. ഭവത്രാതൻ നമ്പൂരിയെന്ന എന്റെ കളിക്കൂട്ടുകാരൻ ഭവനാണ്. അത് കുട്ടീടെ അമ്മയ്ക്കും അറിയാം, വല്യമ്പൂരിക്കും അച്യുതൻ നമ്പൂരിക്കും അറിയാം. പക്ഷേ നമ്മുടെ നാട്ടിലെ ചില എരപ്പാളികൾക്കേ സംശയമുള്ളൂ. ആ സംശയത്തെ എന്തിന് പേടിക്കുന്നു? നാട്ടുകാരെ പേടിച്ച് ജീവിക്കാൻ കഴിയുമോ എന്നൊക്കെ ഭവൻ എന്നോട് പല പ്രാവശ്യം ചോദിച്ചിട്ടുണ്ട്. ഞാനൊരു പ്രാന്തനായതുകൊണ്ട് എല്ലാവരും എല്ലാ പാപവും എന്റെ തലയിൽ വച്ചുകെട്ടി. പിന്നെ കുട്ടീടെ സംശയം എനിക്കെങ്ങനെ മനസ്സിലായീന്നാണെങ്കിൽ ഒരു കാലം മുതൽ കുട്ടീടെ പെരുമാറ്റത്തിൽ വന്ന മാറ്റത്തിൽ ഞാനത് ഊഹിച്ചു.''

ആണ്ടവൻ കരയുകയാണെന്ന് അയ്യപ്പൻനായർക്ക് തോന്നി. ''എന്താ ആണ്ട്യേ അണക്ക് പറ്റീത്? എന്തിനാ നീ ഇത്ര സങ്കടപ്പെടണത്?'' അയ്യപ്പൻനായർ ചോദിച്ചു.

''അയ്യപ്പൻനായരേ, എന്നും ഇടയ്ക്കു തമാശയ്ക്ക് കമ്മളേ എന്നും ഇടയ്ക്ക് തമ്പ്രാനേ എന്നുമെക്കെ ഈ മനുഷ്യനെ ഞാൻ വിളിച്ചിട്ടുണ്ട്. എന്ത് വിളിച്ചാലും മൂപ്പര്ക്ക് കൊഴപ്പമില്ല. യഥാർത്ഥത്തിൽ ഞാനേതാ ജാതി? എനിക്കറിയില്ല. എന്റെ അച്ഛനമ്മമാരെ ഓർക്കുമ്പോൾ എനിക്കു തോന്നുന്നത് എനിക്ക് ജാതിയേ ഉണ്ടായിരുന്നില്ല എന്നാണ്. അവരെന്തെങ്കിലും പ്രാർത്ഥിക്കുന്നത് ഞാൻ കണ്ടിട്ടില്ല. തല്ലുകൂടാൻതന്നെ അവർക്ക് സമയം തികഞ്ഞിരുന്നില്ല. പിന്നെ പറയി പെറ്റ പന്തിരുകുലം. അച്ഛൻ ബ്രാഹ്മണൻ. അമ്മ പറയി. അഗ്നിഹോത്രിയും രജകനും തച്ചനും പാക്കനും വള്ളോനും ഒക്കെ മക്കൾ. കുട്ടി കേട്ടിട്ടുണ്ടോ എന്നറിയില്ല. ഈ വള്ളോൻ തന്നെയാണ് തിരുവള്ളുവർ. പറഞ്ഞ് പറഞ്ഞ് കാടുകേറും. അത് വേണ്ട. നിക്ക് കുട്ടിയെ

ഒരു കാര്യം ബോധിപ്പിക്കണംന്ന്ണ്ട്. അത് മറ്റൊന്നുമല്ല. നാട്ട്കാര് എത്ര കളിയാക്കിയാലും ചിരിച്ചാലും കുഴപ്പമില്ല. കുട്ടി അറിയണം. മുത്താഴിയംകോട്ടെ സാവിത്രി അന്തർജനത്തിന്റേയും എഴൂർ മനയ്ക്കൽ ഭവത്രാതൻ നമ്പൂതിരിയുടേയും മകനാണ് കുട്ടി. ഒരു സംശയവും വേണ്ട. ഏതോ പ്രാന്തിന്റെ നെട്ടോട്ടത്തിൽ ഓടുമ്പോൾ ഗോവിന്ദൻ ഒരു പെണ്ണിനെ കേറിപ്പിടിച്ചത് കണ്ടു. അത് സാവിത്രിക്കുട്ടിയാണ് എന്ന് ബോധ്യമായപ്പോൾ അവളെ രക്ഷിച്ചു. അതിന്റെ പേരിലുണ്ടായതാണ് എല്ലാ കഥകളും. ഗോവിന്ദൻ വിചാരിച്ചതൊന്നും അവിടെ നടന്നിട്ടില്ല. പിന്നെ എങ്ങനെ അവർ ഗർഭിണിയാവും? കുട്ടിയുടെ പ്രായവും എന്റെ പ്രായവും വെച്ച് ഇത്തരം വിഷയങ്ങളൊന്നും പറയുന്നത് ശരിയല്ല. ആ തോന്നൽകൊണ്ട് അച്ഛൻ പറഞ്ഞില്ല. അമ്മച്ഛനും മുത്തച്ഛനും പറഞ്ഞില്ല. അത് ശരിയാണോ? ഇനി ഞാൻകൂടി പറയാതെ നാളെ ഞാൻ മരിച്ചാൽ മോനെ സംബന്ധിച്ചിടത്തോളം ഇതിനൊരുത്തരം കിട്ടോ? ഉത്തരം കിട്ടാത്ത ചോദ്യം ഉള്ളിലൊരു നെരിപ്പോടാണ്. അത് എപ്പോഴും പുകഞ്ഞുകൊണ്ടിരിക്കും. ആ കരിയും പുകയുമേറ്റ് വെന്തുതീരേണ്ടതല്ല ഭവന്റെ കുട്ടീടെ ജീവിതം. അതുകൊണ്ടാണ് ഞാൻ പറയുന്നത്. അല്ലെങ്കിൽ ഇത് പറയാൻ വേണ്ടിയാണ് മോനെ കാണാൻ ആഗ്രഹിച്ചതും. വിവാഹത്തിനു മുമ്പ് തന്നെ സാവിത്രിക്കുട്ടി ഗർഭിണിയായിരുന്നു. എന്നായാലും കല്യാണം കഴിക്കും എന്നുറപ്പുള്ളതുകൊണ്ട് അതൊരു വലിയ അപരാധമായി ഭവനോ സാവിത്രിക്കോ തോന്നീല്ലെന്നു മാത്രം. അതുകൊണ്ട് കല്യാണം കഴിഞ്ഞ് എട്ടാംമാസത്തിൽ അന്തർജ്ജനം പ്രസവിച്ചു. അതോടെ നാട്ടുകാരുടെ കഥയ്ക്ക് കൂടുതൽ അധ്യായങ്ങളുണ്ടായി.

ജീവിതത്തിൽ ഒരുപാട് പാപം ഞാനേറ്റെടുത്തിട്ടുണ്ട്. ഇനി വയ്യ. സമയമായിരിക്കണു. നിക്കും വേണ്ടേ കൊറച്ച് സമാധാനം? ചെയ്യാത്ത തെറ്റു മുഴുവൻ തലയിൽ കെട്ടിവച്ചു. മിണ്ടാൻ പറ്റാത്തതുകൊണ്ട് അതൊക്കെ സ്വയം ചുമന്നു. അത്രയേ ഉള്ളൂ എന്റെ കഥ. പക്ഷേ കുട്ടി അറിയണം തന്ത്രവും മന്ത്രവും പഠിച്ചിട്ട് വല്യ കാര്യൊന്നും ല്യ. അതൊക്കെ വേണ്ടരീതിയിൽ ഉപയോഗിക്കാൻ കൂടി അറിഞ്ഞിരിക്കണം. അല്ലെങ്കിൽ എല്ലാ പഠനത്തിന്റേയും കാര്യം അത്രയേയുള്ളൂ. ഞാനാണെങ്കിൽ പലതും പഠിച്ചു. പക്ഷേ വേണ്ടപോലെ ഒന്നും ഉപയോഗിക്കാൻ കഴിഞ്ഞില്ല. ഒരിക്കൽ വല്യമ്പൂരി ഓത്ത് നടത്തുമ്പോൾ ഞാൻ കേട്ടു നിന്നു. അന്ന് ആ വലിയ മനുഷ്യൻ പറഞ്ഞത് നിക്ക് ഇപ്പഴും ഓർമ്മയുണ്ട്. ''എന്താ ആണ്ടവന് ഇതൊക്കെ പഠിക്കണംന്ന്ണ്ടോ?'' അപ്പോൾ ഞാൻ ചോദിച്ചു. ''അതൊക്കെ ബ്രാഹ്മണർക്കല്ലേ? ഞങ്ങൾക്ക് പാടില്ലാന്ന് അച്ഛൻ പറഞ്ഞിട്ടുണ്ട്.'' അപ്പോൾ

തിരുമേനി ചോദിച്ചു, ''എന്താ ആണ്ടവാ, നീയൊക്കെ പഠിക്കുന്ന കുട്ടിയല്ലേ? ഇതൊക്കെ പഠിക്കാൻ ആഗ്രഹംണ്ടെങ്കിൽ നിക്ക് അറിയുന്നത് പഠിപ്പിക്കാം.'' അന്നദ്ദേഹം പറഞ്ഞു. ജാതീം മതവുമൊക്കെ വിവരല്ലായ്മയാണ്. പഠിക്കാൻ ആഗ്രഹിക്കുന്നവരെ പഠിപ്പിക്കണം. നിനക്ക് പഠിക്കണോ? അതാണ് അദ്ദേഹം ചോദിച്ചത്.

പരശുരാമനും ദ്രോണരും ജന്മംകൊണ്ട് ബ്രാഹ്മണരാണ്. എന്നിട്ടെന്താ കാര്യം? ക്ഷത്രിയന്റെ ജന്മമാണ് ജീവിച്ച് തീർത്തത്. വിശ്വാമിത്രൻ ക്ഷത്രിയനും സത്യകാമൻ ശൂദ്രനുമായിരുന്നു. അവരാകട്ടെ, എണ്ണം പറഞ്ഞ ബ്രഹ്മജ്ഞാനികൾ, ബ്രാഹ്മണരായി. വല്യമ്പൂരി അന്ന് പറഞ്ഞത് എന്റെ അതുവരെയുള്ള ബോധത്തെപോലും മാറ്റിയ വാക്കുകളായിരുന്നു. കൊല്ലം കുറേ മുമ്പാണ്. അന്ന് അങ്ങനെ ചോദിക്കാനും പറയാനും ധൈര്യം കാണിച്ച അദ്ദേഹം ചരിത്രത്തിൽ പേരെഴുതേണ്ട ഒരാളായിരുന്നു. യഥാർത്ഥ വിപ്ലവകാരി. മനസ്സിൽ മാറ്റത്തിന്റെ വെളിച്ചം കാത്തുസൂക്ഷിച്ച വലിയ മനുഷ്യൻ. പക്ഷേ നമ്മുടെ ചരിത്രം അത്തരം നിശ്ശബ്ദ വിപ്ലവകാരികളെ രേഖപ്പെടുത്തി വച്ചിട്ടില്ല. ജാതി കലഹങ്ങളെക്കുറിച്ചുള്ള ചരിത്രമാണ് നാം പഠിച്ചതും പഠിപ്പിച്ചതും. എല്ലായിടത്തും ജാതികൾ കലഹിക്കുകയല്ല ചെയ്തത്. അറിയോ, കേരളത്തിൽ ക്ഷേത്രപ്രവേശന സമരത്തിൽ അതായത് വൈക്കം, ഗുരുവായൂർ സമരങ്ങളൊക്കെ നയിച്ചതിൽ അധികം പേരും ഉയർന്ന ജാതിക്കാരായിരുന്നു. ഉന്നതൻ/അധമൻ എന്ന് തരം തിരിച്ച് പഠിപ്പിച്ചവരാണ് യഥാർത്ഥത്തിൽ പ്രശ്നക്കാർ. മനുഷ്യൻ എന്ന് പഠിപ്പിക്കാൻ അന്നും ഇന്നും ചരിത്രത്തിന് കഴിഞ്ഞില്ല. അല്ലെങ്കിൽ ജാതിസമത്വത്തിന്റെ ചരിത്രം ആർക്കും ആവശ്യമില്ലായിരുന്നു.''

ആണ്ടവൻ പറയുകയായിരുന്നു. തന്റെ ജീവിതം കടന്നുപോന്ന ദുരിതപർവങ്ങളിലൂടെയുള്ള ഒരു യാത്രയായിരുന്നു, ആ വാക്കുകൾ. ദേവുവിന്റെ മരണത്തെക്കുറിച്ച് പറഞ്ഞപ്പോൾ മാത്രം അദ്ദേഹത്തിന്റെ വാക്കുകൾ ഇടറി. ''അറിയ്യോ? ദേവൂനെ ആണ്ടവൻ ചവിട്ടിക്കൊന്നതാണെന്ന് വിശ്വസിക്കുന്നവര് ഇന്നും ണ്ട് നാട്ടില്. അവരെയൊക്കെ എങ്ങനെയാ തിരുത്തുക? അല്ലെങ്കിൽ തിരുത്തീട്ട് എന്തിനാ? അവളേതായാലും പോയി. അവളുടെ കൂടെ എന്റെ ജനിക്കാത്ത കുട്ടിയും. ഇനി ആരെയാ ബോധിപ്പിക്കാൻ? ബോധിപ്പിച്ചിട്ട് എനിക്കെന്ത് കിട്ടാനാ?''

''അങ്ങനെ ഞാനും കേട്ടിരിക്കുണു. ന്നോട് പറഞ്ഞവർക്ക് അന്നേ ഞാൻ നല്ല മറുപടിയും കൊടുത്തിട്ടുണ്ട്, അതിലൊന്നും ഒരു കാര്യവും ഇല്യാന്ന് വിശ്വസിക്കുന്നവരാണ് ആണ്ടവാ, കൂടുതലാളുകളും.'' അയ്യപ്പൻനായർ ഇടയ്ക്ക് പറഞ്ഞു.

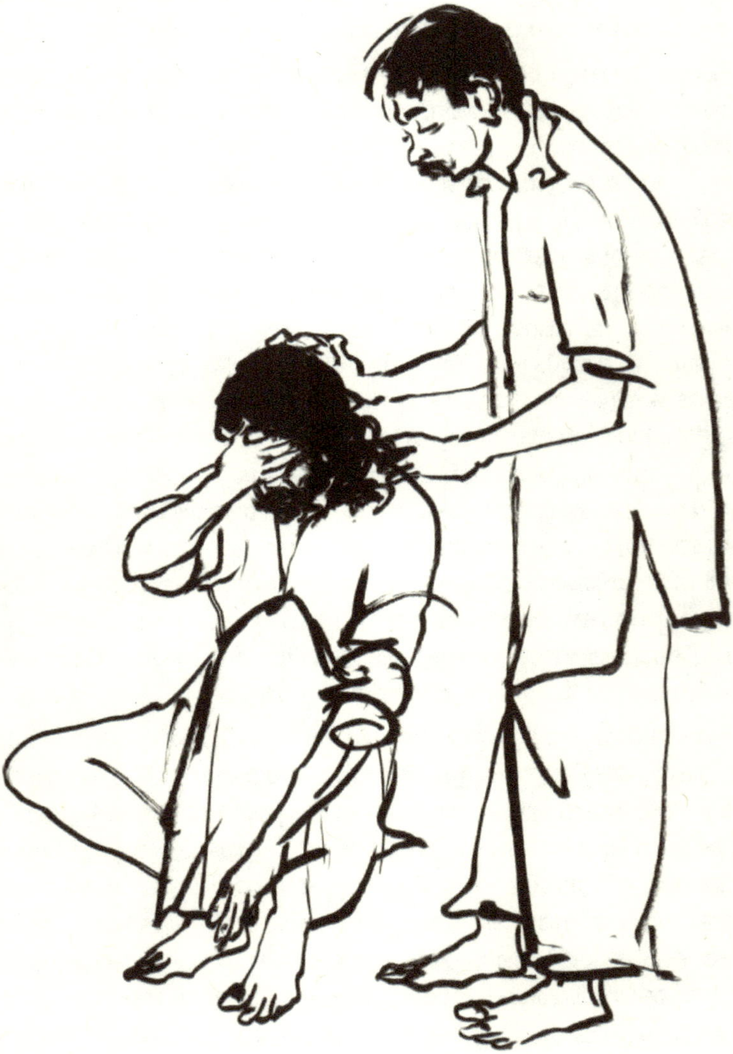

“ജീവിതത്തില് പൂർണബോധത്തോടെ ഒരാളേ ഞാൻ ഉപദ്രവിച്ചിട്ടൊള്ളൂ. അത് ആ ഗോവിന്ദൻനായരെ മാത്രം. സാവിത്രിക്കുട്ടിയെ ഞാൻ കേറിപ്പിടിച്ചു എന്ന് അയാൾ കള്ളസാക്ഷി പറഞ്ഞത് അറിഞ്ഞ അന്നുമുതൽ കണക്കാക്കിവെച്ചതായിരുന്നു. ഒരിക്കൽ ഉത്സവപ്പറമ്പിൽവെച്ച് അവനെ കൊന്നാലോന്ന്വരെ ഞാൻ ചിന്തിച്ചിട്ടുണ്ട്. തരത്തിലന്നയാൾ മാറി. പിന്നെ ഞാൻ കാത്ത് കരുതിവച്ചത് അയാൾ വന്ന് ചോദിച്ചു വാങ്ങീന്ന് മാത്രം. അത് തെറ്റായീന്ന് ഇന്നുവരെ തോന്നീട്ടുമില്ല. അല്ലെങ്കിൽ അതായിരുന്നു ഞാൻ ചെയ്ത ഏറ്റവും വലിയ ശരി. കുട്ടിക്കറിയോ, സാവിത്രിയെ ഞാൻ കേറിപ്പിടുച്ചൂന്ന് അറിഞ്ഞതു മുതൽ അച്യുതൻ നമ്പൂതിരി എന്നോട് മിണ്ടാറുണ്ടായിരുന്നില്ല. ഞാൻ നേരിൽ കാണാനും കാര്യം പറയാനും ആഗ്രഹിച്ചു. ഭവനോട് ആഗ്രഹം പറയുകയും ചെയ്തു. അച്യുതൻ നമ്പൂരിക്ക്ന്നെ കാണാൻകൂടി താൽപര്യമില്ലെന്നാണ് അറിഞ്ഞത്. എന്നാൽ ഗോവിന്ദനെ അടിച്ചെന്നറിഞ്ഞപ്പോൾ അച്യുതൻ നമ്പൂരി എന്നെ നേരിട്ടു കണ്ടു. “ഇത് നീ എന്നോ ചെയ്യേണ്ടതായിരുന്നു. ഞാൻ എന്നോ പ്രതീക്ഷിച്ചു. ഇങ്ങനെ ഒന്ന് നീ ചെയ്തില്ലായിരുന്നുവെങ്കിൽ അച്യുതൻ നമ്പൂതിരി ഇനിയും നിന്നെ കാണുകയോ സംസാരിക്കുകയോ ഉണ്ടാവില്ലായിരുന്നു. ഈ പ്രവർത്തിയിലൂടെയാണ് നീ നിരപരാധിയാണെന്ന് എന്റെ മുമ്പിൽ തെളിയിച്ചത്.”

ഗോവിന്ദനെ അടിച്ചതിന് ശേഷമാണ് വീണ്ടും ഇല്ലത്തിന്റെ വാതിൽ എനിക്കു മുമ്പിൽ തുറന്നത്. “ഒന്നുകിൽ ആണാവണം അല്ലെങ്കിൽ പെണ്ണാവണം. ആണും പെണ്ണും കെട്ട് ആരും ജീവിച്ചിട്ട് കാര്യം ഇല്ല്യ.” അച്യുതൻ നമ്പൂരി അന്ന് പറഞ്ഞത് ഇപ്പോഴും ഓർമ്മയുണ്ട്. “ആണ്ടവൻ ഇപ്പോഴേ ആണാന്ന് തെളിയിച്ചൊള്ളൂ. ഇതുവരെ ദേഷ്യം കൊണ്ടല്ല സഹതാപം കൊണ്ടായിരുന്നു നേരിൽ കാണാനോ മിണ്ടാനോ നിൽക്കാതിരുന്നത്. ഇനി അതിന്റെ ആവശ്യമില്ലല്ലോ.”

ആണ്ടവന്റെ ഓർമ്മയിലേക്ക് അച്യുതൻ നമ്പൂതിരിയുടെ രൂപം കടന്നുവരുന്നത് സ്കന്ദൻ കണ്ടു.

“പാവം വയ്യാതായി. എനിക്കങ്ങോട്ടും അദ്ദേഹത്തിനിങ്ങോട്ടും നടക്കാൻ കഴിയില്ല. അയ്യപ്പൻനായരാ കേമൻ. ഇപ്പോഴും ഇങ്ങനെ നടക്കാൻ കഴിയ്ണ്ണ്ടല്ലോ. എന്റെ ഓർമ്മവെച്ച കാലം അയ്യപ്പൻ നായർക്ക് ഇതേ പ്രായമാണ്. ഇതേ നടത്തവും.”

ആണ്ടവൻ അയ്യപ്പൻനായരെ നോക്കി ഒന്നു ചിരിച്ചു. അയ്യപ്പൻ നായർ തിരിച്ചു ചിരിച്ചുകൊണ്ട് പറഞ്ഞു. “വേലായുധൻ ചോപ്പനേക്കാൾ പ്രായം കൂടും നിക്ക്. പ്രായായി എന്ന് തോന്നാത്തതുകൊണ്ടും

ചെയ്യാൻ ഏറെ പണി ബാക്കീള്ളതുകൊണ്ടും ഇങ്ങനെ പോണൂന്നേയുള്ളൂ.''

ഉദിമാനതേവര് തലയ്ക്കു മുകളിൽ എത്തുമ്പോഴാണ് ആണ്ടവൻ കഥ പറഞ്ഞു നിറുത്തിയത്. പോകാൻ നേരത്ത് അയ്യപ്പൻ നായർ ഒരു നൂറു രൂപ നോട്ടെടുത്ത് സ്കന്ദന്റെ കൈയിൽ കൊടുത്തു. സ്കന്ദൻ ആത് ആണ്ടവന്റെ കൈയിൽ കൊടുത്ത് ആ കാല് തൊട്ടു നമസ്കരിച്ചു. ആണ്ടവന്റെ കണ്ണുകൾ സജലങ്ങളായിരുന്നു. അദ്ദേഹം പറഞ്ഞു. ''സന്തോഷായി. മോനെന്നും നന്നായിവരും. നന്നായി വരും.''

അദ്ദേഹം ഹൃദയംകൊണ്ടാണ് അനുഗ്രഹിച്ചതെന്ന് സ്കന്ദനു തോന്നി. താൻ എന്താണോ ചോദിക്കാൻ ആഗ്രഹിച്ചത് അത് പറയാനായിരുന്നു അദ്ദേഹം വിളിപ്പിച്ചത്. യഥാർത്ഥത്തിൽ ഇതിനായിരുന്നു എന്നറിഞ്ഞിരുന്നുവെങ്കിൽ എപ്പോഴേ വരുമായിരുന്നില്ലേ. ഓരോന്നും അറിയാൻ ഓരോ സമയമുണ്ടാകും. അത്രയേ അപ്പോൾ സ്കന്ദന് ചിന്തിക്കുവാൻ കഴിഞ്ഞൊള്ളൂ. തിരിച്ച് നടക്കുമ്പോൾ അയ്യപ്പൻനായർ ഒന്നും പറഞ്ഞില്ല. സ്കന്ദൻ ഒന്നും ചോദിച്ചതുമില്ല. മൗനത്തിന്റെ ഏതോ അദൃശ്യമായ കൈകളാൽ ബന്ധിക്കപ്പെട്ടവരെപോലെ അവർ നടന്നു. സത്യത്തിൽ സംശയങ്ങൾ തീർന്നപ്പോഴാണ് സ്കന്ദന് കുറ്റബോധം തോന്നിയത്. ആരോ എന്തോ പറയുന്നത് കേട്ട് അയാളെ തെറ്റിദ്ധരിച്ചു എന്നത് മാത്രമല്ലല്ലോ കുറ്റം. സ്വന്തം അമ്മയേയും ചിലപ്പോഴെങ്കിലും തെറ്റായി കണ്ടില്ലേ? തല ഉയർത്തിപ്പിടിക്കാനാകാത്തവിധം താഴ്ന്നു പോകുന്നതിപ്പോഴാണെന്ന് സ്കന്ദന് തോന്നി. ആലോചിക്കുംതോറും ആണ്ടവൻ വലുതായിക്കൊണ്ടിരിക്കുന്നത് അയാൾ കണ്ടു. ആകാശം മുട്ടെ വളർന്ന്, വളർന്ന് ഒരു പാദംകൊണ്ട് ഭൂമി അളന്നെടുക്കാൻ മാത്രം വലിപ്പത്തിൽ അയാൾ വളരുകയാണ്.

പതിനെട്ടാം കർമ്മം

രാത്രി ഓർമ്മപ്പുതപ്പിനകത്ത് ചുരുണ്ടുമൂടിക്കിടക്കുന്നത് സ്കന്ദനു പണ്ടേ പ്രിയങ്കരമാണ്. എന്നാൽ ചിലപ്പോൾ സുഗന്ധിയല്ലാത്ത ചില ഓർമ്മകൾ വന്ന് അരോചകമായി മൂളിപ്പാട്ടു പാടും. അതാണ് സഹിക്കാൻ കഴിയാത്തത്. എത്ര ആട്ടിയകറ്റിയാലും കടന്നുപോകാത്ത അങ്ങനെ ചിലതുണ്ട്. എന്നാൽ അന്ന് അത്തരം ദുർവിചാരങ്ങൾ ഒന്നും അയാളെ തേടി വന്നതേയില്ല. സുഖമായി പരമശാന്തമായ ഒരു ഉറക്കം അയാൾക്കു മുമ്പിൽ ഒരടിമയെപോലെ ഓച്ഛാനിച്ചു നിൽക്കുകയായിരുന്നു. എന്നിട്ടും ചിലത് ചിന്തിക്കാതിരിക്കാനായില്ല.

രാവിലെ ആണ്ടി പൂശാരിയുമായി സംസാരിച്ചതു തന്നെയായിരുന്നു അയാളുടെയുള്ളിൽ. ഇപ്പോൾ ഹൃദയം ശാന്തമാണെന്ന് അയാൾക്ക് തോന്നി. വർഷങ്ങളായി ഹൃദയത്തിൽ കൊണ്ടുനടന്ന സംശയത്തിന്റെ കനല് അണഞ്ഞുപോയിരിക്കന്നു. എന്നാലും ചിന്തിക്കുമ്പോൾ ഒരു സംശയം ബാക്കിയാവുന്നു. താനനുഭവിച്ച അവഹേളനങ്ങൾ അച്ഛനും മുത്തച്ഛനുമൊക്കെ അറിഞ്ഞിട്ടുണ്ടാകുമല്ലോ. എന്നിട്ടും അവരൊന്നും തന്നെ സമാധാനിപ്പിക്കാനോ സത്യം വെളിപ്പെടുത്താനോ തുനിയാതിരുന്നത് എന്തുകൊണ്ടാവും? എന്തായാലും അവർക്കറിയാത്തതുകൊണ്ടല്ലെന്ന് ഇപ്പോൾ വ്യക്തമാണ്. അവരതത്ര കാര്യമായി എടുക്കാത്തതാണോ? ഇനി അവർ അത്തരത്തിലെന്തെങ്കിലും പറഞ്ഞതുകൊണ്ട് ഒരു കാര്യവുമില്ലെന്ന് കരുതിയതുകൊണ്ടായിരിക്കുമോ? എന്തെങ്കിലുമായിരിക്കും. ആർക്കറിയാം?

ആണ്ടി പൂശാരി ഗോവിന്ദനെക്കുറിച്ച് പറഞ്ഞത് കേട്ടപ്പോൾ അയാളെ കൊല്ലാനുള്ള ദേഷ്യം തോന്നി. നീചമായ ഒരു ജന്മം. കഷ്ടം, ഇങ്ങനെയുമുണ്ടാകുമോ ആളുകൾ. പിന്നെ അയ്യപ്പൻ നായരാണ് പറഞ്ഞത്. മൂന്ന് വർഷമായി തളർവാതം പിടിച്ച് കിടക്കുകയാണ്. മലമൂത്രവിസർജനത്തിനുപോലും എഴുന്നേൽക്കാൻ

കഴിയാത്ത അവസ്ഥ. പരസഹായമില്ലാതെ ഒന്നിനും കഴിയില്ല. ശരീരം മുഴുവൻ പൊട്ടിത്തുടങ്ങിയിരിക്കുന്നു. കുട്ടികളുപോലും ഒന്നു കൊണ്ടുപോയി തരണേ ഭഗവാനേ എന്ന് പ്രാർത്ഥിക്കുന്ന അവസ്ഥ. അത് കേട്ടപ്പോൾ അയാളോടുള്ള ദേഷ്യമൊക്കെ മാറി. കർമ്മഫലം അനുഭവിക്കുകതന്നെ. അയ്യപ്പൻനായരെക്കുറിച്ച് ഒരു നിമിഷം ചിന്തിച്ചു. അയാൾക്ക് ഗോവിന്ദന്റെ അച്ഛനാവാനുള്ള പ്രായമുണ്ട്. എന്നിട്ടും എന്തൊക്കെ ജോലി ചെയ്യുന്നു. ആണ്ടിപ്പൂശാരിയുടെ അച്ഛന്റെ സുഹൃത്തായിരുന്നു. മുത്തച്ഛനോളം പ്രായവുമുണ്ട്. എന്നിട്ടും ആ പാവം ഇപ്പോഴും കഷ്ടപ്പെടുന്നു. അതും അദ്ദേഹത്തിന് വേണ്ടിയിട്ടല്ല, മനയ്ക്കലുള്ളോർക്കുവേണ്ടി. മക്കളുടെ പ്രായക്കാരായ ഗോവിന്ദനും ആണ്ടവനും രോഗാവസ്ഥയിൽ വീണിരിക്കുന്നു. എന്തൊരു വിചിത്രമാണ് ഈ ലോകം! ആലോചിക്കുന്തോറും അത്ഭുതങ്ങൾ കൂടിക്കൂടി വരും.

പൊതുവെ മനയ്ക്കകത്തും ഇല്ലത്തും പിന്നെ സ്കൂളിലും കോളേജിലുമൊക്കെ മാത്രമായി വളരെ ചുരുങ്ങിപ്പോയതാണ് സ്കന്ദന്റെ ലോകം. അതുകൊണ്ടുതന്നെ നാട്ടിലുള്ള പലരേയും പറഞ്ഞുകേട്ടിട്ടുണ്ടെന്നല്ലാതെ ഓർമ്മകളിൽ അവരുടെയൊന്നും വ്യക്തമായ ചിത്രങ്ങളില്ല. എങ്കിലും ഉത്സവപ്പറമ്പിലെ ഓർമ്മകൾ വളരെ തിളങ്ങി നിൽക്കുന്നു. ആണ്ടി പൂശാരി വാളെടുത്ത് ചെണ്ടയുടെ താളത്തിനനുസരിച്ച് നൃത്തം വെയ്ക്കുന്നത് ഇന്നലെ കണ്ടപോലെ ഓർമ്മയുണ്ട്. ഗ്വേയ് ഗ്വേയ്... എന്നലറിക്കൊണ്ട് തല വെട്ടിപ്പൊളിക്കുന്നതുകണ്ട് സങ്കടമല്ല, അത്ഭുതമാണ് അന്നു തോന്നിയിരുന്നത്. മുഖം മുഴുവൻ ചോരയൊലിപ്പിച്ച് ആണ്ടി പൂശാരി അലറുന്നത് എവിടെ നിന്നോ കേൾക്കുന്നതുപോലെ. ആണ്ടവൻ ഒരു തെറ്റും ചെയ്തിട്ടില്ല ഒരു തെറ്റും ചെയ്തിട്ടില്ല... എന്ന് ഒരായിരം നാവുകൾ ഗർജ്ജിക്കുന്നതുപോലെ. ഇടയ്ക്ക് മുത്തച്ഛൻ പറയുന്നതുപോലെ അവനു തോന്നി.

‘‘ഓരോ ജീവിതത്തിനും രണ്ട് ഭാഗങ്ങളുണ്ട്. ഒന്ന് ഇരുട്ടാണ്. മറ്റേത് വെളിച്ചവും പ്രകൃതിയിൽ ദിനരാത്രങ്ങളന്നപോലെ. ഓരോരുത്തരുടേയും വെളിച്ചത്തിലുള്ളത് എല്ലാവർക്കുമറിയാവുന്നതാണ്. എന്നാൽ ഇരുട്ടിലുള്ളത് അയാൾക്ക് മാത്രമേ അറിയൂ. പക്ഷേ മനുഷ്യർ മറ്റുള്ളവരുടെ ഇരുട്ടിലേക്ക് കടന്നുകയറി അതിൽ നിന്നെന്തെങ്കിലും വെളിപ്പെടുത്താൻ കഴിയുമോ എന്ന് ചുഴിഞ്ഞ് നോക്കിക്കൊണ്ടേയിരിക്കും. എന്നിട്ട്, ഓരോരുത്തർക്കും തോന്നിയ മാതിരി കൊട്ടിഘോഷിക്കും. എന്നാൽ തന്റെ ജീവിതത്തിന്റെ ഇരുട്ടിൽ ഒളിപ്പിച്ചുവച്ചത് നഷ്ടപ്പെടാതിരിക്കാൻ കിണഞ്ഞ് പരിശ്രമിക്കുകയും ചെയ്യും.

എത്ര വിചിത്രമാണ് ഒരു മനുഷ്യജീവിതം.'' മുത്തച്ഛന്റെ വാക്കുകൾ നിലയ്ക്കുന്നതിനു മുമ്പുതന്നെ അച്ഛൻ പറഞ്ഞ വാക്കുകളുമായി ആണ്ടി പൂശാരി വീണ്ടും കടന്നുവന്നു.

''എല്ലാവരും നിന്റെ പേരാ പറയുന്നത്. എന്നാൽ നിന്റെ പേര് തന്നെ അവന് കിടക്കട്ടെ. വേലായുധൻ ചോപ്പൻ നിനക്ക് പേരിട്ടത് അർത്ഥമറിഞ്ഞിട്ടാണാ എന്ന് എനിക്ക് ഉറപ്പില്ല. ആണ്ടവനെ അദ്ദേഹം അറിഞ്ഞിട്ടുണ്ടായിരിക്കും. എന്നാൽ ആണ്ടവനും വേലായുധനും ഒന്നാണെന്ന് അദ്ദേഹത്തിനറിയാമായിരുന്നോ ആവോ? എന്നാൽ സ്കന്ദൻ എന്ന് ഞാൻ പേരിടുന്നത് അറിഞ്ഞിട്ടാണ്. നീയാണ് സുബ്രഹ്മണ്യൻ. അതാണ് സ്കന്ദനും. പറയുന്നോർക്ക് അറിവുണ്ടെങ്കിൽ മനസ്സിലാക്കാം. എനിക്കിപ്പോൾ നിന്റെ പേരിടുന്നത് അഭിമാനമാണ്. നന്നായി പഠിക്കുന്ന സുബ്രാഹ്മണനാവട്ടെ അവൻ. അന്ന് ഭവൻ പറഞ്ഞപ്പോൾ ഞാൻ തലകുനിച്ചു. എനിക്ക് ഒന്നും പറയാനുണ്ടായിരുന്നില്ല. പരദൂഷണം പറയുന്നവരെ ഇതിൽ കൂടുതൽ നന്നായി എങ്ങനെയാണ് വെല്ലുവിളിക്കുക. അന്നുമുതൽ എനിക്ക് ജനിക്കാത്ത എന്റെ മോനായിട്ടാണ് കുട്ടിയെ ഞാൻ കണ്ടത്. അതിൽ ഭവൻ കൂടുതൽ സന്തോഷിക്കുന്നതായിട്ട് എനിക്ക് തോന്നിയിട്ടുമുണ്ട്.''

ദൂരെ നിന്ന് കുത്തിച്ചൂളാന്റെ കരച്ചിൽ കേട്ടപ്പോൾ സ്കന്ദൻ ഒന്നു ഞെട്ടി. മുത്തശ്ശി പറഞ്ഞിട്ടുണ്ട് എവിടെയൊ ആരോ മരിക്കാറാകുമ്പോഴാണ് കുത്തിച്ചൂളാൻ കരയുന്നതെന്ന്. മരണത്തിന്റെ വിവരം അറിയിക്കുകയാണെത്രെ. അല്ലെങ്കിൽ എവിടെയെങ്കിലും ആരെങ്കിലും മരിക്കുന്നതിന് നമ്മളെന്തിനാണ് ഞെട്ടുന്നത്. ഓരോ നിമിഷവും എത്ര പേർ മരിക്കുന്നു എത്ര പേർ ജനിക്കുന്നു ഈ ലോകത്ത്.

തുറന്നിട്ട ജാലകത്തിലൂടെ തണുത്ത കാറ്റ് വന്നിരുന്നു. എവിടെയോ മഴ പെയ്യുന്നുണ്ടായിരിക്കും. അതാണ് കാറ്റിനിത്ര തണുപ്പ്.

''നാളെ പോകേണ്ടതാണ്. ഓരോന്നോർത്തിരുന്ന് ഉറങ്ങാൻ വൈകണ്ടട്ടോ.'' അയ്യപ്പൻനായർ പത്തായപ്പുരയിലേക്കു പോകുന്നതിന് മുമ്പ് ഓർമ്മിപ്പിച്ചിരുന്നതാണ്. സ്വപ്നസുന്ദരമായ ഉറക്കം മുമ്പിൽ ഓച്ഛാനിച്ച് നിൽക്കുന്നത് അറിയുന്നുണ്ട്. കൺപോളകൾ തൂങ്ങി തൂങ്ങി വരികയാണ്. ഇപ്പോൾ ഓരോന്ന് ആലോചിക്കാനാണിഷ്ടം തോന്നുന്നത്. അല്ലെങ്കിൽ ആഗഹിക്കുമ്പോൾ കടന്നുവരാത്തതും ആവശ്യമില്ലാത്തപ്പോൾ ഓടി വരുന്നതുമായ ഒന്നാണല്ലോ ഉറക്കം. അവസാനത്തെ ഉറക്കവും അങ്ങനെത്തന്നെയായിരിക്കില്ലേ?

രാവിലെ ഉണർന്നെഴുന്നേറ്റ് അടുക്കളയിൽ എത്തിയപ്പോൾ മൂന്നു പേരും നല്ല അദ്ധ്വാനത്തിലാണ്. അച്ഛമ്മയും മുത്തശ്ശിയും അമ്മയും

ഒരാൾ കടുമാങ്ങാ ഭരണി തുറന്ന് അതെടുത്തു മറ്റൊരു കുപ്പിയിലാക്കുന്നു. അമ്മ ഉണ്ണിയപ്പം ചുട്ടുകൊണ്ടിരിക്കുന്നു. മുത്തശ്ശി കായ വറുത്തതും ചക്കച്ചുള വറുത്തതുമൊക്കെ പൊതിഞ്ഞുകൊണ്ടിരിക്കുന്നു. അതിനിടയിൽ മാളുവമ്മ അങ്ങാട്ടും ഇങ്ങോട്ടും ഓടി നടന്ന് എന്തൊക്കെയൊ ചെയ്യുന്നുണ്ട്. സ്കന്ദന് ചിരിവന്നു.

''എന്താപ്പോ ഇന്നിവിടെ വല്ല വിശേഷവും ണ്ടോ? ഒന്നും നിക്ക് അറിയാൻ കഴിഞ്ഞില്യ ലോ.'' എല്ലാവരും ചിരിച്ചു. മുത്തശ്ശിയാണ് പറഞ്ഞത്.

''ഉണ്ണി വരുന്നതും പോവുന്നതും ഇവിടെ വിശഷം തന്നെ. അതിലപ്പുറം ഇവിടെ എന്ത് വിശേഷമാണ്. പോവുമ്പോൾ എന്തെങ്കിലും കൊണ്ടുപോണ്ടേ. അവിടെ ചെല്ലുമ്പോൾ കൂട്ട്കാർക്ക് ഒക്കെ കൊടുക്കാൻ?''

മുത്തശ്ശി പറഞ്ഞത് ശരിയാണ്. മറ്റാരു ചെന്നാലും റൂമിലുള്ളവർ അത് അത്ര കാര്യമാക്കാറില്ല. അല്ല, അവരാരും ഒന്നും കൊണ്ടു വരാറില്ലല്ലോ. എന്നാൽ താനവിടെ ചെന്നിറങ്ങേണ്ടതേയുള്ളൂ. ചിലർ ബേഗ് തുറക്കുന്നു. ചിലർ മറ്റു ലഗേജ് എന്തൊക്കെ എന്ന് പരതുന്നു. കിട്ടിയത് വാരിയെടുക്കുന്നു. അങ്ങനെ അവർക്കും ഏറെ സന്തോഷമാണത്. ആവശ്യപ്പെട്ടാലും ഇല്ലെങ്കിലും ഓരോ പ്രാവശ്യം പോകുമ്പോഴും പലതും ഉണ്ടാക്കി കെട്ടിവയ്ക്കാൻ ഇവർ മറക്കില്ല. അതുകൊണ്ടുതന്നെ താൻ വീട്ടിൽ പോയി വരുന്നു എന്നു കേൾക്കുമ്പോൾ തന്നെ റൂംമേറ്റ്സ് സ്വീകരിക്കാൻ കാത്തിരിക്കുകയായിരിക്കും. സ്കന്ദൻ അടുക്കളയിലുള്ളവരോട് ഓരോന്ന് പറഞ്ഞിരിക്കുന്നതിനിടയിൽ ഒരു ഉണ്ണിയപ്പം എടുത്ത് കടിച്ചു നോക്കുവാൻ തുടങ്ങുകയായിരുന്നു. അപ്പോഴാണ് പുറത്ത് നിന്ന് അയ്യപ്പൻ നായർ ഉറക്കെ വിളിച്ചത്.

''ഉണ്ണിത്തിരുമേനി ഉണർന്നിട്ടില്ലേ ആത്തോരേ?''

''ഉവ്വല്ലോ. ഇതാ, ഇവിടെണ്ട്. അയ്യപ്പൻനായര് ഇങ്ങട്ട് പോന്നോളൂ. എവിടെ? എന്തേത്ര വൈകീത്? നേരത്തെ വരാന്ന് പറഞ്ഞ് പോയതല്ലേ?''

അമ്മ ഉണ്ണിയപ്പം കോലിൽ തോണ്ടിയെടുക്കുന്നതിനിടയിലാണ് ഉറക്കെ പറഞ്ഞുകൊണ്ടിരുന്നത്. അയ്യപ്പൻ നായർ കയറി വരുമ്പോൾ തന്നെ നല്ല കിതപ്പായിരുന്നു. ''എന്താ രാവിലെതന്നെ ഇത്ര കിതയ്ക്കണത്? ഇത്തിരി വെള്ളം കുടിച്ച് നോക്കൂ.''

അമ്മ ഉണ്ണിയപ്പത്തെ നോക്കിയിട്ടാണ് പറഞ്ഞതെങ്കിലും അയ്യപ്പൻനായർക്ക് മനസ്സിലായി. ''വെള്ളം ഒന്നും വേണ്ട'' എന്ന് പറഞ്ഞു

കൊണ്ട് അടുക്കളയിലേക്ക് കടക്കുന്ന ഉമ്മറപ്പടിയിൽ അദ്ദേഹം ഇരുന്നു. ''നിക്കെന്തോ വല്ലാത്തൊരു പരവശം വരുണ്ടു.''

അത് കേട്ടതോടെ അമ്മ തിരിഞ്ഞു നിന്നു. ''എന്തേ, എന്തേ പറ്റീത്?''

അതോടെ ഉണ്ണിയപ്പം മാറ്റിവച്ച് അമ്മയും മാളൊമ്മയും അയ്യപ്പൻനായരുടെ അടുത്തേക്കു ചെന്നു. മുത്തശ്ശിയും അച്ഛമ്മയും പണികളൊക്കെ നിറുത്തി.

''എന്തേ അയ്യപ്പാ, ആകെ വിയർത്തിരിക്കണല്ലോ?'' മുത്തശ്ശി ചോദിച്ചു.

''ഒന്നും ല്യ. കേട്ടപ്പോൾ ഒന്നു ഞെട്ടി. ഇതുവരെയും അങ്ങട് വിശ്വസിക്കാനും കഴിഞ്ഞില്ല. എന്തായാലും പറഞ്ഞിട്ട് പോവാന്ന് തോന്നി.''

''എന്ത്? എന്താപ്പ ഇത്ര ഞെട്ടാൻ മാത്രം ണ്ടായത്?'' അമ്മയാണ് ചോദിച്ചത്. ഉത്തരം പെട്ടെന്നായിരുന്നു.

''മ്മടെ ആണ്ടവൻ പൂശാരി പോയി.''

''എങ്ങട്? എങ്ങട് പോയീ ന്നാ.''

''അത് പ്പൊ നിക്കും അറിയൂല. പോയി. ഈ ഭൂമീന്ന്.''

തലയ്ക്ക് ആരോ ഒരു ചുറ്റികകൊണ്ട് അടിച്ചതുപോലെയാണ് സ്കന്ദന് തോന്നിയത്. എന്താ ഈ പറയ്ണത്. ഇന്നലെ അത്രനേരം സംസാരിച്ച ആ മനുഷ്യൻ പെട്ടെന്ന് പോയീന്ന് പറഞ്ഞാൽ, ഈ ഭൂമി വിട്ട് പോയീന്ന് പറഞ്ഞാൽ എങ്ങനെ വിശ്വസിക്കും. സ്കന്ദൻ ഒന്നും പറയാൻ കഴിയാതെ നില്ക്കുകയായിരുന്നു. അപ്പോഴേക്കും ഒരു ഗ്ലാസ് വെള്ളവുമായി അച്ഛമ്മ അയ്യപ്പൻ നായരുടെ അടുത്തെത്തി.

''ഇതു കുടിക്കൂ ആദ്യം. ബാക്കിയൊക്കെ പിന്നെ പറയാം.'' അച്ഛമ്മ പറഞ്ഞത് അയ്യപ്പൻനായർ കേട്ടു. കുറച്ചു നേരത്തേക്ക് ആരും ഒന്നും മിണ്ടിയില്ല. പിന്നെ സാവധാനത്തിൽ അയ്യപ്പൻനായർ പറഞ്ഞു. ''ആണ്ടവൻ തൂങ്ങിമരിച്ചു. പാടത്ത് പണിക്ക് വന്നവരാ പറഞ്ഞത്. ഞാൻ പോയി നോക്കിയിട്ടില്ല. ഇവിടെ ഒന്നറിയിച്ചിട്ട് പോകാം ന്നാ കരുതീത്. അവിടെ ആളും വാളും കൂടിരിക്ക്ണൂന്നാ കേട്ടത്.''

ഒന്നു പോയി കാണണം എന്ന് സ്കന്ദന് തോന്നി. യാത്ര നാളെയാക്കാം എന്നയാൾ പറഞ്ഞപ്പോൾ, ''മോൻ വെറുതെ വൈകിച്ചിട്ടെന്തിനാ. മോൻ പൊയ്ക്കോളൂ. ഇന്നലെ അയാള് പറഞ്ഞില്ലേ ഒരു

തുടക്കത്തിന് ഒരു ഒടുക്കണ്ടാവുംന്ന്. അത്ര കൂട്ടിയാൽ മതി. അത്രേ കൂട്ടാവൂ.''

അതെ, അദ്ദേഹം പറഞ്ഞതാണ് ശരി. ആരാരുമില്ലാതെ നരകിച്ച് മരിക്കേണ്ടിവന്നാൽ അത് വല്ലാത്ത കഷ്ടമാണ്. ജീവിതം എങ്ങനെ യായിരിക്കണമെന്ന് ചിന്തിച്ചു തീരുമാനിക്കാൻ ഏതായാലും അയാൾക്ക് കഴിഞ്ഞില്ല മരണമെങ്കിലും സ്വന്തം തീരുമാനിക്കാൻ മറ്റാർക്കും വിട്ടു കൊടുക്കാതിരിക്കാൻ അയാൾ ആഗ്രഹിച്ചിട്ടുണ്ടാ യിരിക്കും.

ചെമ്പട്ടുടുത്ത് ഉറഞ്ഞ് തുള്ളിക്കൊണ്ട് ആണ്ടവൻ ആയിരം നാവു കളുടെ ശബ്ദത്തിൽ പറയുന്നത് സ്കന്ദൻ കേട്ടു. ''എന്റെ ജീവിതം എനിക്ക് തീരുമാനിക്കാൻ കഴിഞ്ഞില്ല. മരണമെങ്കിലും എനിക്ക് വിട്ടു തരൂ. എനിക്ക് വിട്ടുതരൂ.'' അയാളുടെ കണ്ണുകൾ നിറഞ്ഞു തുടങ്ങി യിരുന്നു.

കിഴക്ക് ഉദയമാനപർവതം ധ്യാനിച്ച് പടിഞ്ഞാറസ്തമാനപർവതം ധ്യാനിച്ച് അയ്യപ്പൻനായരെഴുന്നേറ്റു. ''അച്യുതൻ നമ്പൂരിയെ അറി യിക്കണം. ഉണ്ണി പൊയ്ക്കോളൂ. എല്ലാ കാര്യത്തിനും ഈ അയ്യപ്പൻ നായരുണ്ടാവും. മനയ്ക്കലെ വല്യമ്പൂരി എന്താ ചെയ്യ്യാച്ചാൽ അതൊക്കെ ചെയ്യണം. അദ്ദേഹം ഇല്ലാത്തതിന്റെ ഒരു കൊറവവിടെ ഉണ്ടാവരുത്. എല്ലാം ഞാൻ നോക്കിക്കോളാം.''

അയ്യപ്പൻനായർ വേച്ച് വേച്ച് നടന്നുപോകുന്നത് കണ്ട സാവിത്രി അന്തർജ്ജനം പറഞ്ഞു. ''കുട്ട്യേ, അയ്യപ്പൻനായര്ടെ കൂടെ ഒന്ന് ചെല്ലാ. ആ മനുഷ്യനും ഒരു കൈത്താങ്ങ് വേണം. ഇത്രയും കാലം നമ്മളെ താങ്ങീതാ. ഇനി നമ്മളും ഒന്ന് താങ്ങണം.'' അത് കേട്ട പ്പോൾ സ്കന്ദൻ അയ്യപ്പൻനായരുടെ പിറകെ പുറത്തേക്കിറങ്ങി.

അയ്യപ്പൻനായരുടെ ഉള്ളിൽ ഒരു പതിനെട്ടാം കർമ്മമായിരുന്നു. അറുപത്തിനാല് കളത്തിൽ പത്മമിട്ട് ഗുരുതിക്കുമുമ്പുള്ള തോറ്റം ഒരിടിമുഴക്കംപോലെ അയാൾ കേട്ടു. ആരാണത് ചൊല്ലുന്നത്. ആകാശംമുട്ടെ ഉയർന്ന് നിന്ന്, ആയിരം നാവിന്റെ ശക്തിയിൽ ആരാ ണത് ചൊല്ലുന്നത്? ആണ്ടവനോ? അതോ അറുപത്തിനാല് മൂർത്തി കൾ ഒന്നിച്ചായിരിക്കുമോ? അയ്യപ്പൻനായർ കാതോർത്തു. അതെ, അത് വ്യക്തമായി കേൾക്കുന്നുണ്ട്.

''വാഴ്ക വാഴ്ക വലഭാഗം വിളക്കും ഗണപതീം വാഴ്ക
ഇട ഭാഗം സരസ്വതി വാഴ്ക
അടിയിൽ ആദിത്യൻ വാഴ്ക
മുടിയിൽ ഗുരുക്കൾ വാഴ്ക വാണിയും കൃഷ്ണൻ വാഴ്ക.

വാഴ്ക വളരുക വരിക നാമിൽ കളഭം കുങ്കുമം കൊണ്ട് കള നിലം എഴുതി തീർത്തു കനുകനെ പുഷ്പമാല ചാർത്തി കനുകനെ മലരു മാല ചാർത്തി തുളസിയും ദീപവും നല്ല വെള്ളരിയും തേങ്ങാ പഴമൊടണ്ടി കണ്ടി പച്ച നാരങ്ങ തെച്ചി വരിയ വിൽ പൊരിയെള്ളും ഇരുപ്പനെനെയ്യും തോരമധുരമാം കൊട്ട തേങ്ങ. കരിമ്പു നാരകം നിമിഷം ആഴൊരുക്കിൽ വച്ച്, തളികയിൽ ഹരി കണ്ണാടി പുസ്തകം ശരക്കോലും പൊൻപീഠത്തിൻമേൽ നൂണഴകൊടു നിൽക്കും പന്തിരു മുഴക്കോൽ നീളമുള്ളൊരു പാല കൊമ്പെടുത്ത് നാട്ടി വച്ചും. ചെങ്ക നൽ മാലപോലെ സുന്ദരനോടു സുഖമേ സൂര്യനുദിച്ച പോലെ....''

ദിഗന്തങ്ങൾ ഭേദിക്കുന്ന തോറ്റത്തിൽ ലയിച്ച് അലിഞ്ഞുചേർന്ന് ആടിയുലഞ്ഞ് അയ്യപ്പൻനായർ നടന്നു. പിറകെ ഒരു നിഴലെന്ന പോലെ സ്കന്ദനും.

രണ്ടാം ഭാഗം

അവശേഷിപ്പുകൾ

മഞ്ഞുപെയ്യുന്ന ഒരു സന്ധ്യയ്ക്കായിരുന്നു ഗോമതി ആ വഴിയിലൂടെ യാത്ര ചെയ്തത്. ആണ്ടവൻ മരിച്ചതോടുകൂടി ആകെ കാട് പിടിച്ച് കിടുക്കുന്ന ആ വഴിയിലൂടെ പോകാൻ ഗോമതിക്ക് അല്പം ഭയമുണ്ടായിരുന്നു. ഭഗവതിത്തറയിൽ പോയി വിളക്ക് വെയ്ക്കാമെന്ന് നേർന്നതായിരുന്നു. അത് വെള്ളിയാഴ്ചയായ ഇന്നുതന്നെ വേണം. അതൊരു വഴിപാടാണ്. പറഞ്ഞ ഫലം കിട്ടുകയും ചെയ്തു. പിന്നെ ചെയ്യാതിരുന്നാൽ ദൈവങ്ങൾ കോപിക്കില്ലേ? ഇന്നുതന്നെ പോണം. ആ തള്ള പറയുന്നത്, വെറുതെ തന്നെ വഷളാക്കാനാണ്. മറ്റുള്ളവരുടെ മുമ്പിൽ ഒരു കള്ളിയായി ചിത്രീകരിക്കാനാണ്. എത്ര പറഞ്ഞിട്ടെന്താ, തന്റെ ചേനാര്ക്ക് അതൊരു വിഷയമേയല്ല. വയസ്സായില്ലേ, അതെന്തെങ്കിലും പറയണത് ഇജ്ജ് കാര്യാക്കണ്ട. അതേ മൂപ്പരു പറയൂ. അയാൾക്ക് വൈകുന്നേരാവുമ്പോ ഇത്തിരി കള്ളു കുടിക്കണം. പിന്നെ തലകുത്തനെ കിടന്നുറങ്ങണം. മറ്റൊരു കാര്യത്തിലും ശ്രദ്ധയില്ല. അതല്ലാതെ താനൊരുത്തി ആ തള്ളയെക്കൊണ്ട് സഹിക്കുന്നതൊന്നും അയാൾക്ക് നോക്കാനോ കേൾക്കാനോ നേരമില്ല.

കാക്കിചേത്ത്യാരെ നാട്ടുകാർക്ക് മുഴുവൻ ഇഷ്ടമാണ്. പക്ഷേ വീട്ടിലാ തള്ളയുടെ എടങ്ങേറ്! എത്ര സഹിച്ചതാണ്. എന്തായാലും തള്ളയുടെ പണപ്പെട്ടിയിലെ കാശ് പോയി എന്ന ആരോപണം വന്നപ്പോഴാണ് ഗോമതി എണ്ണയും ചന്ദനത്തിരിയും കർപ്പൂരവും തറയ്ക്കൽ ഭഗവതിക്ക് വഴിപാട് നേർന്നത്. ''ഒരുമ്പട്ടോളേ, മര്യാദയ്ക്ക്ന്റെ കായ് തിരിച്ചു തന്നോണ്ടും. പൊലക്കള്ളത്ത്യേ, അത് തിരിച്ച് തന്നീലെങ്കിൽ ഇജ്ജ് പുഴുത്ത് ചാവും'' എന്ന് തള്ള എത്ര പ്രാവശ്യം പ്രാകിയിട്ടുണ്ട്. സഹിക്കാൻ വയ്യാതായപ്പോഴാണ് ഹൃദയം പൊട്ടി പ്രാർത്ഥിച്ചത്. ''കാശ് തിരിച്ചു കിട്ടിയാൽ എന്റെ പരദൈവങ്ങളേ തറയ്ക്കലമ്മേ, ഞാൻ അവിടെ വിളക്ക് വച്ചോളാം.''

പ്രാർത്ഥന ദേവി കേട്ടു. കോന്തലയിൽ കെട്ടിവച്ച കാശ് മുണ്ടഴിച്ച് കുടഞ്ഞപ്പോൾ താഴെ വീണു. അതുകൊണ്ട് ദേവിക്ക് നേർന്ന

വഴിപാട് ഇന്നുതന്നെ അവിടെ എത്തിക്കണമെന്ന് തോന്നി. പറഞ്ഞ പോലെ കാശ് തിരിച്ചു കിട്ടിയെങ്കിലും തള്ള പറഞ്ഞത്. "അന്റെ മായവും മറിമായും നിക്കറിയും. ഞാനെത്ര കൊടഞ്ഞതാ ഈ മുണ്ട്. അപ്പളൊന്നും കിട്ടാത്ത കായി എങ്ങനെ ഇപ്പളിവിടെ വന്നത്?" താനൊളിപ്പിച്ച് വച്ചത് താൻ തന്നെ കൊണ്ടിട്ടതാണെന്നായിരുന്നു തള്ളേടെ വാദം. അതെന്തായാലും വേണ്ടില്യ കിട്ടീലോ. ഇന്നന്നെ, ഇപ്പോൾ തന്നെ വിളക്കുവയ്ക്കണം എന്ന് തീരുമാനിച്ചത് ആ തള്ള യുടെ പ്രാക്ക് കേട്ട് സഹിക്കാൻ വയ്യാത്തതുകൊണ്ടു മാത്രമാണ്. എങ്കിലും ഈ വഴി പോകാൻ കുറച്ച് പേടിയുണ്ട്. ഗോമതി പാതി ചിന്തയിലായിരുന്നുവെങ്കിലും അവർ ഒറ്റയ്ക്ക് സംസാരിച്ചുകൊണ്ടാ യിരുന്നു പോയിരുന്നത്.

ആണ്ടവന്റെ വീട് നിൽക്കുന്ന ആ ചെറിയ നാട്ടുവഴിയിലെത്തി യപ്പോഴേക്കും അവൾക്ക് വല്ലാത്ത ഭയം വന്നിരുന്നു. കഴിഞ്ഞ ഒന്നു രണ്ട് വർഷമായി ആൾത്താമസമില്ലാത്ത വീടാണ്. ജനിക്കാത്ത ഒരു കുട്ടിയടക്കം നാല് ദുർമരണങ്ങളും നടന്നിട്ടുണ്ട്. സത്യത്തിൽ നാട്ടിൽ പലരും പറയുന്നത് അവിടെ പ്രേതബാധ ഉണ്ടെന്നാണ്. 'തറയ്ക്കൽ ഭഗവതീ കാത്തോളണേ' എന്ന് മനസ്സിൽ പറഞ്ഞുകൊണ്ട് അവൾ യാത്ര തുടർന്നു.

ആണ്ടവന്റെ വീടിന്റെ സമീപത്തെത്തിയപ്പോൾ കൈകാലുകൾ വിറയ്ക്കുന്നതുപോലെയായി. സന്ധ്യ മയങ്ങിയിട്ടില്ല. ഇരുട്ട് കടന്നു വന്നിട്ടുമില്ല. എന്നിട്ടും എന്തിനാണിത്ര ഭയപ്പെടുന്നത്. ഗോമതി തന്നോടുതന്നെ ചോദിച്ചു. എങ്കിലും പൊട്ടിപ്പൊളിഞ്ഞ്, ആകെ കാടുപിടിച്ചു കിടക്കുന്ന ആണ്ടവന്റെ ആ വീടിനു മുന്നിലുള്ള വലിയ ആ താന്നി മരച്ചുവട്ടിലെത്തിയപ്പോൾ അവൾ ഒന്നു നിന്ന് ഭയത്തോടെ ആ വീട്ടിലേക്ക് ഒന്നു നോക്കി. ഇല്ല, ആരുമില്ല. അല്പം ധൈര്യം വന്നതുപോലെ, ഗോമതി കാലുകൾ നീട്ടിവലിച്ചു വേഗത്തിൽ നടന്നു തുടങ്ങി. പാടത്തേക്കിറങ്ങിയതോടെയാണ് ശരിക്കും ആശ്വാസം തോന്നിയത്.

തറയ്ക്കൽ വൈകുന്നേരം പൂജയൊന്നുമില്ല. വൈകുന്നേരം ആരെങ്കിലും വന്ന് വിളക്ക് വയ്ക്കാറുണ്ട്. ക്ഷേത്രത്തിനു മുമ്പിലുള്ള വലിയ ആൽമരത്തിന്റെ തറയിൽ കുറച്ച് കാരണവന്മാർ വന്നിരിക്കും. മുറുക്കും ബീഡി വലിയും നാട്ടുവർത്താനങ്ങളുമൊക്കെയായി ഇരു ട്ടുന്നതുവരെ അവരവിടെയുണ്ടാകും. ഗോമതി പുറത്തുള്ള വിളക്കു കളിലൊക്കെ എണ്ണയൊഴിച്ച് കത്തിച്ചു. ചന്ദനത്തിരിയും കർപ്പൂരവും നടയ്ക്കൽ വച്ചു. രാവിലെ പൂജാരി വരുമ്പോൾ എടുത്ത് ഉള്ളിൽ വച്ചോളും. അങ്ങനെയാണ് അവിടുത്തെ പതിവ്. എല്ലാം വേഗത്തിൽ ചെയ്തുതീർത്ത് തിടുക്കത്തിൽ പുറത്ത് കടന്നു. സന്ധ്യയിരുട്ടുന്ന തിന് മുമ്പ് ആണ്ടവന്റെ വീട് കടന്നു പോകണം എന്നതായിരുന്നു

അവരുടെ മനസ്സിൽ. ആൽമരത്തിന്റെ ചുവട്ടിലെത്തിയപ്പോൾ ഒരു വിളി. ''ഗോമതി ചേത്ത്യാര് ഒറ്റയ്ക്കേള്ളൂ.''

കളരിക്കൽ പണിക്കരാണ്. വായിൽ നിറച്ച മുറുക്കാൻ തുപ്പിക്കൊണ്ട് അദ്ദേഹം പറഞ്ഞു. ''ആണ്ടി പൂശാരിന്റെ വീട്ടിനടുത്തുകൂടി സന്ധ്യ മയങ്ങിയാൽ ഒറ്റയ്ക്കുള്ള പോക്ക് അത്ര ശര്യല്ല. പണിക്കരു പറഞ്ഞൂന്നേയുള്ളൂ. അല്ല, കാക്കിചേത്ത്യാർക്ക് സുഖല്ലേ?''

''അതിനെന്താ അസുഖം? അതിനെക്കൊണ്ട് നിക്കാ വയ്യാതായത്. പ്രായം അത്രയും ആയീന്ന് പറഞ്ഞിട്ട് ഒരു കാര്യം ല്യ. ചെറുപയറ്പോലെ ഉരുണ്ട് നടക്കല്ലേ ഇപ്പഴും. പറഞ്ഞ് നിക്കാൻ സമയം ല്യ പണിക്കരേ. ഇരുട്ടുന്നതിന് മുമ്പ് പൂശാരീന്റെ വീടിന്റെ അവടെ കയിഞ്ഞ് ട്ടണം. നാൽ ഞാൻ പോട്ടേ?''

''അങ്ങന്യാവട്ടെ. ചേത്ത്യാര് വേഗം പൊയ്ക്കോളൂ'' എന്ന് പണിക്കർ പറയുന്നത് മുഴുവൻ കേൾക്കാൻ ഗോമതി നിന്നില്ല. അവൾ തിടുക്കത്തിൽ നടന്നു. 'തറയ്ക്കലഭഗവത്യേ കാത്തോളണേ ആണ്ടി പൂശാരിക്ക് ഞാനൊരുപദ്രവും ചെയ്തിട്ടില്ല. ന്നെ ന്റെ പാട്ടിന് വിടണേ?' ഗോമതി മനസ്സിൽ പറഞ്ഞു.

സൂര്യൻ കട്ടക്കനലുപോലെ അസ്തമാന പർവതത്തിൽ തിളങ്ങി നിന്നിരുന്നുവെങ്കിലും ഇടവഴിയിലൊക്കെ ഇരുട്ടിന്റെ കരിമ്പടം വീണു തുടങ്ങിയിരുന്നു. രണ്ടുഭാഗത്തും നീരോലി പടർന്നുപിടിച്ചിരുന്ന ആ നാട്ടുവഴിയിൽ മങ്ങിയ വെളിച്ചം മാത്രമേ ഉണ്ടായിരുന്നുള്ളൂ. പൊതുവേ പകൽപോലും ആ വഴിയിലൂടെ നടക്കാൻ ഒരുവിധം ആളുകളൊന്ന് മടിക്കും. മരനിഴലുകൾപോലും ഗോമതിയുടെ മനസ്സിൽ പേടിക്ക് വളമിട്ടുകൊണ്ടിരുന്നു. ഇനി താനെങ്ങാനും അറിയാതെ ഒരു വാക്കുകൊണ്ടോ നോക്കുകൊണ്ടൊ ആണ്ടിപൂശാരിയെ ഉപദ്രവിച്ചിട്ടുണ്ടാകുമോ? അറിഞ്ഞുകൊണ്ട് ചെയ്തിട്ടില്ലെന്ന് അവൾക്ക് ഉറപ്പുണ്ട്. എങ്കിലും ഒരു സംശയം. പൂശാരിയുടെ വീടിനു മുമ്പിലെ ആ താന്നിമരം കണ്ടപ്പോൾ ഏതോ ഒരു ഉഗ്രമൂർത്തിനിൽക്കുന്നതുപോലെയാണവൾക്ക് തോന്നിയത്. അറിയാതെ നോട്ടം, പൂശാരി താമസിച്ചിരുന്ന ആ പഴയ ഓടിട്ട വീടിന്റെ പൊട്ടിപ്പൊളിഞ്ഞ വരാന്തയിലേക്കു നീണ്ടു. തെളിഞ്ഞു കത്തുന്ന നിലവിളക്കുകൾക്ക് പിന്നിൽ അതാ, അവിടെ ചമ്രം പടിഞ്ഞ് ആണ്ടിപൂശാരി ഇരിക്കുന്നു. ഒന്നേ നോക്കിയൊള്ളൂ. ഗോമതിയുടെ കാലടിയിൽ നിന്ന് എന്തോ ഒന്ന് പെരുത്തുകയറുന്നതുപോലെ തോന്നി.

ഗോവിന്ദൻ നായരുടെ മകൻ മുകുന്ദനാണ് വഴിവക്കിൽ ബോധം കെട്ടു കിടക്കുന്ന ഗോമതിയെ ആദ്യം കണ്ടത്. അവൻ ഓടി തറയ്ക്കലെത്തി. ആൽച്ചുവട്ടിലിരുന്നു നാട്ടുവാർത്തകൾ പങ്കുവച്ചിരുന്ന

കാരണവന്മാരെ അയാൾ വിവരമറിയിച്ചു. എല്ലാവരുംകൂടി ഓടി യെത്തി. അല്പസമയത്തിനുള്ളിൽ വിവരം നാട്ടിൽ പാട്ടായി. ആരോ കൊണ്ടുവന്ന വെള്ളം മുഖത്തൊഴിച്ചു. ഗോമതി ഉണർന്നപ്പോൾ ചുറ്റും നിൽക്കുന്നവർ ചോദിച്ചു. ''എന്തേ ചേത്ത്യാരേ പറ്റീത്? എന്തേ പറ്റീത്?''

ഒന്നും മിണ്ടാതെ ഗോമതി എഴുന്നേറ്റ് ചുറ്റും കൂടിയവരെ വല്ലാത്ത പരിഭ്രാന്തിയോടെ ഒന്നു നോക്കി. പിന്നെ ആണ്ടിപൂശാരീടെ വീട്ടു വരാന്തയിലേക്ക് കൈചൂണ്ടി. ഇരുട്ടിൽ മുങ്ങിക്കൊണ്ടിരിക്കുന്ന ആ വീട് ഒരവ്യക്തചിത്രംപോലെ എല്ലാവരും കണ്ടു. ഗോമതി കണ്ട, നിറഞ്ഞു കത്തുന്ന വിളക്കുകളും ആണ്ടിപൂശാരിയും അവിടെ ഉണ്ടാ യിരുന്നില്ല. മുകന്ദനും മറ്റു രണ്ടുപേരും ചേർന്ന് ഗോമതിയെ അവ ളുടെ വീട്ടിൽ കൊണ്ടുചെന്നാക്കി. ഗോമതിയുടെ ഭർത്താവ് കുഞ്ഞ യ്യപ്പൻ പണി കഴിഞ്ഞ് വന്നിരുന്നു. നേരം ഇരുട്ടിയിട്ടും വീട്ടിലെത്താത്ത ഭാര്യയോട് അടങ്ങാത്ത ദേഷ്യത്തിലിരിക്കുകയായിരുന്നു അയാൾ. അതിനെ എരിപിരി കേറ്റാനെന്നരീതിയിൽ കാക്കിചേത്ത്യാരും.

''ഒരുമ്പട്ടോള് കൈയ്യിനെല്ലുള്ള ആണൊരുത്തന്റെ കൂടെ താമ സിക്കുന്ന ഒരു പെണ്ണും മോന്തിക്ക് വെലസാൻ കുടീന്ന് എറങ്ങി പ്പോകൂല. പ്രായം പത്തമ്പതു കയിഞ്ഞൂന്ന് വല്ല വിചാരം ണ്ടോ ഓൾക്ക്. അശ്രീകരം, എവടെ പണ്ടാരടക്കാൻ പോയതാന്ന് ആർക്കാ അറിയ്യാ.''

കാക്കിചേത്ത്യാരുടെ ശാപവാക്കുകൾ കേട്ടുകൊണ്ടാണ് മുകു ന്ദനും മറ്റു ചിലരുമായി ഗോമതി അങ്ങോട്ട് കടന്നുവന്നത്. മുകുന്ദൻ നടന്ന കാര്യങ്ങൾ കുഞ്ഞയ്യപ്പനെ പറഞ്ഞ് കേൾപ്പിച്ചു. അതോടെ, അദ്ദേഹത്തിന്റെ ദേഷ്യത്തിന് മാറ്റം വരികയും ചെയ്തു എന്നാൽ കാക്കി ഒന്നും മിണ്ടാതെ എല്ലാം കേട്ടു നിന്നതേയുള്ളൂ. ഗോമതി ക്ഷീണിച്ച് പരവശയായയപോലെ അകത്തേക്ക് കയറിപ്പോവുകയും ചെയ്തു. എല്ലാവരും പോയതിനുശേഷം കാക്കി പറഞ്ഞു. ''ഗോവി ന്ദൻനായരുടെ അല്ലേ മോൻ? നായക്കാട്ടം കയികിയാൽ വെളുക്കോ? അയിന്റെ കൂടെ മോന്തിക്ക് കേറി വന്ന ഓൾക്ക് പരവശം? ഒക്കെ ഒന്ന് കൂട്ടിവായിച്ചാൽ ന്റെ കുഞ്ഞയ്യപ്പാ, അണക്ക് ആണൊരുത്ത നാണ് ഇജ്ജങ്കിൽ കാര്യം മനസ്സിലാവും. എന്തായാലും നന്നായി. വളരെ നന്നായി. ചെലതൊക്കെ ചെലോര്ക്ക് മനസ്സിലാവാൻ ഇതൊക്കെ നല്ലതാ. ബാക്കി ഞാനിപ്പൊ ഒന്നും പറയ്ണല്യ.''

അമ്മയുടെ വാക്കുകൾ കുഞ്ഞയ്യപ്പൻ അത്ര കാര്യമായി എടു ത്തില്ല. ഗോമതി ആണ്ടിപൂശാരീടെ വീട്ടിനു മുമ്പിൽ ബോധം കെട്ടു വീണു എന്ന് പറഞ്ഞത് കേട്ടപ്പോൾ അയാൾക്കെന്തോ ഭയം തോന്നി.

അതോടെ അയാളുടെ ഉള്ളിൽ പതഞ്ഞ് പൊന്തിവന്ന ദേഷ്യമൊക്കെ ആറിത്തണുത്തു കഴിഞ്ഞിരുന്നു. അയാൾ സാവധാനം ഗോമതിയുടെ അടുത്തു ചെന്ന് കാര്യങ്ങൾ ചോദിച്ചറിഞ്ഞു. ഗോമതി വല്ലാതെ ക്ഷീണിതയായിരുന്നു. അയാൾ അവളെ ഒന്നു തൊട്ടു നോക്കി. നല്ല ചൂട്. ശരിക്കും പനിക്കുന്നുണ്ട്. പേടിയിൽ നിന്നുണ്ടായതായിരിക്കണം. അമ്മ കാക്കിചേത്ത്യാര് പറയുന്നതല്ല കാര്യം. ഗോമതി എന്തോ കണ്ട് ഭയപ്പെട്ടിരിക്കുന്നു. ഇനി പ്പോ ആണ്ടവന്റെ പ്രേതത്തെ അവളെങ്ങാനും കണ്ടിട്ടുണ്ടാവുമോ? ചിലരൊക്കെ സന്ധ്യാസമയത്ത് അവിടുന്നു പൂശാരിയെ കണ്ട കഥയാക്കെ പറഞ്ഞുകേട്ടിട്ടുണ്ട്. അന്ത്രു മൊതലാളിയുടെ കടയിൽ വെടി പറഞ്ഞിരിക്കാൻ വരുന്ന പലരും പലതും പറയുന്നുണ്ട്. എന്നാൽ അമ്മ പറഞ്ഞതുപോലെ ഗോവിന്ദൻനായരുടെ മകനെക്കുറിച്ച് ആരും അത്ര മോശമായി പറഞ്ഞിട്ടില്ല. തന്റെ മകൻ ഹരി, മുകുന്ദന്റെ നല്ല കൂട്ടുകാരനാണെന്ന് കുഞ്ഞയ്യപ്പനറിയാം. അമ്മയുടെ പ്രായമുള്ള ഗോമതിയോട് മുകുന്ദൻ തെറ്റായിട്ടൊന്നും പെരുമാറില്ലെന്നും അയാൾക്കറിയാം. പിന്നെ വയസ്സായതല്ലേ, അതുമല്ല, കുറച്ച് മുമ്പ് രണ്ടുപേരുംകൂടി നല്ലൊരങ്കം കഴിഞ്ഞ കാര്യവും കുഞ്ഞയ്യപ്പൻ അറിഞ്ഞിട്ടുണ്ട്. തള്ള പറയുന്നത്ര കാര്യമാക്കേണ്ട എന്നേ കുഞ്ഞയ്യപ്പൻ കരുതിയിട്ടുള്ളൂ.

രാവിലെ ഗോമതി എഴുന്നേൽക്കുന്നത് കാത്തിട്ട് കാണാത്തതുകൊണ്ട് കാക്കി വന്നു വിളിച്ചു. ''കുഞ്ഞയ്യപ്പാ, ഓള് ഇതുവരെ ണീറ്റിട്ടില്ല്യല്ലോ. അയ്നിപ്പൊ എന്തെങ്കിലും വയ്യായണ്ടൊ?''

''രാത്രി നന്നായി പനിച്ചിരുന്നു. ശരീരം കുലുങ്ങുന്ന രീതിയിൽ വിറയലുമുണ്ടായിരുന്നു. വെളിച്ചായിട്ട് വല്ല ആശുപത്രിയിലും കൊണ്ടാവാന്ന് കരുതി. ഇപ്പൊ പനി കൊറവുണ്ട്.'' കുഞ്ഞയ്യപ്പൻ പറഞ്ഞു.

''വയ്യെങ്കിൽ അവടെ കെടന്നോട്ടെ. ഞാനിറ്റ് കഞ്ഞിന്റെ വെള്ളം തെളപ്പിച്ച് തരാം. ജ് ഒരു കാര്യം ചെയ്യ് ആ ഉണ്ണിപ്പണിക്കരെ ഒന്ന് കാണ്. ഒരു ചരടുണ്ടാക്കി തരാൻ പറയ്. ആണ്ടിപൂശാരി ആരേം പേടിപ്പിക്കില്ല. ന്നാലും അവ്ട്ന്ന് കാണാൻ പാടില്ലാത്തതെങ്കിലും കണ്ടിട്ട് പേടിച്ചാൽ ലാക്കട്ടർക്ക് അത് മാറ്റാനും കയ്യൂല. ജ് വേഗം ചെല്ല്. ആ പണിക്കരോട് പോയി കാര്യം പറയ്. അതല്ലാണ്ട വേറെ വയ്യില്ല.''

ഇന്നലെ കാക്കി പറഞ്ഞ വിഷയവുമായി ചേർത്തു നോക്കിയാൽ ഇന്ന് പറയുന്നതിന് ഒരു ബന്ധവുമില്ല. ഓരോ സമയത്തും ഓരോ തരത്തിലാണവരുടെ സംസാരം. അല്ലെങ്കിലും അതിന്റെ സംസാരത്തിന് ഒരു തലയും വാലുമില്ലെന്ന് കുഞ്ഞയ്യപ്പന് നന്നായി അറിയാം. അതുകൊണ്ടുതന്നെ അമ്മ പറയുന്നതും ഭാര്യ പറയുന്നതും അയാൾ

മുഖവിലയ്ക്കെടുക്കാറില്ല. അവർ സ്ഥിരം വഴക്കു കൂടുന്നതും അല്പം കഴിഞ്ഞാൽ ഒന്നിക്കുന്നതും കുഞ്ഞയ്യപ്പൻ സ്ഥിരം കാണുന്നതല്ലേ? കാക്കി നേരെ അടുക്കളയിലേക്ക് പോകുന്നതും നോക്കി അയാൾ അല്പസമയം അവിടെത്തന്നെ നിന്നു. കാക്കി അടുപ്പൂതാൻ തുടങ്ങിയപ്പോൾ കുഞ്ഞയ്യപ്പൻ ഒരു തോർത്തെടുത്ത് തോളിലിട്ട് വീട്ടിൽ നിന്നിറങ്ങി. നേരെ പോയത് കളരിക്കൽ ഉണ്ണിപ്പണിക്കരെ കാണാൻ തന്നെയായിരുന്നു. അമ്മ പറയുന്നതിലും ചില കാര്യങ്ങളുണ്ടെന്ന് അയാൾക്ക് തോന്നി. പേടിച്ച പനിയാണെങ്കിൽ ഡോക്ടറെ കാണുന്നതിനേക്കാൾ നല്ലത് പണിക്കരെ കാണുന്നത് തന്നെയാണെന്നയാൾ ചിന്തിച്ചു.

ഹരി എഴുന്നേറ്റു വരുമ്പോൾ കാണുന്ന കാഴ്ച മുത്ത്യമ്മ അടുപ്പൂതി കഞ്ഞി തിളപ്പിക്കുന്നതാണ്. വീട്ടിൽ അത് അപൂർവകാഴ്ചയാണ്. അടുക്കളയിൽ അവർ കേറുക എന്നത് അയാൾ അപൂർവമായി മാത്രം കാണുന്ന ഒരു കാഴ്ചയാണ്. ഹരിയെ മുത്ത്യമ്മയ്ക്ക് ജീവനാണ്. ഹരിക്കും. ഇന്നലെ രാത്രി വന്നപ്പോൾ തന്നെ അറിഞ്ഞിരുന്നു, അമ്മ പേടിച്ച് ബോധം കെട്ടുവീണ കാര്യം. മുകുന്ദൻ വീട്ടിലെത്തിച്ചതും അച്ഛമ്മ ശകാരിച്ചതും എല്ലാം. പക്ഷേ ഒന്നും കേട്ടഭാവം കാണിച്ചില്ലെന്നു മാത്രം. രാത്രി അമ്മയെ പോയി കണ്ട് സംസാരിച്ചപ്പോൾ വലിയ കുഴപ്പമില്ലെന്ന് തോന്നി. പക്ഷേ മുത്ത്യമ്മ അടുക്കളയിൽ കേറണമെങ്കിൽ തക്കതായ കാരണമുണ്ടാവണം. ഹരി അടുത്തു ചെന്ന് ചോദിച്ചു. ''അല്ലതെന്താപ്പോ ഞാൻ കാണണത്. മുത്ത്യമ്മ അടുപ്പൂതുകയോ? നല്ല കഥ, എന്തേ പറ്റി?''

''പോടാ അവിടുന്ന്. അന്റെ തള്ളയ്ക്ക് പനിക്കിണ്ട്. അയിന് എന്തെങ്കിലും വെച്ച്ണ്ടാക്കാന്ന് വിചാരിച്ചു. പിന്നെ അണക്കും പോണേന്റെ മുമ്പേ എന്തെങ്കിലും കയിക്കേണ്ടേ? കഞ്ഞിവയ്ക്കാം. ഉള്ളീം മുളകും കൂട്ടി ഒരു ചമ്മന്തീം അരയ്ക്കാം. പാവം വയ്യാതിരിക്കല്ലേ? ഞാൻ ചീത്ത പറയും. അതും കരുതി അവൾക്ക് ഒരാവശ്യം വരുമ്പോ ഞാനല്ലേ ചെയ്യേണ്ടത്.''

കാക്കി, മുറുക്കാൻ മുഴുവൻ പുറത്ത് ചിതറുന്ന രീതിയിൽ ചിരിച്ചു. ഹരിയും ചിരിച്ചു. എന്നും രണ്ടുപേരും പുലിക്കുട്ടികളായിരുന്നു. ഇപ്പോൾ ഒരാൾ സ്വയം എലിയായിരിക്കുന്നു. ഇത് ശാശ്വതമല്ലെന്ന് അയാൾക്കറിയാം. എന്തായാലും നല്ലത്. അയാൾ പറഞ്ഞ് 'മുത്ത്യമ്മ മാറിരിക്കൂ. ഞാൻ ഊതിത്തരാം.''

''അതു വേണ്ട ന്റെ കുട്ട്യേ. ഈ വീട്ടില് അണക്ക് മാത്രാ ന്നോട് സ്നേഹം ള്ളത്. അത് നിക്ക് പുട്യാറ്ണ്ട്. ജ് പല്ലൊക്കെ തേച്ച് വാ. അണക്ക് നല്ല ചൂടുള്ള കഞ്ഞീം ഉള്ളിച്ചമന്തിം ഇപ്പൊ ഞാൻ ണ്ടാക്കി കൊണ്ടരാം.''

പ്രായാധിക്യം അല്പംപോലും അവരുടെ സംസാരത്തിലുണ്ടായിരുന്നില്ല. നാട്ടിൽ കാക്കിയുടെ പ്രായം ഒരു ചർച്ചാവിഷയമാണെന്ന് ഹരിക്കറിയാം. പലരും പറയുന്നത് നൂറ് കഴിഞ്ഞിട്ടുണ്ടെന്നാണ്. പക്ഷേ മുത്ത്യമ്മ തർക്കിച്ച് പറയും, ''നിക്ക് തൊണ്ണൂറ് ആയിട്ടുണ്ടാവും. ന്റെ മൂത്ത ചേനാരും ഞാനും കൂടി പതിന്നാല് വയസ്സിന്റെ വിത്യാസാ. എളേ ചേനാരാണാദ്യം മരിച്ചതെങ്കിലും മൂത്ത ചാനേര് മരിച്ച കാലം നിക്ക് നല്ല ഓർമ്മണ്ട്. ഇടീം മിന്നലും വെള്ളപ്പൊക്കൊക്കെ ആയി നാട്ടീന്ന് പലരും ഓടിപ്പോയ ആ കാലത്താണ് മൂത്ത ചേനാര് മരിച്ചത്. അത് കയിഞ്ഞിട്ട് പ്പോ പന്ത്രണ്ട് കൊല്ലം. വെള്ളപൊക്കം ണ്ടായിട്ട് പന്ത്രണ്ട് കൊല്ലായിന്ന് നാള് പണിക്കര് കണക്കുകൂട്ടി പറഞ്ഞതാ. ആ കണക്ക് വച്ച് കൂട്ട്യാൽ ഇയ്ക്ക് തൊണ്ണൂറേ ആവൂ. പിന്നെ നാട്ടാര് പറയുന്ന കണക്കൊന്നും നിക്ക് മനസ്സിലാവും ല്യ. ഞാൻ പറേണത് ഓർക്കും.''

അതും പറഞ്ഞ് കാക്കിചേത്തിയാര് ഒന്നു ചിരിക്കും. അതുകേട്ട് പല പ്രാവശ്യം ഹരിയും ചിരിച്ചിട്ടുണ്ട്. പക്ഷേ മുത്ത്യമ്മ ഈ കണക്കിൽ പിടിച്ച് നിൽക്കാൻ തുടങ്ങിയിട്ട് ചുരുങ്ങിയത് പത്തു വർഷമെങ്കിലും ആയിട്ടുണ്ടാകുമെന്നാണ് ഹരി വിചാരിക്കുന്നത്.

കാലം രചിക്കുന്ന കഥകൾ

ഗോമതിയുടെ അസുഖം മാറ്റാൻ കുഞ്ഞയ്യപ്പൻ പോയത് കളരിക്കൽ ഉണ്ണിപ്പണിക്കരുടെ അടുത്തേക്കായിരുന്നു. എന്നാൽ കാക്കി മനസ്സിൽ പറഞ്ഞത്, 'ആണ്ടവനെ കണ്ട് പേടിച്ചതുതന്നെ. അവന് വിളക്കും തീയ്യുമില്ലല്ലോ. അതിന്റെ സങ്കടായിരിക്കും. മക്കളും കുട്ട്യോളും അവനില്ല. അവന്റെ പതിനാറടിയന്തിരവും നടന്നിട്ടില്ല. ബലിച്ചോറും കിട്ടിയിട്ടില്ല. ആരോട് പറഞ്ഞാലും വിശ്വസിക്കില്ല. അതോണ്ട് ആരോടും പറയണ്ട. നാളെ വൈകീട്ട് ആരും കാണാതെ അവിടെ വിളക്ക് വയ്ക്കണം. ജീവിച്ചിരിക്കുന്ന കാലത്ത് ഓന് ഇന്നെ വലിയ കാര്യായിരുന്നു. മരിച്ചപ്പോൾ ഓന് കർമ്മം ചെയ്യാനൊന്നും ആരും ഇല്ല്യാണ്ടായില്ലേ? അവന് ഒരന്തിത്തിരി വയ്ക്കണം. ഓനെ കണ്ട് പേടിച്ചിട്ടാണെങ്കിൽ അത് ഓൻ തന്നെ മാറ്റിക്കോളും.' അത് കാക്കി തീരുമാനിച്ചിരുന്നു.

ഉണ്ണിപ്പണിക്കർ കുഞ്ഞയ്യപ്പനോടു പറഞ്ഞു. ''ഞാൻ പറഞ്ഞതാ, ചേത്ത്യാരോട് സന്ധ്യ മയങ്ങിയാൽ പിന്നെ ആ വഴിക്ക് പോകുമ്പോൾ ശ്രദ്ധിക്കണംന്ന്. ഒരിക്കൽ ആ വഴിക്ക് ഞാനൊന്ന് നടന്നു. രാത്രി പന്ത്രണ്ട്-പന്ത്രണ്ടര ആയിട്ടുണ്ടാവും. ഒരു മന്ത്രവാദം കഴിഞ്ഞ് ഞാൻ വരുന്ന വരവാണ്. പിന്നിൽ നിന്ന് 'പണിക്കരേ...' എന്നൊരു വിളി. എനിക്ക് എന്തോ പന്തില്ലാന്ന് തോന്നി. ഞാനവിടെ നിന്നു. തിരിഞ്ഞ് നോക്കീല. അപ്പോൾ കേൾക്കുന്നു. പണിക്കരേ ഒന്ന് തിരിഞ്ഞ് നോക്കൂ. ആരാന്ന് കാണണ്ടേന്ന്'' ഒരു ചോദ്യം. ഞാൻ പറഞ്ഞു. ''പൂശാരീനെ ഞാനൊന്നും ചെയ്തിട്ടില്ലല്ലോ. പിന്നെ എന്തിനാപ്പോന്റെ പിറകിൽ കൂടീരിക്കണത്. നിക്ക് അറയാം. ഞാൻ ഉപദ്രവിക്കാൻ ആഗ്രഹിക്കുന്നില്ല. മര്യാദയ്ക്ക് എന്നെ ഉപദ്രവിക്കാതെ പോണതാണ് നല്ലത്.'' അത് ഞാൻ പറഞ്ഞപ്പോൾ പിന്നിൽ നിന്ന് ഒരു കരച്ചിൽ. ''പണിക്കരേ, ഞാനുപദ്രവിക്കാൻ വന്നതല്ല. ഒന്നു കാണാൻ വന്നതാണ്.'' ഞാനുണ്ടോ തിരിഞ്ഞ് നോക്കാ. ''കണ്ടില്ലേ, ന്നാൽ പൊയ്ക്കോളൂന്ന് ഞാൻ. ''അയ്ക്കോട്ടെ. ഞാൻ പൊയ്ക്കോളാംന്ന് പൂശാരി. മാന്ത്രികത്തിന്റെ കാര്യത്തിൽ പൂശാരി ഒരു

പുലിയായിരുന്നു. എന്നു വിചാരിച്ച് കളരിക്കൽ പണിക്കരോട് ഏറ്റു മുട്ടാനൊന്നും അവർക്കാവില്ല. പിന്നെ, എന്നെ പൂശാരിക്ക് നന്നായി അറിയാം. ഇവിടെ ഞാനൊരു പൂവ് അറിഞ്ഞ് ജപിച്ചൊന്ന് വച്ചാൽ മതി. എന്നാൽ പിന്നെ അവിടെ പതിനാറാം ദിവസം ഒരു അടിയന്തിരം നടത്താറായിക്കാണും. അതാ, ഞങ്ങൾ പണിക്കന്മാർ. നാട്ടുകാർക്ക് ഇതത്ര ബോധ്യമില്ല. അത് പ്പൊ എന്തേങ്കിലും ആവട്ടെ. ഞാനൊരു ചരട് തരാം. അത് മതി ആണ്ടവൻ പൂശാരിയല്ല അയാളുടെ അച്ഛൻപൂശാരി വന്നാലും അവടെ നില്ക്കും. പിന്നെ ഇന്നോട് കളിക്കാൻ അയാള് നിക്കില്ലാന്ന് നിക്ക് ഒറപ്പാണ്. ഞാനാരാന്ന് അയാൾക്ക് നന്നായി അറിയാം?''

ഉണ്ണിപ്പണിക്കർ പറയുന്നത് കേട്ടപ്പോൾ, സത്യത്തിൽ കുഞ്ഞയ്യപ്പന് അതിയായായ ബഹുമാനം തോന്നി. പണിക്കരെത്തന്നെ തേടി വന്നത് നന്നായെന്ന് അയാൾ വിചാരിച്ചു. ആണ്ടവനെ നിന്ന നില്പിൽ പിന്തിരിപ്പിച്ച ഒരാളല്ലേ? അയാൾ ജപിച്ച് കൊടുത്ത ചരടും വാങ്ങി ദക്ഷിണയും കൊടുത്ത് കുഞ്ഞയ്യപ്പൻ വീട്ടിലെത്തി.

ഗോവിന്ദൻനായരുടെ മകൻ മുകുന്ദനും കാക്കിചേത്ത്യാരുടെ പേരക്കുട്ടി ഹരിയും അടങ്ങുന്ന ഒരു കൂട്ടം യുവാക്കൾ എന്നും വൈകുന്നേരം അന്ത്രു മുതലാളിയുടെ ടീസ്റ്റാളിനും പലചരക്ക് കടയ്ക്കും മുകളിലുള്ള ലിറ്റിൽ ആർട്സ് ആന്റ് സ്പോർട്സ് ക്ലബ്ബിന്റെ മുറിയിൽ കൂടാറുണ്ട്. അന്ത്രുവിന്റെ ചായക്കട എന്ന് പറഞ്ഞിരുന്നവർ ഇന്ന് പറയാറുള്ളത്, അന്ത്രു മുതലാളിയുടെ ടീസ്റ്റാൾ എന്നൊക്കെയാണ്. കാലം മാറിയില്ലേ. കാലം ചിലപ്പോൾ അങ്ങനെയാണ്. വല്ലാത്ത വേഗത്തിലാണ് മാറ്റങ്ങൾ സൃഷ്ടിക്കുന്നത്. ഇന്ന് അന്ത്രു മുതലാളി തന്നെയാണ്. പഴയ ചായക്കടയല്ല. ഓടിട്ട ഇരുനില കെട്ടിടത്തിലാണ് ഇപ്പോൾ അന്ത്രുവിന്റെ കച്ചവടം. മുകളിലത്തെ ഒരു മുറിയിലാണ് ക്ലബ്ബ്. ക്ലബ്ബിലെ അന്നത്തെ പ്രധാന സംസാരം ആണ്ടി പൂശാരിയെക്കുറിച്ചായിരുന്നു.

''നിന്റെ അമ്മയ്ക്ക് വെറും പേടിയാണടോ. അതൊക്കെ അവരുടെ വെറും തോന്നലാ. ആ വഴിയിലൂടെ ഞാൻ എത്ര പ്രാവശ്യം നടന്നിട്ടുണ്ട്. നട്ടപ്പാതിരയ്ക്ക് ഞാൻ പോയിട്ടുണ്ട്. ശരിക്കും അവിടെ തിങ്ങിനിറഞ്ഞിരിക്കുന്ന കാടാണ് പ്രശ്നം. അതൊഴിവായാൽ ഒരു കുഴപ്പവുമുണ്ടാകില്ല.'' മുകുന്ദൻ പറഞ്ഞു.

പക്ഷേ ഹരി സമ്മതിച്ചില്ല. അയാൾ പറഞ്ഞു. ''മുകുന്ദാ നമുക്കറിയാത്ത ചില ശക്തികളുണ്ട്. അത് ഇല്ല എന്ന് പറയുന്നതിനോട് എനിക്ക് യോജിക്കുവാൻ കഴിയില്ല. ഇന്ന് ശനിയാഴ്ചയാണ്. വെള്ളി, ചൊവ്വ ദിവസങ്ങളിലാണ് പ്രേതാത്മാക്കൾക്ക് ശക്തി കൂടുക എന്ന്

പറഞ്ഞുകേട്ടിട്ടുണ്ട്. പക്ഷേ എല്ലാ ദിവസവും ത്രിസന്ധ്യയ്ക്ക് അവരുടെ സാന്നിദ്ധ്യമുണ്ടാവും. അതുകൊണ്ട് ഒന്നും വെറുതെ തള്ളണ്ട.''

അയ്യപ്പൻനായരുടെ പേരക്കുട്ടി ഗണേശനും ചോയിച്ചിയുടെ മകൻ ബാലനും ഒക്കെ അവിടെയുണ്ട്. സംസാരം ഒരു ഘട്ടത്തിൽ വാക്കുതർക്കത്തിലേക്കും വെല്ലുവിളിയിലേക്കും എത്തി. ''അങ്ങനെയാണെങ്കിൽ നിനക്ക് ഇപ്പോൾ ഈ സന്ധ്യയ്ക്ക് ആ വഴിയിലൂടെ ഒറ്റയ്ക്ക് പോയി വരാൻ കഴിയുമോ?'' മുകുന്ദനോട് ഹരിയാണ് ചോദിച്ചത്. ഇന്ന് കുഴപ്പമുണ്ടാവില്ല. വെള്ളി, ചൊവ്വ ദിവസങ്ങളിലെ പ്രശ്നമുണ്ടാവൂ എന്ന് ബാലൻ വാദിച്ചെങ്കിലും ആണ്ടി പൂശാരിയെ വെല്ലുവിളിച്ച് ഏത് ദിവസം പോയാലും കുഴപ്പമുണ്ടാകുമെന്നായി ഹരികൃഷ്ണൻ. എന്നാൽ താൻ ഇപ്പോൾ പോയി കാണിക്കാമെന്നു മുകുന്ദനും വാശി. എന്തായാലും തീരുമാനമായി. തറയ്ക്കൽ ആൽ മരത്തിന്റെ ചുവട്ടിൽ ആളുകളുണ്ടാവും. അവരെ കണ്ട് അവരോട് സംസാരിച്ചു തിരിച്ചുവരിക. അവിടെയിരിക്കുന്നവരുടെ പേര് തിരിച്ച് വന്ന് ഇവിടെ പറയുക. നാളെ അവരെ കണ്ട് മുകുന്ദൻ ഇന്നലെ സന്ധ്യയ്ക്ക് അവിടെ വന്നിരുന്നോ എന്നന്വേഷിക്കും. അവരിലാരെങ്കിലും വന്നുപോയി എന്ന് സാക്ഷ്യപ്പെടുത്തണം. ഇതൊരു പന്തയമാണ് വിജയിച്ചാൽ മുകുന്ദന് സമ്മാനമുണ്ട്.

എല്ലാവരുംകൂടി അങ്ങനെയൊക്കെ പറഞ്ഞപ്പോൾ മുകുന്ദന് വാശി കൂടി. അവിടെ എന്ത്, എന്തുണ്ടാവാനാ? പല സമയങ്ങളിലും ആ വഴി പോയിട്ടുള്ളതല്ലേ? അന്നൊന്നും ഒന്നും കണ്ടിട്ടില്ലല്ലോ? പിന്നെ എന്തിന് പേടിക്കണം. മുകുന്ദൻ എഴുന്നേറ്റ് മുണ്ടൊന്ന് മുറുക്കിയുടുത്തു. പിന്നെ അത് ഒന്ന് മടക്കിക്കുത്തി എല്ലാവരേയും നോക്കി ഒരു പരിഹാസച്ചിരിയും ചിരിച്ച് താഴേക്കിറങ്ങി. അന്ത്രുവിന്റെ മകൻ സുലൈമാനായിരുന്നു താഴെ കടയിലുണ്ടായിരുന്നത്. സുലൈമാന്റെ പ്രവർത്തനമാണ് അന്ത്രുവിനെ അന്ത്രു മുതലാളിയാക്കിയതെന്ന് നാട്ടിൽ എല്ലാവർക്കും അറിയാം. പഴയ ചായക്കട നിന്ന ഭാഗത്ത് നാലു മുറിയിൽ ചായ, പലചരക്ക്, പച്ചക്കറി, പിന്നെ ഒരു ബേക്കറിയുമായി. മേലെ അതുപോലെ നാലു മുറികൾ. ഒന്ന് ക്ലബ്ബുകാർക്ക് കൊടുത്തു. ഒന്നിൽ ഒരു ടൈലറുമുണ്ട്. ബാക്കി രണ്ടും ഒഴിഞ്ഞ് കിടക്കുകയാണ്.

സുലൈമാൻ മുകന്ദനെ കണ്ടപാടേ പറഞ്ഞു. ''ഇങ്ങളെ ബർത്താനൊക്കെ ഇവിടം കേട്ടിരിന്ന്. ഇപ്പൊ ആ ബയിക്കൊന്നും പോണ്ട. അതാ നല്ലത്. വെറുക്കനെ എന്തിര്ത്തിനാ ബേലിമ്മ കെട്ക്ക്ണ പാമ്പിനെ ഇട്ത്ത് തോളത്ത്ടണത്? ബാശി കൂട്ടാനും മൂച്ചിമ്മ കേറ്റാനും ആള് ഇമ്മിണിണ്ടാവും. ഇപ്പൊ ങ്ങള് ഒരു ചായേം കുടിച്ച് ഇബ്ട്ടെരിക്കിൻ.''

''തനിക്ക് ഇപ്പോളൊരു ചായ ചെലവാകണം. പോയി വന്നിട്ട് കഴിച്ചോളാം.'' മുകുന്ദൻ ചിരിച്ചുകൊണ്ട് പറഞ്ഞു. പിന്നെ ആരെയും ശ്രദ്ധിക്കാതെ അയാൾ നടന്നു.

ആരും കാണാതെ ആണ്ടവന്റെ വീട്ടിൽ പോയി അയാളെ ശവ മടക്കിയ സ്ഥലത്ത് വിളക്കുവെച്ച് ചന്ദനത്തിരി കത്തിച്ച് മരുമകളുടെ പേടി മാറ്റുവാൻ കാക്കിചേത്തിയാര് മുമ്പേ തീരുമാനിച്ചതാണ്. സന്ധ്യയാകുന്നതിനു മുമ്പുതന്നെ അവരവിടെ എത്തുകയും ചെയ്തു. ആണ്ടവന്റെ ശവമടക്കിയ സ്ഥലം കാടുമൂടിയിരുന്നു. അവിടെ ചന്ദന ത്തിരിപ്പേക്കറ്റ് പൊട്ടിച്ച് ഒന്നായി കത്തിച്ചു വച്ചു. കാടുപിടിച്ചു കിടന്നിരുന്ന അവരുടെ കാരണവന്മാരെ പ്രതിഷ്ഠിച്ച തറയിൽ കണ്ട കൽവിളക്കുകളൊന്ന് തുടച്ച് വൃത്തിയാക്കി. അതിൽ നിറവിളക്ക് തെളിയിച്ചു. രണ്ടു മൂന്ന് മൺചെരാത് കണ്ടെത്തിയിരുന്നു. അവർ അതിലൊക്കെ എണ്ണ ഒഴിച്ചു കത്തിച്ച് പലഭാഗത്തും വച്ചു. പിന്നെ അവർ സ്വയം പറഞ്ഞു, ''ആണ്ടവാ, നീ ഇനിക്ക് സ്വന്തം മോനെ പ്പോലെയായിരുന്നു. ഗോമതിക്ക് നിന്നാലെകൊണ്ട് ഒരപകടവും ഉണ്ടാവരുതേ. എത്രയൊക്കെ തെറ്റിയാലും അവളും ന്റെ മോളന്നല്ലേ?

ഒക്കെ ക്ഷമിച്ചാളോണ്ടും. ഈ വയസ്സുകാലത്ത് ഇവിടെന്നെ എത്തിച്ചത് ഓളുടെ സൂക്കേടാ. അത് മാറ്റിക്കെടുക്ക് ആണ്ടവാ...''

വെല്ലുവിളി സ്വീകരിച്ച് മുകുന്ദൻ നടന്നുപോകുമ്പോൾ രൂക്ഷമായ ചന്ദനത്തിരിയുടെ ഗന്ധം അയാളെ പെട്ടെന്ന് പിടുച്ചു നിർത്തി. അയാളൊന്ന് തിരിഞ്ഞ് നോക്കി. അവിടെ വിളക്കുകൾ കത്തി നിൽക്കുന്നതാണ് കാണുന്നത്. അതുവരെയില്ലാത്ത ഭയവും അത്ഭുതവും തോന്നി. സാധാരണ ഈ സമയത്ത് അയാൾ ഇതുവഴി പോകാറുള്ളതാണ്. സത്യം പറഞ്ഞാൽ സന്ധ്യ മയങ്ങിയിട്ടേയുള്ളൂ. മരങ്ങളും കുറ്റിപ്പൊന്തകളും ഇടതൂർന്ന് വളരുന്നതുകൊണ്ട് വഴിയിലും ആണ്ടവന്റെ പുരയിലും എപ്പഴും ഇരുട്ടായിരിക്കും. മുകുന്ദൻ പോകുന്ന ഓരോ സമയത്തും അവിടെ ശ്രദ്ധിക്കാറുണ്ട്. അന്നൊന്നും അവിടെ ഒരു വിളക്കും തെളിഞ്ഞു കത്തുന്നത് കണ്ടിട്ടില്ല. അയാൾ വിറങ്ങലിച്ച് ഒരു പ്രതിമപോലെ മുന്നോട്ടും പിന്നോട്ടും നടക്കാൻ കഴിയാതെ അവിടെ നിന്നു. അപ്പോഴാണ് ഒരു വിളക്കും കൈയിൽ പിടിച്ച് കൂനിക്കൂടി ആരോ വരുന്നത് അവൻ കണ്ടത്. സത്യത്തിൽ അയാളുടെ പാതിജീവൻ പോയി. ആ രൂപം ഒന്ന് നിവർന്ന് നിന്നതുപോലെ അയാൾക്ക് തോന്നി. ആ രൂപം ആകാശംവരെ വളരുന്നതായി ശരിക്കും അയാൾ കണ്ടു. ശരിക്കും പറഞ്ഞാൽ ജീവൻ തിരിച്ചു കിട്ടുക എന്നത് മാത്രമായിരുന്നു അയാളുടെ ലക്ഷ്യം. അയാൾ പെട്ടെന്ന് തിരിഞ്ഞോടി. ഓട്ടം നിന്നത് ക്ലബ്ബിൽ എത്തിയതിൽ പിന്നെ ആയിരുന്നു. അയാളുടെ വരവ് കണ്ടപ്പോഴെ സുലൈമാൻ ചോദിച്ചു, ''പോയ ഉസിരൊന്നും നായരുട്ടീന്റെ മോന്തേമ്മ കാണ്ണ്ല്ലല്ലോ? ഹമുക്കേ, അന്നോട് ഞാൻ പറഞ്ഞതാണ് ഇപ്പോ ആ വയിക്ക് പോണ്ട പോണ്ടാന്ന്? ഇജ്ജ് കേട്ടീർന്നാ?''

സുലൈമാൻ, മുകുന്ദന്റെ കൂടെ മൂന്ന് വർഷം ഒന്നിച്ച് പഠിച്ചതാണ്. അതുകൊണ്ടുതന്നെ ആ സ്വാതന്ത്ര്യം അയാൾക്കുണ്ട്. സ്നേഹത്തോടെ അയാൾ പറഞ്ഞത് ഉൾക്കൊള്ളാൻ മുകുന്ദനും കഴിയും. മുകളിൽ മുറിയിലെത്തിയപ്പോഴേക്കും മുകുന്ദൻ ആകെ അവശനായിരുന്നു. തളർന്നു വീണ അവനോട് പലരും പലതും ചോദിച്ചെങ്കിലും അയാൾ ഒന്നും മിണ്ടിയില്ല. അഥവാ, മിണ്ടാൻ കഴിയുന്ന ഒരു സാഹചര്യത്തിലായിരുന്നില്ല അയാൾ. അയാളെ തൊട്ടു നോക്കിയ ഹരിയാണ് പറഞ്ഞത്, ''മുകുന്ദന് നന്നായി പനിക്കുന്നുണ്ട്. ഇനി അയാളോടൊന്നും ചോദിക്കണ്ട. പനി മാറാൻ എന്തെങ്കിലും മരുന്ന് വേണം. തിരൂര് പോയാൽ പനിക്കുള്ള ഗുളിക കിട്ടും. ആരാ പോവാ ഈ സമയത്ത്?''

''ഞാൻ പോയി കൊണ്ടോരാം.'' ബാലൻ പറഞ്ഞു. മുകുന്ദൻ ഒന്നും പറഞ്ഞില്ല. മറ്റുള്ളവർ പറയുന്നത് അയാൾക്ക് കേൾക്കുവാൻ

കഴിയുന്നുണ്ട്. പക്ഷേ ഒന്നും തിരിച്ചുപറയാൻ കഴിയുന്നില്ല. പറയാൻ അയാൾ ആഗ്രഹിക്കുന്നുണ്ട്. പക്ഷേ കഴിയുന്നില്ല.

പിറ്റേന്നാണ് വാർത്ത നാട്ടിൽ മുഴുവൻ പാട്ടായത്. പ്രത്യേകിച്ചും മുകുന്ദനെപ്പോലെ ഒരാളെ പേടിപ്പിക്കാൻ ഒരു മൂർത്തിക്കും കഴിയില്ലെന്നാണ് നാട്ടുകാർ വിശ്വസിച്ചിരുന്നത്. എന്നാൽ അയാൾ തന്നെ ആണയിട്ടു പറയുന്നു. അവിടെ എന്തോ ഉണ്ടെന്ന്. ആ വാർത്ത നാട്ടുകാർക്ക് ഒരത്ഭുതമായിരുന്നു. മുകുന്ദനെപ്പോലൊരാൾ അതിന് സാക്ഷ്യം വഹിക്കുമ്പോൾ നാട്ടുകാർ എങ്ങനെ വിശ്വസിക്കാതിരിക്കും? യഥാർത്ഥത്തിൽ മുകുന്ദൻ ഒരു നല്ല അവിശ്വാസിയാണെന്നാണ് പറയപ്പെടുന്നത്. അയാൾ പറയുന്നത് വിശ്വസിക്കുന്ന ഒരുപാട് പേർ അവിടെ ഉണ്ട്താനും. ആ നിലയ്ക്ക് മുകുന്ദന്റെ വാക്കുകൾ തെറ്റാണെന്നോ അതിശയോക്തിപരമാണെന്നോ ആർക്കും ചിന്തിക്കുവാൻപോലും തോന്നിയിരുന്നില്ല.

സമൂഹത്തിൽ ഇറങ്ങി പ്രവർത്തിക്കുന്നതുകൊണ്ടും ഓരോരുത്തർക്കും വേണ്ട സഹായങ്ങൾ ചെയ്യുന്നതുകൊണ്ടും അയാൾ അച്ഛന്റെ ദുഷ്പേര് മായ്ച്ചുകളഞ്ഞിരുന്നു. ആരും എന്തിനും വിളിക്കുന്ന ഒരാൾ നാട്ടിൽ അയാളാണ്. ആര് വിളിച്ചാലും അവിടെ ഒക്കെ എത്തുകയും തന്നെക്കൊണ്ട് കഴിയുന്ന സഹായങ്ങൾ ആർക്കുവേണ്ടിയും ചെയ്തു കൊടുക്കുകയും ചെയ്യുന്ന ഒരാളായതുകൊണ്ട് അയാൾ പറയുന്നത് ആരും വിശ്വസിക്കും. മുകുന്ദൻ തന്റെ അനുഭവം തുറന്ന് പറഞ്ഞു. അതോടെ പലർക്കും ആ വഴിയിലുടെ രാത്രി സഞ്ചരിക്കുക എന്നത് ചിന്തിക്കുവാൻപോലും കഴിയാത്ത കാര്യമായി മാറി. സത്യത്തിൽ മുകുന്ദൻ ഒരു തെറ്റും ചെയ്തില്ല. അയാൾ കണ്ടതാണ് അയാൾ പറഞ്ഞത്. പക്ഷേ അത് ആ വഴി നടക്കുവാൻ നാട്ടുകാർക്കുള്ള ഭയം ഇരട്ടിപ്പിക്കലായെന്ന് മാത്രം. എന്നാൽ കാക്കി ചേത്ത്യാര് പറഞ്ഞു, ''ആണ്ടവൻ ഒരാളേയും ഉപദ്രവിക്കില്ല. ഞാൻ അവിടെ പോവും, ഒറ്റയ്ക്ക് പോവും.''

കുഞ്ഞയ്യപ്പനും ഗോമതിയും തടഞ്ഞു. ''തള്ളയ്ക്ക്, തള്ളയുടെ പ്രായം ഓർമ്മയില്ലെന്നാണ് തോന്നുന്നത്. സന്ധ്യയ്ക്ക് അവിടെ പോകുമെന്ന വാശി എന്തിനാണ്? ആരെ ബോധിപ്പിക്കാൻ?''

''നാളെ സന്ധ്യയ്ക്ക് ഞാനവിടെ ഒറ്റയ്ക്ക് പോയി വിളക്കുവെയ്ക്കും.'' കാക്കിചേത്തിയാർക്ക് അറിയാമായിരുന്നു തന്നെ കണ്ടും താൻ വെച്ച വിളക്ക് കണ്ടുമാണ് മുകുന്ദൻ കമ്മള് പേടിച്ചതെന്ന്. അത് തുറന്ന് എല്ലാവരും കേൾക്കെ പറഞ്ഞാൽ താൻ കുടുങ്ങുമെന്നവർക്കറിയാം. അതിന് പരിഹാരം അവർ തീരുമാനിച്ചുറച്ചിരുന്നു. അതുകൊണ്ടാണ് താൻ ഒറ്റയ്ക്കു പോകുമെന്നവർ വെല്ലുവിളിച്ചത്.

ആരെതിർത്തിട്ടും ഒരു കാര്യവുമുണ്ടായില്ല. അവർ ത്രിസന്ധ്യയ്ക്കു തന്നെ എല്ലാവരേയും അറിയിച്ചുകൊണ്ട് ആണ്ടവന്റെ വീട്ടിലെത്തി.

ക്ലബ്ബിൽ അതൊരു സംസാര വിഷയമായിരുന്നു. യുവത്വത്തിന്റെ പ്രതീകമായ മുകുന്ദൻ, പ്രത്യേകിച്ചു ബാധ, പ്രേതം എന്നൊക്കെ പറയുന്നത് ശുദ്ധഅസംബന്ധമാണെന്ന് വിശ്വസിക്കുന്ന മുകുന്ദൻ, അങ്ങനെയുള്ള മുകുന്ദന് കഴിയാത്തത് നൂറുവയസ്സു കഴിഞ്ഞ ഒരു വൃദ്ധയ്ക്ക് കഴിയുന്നു. അവർ പറഞ്ഞപോലെ അവിടെ പോയി രണ്ടാമതും വിളക്ക് വച്ച് തിരിച്ചു വന്നപ്പോൾ ആളുകൾ പറഞ്ഞു, ‘‘വിശ്വസിക്കുന്നവരെ ആണ്ടവൻ ചതിക്കില്ല. വെല്ലുവിളിക്കുന്നവരെ അയാൾ വെറുതെ വിടുകയുമില്ല. അതോണ്ട് ആണ്ടവനോട് കളിക്കാൻ ആരും നിൽക്കണ്ട. എല്ലാവരും അത് മനസ്സിലാക്കിയാൽ അവരവർക്ക് നല്ലത്.’’

ആണ്ടവൻ നാട്ടുകാരുടെ മനസ്സിൽ ഒരു മിത്തായി രൂപപരിണാമം കൊള്ളുകയായിരുന്നു. ജീവിച്ചിരുന്ന കാലത്ത് ആണ്ടവനോട് തോന്നാത്ത ഭയഭക്തി ബഹുമാനഭാവം പലരുടെയും ഉള്ളിൽ വളർന്നു തുടങ്ങുകയായിരുന്നു.

പിന്നാമ്പുറക്കാരുടെ പിറകെ

ആധാരം എഴുത്താണ് മുകുന്ദന് ജോലി. നല്ല വരുമാനുള്ളതുകൊണ്ട് അദ്ദേഹത്തിന് വീട്ടിലെ കാര്യങ്ങളൊക്കെ ഒരുവിധം നന്നായി കൊണ്ടു പോകുവാൻ കഴിയുന്നുണ്ട്. അച്ഛൻ ഗോവിന്ദൻനായർ തളർവാതം പിടിച്ച് ഒരു ഭാഗം മുഴുവൻ തളർന്ന് കിടപ്പുരോഗിയായിട്ട് വർഷങ്ങളായി. പാരമ്പര്യമായി കിട്ടിയ സ്വത്തു കൂടാതെ മുത്തച്ഛന്റെ ഇല്ലത്തെ കാര്യസ്ഥപ്പണിയിലൂടെ സമ്പാദിച്ചതും കൂട്ടിയാൽ എണ്ണം പറഞ്ഞ ഭൂമിക്ക് അവകാശിയായിരുന്നു ഗോവിന്ദൻനായർ. എന്നാൽ മുത്തച്ഛന്റെ മരണശഷം ഗോവിന്ദൻനായർ അതിലേറെയും വിറ്റു തുലച്ചു. ഇപ്പോൾ ഒന്നേകാൽ ഏക്കർ പുരയിടം മാത്രമേ ബാക്കിയുള്ളൂ. വാതം പിടിച്ചില്ലായിരുന്നുവെങ്കിൽ ചിലപ്പോൾ അതും ബാക്കി കാണില്ലായിരുന്നു എന്ന് അമ്മ ദേവകി എപ്പോഴും പറയാറുണ്ട്. അച്ഛൻ കിടപ്പായതോടുകൂടിയാണ് പ്രീഡിഗ്രിക്ക് പഠിച്ചിരുന്ന മുകുന്ദൻ, ശങ്കരൻനായരുടെ സഹായിയായി ആധാരമെഴുത്തിൽ പ്രവേശിച്ചത്. ഭൂമി അളക്കാനും മറ്റും ശങ്കരൻനായർ പോകുമ്പോൾ മുകുന്ദനെ കൂടെ കൊണ്ടുപോകാമായിരുന്നതുകൊണ്ട് ഭൂമി അളക്കുവാനും ഭൂമിക്കച്ചവടത്തിന്റെ ദല്ലാളാകാനും ആധാരമെഴുതുവാനും എല്ലാം ക്രമേണ മുകുന്ദനും പഠിച്ചു.

ശങ്കരൻനായരുടെ മരണത്തോടെ അദ്ദേഹത്തിന്റെ ശിഷ്യനായ മുകുന്ദനായി നാട്ടിലെ പ്രധാന ആധാരമെഴുത്തുകാരൻ. മുപ്പത്തിമൂന്ന് വയസ്സായെങ്കിലും ഇതുവരെ വിവാഹം കഴിച്ചിട്ടില്ല. ഇരുപത്താറു വയസ്സായ സഹോദരി ദേവയാനിയുടെ വിവാഹം കഴിയാത്തതുകൊണ്ട് അമ്മയ്ക്കും മുന്ദനുമൊക്കെ വളരെയേറെ സങ്കടമുണ്ട്. പിന്നെ സഹപാഠികളായ ബാലനും ഹരികൃഷ്ണനുമൊന്നും വിവാഹം കഴിച്ചിട്ടില്ല. എന്നാൽ മറ്റൊരു സഹപാഠിയായ സുലൈമാന് കുട്ടികൾ നാലായി. ദേവയാനിയുടെ വിവാഹം കഴിഞ്ഞാൽ ഉടനെ, മുകുന്ദനെക്കൊണ്ട് ഒരു കല്യാണം കഴിപ്പിക്കണം എന്ന ആഗ്രഹത്തിലാണ് അമ്മ. അച്ഛൻ ഗോവിന്ദൻ നായരുടെ മലമൂത്രവിസർജ്യം എടുക്കലും

വീട്ടിലെ മറ്റു ജോലികളും കാരണം അവർ നന്നായി പ്രയാസപ്പെടുന്നുണ്ട്. അടുക്കളയിലെ എല്ലാ കാര്യവും മകൾ ദേവയാനി ചെയ്തുകൊള്ളും.

വെറ്റിലമുറുക്കും പ്രാക്കും രാമനാമവും ഒരേപോലെ പറഞ്ഞുകൊണ്ടിരിക്കുന്ന ഒരാൾകൂടിയുണ്ടവിടെ. രാവുണ്ണിനായരുടെ ഭാര്യ പാപ്പി. രാവുണ്ണി നായർ മരിച്ചതിൽ പിന്നെ പുറംലോകം കാണാത്ത അവർ എല്ലായ്പ്പോഴും നാമം ജപിച്ചിരിക്കലാണ് പണി. എന്നാൽ അതിനിടയിൽ ഓട്ടുചെല്ലത്തിൽ നിന്ന് വെറ്റിലയെടുത്തു ചവയ്ക്കുകയും കോളാമ്പിയിൽ നീട്ടി വലിച്ച് തുപ്പുകയും ചെയ്യും. സമയത്തിന് ആഹാരമോ ആവശ്യമുള്ള മറ്റെന്തെങ്കിലുമോ കിട്ടിയില്ലെങ്കിൽ മരുമകളേയും പേരക്കുട്ടിയേയും ശപിച്ചും പ്രാകിയും അവരുടെ ശബ്ദം അവിടെ ഉയർന്നു കേൾക്കാറുണ്ട്.

ദേവകിക്കും ദേവയാനിക്കും ഓരോ ദിവസവും അവരുടെ ശാപവാക്കുകൾ ഒരു നൂറ് തവണയെങ്കിലും കേൾക്കേണ്ടിവരും. ശരീരം മുഴുവൻ പൊട്ടിമുറിഞ്ഞ വേദനകൊണ്ട് ഇടയ്ക്ക് ഗോവിന്ദൻ നായർ അലറിക്കരയും. എല്ലാംകൊണ്ടും വീട് മുകുന്ദന് ഒരു നരകംപോലെയാണ്. അതുകൊണ്ട് കിടക്കാനാവുമ്പോഴേ അദ്ദേഹം അങ്ങോട്ട് പോവാറുള്ളൂ. അതുവരെ ക്ലബ്ബിലോ പൊതുപ്രവർത്തനത്തിലോ മുഴുകി സമയം കളയുകയാണ് പതിവ്. ഗോവിന്ദൻ നായരുടെ അലർച്ച മുഴങ്ങിയാൽ അപ്പോൾ പാപ്പിക്കുട്ടിയമ്മ പറയും, ''ഇനിയെത്ര അവൻ കരയണം. പാവം തന്ത കഷ്ടപ്പെട്ടുണ്ടാക്കിയതെല്ലാം കണ്ട പെണ്ണുങ്ങൾക്കും ചാരായംവാറ്റുകാർക്കും കൊടുത്തപ്പോൾ അവനൊരു തുള്ളി കണ്ണീരു വന്നിട്ടില്ല. അതിന്റെ പേരിൽ പാവം ആ അച്ഛൻ കരഞ്ഞത് ഞാനേ കേട്ടിട്ടുള്ളൂ. അവൻ കരയണം. ഞാൻ മരിക്കണതുവരെ അതിങ്ങനെ കേൾക്കണം.''

അത് കേൾക്കുമ്പോൾ ദേവകിക്ക് ദേഷ്യം വരും. ''പണ്ടാരടങ്ങാൻ ഒരൊരുമ്പെട്ട തള്ളയുണ്ട്. അതിന് പറ്റിയൊരു മോനും. രണ്ടുംകൂടി മനുഷ്യന് ഒരിറ്റ് സൈ്വരം തരില്ലാന്ന് തന്നെ. ഇതിനെയൊന്നും കാലനും വേണ്ടാതായല്ലോ ന്റെ ഭഗവാനേ?''

എന്തു കേട്ടാലും അതൊന്നും ശ്രദ്ധിക്കാതെ ദേവയാനി തന്റെ ജോലിയിൽ മുഴുകും. ഒന്നുകിൽ അടുക്കളയിൽ. അല്ലെങ്കിൽ അലക്കുകല്ലിൽ. രണ്ടുമല്ലെങ്കിൽ ഏതോ മനോരാജ്യത്തിൽ ലയിച്ച് ഈ ലോകം തന്നെ വിസ്മരിച്ചിരിക്കും. ഇതൊന്നും കേൾക്കാൻ വയ്യാത്തതുകൊണ്ട് ഉണ്ണാനും ഉറങ്ങാനും മാത്രമേ മുകുന്ദൻ വീട്ടിലെത്താറുള്ളൂ. 'എന്തേന്റെ കുട്ടിത്ര വൈകീത്'' എന്ന് അമ്മ ചോദിക്കാറുമില്ല, മുകുന്ദൻ പറയാറുമില്ല.

രണ്ട് ദിവസം പനിച്ച് വീട്ടിൽ തന്നെ കിടക്കേണ്ടി വന്നതോടെ വീട് എന്ന നരകം എത്രമാത്രം ഭീകരമാണെന്ന് മുകുന്ദനറിഞ്ഞു.

എങ്കിലും ആരോടും പ്രതികരിക്കാതെ താനൊന്നും കേൾക്കുന്നി ല്ലെന്ന ഭാവത്തിൽ തന്റെ മുറിയിൽ വെറുതെ കിടക്കുക മാത്രമേ അയാൾ ചെയ്തൊള്ളൂ. ഹരികൃഷ്ണനനും ബാലനുമൊക്കെ മുകു ന്ദനെ കാണാൻ വീട്ടിൽ വന്നിരുന്നു. ഹരിക്ക് ജോലി കിട്ടിയ കാര്യം അയാൾ തന്നെയാണ് മുകുന്ദനോട് പറഞ്ഞത്. പോസ്റ്റുമാനായിട്ടാണ്. മുകുന്ദനു വളരെ സന്തോഷകരമായ ഒരു വാർത്തയായിരുന്നു അത്. ഒരു ജോലിക്ക് വേണ്ടി അയാൾ എത്രമാത്രം കഷ്ടപ്പെട്ടിരുന്നു എന്ന കാര്യം മറ്റാരേക്കാളും മുകുന്ദനറിയാം. വിവരം അറിഞ്ഞ അന്നേ അയാൾ തീരുമാനിച്ചതായിരുന്നു ക്ലബ്ബിൽ വെച്ച് ഹരിക്കൊരു സ്വീക രണം ഒരുക്കണമെന്ന്.

പനി മാറി തിരിച്ചുവന്നതും ഹരിക്ക് ക്ലബ്ബിൽ നൽകേണ്ട സ്വീക രണത്തെക്കുറിച്ചായി ചർച്ച. ക്ലബ്ബംഗങ്ങൾ ഒറ്റക്കെട്ടായി തീരുമാനം അംഗീകരിച്ചു. ചർച്ചയും തീരുമാനവും കഴിഞ്ഞ് നാട്ടുവിശേഷം പങ്കുവയ്ക്കുന്ന സമയത്താണ് ബാലൻ മുകുന്ദനോട് ചോദിച്ചത്. "അല്ല മുകുന്ദാ, ആണ്ടിപ്പൂശാരീടെ വീട്ടിനു മുമ്പിലുള്ള ആ ഇടവഴി യിലൂടെ ഇപ്പോൾ നാട്ടുകാർക്കാർക്കും പോകാൻ ധൈര്യമില്ല. ഇന്നലെ ആൽത്തറചർച്ച കഴിഞ്ഞ ഉണ്ണിപ്പണിക്കർ വീട്ടിലേക്ക് പോയത് അക്കരപാടത്തിലൂടെ ഒരുപാട് വളഞ്ഞ വഴിക്കാണ്. അയാളാണെ ങ്കിൽ പ്രേതങ്ങളെ പിടിച്ച് കെട്ടുന്ന ആളാന്നാ വെപ്പ്. പേടിച്ചിട്ടൊ ന്നുമല്ല, കുറച്ച് വയൽച്ചുള്ളി പറിക്കാന്ന് വിചാരിച്ചിട്ടാ ഈ വളഞ്ഞ വഴിക്ക് പോകുന്നതെന്ന് അയാൾ എന്നോടു പറഞ്ഞു. ഞാൻ ചോദിച്ചു, എന്നിട്ട് വയൽച്ചുള്ളി എവിടേന്ന്. ഈ ഇരുട്ടത്ത് ഇപ്പോൾ പറച്ചാൽ ശരിയാവില്ല, മുള്ള് കൈയിൽ കൊള്ളും എന്നൊരു മറുപടി. ഞാനൊ ന്നമർത്തി മൂളി. കളിയാക്കാൻ നിന്നില്ല. ഇരുട്ടിയിട്ടേ അവർ ആൽ ത്തറയിൽ നിന്ന് എഴുന്നേൽക്കാറുള്ളൂ എന്ന് എല്ലാവർക്കും അറി യണതല്ലേ? അപ്പോൾ വയൽച്ചുള്ളിക്ക് മുള്ളുള്ള കാര്യം ഓർത്തി ല്ലാന്ന് പഞ്ഞാൽ എങ്ങനെ വിശ്വസിക്കാനാ? പണിക്കർക്ക് അത്ര പേടിയുണ്ടെങ്കിൽ പിന്നെ നാട്ടുകാർക്ക് എത്ര പേടിയുണ്ടാവും. ക്ലബ്ബിന്റെ നേതൃത്വത്തിൽ ഇതിനൊരു പരിഹാരം കണ്ടെത്തേണ്ടേ?"

ബാലൻ പറഞ്ഞതിനെ എല്ലാവരും പിൻതാങ്ങി. പക്ഷേ എങ്ങനെ? എന്താണൊരു പരിഹാരം. ചുറ്റുഭാഗത്തുമുള്ള കാടും പടലും ഒന്നു വെട്ടി വൃത്തിയാക്കിയാൽതന്നെ പേടി പകുതി മാറും എന്ന അഭി പ്രായം ചിലർക്കുണ്ടായി. ക്ലബ്ബിന്റെ നേതൃത്വത്തിൽ നാട്ടിലെ തല മുതിർന്നവരെ ഒക്കെ വിളിച്ച് വരുത്തി ഒരു യോഗം കൂടാമെന്ന തീരു മാനത്തിനാണ് അവിടെ ഭൂരിപക്ഷമുണ്ടായത്. യുവാക്കൾ എടുത്തു ചാടി എന്തെങ്കിലും ചെയ്താൽ പിന്നെ കാരണവന്മാർ സഹിച്ചെന്നു വരില്ല. രണ്ട് തലമുറകൾ തമ്മിൽ ഒരു ശീതസമരം വേണ്ടെന്ന തീരു മാനത്തിലെത്തി.

മുകുന്ദൻ ആളാകെ മാറിയിരുന്നു. തന്റെ സങ്കല്പത്തിനും വിശ്വാസ ത്തിനും ഏറ്റ ഏറ്റവും ശക്തമായ ഒരു പ്രഹരമായിരുന്നു ആണ്ടവന്റെ വീടിനു മുമ്പിൽ കണ്ട കാഴ്ച. മരണാനന്തരജീവിതത്തിലോ പ്രേതബാധാദി കാര്യങ്ങളിലോ അല്പം പോലും വിശ്വാസമില്ലാത്ത ഒരാളായിരുന്നു മുകുന്ദൻ. എന്തിന് ദൈവത്തിൽപോലും വേണ്ടത്ര വിശ്വാസം അയാൾക്കുണ്ടായിരുന്നില്ല. എന്നാൽ അയാൾ ഒരു യുക്തി വാദിയൊന്നുമായിരുന്നില്ല. നാട്ടിലെ ഉത്സവാദികാര്യങ്ങൾക്കൊക്കെ മുമ്പിൽതന്നെ നിൽക്കാറുണ്ട്. ആ സംഭവത്തിനുശേഷം മുകുന്ദൻ ആളാകെ മാറി. പ്രേതം, ബാധ എന്നൊക്കെ പറയുന്നതിൽ നമു ക്കറിയാത്ത എന്തൊക്കെയോ ഉണ്ടെന്ന തരത്തിലായി അയാളുടെ മനസ്സും ചിന്തയും. മുകുന്ദന്റെ ഈ മാറ്റത്തിനു പിന്നിൽ പ്രവർത്തിച്ച യഥാർത്ഥ ചാലകശക്തി കാക്കിചേത്ത്യാരാണെന്ന് ആർക്കുമറിയില്ലാ യിരുന്നു. ബാലനും ഹരികൃഷ്ണനുമൊക്കെ മുകുന്ദന്റെ മാറ്റത്തിൽ ഇത്തിരിയൊന്നുമല്ല അത്ഭുതപ്പെട്ടത്. സുലൈമാൻ പറഞ്ഞു. ''കണ്ട റിയാത്തവൻ കൊണ്ടറിയുന്നു കാരണോൻമാര് പറേണതാണ് സരി. ഓന് ഇപ്പളേ നേരം ബെളുത്തത്. ഒക്കേനും അയിന്റെതായ ഒരു നേരം കാലൊക്കെണ്ട്!''

മുകുന്ദന്റെ നേതൃത്വത്തിൽ യോഗം വിളിക്കുന്ന കാര്യം നാട്ടു കാർക്ക് വലിയ താത്പര്യമായി. മുകുന്ദനും ഹരികൃഷ്ണനും കൂടി മനയ്ക്കൽ നേരിട്ട് ചെന്നാണ് സ്കന്ദൻ നമ്പൂതിരിയെ യോഗത്തിന് ക്ഷണിച്ചത്. ''എന്തായാലും ഒരു നല്ല കാര്യമല്ലേ. ഞാൻ നേരത്തെ തന്നെ വരാം'' എന്ന് നമ്പൂതിരി പറഞ്ഞു. നമ്പൂതിരി വരുന്നുണ്ടെന്ന് പറഞ്ഞാൽ പിന്നെ നാട്ടിലെ ഒരു കൂട്ടം പ്രഗത്ഭരൊക്കെ പങ്കെടുക്കും എന്ന കാര്യം തീർച്ചയായിരുന്നു.

അയ്യപ്പൻനായരുടെ മരണശേഷം സ്കന്ദൻ നമ്പൂതിരി നാട്ടിൽ തന്നെയാണ് സ്ഥിരതാമസം. എംടെക്കിന് പഠിക്കുമ്പോൾ പെട്ടെന്ന് ഒരു ദിവസം നാട്ടിൽ നിന്ന് ഒരു ഫോൺ വന്നു. അയ്യപ്പൻനായർ മരിച്ചു. പാടത്ത് പണിക്കാരുണ്ടായിരുന്നു. അവരോട് ഓരോ കാര്യ ങ്ങൾ പറഞ്ഞുകൊണ്ട് പാടവരമ്പത്തിരിക്കുകയായിരുന്നുവത്രെ. അതിനിടയിൽ കുഴഞ്ഞുവീഴുകയാണുണ്ടായത്. പണിക്കാർ ഉടൻ തന്നെ ആശുപത്രിയിലെത്തിച്ചുവെങ്കിലും അപ്പോഴേക്കും മരണം അദ്ദേഹത്തെ കൊണ്ടുപോയിരുന്നു. അയ്യപ്പൻനായരുടെ മൃതശരീരം വീട്ടിൽതന്നെ കൊണ്ടുപോയി ദഹിപ്പിക്കണം എന്ന് മക്കൾ വാശി പിടിച്ചു. ജീവിതത്തിന്റെ തൊണ്ണൂറ് ശതമാനവും മനയ്ക്കലുള്ളവർക്ക് വേണ്ടി ജീവിച്ചതാണ്. അതുകൊണ്ടു അന്ത്യകർമ്മവും അവിടെ നടത്താമെന്ന് മനയ്ക്കലുള്ളവർ ആഗ്രഹം പറഞ്ഞെങ്കിലും മക്കളും ബന്ധുക്കളും അത് സമ്മതിച്ചില്ല. അയ്യപ്പൻനായർ മരിച്ചതോടെ മാളു അമ്മയേയും അവർ കൊണ്ടുപോയി. അവരുടെ മരണകാലം വരെ അവിടെയുള്ളവർക്ക് ജീവിക്കാൻ വേണ്ടത്ര നെല്ലും തേങ്ങയും

പച്ചക്കറികളുമൊക്കെ സ്കന്ദൻ അവിടെ എത്തിച്ചു. മാസം മാസം സ്കന്ദൻതന്നെ മാളുവമ്മയുടെ വീട്ടിലെത്തി നല്ലൊരു തുകയും അവരുടെ കൈയിൽ കൊടുത്തു. അതിന്റെയൊന്നും ആവശ്യമില്ലെന്ന പക്ഷക്കാരായിരുന്നു മക്കൾ. അമ്മയെ നോക്കാനുള്ളത് അവരുടെ കൈയിൽ തന്നെയുണ്ടെന്ന് അവർ വാശിപിടിച്ചപ്പോൾ മാളുവമ്മ പറഞ്ഞു. ''ഞാൻ മരിക്കുന്നതുവരെ തിരുമേനിക്കുട്ടി എന്ത് തന്നാലും ഞാൻ വാങ്ങും. ഇത് ആ കുട്ടി കൂലിയായി തരുന്നതല്ല. സ്വന്തം അമ്മയ്ക്ക് കൊടുക്കുന്നതു പോലെയാണ്.''

അമ്മയുടെ വാശിയെ തടുക്കാൻ മക്കൾക്ക് കഴിഞ്ഞില്ല. പിന്നെ അതൊരാചാരംപോലെ നടന്നു വന്നു. ഒന്നൊന്നരക്കൊല്ലം അത്രയേ ആ ചടങ്ങുണ്ടായൊള്ളൂ. ഒന്നര കൊല്ലമായപ്പോഴേക്കും മാളുവമ്മയും മരിച്ചു. ഇനി അവിടെ എന്താവശ്യമുണ്ടെങ്കിലും പറഞ്ഞാൽ ചെയ്യാൻ തയ്യാറാണെന്ന് സ്കന്ദൻ പറഞ്ഞു. അവരത് അംഗീകരിക്കുകയും ചെയ്തു.

അയ്യപ്പൻനായർ മരിച്ചതോടെ സ്കന്ദന്റെ പഠനം ഉപേക്ഷിക്കേണ്ടി വന്നു. വീട്ടിലാരുമില്ലാതെ ഇനിയും മധുരയിൽ പോയി താമസിക്കണ്ട എന്ന് അമ്മച്ഛന്റെ അനുജൻ നാരായണൻ നമ്പൂതിരി തീർത്തു പറഞ്ഞു. അച്യുതൻ നമ്പൂതിരി മരിച്ചതിനുശേഷം മുത്താഴിയംകോട്ടെ കാരണവർ നരായണൻ നമ്പൂതിരിയാണ്. സ്കന്ദന് എല്ലാ ഉപദേശവും നിർദ്ദേശവും നൽകുന്നത് നാരായണൻ നമ്പൂതിരി തന്നെ. വളരെ ചെറുപ്പത്തിൽതന്നെ സ്കന്ദന്റെ വേളി കഴിപ്പിച്ചതും നാരായണൻ നമ്പൂതിരിയുടെ നിർബന്ധത്തിലായിരുന്നു. അതുകൊണ്ടെന്തായി? മുത്തശ്ശി മരിക്കുന്നതിന് മുമ്പ് സ്കന്ദന്റെ മൂത്ത കുട്ടിയെ കാണാൻ കഴിഞ്ഞു. അവർക്ക് സന്തോഷത്തോടെ കണ്ണടയ്ക്കാനും കഴിഞ്ഞു.

അയ്യപ്പൻനായരുടെ കാലത്തുണ്ടായിരുന്നതുപോലുള്ള കൃഷിയൊന്നും ഇപ്പോൾ മനയ്ക്കലില്ല. എന്നാലും അത്യാവശ്യത്തിനുണ്ടുതാനും. സ്ഥലങ്ങൾ കുറച്ചൊക്കെ വിറ്റു പണം ബാങ്കിൽ നിക്ഷേപിച്ചു. അതും നാരായണൻ നമ്പൂതിരിയുടെ തീരുമാനമായിരുന്നു. പഴയ കാലമല്ല, സ്ഥലത്തിനിപ്പോൾ നല്ല വിലയാണ്. നാട്ടിൽ പലരും ഗൾഫ് രാജ്യങ്ങളിൽ പോയിട്ട് പണം ഉണ്ടാക്കി തിരിച്ചുവന്നപ്പോൾ അവർക്ക് ഭൂമി കൂടുതൽ കൂടുതൽ വാങ്ങിക്കൂട്ടുവാനുള്ള അത്യാഗ്രഹമാണ്. ഈ അവസരത്തിൽ കുറച്ചൊക്കെ വിറ്റൊഴിവാക്കുന്നതാണ് ബുദ്ധി എന്ന് നാരായണൻ നമ്പൂതിരി പറഞ്ഞു. യഥാർത്ഥത്തിൽ ഉള്ളതെല്ലാംകൂടി നോക്കി നടത്തിക്കൊണ്ടുപോകുവാൻ സ്കന്ദനു കഴിയുമായിരുന്നില്ല. എന്തുകൊണ്ടും നാരായണൻ നമ്പൂതിരി പറയുന്നതാണ് ബുദ്ധി എന്ന് അയാൾക്കും തോന്നി. അമ്മയ്ക്ക് പിന്നെ ഒന്നിലും സ്വന്തമായ അഭിപ്രായമൊന്നുമില്ല. മോൻ എന്ത് തീരുമാനിച്ചാലും അതുതന്നെ ശരിയെന്നതായിരുന്നു അമ്മയുടെ ഭാവം.

പൊതുവെ നാട്ടുകാരുടെ എന്താവശ്യത്തിനു വിളിച്ചാലും സ്കന്ദൻ അതിൽ സജീവമായി ഇടപെടാറുണ്ട്. ആവശ്യത്തിന് കാശും ചില വഴിക്കാറുണ്ട്. അതുകൊണ്ടുതന്നെ നാട്ടിലെ പ്രായമായവർക്കും യുവാക്കൾക്കും ഒരുപോലെ സ്കന്ദൻ നമ്പൂതിരിയോട് ബഹുമാന മായിരുന്നു. അതുകൊണ്ടുതന്നെയാണ് ആണ്ടവന്റെ വീട്ടുവഴിയുടെ പ്രശ്നം പരിഹരിക്കുന്നതിനുള്ള യോഗത്തിലേക്ക് സ്കന്ദൻ നമ്പൂ തിരിയെതന്നെ ആദ്യം ക്ഷണിക്കുവാൻ മുകുന്ദനും കൂട്ടരും ആഗ്ര ഹിച്ചത്. മുത്താഴിയംകോട്ടു പോയി നാരായണൻ നമ്പൂതിരിയേയും ക്ഷണിക്കണമന്നുണ്ടായിരുന്നു. ആഗ്രഹം സ്കന്ദൻ നമ്പൂതിരിയോട് മുകുന്ദൻ സൂചിപ്പിച്ചതാണ്. അദ്ദേഹം പറഞ്ഞു. ''പറഞ്ഞു നോക്കൂ. അദ്ദേഹം വരുമെന്ന് എനിക്ക് തോന്നുന്നില്ല.''

മുത്താഴിയംകോട്ട് ഇല്ലക്കാരുടെ സ്വഭാവം ആകെ മാറി എന്ന് നാട്ടുകാരും പറഞ്ഞുതുടങ്ങിയിരുന്നു. അച്യുതൻ നമ്പൂതിരിയുടെ കാലത്ത് പൂണൂലഴിച്ച് ഉപേക്ഷിച്ച ഒരാളായിരുന്നു നാരായണൻ നമ്പൂതിരി. ഇപ്പോൾ നേരെ തിരിച്ചാണ്. അഴിച്ചിട്ട പൂണൂൽ ആചാര പ്രകാരം തിരിച്ചണിഞ്ഞു. സജീവ ഇടതുപക്ഷ കാഴ്ചപ്പാടിൽ നിന്ന് ഇല്ലക്കാർ പൂർണമായും പിൻവാങ്ങി. കുട്ടികളൊക്കെ തന്ത്രവും പൂജാവിധികളും പഠിച്ചുവരുന്നു. പൊതുകാര്യങ്ങളിൽ വല്ലാതെ ഇട പെടുന്നതോ ഇല്ലത്ത് നിന്നു പുറത്തുപോയി വെറുതെ അശുദ്ധി യുണ്ടാക്കുന്ന കാര്യത്തിലോ നാരായണൻ നമ്പൂതിരിക്ക് താല്പര്യ മുണ്ടായിരുന്നില്ല. സ്കന്ദനു പോലും വിശ്വസിക്കാൻ കഴിയാത്ത മാറ്റമാണ് നാരായണൻ നമ്പൂതിരിക്ക് സംഭവിച്ചത്.

''ഒരു ബ്രാഹ്മണജന്മം ധൂർത്തടിക്കാന്ന് പറയുന്നത് അക്ഷന്ത വ്യമായ തെറ്റാണെന്ന് നിക്ക് മനസ്സിലായി. ബോധല്യാത്ത കാലത്ത് ചെയ്തതൊക്കെ ഗുരുകാരണവന്മാർ ക്ഷമിച്ചോളും. ഇനി അസ്സലൊരു ബ്രാഹ്മണനായിത്തന്നെ മരിക്കണം. അതാണ് എന്റെ ഒരേയൊരാ ഗ്രഹം.'' നാരായണൻ നമ്പൂതിരി പലപ്പോഴും സ്കന്ദനോട് പറഞ്ഞി ട്ടുണ്ട്.

എന്നാൽ സ്കന്ദൻ തന്റെ മുത്തച്ഛന്റെ മാർഗമാണ് പിൻതുടർ ന്നത്. ആചാരാനുഷ്ഠാനങ്ങളെ ഒന്നും നിഷേധിക്കാതെ മനുഷ്യ പക്ഷത്തുനിന്ന് ലോകത്തെ കാണുക. ഈ രീതി തന്നെയാണ് നാട്ടു കാർക്ക് അദ്ദേഹത്തോട് കൂടുതൽ സ്നേഹവും ബഹുമാനവും ഉണ്ടാകുവാൻ കാരണമായതും. നാട്ടിൽ ആണ്ടവൻ ഒരു മിത്തായി രൂപപരിണാമം സംഭവിക്കുന്നത് സ്കന്ദനും അറിയുന്നുണ്ടായിരുന്നു. നാട്ടിൽ അയാൾക്ക് ഉചിതമായ ഒരു സ്മാരകം രൂപകൊള്ളുന്നു വെങ്കിൽ അതു നല്ലതുതന്നെ എന്ന് സ്കന്ദന് തോന്നി.

പൂശാരിക്കാവിന്റെ ജനനം

ജനിച്ചാൽ മരിക്കണമെന്നത് ഭൂമിയിൽ ജീവിക്കുന്ന ഏതു ജീവിക്കും ബാധകമായ ഒരു പൊതുനിയമമാണ്. ചിലർ ആർത്തട്ടഹസിച്ച് കരഞ്ഞും വിളിച്ചും മനസ്സില്ലാമനസ്സോടെ പടിയിറങ്ങുന്നു. ചിലർ ജീവിക്കാൻ മറ്റു മാർഗങ്ങളില്ലാതെ ഇഷ്ടമില്ലാതെ മരണത്തെ സ്വീകരിക്കുന്നു. എന്നാൽ ചിലർ മാത്രം പരമശാന്തതയോടെ, തന്റെ ജീവിതധർമം കഴിഞ്ഞെന്ന തിരിച്ചറിവിൽ തൊഴുകൈകളോടെ സസന്തോഷം മരണത്തെ വരിക്കുന്നു. ആണ്ടവന്റെ മരണം അത്തരത്തിലായിരുന്നു. എന്നിട്ടും അയാളെന്തേ ഭൂമിയിൽ നിന്ന് വിട്ടുപോകുന്നില്ല? ജനിച്ചാൽ മരണമുണ്ടെന്ന പൊതുനിയമംപോലെ ആർക്കും അത്ര ഉറപ്പില്ലാത്ത ഒന്നാണ് മരിച്ചാൽ പിന്നെയും ഒരു ജീവിതമുണ്ടോ എന്നത്.

ഓരോ മതങ്ങളും ഒരോ തരത്തിൽ മരണാനന്തരജീവിതത്തെക്കുറിച്ച് സംസാരിക്കുന്നു എന്നത് സത്യമാണെങ്കിലും വിശ്വാസത്തിന്റെ കണ്ണിലൂടെയല്ലാതെ അതിനിന്നേവരെ ഒരു തെളിവും ലഭിച്ചിട്ടില്ല. എന്നിട്ടും നമ്മൾ മരിച്ചവരെ ഭയപ്പെട്ടുകൊണ്ടിരിക്കുന്നു. ഒരർത്ഥത്തിൽ വലിയ ഒരു തമാശ തന്നെയാണത്. ജീവിച്ചിരുന്ന കാലത്ത് ആരും ആണ്ടവനെ ഭയപ്പെട്ടിട്ടില്ല. കൊച്ചുകുട്ടികൾപോലും അയാളെ പരിഹസിച്ചിട്ടേയുള്ളൂ. എന്നാൽ മരിച്ചിട്ടിത്രകാലം കഴിഞ്ഞപ്പോൾ നാട്ടുകാർക്ക് അടങ്ങാത്ത ഭയമായി ആണ്ടവൻ പുനർജനിക്കുന്നു. സത്യത്തിൽ ആണ്ടവനല്ല ഭൂമിയിൽനിന്ന് വിട്ടുപോകാത്തത്. അദ്ദേഹത്തെ അപമാനിച്ചതും പരിഹസിച്ചതുമൊക്കെ ഓരോരുത്തരുടേയും കുറ്റബോധമായി വളർന്നുവരികയാണ്. അതുതന്നെയാണ് അവരെ ഭയപ്പെടുത്തുന്നതും.

ക്ലബ്ബിൽ നടക്കുന്ന യോഗസ്ഥലത്തേക്ക് പോവുകയായിരുന്നു സ്കന്ദൻ നമ്പൂതിരി. അദ്ദേഹത്തിന്റെ മനസ്സിൽ പലതരത്തിലുള്ള ചിന്തകളായിരുന്നു. ചിന്തകൾ ഒരു ഘട്ടത്തിലെത്തിയപ്പോൾ അദ്ദേഹത്തിന് ചിരി വന്നു. മുമ്പിൽ നടക്കാൻ അയ്യപ്പൻനായർ ഇല്ലാതായതോടുകൂടി ഇപ്പോൾ സ്കന്ദൻ എവിടേക്കും ഒറ്റയ്ക്കുതന്നെയാണ്

യാത്ര. തുണയ്ക്കു വിളിച്ചാൽ വരാൻ ഇഷ്ടംപോലെ ജോലിക്കാരുണ്ട്. എന്നാൽ അവരാരും അയ്യപ്പൻനായർക്ക് സമമാവില്ലല്ലോ. അതുകൊണ്ട് ആരേയും കൂട്ടാറില്ല. അയ്യപ്പൻനായരുടെ കൂടെ പോകുമ്പോൾ ഓരോ കഥകൾ കേൾക്കാം. ഇപ്പോൾ മനസ്സ് സ്വയം കഥകൾ മെനഞ്ഞെടുക്കാൻ തുടങ്ങിയിരിക്കുന്നു. തറയ്ക്കൽ ഭഗവതിയുടെ തറകഴിഞ്ഞ് ഇടവഴിയിലേക്ക് കേറിയപ്പോഴാണ് തനിക്കും ആണ്ടവന്റെ വീടിനു മുമ്പിലൂടെ തന്നെയാണല്ലോ പോകേണ്ടതെന്ന കാര്യം സ്കന്ദൻ ചിന്തിച്ചത്. സന്ധ്യയിരുട്ടിത്തുടങ്ങിയെങ്കിലും സ്കന്ദന് അല്പംപോലും ഭയം തോന്നിയില്ല. ആ പാവത്തിനെ എന്തിന് താൻ ഭയപ്പെടണം.

ആണ്ടവന്റെ വീടിന് മുമ്പിലെത്തിയപ്പോൾ സ്കന്ദൻ അവിടെ ഒന്നു നിന്നു. പാതി പൊളിഞ്ഞ് കാടുമൂടി കിടക്കുന്ന ആ വീട് കണ്ടപ്പോൾ അദ്ദേഹത്തിന് വല്ലാത്ത ദുഃഖം തോന്നി. എന്തായാലും അതൊക്കെ ഒന്നു നന്നാക്കിയെടുക്കണം. ഇങ്ങനെ ഒരാൾ ഈ ഗ്രാമത്തിൽ ജീവിച്ചിരുന്നു എന്നതിന്റെ ഓർമ്മപ്പെടുത്തലാകട്ടെ അത്. താന്നിമരത്തിന്റെ ചുവട്ടിൽ അയാൾ കുറച്ചുനേരം പ്രാർത്ഥനാനിർഭരമനസ്സുമായി ഒറ്റയ്ക്കങ്ങനെ നിന്നപ്പോൾ, കാറ്റിന്റെ ചിറകടികൾക്കിടയിൽ നിന്ന് പറച്ചെണ്ടയുടെ രൗദ്രതാളങ്ങളില്ലാതെ ഏതോ ഒരു തോറ്റം തേങ്ങൽപോലെ പെയ്തിറങ്ങുന്നുണ്ടെന്ന് അദ്ദേഹത്തിന് തോന്നി. അദ്ദഹം ഒന്നു കൂടി കാതോർത്തു.

"കൊണ്ടയോരു നാരായണൻ, നാരായണൻ തൃക്കുലത്താരേ, കൊണ്ടയോരു കൊടി മുല്ല, കോന്നൻ ചാത്തനടിയൻ എരിവരിതല്ലോരു മതിലകം, പന്തലായനി വടക്കും കൊല്ലം, മണവാളർ നായന്മാരേ, കൊടക്കാട്ടെ അറയകം, വാഴ്ക വരിക എന്റെ ചാത്തൻ കുന്നൻമയ്യടിയാമേൽ മേൽ മുടിയാട്ട് കോല വേഷം കൊണ്ടോരുത്തി എന്റെ ഭരദേവതേ..."

ഒരു തുള്ളി കണ്ണീരിന്റെ നനവ് അയാൾക്കുള്ളിൽ ഒലിച്ചിറങ്ങുന്നതുപോലെ തോന്നി. പിന്നെ സ്കന്ദൻ നിന്നില്ല. മെല്ലെ നടക്കാൻ തുടങ്ങി. നീരോലിപ്പൊന്തകൾക്കിടയിൽ നിന്ന് ചെറിയ നരച്ചീറുകൾ പാറിക്കളിക്കുന്നുണ്ടായിരുന്നു എങ്കിലും അയാൾക്ക് അല്പം പോലും ഭയം തോന്നിയില്ല. ഓർമ്മകളുടെ ഓരം ചേർന്ന് കാറ്റിൽ നിന്നൂർന്ന് വീണതോറ്റം പാട്ടിനു നടുവിലൂടെ അയാൾ സാവധാനം നടന്നു.

ക്ലബ്ബിന്റെ പരിസരത്ത് എത്തുന്നതുവരെ അയാൾ ഭൂതകാലത്തിന്റെ സുഗന്ധസ്മരണകൾക്കുള്ളിലായിരുന്നു. "തിരുമേനി വന്നല്ലോ" എന്ന് ആരോ പറഞ്ഞപ്പോഴാണ് അയാൾ പെട്ടെന്ന് വർത്തമാന

കാലത്തിലേക്കുണർന്നത്. ക്ലബ്ബിന്റെ പരിസരത്ത് ആളുകൾ കൂടിയിരുന്നു.

''തിരുമേനിയിരിക്കൂ.'' മുകുന്ദൻ ഓടി അരികിലെത്തി അദ്ദേഹത്തോട് പറഞ്ഞു. ''കൃത്യം ഏഴുമണിക്ക് തുടങ്ങാം. പോവാൻ തിരക്കൊന്നുമില്ലല്ലോ?'' മുകുന്ദൻ ചോദിച്ചുകൊണ്ടുതന്നെ ഒരു കസേരയെടുത്ത് അയാൾക്കു മുമ്പിൽ കൊണ്ടുചെന്നിട്ടു. സ്കന്ദൻ നമ്പൂതിരി അതിലിരുന്നുകൊണ്ട് പറഞ്ഞു. ''എന്ത് തിരക്ക്? തിരക്കെന്ന് പറയുന്നത് അവരവരുണ്ടാക്കുന്നതും അവരവർക്ക് മാറ്റിവയ്ക്കാൻ കഴിയുന്നതുമല്ലേ?''

''തിരുമേനിക്ക് ഒരു ചായ കൊണ്ടന്നാൽ കുടിക്കോ ആവോ?'' അന്ത്രു മുതലാളിയാണ് ചോദിച്ചത്.

''അതെന്താ അങ്ങനെ? കുടിക്കോ എന്ന്. ഇതൊരു ചായക്കടയല്ലേ? എനിക്കൊരു ചായ വേണം.'' സ്കന്ദൻ നമ്പൂതിരി അത് പറഞ്ഞപ്പോൾ അന്ത്രു മുകുന്ദനേയും ബാലനേയും ഹരികൃഷ്ണനേയുമൊക്കെ മാറിമാറി നോക്കി. സത്യത്തിൽ തങ്ങളുടെ കടയിൽ നിന്നൊന്നും അദ്ദേഹം ചായ കുടിക്കില്ല എന്നായിരുന്നു അയാൾ വിശ്വസിച്ചിരുന്നത്. വഴിയിൽനിന്നും മറ്റു പല സ്ഥലത്തു നിന്നും കണ്ട് പരിചയമുണ്ടെങ്കിലും അദ്ദേഹം ഒരിക്കലും ചായക്കടയിലേക്കോ ക്ലബ്ബിലേക്കോ മുമ്പ് വന്നിട്ടില്ല. പിന്നെ ബ്രാഹ്മണരല്ലേ, അവർ അന്യജാതിക്കാരുണ്ടാക്കിയതൊന്നും കഴിക്കില്ലെന്ന് പറഞ്ഞു കേട്ടിട്ടുമുണ്ട്. അതുകൊണ്ടാണ് അന്ത്രു അത്തരം ഒരു ചോദ്യം ചോദിച്ചത്. ഉത്തരം കേട്ടപാടേ അന്ത്രു ചായയെടുക്കാൻ പോയി. അപ്പോഴേക്കും പണിക്കരും അയ്യപ്പൻനായരുടെ മകനും മറ്റു നാട്ടുകാരും എത്തിത്തുടങ്ങിയിരുന്നു. പണിക്കർ വന്ന് നേരെ തിരുമേനിയുടെ മുമ്പിൽ വിനീതനായി നിന്നു. ''തിരുമേനി നേരത്തെ എത്തിയോ?''

''ഇല്ല ഇപ്പോൾ വന്നതേയുള്ളൂ. ഇരിക്കൂ പണിക്കരേ. ഒരു ചായ കുടിക്കല്ലേ?'' സ്കന്ദൻ ചോദിച്ചു.

''ആവാം.'' പണിക്കർ മറുപടിയും പറഞ്ഞു.

''ഒരു ചായ പണിക്കർക്കുംകൂടി വേണം ട്ടാ.'' സ്കന്ദൻ നീട്ടി പറഞ്ഞു.

ചായയുമായി സുലൈമാനാണ് വന്നത്. കഴിക്കാനെന്തെങ്കിലും എടുക്കട്ടെ എന്ന് അയാൾ ചോദിക്കാൻ തുടങ്ങുകയായിരുന്നു. അപ്പോഴേക്കും പണിക്കർ പറഞ്ഞു, 'രണ്ട് പഴംപൊരികൂടി പോന്നോട്ടെ.''

അവർ ചായ കുടിച്ചുകൊണ്ട് ഒന്നും രണ്ടും പറഞ്ഞപ്പോഴേക്കും നാട്ടിലെ ഒരുവിധം കാരണവന്മാരും യുവാക്കളും വന്നുകഴിഞ്ഞിരുന്നു. അക്കൂട്ടത്തിൽ ഒരേ ഒരു സ്ത്രീയുമുണ്ടായിരുന്നു. അവരെ

ആരും ക്ഷണിച്ചതായിരുന്നില്ല. ഹരികൃഷ്ണനൻ അച്ഛൻ കുഞ്ഞയ്യപ്പ നോട് യോഗവിവരം പറഞ്ഞിരുന്നു. വൈകുന്നേരം ഏഴ് മണിയാവുമ്പോഴേക്കും അന്ത്രു മുതലാളിയുടെ ചായക്കടയിലെത്താനാണ് പറഞ്ഞത്. അത് കാക്കിചേത്ത്യാര് കേട്ടിരുന്നു. കുഞ്ഞയ്യപ്പൻ യോഗത്തിന് പോകാൻ വേണ്ടി പുറത്തിറങ്ങിയപ്പോൾ അമ്മ പറഞ്ഞു, ‘‘നിക്ക് മോനേ ഞാനും വരാം. മ്മളെ ആണ്ടി പൂശാരിന്റെ കാര്യല്ലേ. നിക്കുംകൂടി കേക്കണം.’’

വരണ്ട എന്ന് പറഞ്ഞാൽ അവിടെ ഒരു വെടിക്കെട്ട് നടക്കും എന്ന് കുഞ്ഞയ്യപ്പനറിയാം. കൊണ്ടുപോവുന്നതായിരിക്കും നല്ലതെന്ന് അയാൾക്ക് തോന്നി. അങ്ങനെ യോഗത്തിന് ഏകസ്ത്രീയായി കാക്കി ചേത്ത്യാരും വന്നുചേർന്നു.

സ്കന്ദൻ നമ്പൂതിരിയെ അധ്യക്ഷപീഠത്തിലുരുത്തി മുകുന്ദൻ സ്വാഗതപ്രസംഗം ആരംഭിച്ചു. ‘‘നമ്മളിന്നിവിടെ ഒത്തുകൂടിയത്, നമ്മുടെ നാടിന് മുഴുവൻ പേടിസ്വപ്നമായി മാറിക്കൊണ്ടിരിക്കുന്ന ആണ്ടിപ്പൂശാരിയുടെ വീടിനെക്കുറിച്ച് ചിന്തിക്കുവാനാണ്. പട്ടാപ്പകൽപോലും ആ വഴിയിലൂടെ സഞ്ചരിക്കുവാൻ നാട്ടുകാർ ഭയപ്പെടുന്നു. ഇതിനൊരു പരിഹാരം കാണണം. എല്ലാവരും ഒത്തുചേർന്ന് ഒരു തീരുമാനത്തിലെത്തണം. നമ്മുടെ നാടിന്റെ എല്ലാ നല്ല കാര്യങ്ങൾക്കും കൂടെ നിന്ന മനയ്ക്കലെ തീരുമേനിമാരുടെ പ്രതിനിധിയായി ഇന്നത്തെ മനയ്ക്കലെ തമ്പുരാൻ നമ്മുടെ ഈ യോഗത്തിനെത്തി എന്നതുതന്നെ നമുക്ക് ആവേശം നൽകുന്ന ഒന്നാണ്.’’

സ്വാഗതപ്രസംഗത്തിന് ശേഷം അധ്യക്ഷനോട് രണ്ട് വാക്ക് പറയാൻ പറഞ്ഞപ്പോൾ സ്കന്ദൻ നമ്പൂതിരി പറഞ്ഞു. ‘‘ഞാനവസാനം സംസാരിക്കാം. ചർച്ച നടക്കട്ടെ. നിങ്ങളുടെ അഭിപ്രായങ്ങൾ കേട്ട ശേഷം എന്റെ അഭിപ്രായം പറയുന്നതായിരിക്കും ശരി.’’

അതിനോട് എല്ലാവരും യോജിച്ചു. ചർച്ച തുടങ്ങി. ഓരോരുത്തരും അവരുടെ അഭിപ്രായം പറഞ്ഞുതുടങ്ങി. ചിലർ പറഞ്ഞു. ആ കാടും പൊന്തയും വെട്ടിത്തെളിച്ച് ആ വഴിയൊന്ന് വീതി കൂട്ടിയാൽതന്നെ പ്രശ്നങ്ങളില്ലാതാകും. എന്നാൽ യുവാക്കളിൽനിന്നു വന്ന ഈ അഭിപ്രായത്തെ കാരണവന്മാരിൽ നല്ലൊരു വിഭാഗവും അംഗീകരിച്ചില്ല. കളരിക്കൽ ഉണ്ണിപ്പണിക്കർ എഴുന്നേറ്റു. അദ്ദേഹം പറഞ്ഞു. ‘‘വഴി വെട്ടി വൃത്തിയാക്കിയതുകൊണ്ടോ കാടുവെട്ടി വെളിച്ചം വരുത്തിയതുകൊണ്ടൊ ഗതി കിട്ടാതെ അലയുന്ന ഒരാത്മാവ് പേടിച്ച് പോവുകയൊന്നുമില്ല. ആണ്ടിപ്പൂശാരിയോട് ഈ നാട്ടിലെ പലരും പൊറുക്കാൻ പറ്റാത്ത തെറ്റ് ചെയ്തിട്ടുണ്ട്. അതിനെന്താണ്

പരിഹാരം എന്ന് ചിന്തിക്കണം. ആ പരിഹാരം ചെയ്ത് അയാളുടെ ആത്മാവിന് മോക്ഷം കിട്ടുന്ന കാര്യങ്ങളാണ് ചെയ്യേണ്ടത്.''

മുകുന്ദൻ എഴുന്നേറ്റു. ''ഇക്കാര്യത്തിൽ നമുക്കിടയിലൊരു തർക്കം വേണ്ട. പണിക്കരു പറഞ്ഞപോലെയെങ്കിൽ അങ്ങനെ അതിനെന്താണ് ചെയ്യേണ്ടത്? അതുംകൂടി പണിക്കര് പറയൂ.''

''അതിന് ആണ്ടവന്റെ ഹിതമറിയണം. നല്ല പ്രഗത്ഭരായ ജ്യോതിഷികളെ കൊണ്ടുവന്ന് അഷ്ടമംഗല്യപ്രശ്നം വെയ്ക്കണം. പരിഹാരം കണ്ടെത്തണം. അതാണ് ന്റെ അഭിപ്രായം.''

പലരും മുഖത്തോടു മുഖം നോക്കി. അതൊക്കെ വലിയ ചെലവുള്ള കാര്യമല്ലേ എന്നതായിരുന്നു പലരുടേയും മുഖഭാവം വെളിപ്പെടുത്തിയിരുന്നത്.

''ആ പറഞ്ഞതാണ് ശരി. അതിനെന്തൊക്കെ ചെയ്യണംന്ന് ചിന്തിക്കിൻ. അതോണ്ടേ ഗുണം ണ്ടാവൂ.'' കാക്കിചേത്ത്യാര് ഇരുന്നിടത്ത് ഇരുന്നു പറഞ്ഞു.

എല്ലാവരും സ്കന്ദൻ നമ്പൂതിരിയുടെ അഭിപ്രായത്തിന് വേണ്ടി അദ്ദേഹത്തെ നോക്കി. ഇനിയാർക്കും ഒന്നും പറയാനില്ല എന്ന് തോന്നിയപ്പോൾ സ്കന്ദൻ എഴുന്നേറ്റു.

''ആണ്ടിപ്പൂശാരിയെ അടുത്തറിയുന്ന എത്രയോ പേർ ഇവിടെ ഇരിക്കുന്നുണ്ട്. അവർക്കറിയാം ആരെയെങ്കിലും ഉപദ്രവിക്കുന്ന ഒരാളല്ല അദ്ദേഹമെന്ന്. ജീവിച്ചിരുന്ന കാലത്ത് അദ്ദേഹത്തിന്റെ കഴിവിനും അറിവിനും യോജിച്ച ഒരു ബഹുമാനം അദ്ദേഹത്തിന് നമ്മൾ കൊടുത്തിട്ടില്ല. പ്രകൃതിയെ വളരെ സ്നേഹിച്ച ഒരു മനുഷ്യനായിരുന്നു അദ്ദേഹമെന്ന് അയ്യപ്പൻനായർ പറഞ്ഞ് ഞാൻ കേട്ടിട്ടുണ്ട്. അദ്ദേഹത്തിന്റെ പേരിൽ മരങ്ങൾ മുറിച്ചു മാറ്റുന്നതിനോട് എനിക്ക് വ്യക്തിപരമായി യോജിപ്പില്ല. അവിടെ വീണ്ടും മരങ്ങൾ നട്ടുവളർത്തി അത് ഒരു കാവായി സംരക്ഷിക്കുകയും അതിനെ പൂശാരിക്കാവ് എന്നോ അല്ലെങ്കിൽ ആണ്ടവൻകാവ് എന്നോ വിളിച്ച് അദ്ദേഹത്തിന് ഒരു സ്മാരകമാക്കാൻ കഴിയുമോ എന്ന് നാം ചിന്തിക്കേണ്ടതാണ്. ഇങ്ങനെ വെറുതെ കിടന്നാൽ പലരും സ്ഥലം കൈയേറി അത് പിന്നെ ഇല്ലാതാവാം. എല്ലാവരും വിശ്വസിക്കുന്നുണ്ടെങ്കിൽ പ്രശ്നം വയ്ക്കുന്നതിനോ പരിഹാരം ചെയ്യുന്നതിനോ ഞാനെതിരല്ല. നിങ്ങളുടെ ഏത് തീരുമാനത്തിനും ഒപ്പം ഞാനുണ്ടായിരിക്കും. സാമ്പത്തികമായി ഒന്നിനും ഒരു ബുദ്ധിമുട്ടുമുണ്ടാവാതെ ഞാൻ നോക്കിക്കോളാം.''

സ്കന്ദന്റെ വാക്കുകൾ വലിയ കൈയടിയോടെയാണ് ജനങ്ങൾ സ്വീകരിച്ചത്. ആണ്ടവൻകാവ് എന്ന പേരിനേക്കാൾ നല്ലത് പൂശാരിക്കാവ് എന്നതാണ്. കാരണം ആണ്ടവൻ എന്ന് പറയുന്നതിലൊരു

ബഹുമാനമില്ല. പൂശാരി എന്ന് ആണ്ടവനെ പലരും കളിയാക്കി വിളിച്ചിരുന്നതാണെങ്കിലും പലരേയും വിളിക്കുന്നത് ബഹുമാന ത്തോടെയാണ്. പണിക്കരുടെ അഭിപ്രായമതായിരുന്നു. അതിനെയും എല്ലാവരും അംഗീകരിച്ചു.

''അങ്ങനെയെങ്കിൽ ഇന്നു മുതൽ ആ സ്ഥലത്തെക്കുറിച്ച് പൂശാരി ക്കാവ് എന്നേ നമ്മൾ പറയാൻ പാടുള്ളൂ.'' മുകുന്ദൻ പറഞ്ഞത്, എല്ലാവരും കൈയടിച്ചു സ്വീകരിച്ചു. പ്രശ്നം വയ്ക്കാനും അനന്തര പ്രവർത്തനങ്ങൾ നടത്താനും ഒരു കമ്മറ്റി രൂപീകരിച്ചു. മുകുന്ദൻ പ്രസിഡന്റും ഹരികൃഷ്ണൻ സെക്രട്ടറിയുമായി. രക്ഷാധികാരി സ്ഥാനത്ത് സ്കന്ദൻ നമ്പൂതിരിയുടെ പേരു വച്ചു. യോഗം പിരിഞ്ഞ് സ്കന്ദൻ നമ്പൂതിരി പോകാനിറങ്ങിയപ്പോൾ മുകുന്ദൻ പറഞ്ഞു, ''തിരുമേനി ഒറ്റയ്ക്കു പോവണ്ട. ഞങ്ങൾ നാലഞ്ചുപേർ കൂടെ വരാം. തിരുമേനിക്ക് പൂശാരിക്കാവിന്റെ മുമ്പിലൂടെ പോകേണ്ടതല്ലേ?''

''അതൊന്നും വേണ്ട. ഞാൻ ഒറ്റയ്ക്കല്ലേ വന്നത്. ഒറ്റയ്ക്കുതന്നെ പൊയ്ക്കോളാം.''

എത്ര നിർബന്ധിച്ചിട്ടും കൂടെ ആരേയും കൊണ്ടുപോവാൻ സ്കന്ദൻ സമ്മതിച്ചില്ല. 'ആണ്ടിപ്പൂശാരിയുടെ തോറ്റത്തിന്റെ താളം സ്മൃതിപഥങ്ങളിൽ ഉറഞ്ഞുതുള്ളുന്നതിന് ഒരു സുഖമുണ്ട്. ഒറ്റയ്ക്കു പോകുമ്പോഴേ ഓർമ്മകളിറങ്ങി വന്ന് ഉന്മാദനൃത്തം ചവിട്ടൂ. അവ രോടത് പറയാൻ വയ്യല്ലോ.' സ്കന്ദൻ മനസ്സിൽ പറഞ്ഞു.

നാട്ടുകാരും ക്ഷണിക്കപ്പെട്ടവരും പിരിഞ്ഞുപോയതിനുശേഷം ക്ലബ്ബിന്റെ അംഗങ്ങളും ഭാരവാഹികളും ക്ലബ്ബിനകത്തേക്ക് പ്രവേ ശിച്ചു. അവർക്ക് മറ്റൊരു കാര്യം കൂടിയുണ്ടായിരുന്നു. മുൻപ് തീരു മാനിച്ച ഹരികൃഷ്ണനുള്ള അനുമോദന സമ്മേളനം. അതിനു വേണ്ട ഭക്ഷണത്തിന് സുലൈമാനെ മുൻകൂട്ടി ഏർപ്പാടാക്കിയിരുന്നു. എല്ലാ വരും ജോലി കിട്ടിയ ഹരികൃഷ്ണനെ അനുമോദിച്ചു. അതിനുശേഷം ഏർപ്പാടാക്കിയ ഭക്ഷണം കഴിച്ചു. പിരിയാൻ നേരത്ത് ഹരികൃഷ്ണൻ മുകുന്ദനെ സ്വകാര്യമായി വിളിച്ചു. എന്നിട്ട് പറഞ്ഞു.

''എനിക്കൊരു കാര്യം പറയാനുണ്ട്.''

''എന്താടോ ഇത്ര സ്വകാര്യം?''

''ഞാൻ എന്തു ചെയ്താലും മുകുന്ദൻ എന്റെ കൂടെയുണ്ടാവില്ലേ?

''എന്താത്ര സംശയം? നീ ഇപ്പോ എന്താ ചെയ്യാൻ പോകുന്നത്?''

''ഞാൻ ഒരു പെൺകുട്ടിയെ വിളിച്ച് വീട്ടിൽ കൊണ്ടുവരാൻ പോകുന്നു. പറഞ്ഞ് സമ്മതം കിട്ടിയിട്ടൊന്നും കാര്യം നടക്കില്ല. ഒരു ജോലി കിട്ടിയിട്ടാവാമെന്ന് കരുതി ഇത്രയും കാത്തിരുന്നതാ.

വീട്ടുകാരുടെ ഭാഗത്ത് നിന്ന് എന്തെങ്കിലും എതിർപ്പുണ്ടായാൽ മുകുന്ദൻ വന്ന് സംസാരിച്ച് ശരിയാക്കണം.''

''നീ പേടിക്കണ്ട ഹരി. ഞാൻ കൂടെയുണ്ടാവാം.''

''എന്തായാലും ഇപ്പോൾ ആരുമറിയണ്ട. സംഭവം നടക്കുന്നതിനു മുമ്പ് ആരെങ്കിലുമറിഞ്ഞാൽ നാട്ടിലതൊരു വിഷയമാകും. ബാക്കി ഞാൻ മുകുന്ദനോട് പിന്നീട് പറയാം. എന്നാൽ ശരി. ഞാൻ പോകട്ടെ.'' ഹരി യാത്ര പറഞ്ഞു.

മുകുന്ദൻ ഹരിയുടെ വാക്കുകൾക്ക് അത്ര പ്രാധാന്യം കൊടുത്തില്ല. അല്ലെങ്കിലും പ്രായപൂർത്തിയായ ഒരാൾ ഇഷ്ടപ്പെട്ട പെണ്ണിനെ വിളിച്ച് കൊണ്ടുവന്നാൽ എന്ത് സംഭവിക്കാനാണ്. അതുമല്ല, സ്വന്തം കാലിൽ നിൽക്കാനുള്ള പ്രാപ്തിയും അയാൾക്കുണ്ട്. അതൊന്നും വലിയ കാര്യമല്ലെന്ന മട്ടിൽ മുകുന്ദൻ നീട്ടിവലിച്ചു വീട്ടിലേക്ക് നടന്നു.

പ്രശ്നവശാൽ

ദേവപ്രശ്നം തറയ്ക്കൽഭഗവതീപരിസരത്ത് വയ്ക്കാമെന്നായിരുന്നു ജ്യോതിഷത്തിൽ അറിവുണ്ടെന്ന് നാട്ടുകാർക്ക് വിശ്വാസമുള്ള കളരിക്കൽ ഉണ്ണിപ്പണിക്കർ പറഞ്ഞത്. അദ്ദേഹം തന്നെയാണ് പ്രഗത്ഭരെന്ന് പറഞ്ഞ പണ്ഡിതന്മാരുടെ വിലാസവും വിവരവും കൊടുത്തത്. അതുപ്രകാരം യുവാക്കാൾ മുകുന്ദന്റെ നേതൃത്വത്തിൽ പോയതായിരുന്നു. അപ്പോഴാണ് അദ്ദേഹം പറഞ്ഞത്, ദേവിയുടെ കാര്യമാണ് പ്രശ്നവിഷയമെങ്കിൽ അവിടെ വച്ച് ചെയ്യണം. അതല്ല, പൂശാരിക്കാവിന്റെ കാര്യമാണെങ്കിൽ അവിടെ വച്ച് ചെയ്യണം പ്രശ്നം വയ്ക്കുന്ന സ്ഥലത്തിനും പ്രാധാന്യമുണ്ട്. സ്ഥലം പ്രധാനമാണ്. നിങ്ങളൊരു കാര്യം ചെയ്യൂ. എല്ലാവരുമായി ആലോചിച്ചു പിന്നെ വരൂ. ജ്യോതിഷപരമായി പറഞ്ഞാൽ അഷ്ടമംഗലത്തിന് ക്ഷണിക്കാൻ വരുന്നവരുടെ കാര്യത്തിൽ പലതും ചിന്തിക്കാനുണ്ട്. അതിനേക്കാൾ വലുതാണ് നിങ്ങൾ പ്രശ്നം ചിന്തിക്കുന്നതാർക്ക് എന്ന വിഷയം. അതുകൊണ്ട് നിങ്ങൾ പറഞ്ഞ വിഷയമാണെങ്കിൽ അത് തെളിഞ്ഞുകാണാൻ നല്ലത് ആ പറഞ്ഞ പൂശാരിക്കാവാണ്. അവിടെയാണ് പ്രശ്നം വെയ്ക്കേണ്ടത്.''

അത് പറഞ്ഞപ്പോൾ മുകുന്ദൻ ദക്ഷിണ കൊടുത്തു. ''ഏതായാലും വന്നതല്ലേ? ആചാരപ്രകാരം ഞങ്ങൾ തരുന്ന ദക്ഷിണ വാങ്ങി സമ്മതം അറിയിക്കുക. അങ്ങയെ കൊണ്ടുപോകാൻ ഞങ്ങൾ വരും. സ്ഥലം കാണിക്കുകയും ചെയ്യും. അവിടെ പ്രശ്നം വെയ്ക്കണം. അതാണ് ആഗ്രഹം.''

ജ്യോതിഷി ദക്ഷിണ വാങ്ങി. വന്ന സമയവും മറ്റും കുറിച്ചു വച്ചു. ''ഞങ്ങൾ ഒന്നാലോചിച്ച് കാവിൽതന്നെ പ്രശ്നം വയ്ക്കാനുള്ള സാഹചര്യം ഉണ്ടാക്കാം. പറഞ്ഞ തീയതിക്ക് ഇവിടെ വന്ന് കൂട്ടിക്കൊണ്ട് പോവാം'' എന്ന് മുകുന്ദൻ പറഞ്ഞപ്പോൾ അയാൾ പറഞ്ഞു, ''ഞാൻ കൃത്യസമയത്ത് അവിടെ എത്താം. എന്റെ വാഹനമുണ്ട്. ഡ്രൈവറുടെ പണം നിങ്ങൾ കൊടുത്താൽ മതി. ക്ഷണം പ്രധാനമാണ്. ക്ഷണിക്കുന്ന സമയവും സൂചനകളും പ്രശ്നചിന്തയിൽ

ഉൾപ്പെടുന്നതാണ്. വേറെ എത്ര ജ്യോതിഷികളുണ്ട് എന്ന് ചോദിക്കുന്നില്ല. രണ്ട് പേരെങ്കിലും ഉള്ളത് നല്ലതാണ്. ദേശത്തെ ജ്യോത്സനും ഉണ്ടാവണം.''

കാര്യങ്ങളൊക്കെ പറഞ്ഞുറപ്പിച്ച് അവർ അവിടെ നിന്നും പോന്നു. മുകുന്ദൻ, ഹരി, ബാലൻ എന്നിവർക്ക് പിന്നെ വിശ്രമമില്ലാത്ത തിരക്കുകളായിരുന്നു. ഹരി ജോലിക്ക് പോവാൻ തുടങ്ങിയതുകൊണ്ട് അയാൾക്ക് മുഴുവൻ സമയവും മറ്റുള്ളവരോടൊത്ത് പ്രവർത്തിക്കുവാൻ കഴിഞ്ഞില്ല. എന്നാൽ രാവിലെയും വൈകുന്നേരവും കിട്ടുന്ന ഒഴിവുസമയങ്ങളിലും അയാൾ കൂട്ടുകാർക്കൊപ്പം കൂടി. പണപ്പിരിവിനും നാട്ടുകാരെ കണ്ട് ക്ഷണിക്കുന്നതിനും എല്ലാം അയാളും മുന്നിൽതന്നെ നിന്നു. ചെലവ് എത്രയാണെങ്കിലും അത് വിഷയമാക്കേണ്ട എന്ന് സ്കന്ദൻ നമ്പൂതിരി പറഞ്ഞിട്ടുണ്ടെങ്കിലും അദ്ദേഹത്തെക്കൊണ്ട് മുഴുവൻ ചെലവും വഹിപ്പിക്കുന്നത് ശരിയല്ലെന്ന

അഭിപ്രായമായിരുന്നു കമ്മറ്റിക്കാർക്ക്. നാട്ടുകാരിൽ നിന്ന് കഴിയുന്നത്ര പിരിച്ചെടുക്കുക. പോരാത്തതുമാത്രം സ്കന്ദൻ നമ്പൂതിരിയോട് വാങ്ങാം എന്ന തീരുമാനത്തിലാണ് പിരിവ് ആരംഭിച്ചത്. നാട്ടുകാർ അകമഴിഞ്ഞ് സഹായിച്ചതുകൊണ്ട് നല്ലൊരു തുക ഒത്തുവരികയും ചെയ്തു.

ആണ്ടവന്റെ വീട്ടുമുറ്റം വൃത്തിയാക്കി അവിടെ പന്തലിട്ടു. പ്രാശ്നികർക്കിരിക്കുവാൻ പ്രത്യേക സ്ഥാനം ശരിയാക്കി. കേൾവിക്കാർക്ക് വേണ്ടി കസേരകൾ നിരത്തി. അന്നവിടെ വരുന്നവർക്ക് ഭക്ഷണത്തിനുള്ള ഏർപ്പാട് അവിടെത്തന്നെ ശരിയാക്കി. അങ്ങനെ കുറേ ചെറുപ്പക്കാരുടെ ചുറുചുറുക്കുള്ള പ്രവർത്തനങ്ങളാൽ പ്രശ്നം നടത്തുവാനുള്ള എല്ലാ കാര്യങ്ങളും ഭംഗിയായി. ഇടയ്ക്ക് കാര്യങ്ങൾ വിശദമായി സ്കന്ദൻ നമ്പൂതിരിയുമായി ചർച്ച ചെയ്തു. ഓരോ ഘട്ടത്തിലും അദ്ദേഹത്തിന്റെ അഭിപ്രായത്തിന് വേണ്ടത്ര പ്രാധാന്യം

നൽകി. മുത്താഴിയംകോട്ട് ഇല്ലത്ത് ചെന്ന് കാര്യങ്ങളൊക്കെ പറഞ്ഞിരുന്നുവെങ്കിലും നാരായണൻ നമ്പൂതിരി എല്ലാം മൂളിക്കേട്ടു എന്നല്ലാതെ ഒന്നിനും അദ്ദേഹം മുന്നിട്ടിറങ്ങിയില്ല. പിരിവിന് ചെന്നപ്പോൾ നൂറ് രൂപ സംഭാവന നൽകി എന്നു മാത്രം. അദ്ദേഹത്തിന് ചിലപ്പോൾ, ആണ്ടവനെ അത്രകണ്ട് ഇഷ്ടമായിട്ടില്ലായിരിക്കാം. പക്ഷേ അച്യുതൻ നമ്പൂതിരി ഉണ്ടായിരുന്നുവെങ്കിൽ ഈ കാര്യത്തിൽ എപ്പോഴും നിങ്ങളോടൊപ്പം ചേർന്ന് പ്രവർത്തിക്കുമായിരുന്നു എന്ന് സക്ന്ദൻ നമ്പൂതിരി പറഞ്ഞപ്പോൾ കൂടുതലൊന്നും ചോദിക്കാൻ മുകുന്ദനും കൂട്ടരും നിന്നില്ല. അവർക്ക് ഒരാഗ്രഹമേ ഉണ്ടായിരുന്നുള്ളൂ. അത് പൂശാരിക്കാവിന്റെ പുനരുദ്ധാരണം മാത്രമായിരുന്നു. അതാകട്ടെ, ശരിയായി വരുന്നു. താൻ വിശ്വസിക്കാത്ത കാഴ്ച, ഒരിക്കലും തനിക്ക് വിശ്വസിക്കാൻ കഴിയാത്ത കാഴ്ച, അതാണ് മുകുന്ദൻ കണ്ടത്. കണ്ണുകൊണ്ട് കണ്ടത് പിന്നെയും വിശ്വസിക്കാതിരിക്കുന്നത് വിഡ്ഢിത്തമാണ്. അവിശ്വാസികൾ വിശ്വാസികളാകുമ്പോൾ വിശ്വാസത്തിന്റെ പരകോടിയിലെത്തും. അതാണ് മുകുന്ദനും സംഭവിച്ചത്. അതുകൊണ്ടുതന്നെ ആണ്ടിപ്പൂശാരിയുടെ കാര്യത്തിന് വേണ്ടി എന്ത് കഷ്ടപ്പാട് സഹിക്കാനും അയാൾ തയ്യാറായിരുന്നു.

അങ്ങനെ ആ ദിവസം വന്നെത്തി. പ്രഗത്ഭരായ മൂന്ന് ജ്യോതിഷികളുടേയും ദേശത്തെ പണിക്കരുടേയും സാന്നിദ്ധ്യത്തിൽ മരിച്ചുപോയ ഒരു മനുഷ്യന്റെ പ്രശ്നം പരിഹരിക്കാനുള്ള ഗൗരവമായ ആലോചന. ജീവിച്ചിരിക്കുമ്പോൾ സഹായിക്കുവാൻ അധികമാരുമുണ്ടായിരുന്നില്ല. അന്നില്ലാത്ത ഈ സ്നേഹത്തിന് കാരണം ഭയം മാത്രമാണ്. യഥാർത്ഥത്തിൽ ഭയംകൊണ്ടാണ് പലരും പലതും ചെയ്യുന്നത്. പൂശാരിക്കാവിന് വേണ്ടി എത്ര വേഗമാണ് സംഭാവനകൾ പിരിഞ്ഞു കിട്ടിയത്.

ജീവിച്ചിരിക്കുന്ന ഒരാൾക്ക് വേണ്ടിയിട്ടാണെങ്കിൽ ആരെങ്കിലും ഇത്രമാത്രം സഹകരിക്കുമായിരുന്നോ? പ്രാശ്നികൻമാർ വാദപ്രതിവാദം നടത്തിക്കൊണ്ടിരിക്കുമ്പോൾ സ്കന്ദൻ നമ്പൂതിരി ഇത്തരം വിചിത്രമായ ചിന്തകളിലൂടെ സഞ്ചരിക്കുകയായിരുന്നു. ആണ്ടിപ്പൂശാരിക്ക് വേണ്ടി ഒരു സ്മാരകം ഉണ്ടാവുന്നതിൽ സ്കന്ദന് അതിയായ സന്തോഷമുണ്ട്. എന്നാൽ പൂശാരിയുടെ പ്രേതത്തെ അദ്ദേഹത്തിന് അല്പംപോലും ഭയം തോന്നിയിട്ടുമില്ല. അദ്ദേഹം നാട്ടുകാരെ ആരെയെങ്കിലും ഭയപ്പെടുത്തുമെന്നും തോന്നിയിട്ടില്ല. എന്നിട്ടും എല്ലാറ്റിനും മുന്നിൽ നിന്നത് അദ്ദേഹത്തിന് നാട്ടിൽ ഒരു സ്മാരകമുണ്ടാവട്ടെ എന്നു കരുതിത്തന്നെയാണ്. പൂശാരിക്കാവ് എന്ന പേര് അദ്ദേഹത്തിന് വളരെയിഷ്ടപ്പെട്ടു. കാരണം അതൊരു കാവാകുമല്ലോ. ഇല്ലത്ത് നിന്ന് ഒന്നര ഏക്കർ ഭൂമി പതിച്ച് നൽകിയിട്ടുണ്ട്

എന്ന് അയ്യപ്പൻനായർ പറഞ്ഞു കേട്ടിട്ടുണ്ട്. ആ നിലയ്ക്ക് സ്ഥലം അളന്ന് തിട്ടപ്പെടുത്തി അതൊരു കാവാക്കണം. ഇപ്പോൾ താൻ പറയുന്നത് നാട്ടുകാർ കേൾക്കുമെന്ന് സ്കന്ദന് വിശ്വാസമുണ്ട്. ഈ പ്രാശ്നികന്മാർ പ്രശ്നം ഉണ്ടാക്കാതിരുന്നാൽ മതിയായിരുന്നു. അതായിരുന്നു അദ്ദേഹത്തിന്റെ ചിന്ത.

പ്രശ്നകർമ്മങ്ങളിൽ മുഴുകി കേട്ടും കണ്ടും അതിൽ ലയിച്ചിരിക്കുകയായിരുന്നു മുകുന്ദൻ. ദേവപ്രശ്നമാണല്ലോ. നാടിന്റെയും നാട്ടുകാരുടെയും കാര്യം പറയും എന്നയാൾ പറഞ്ഞ് കേട്ടിട്ടുണ്ട്. പ്രതീക്ഷയോടെ പലതും കേൾക്കാനുള്ള താത്പര്യത്തോടെ അങ്ങനെ ഇരിക്കുമ്പോൾ ജ്യോതിഷി പറഞ്ഞു. ''ഇവിടെ ഇതിനടുത്തുതന്നെ ഇദ്ദേഹത്തിനെതിരായ ഒരാൾ കുഴഞ്ഞ് കിടക്കാൻ സാധ്യതയുണ്ട്.'' രാശിപ്രമാണം ചൊല്ലിക്കൊണ്ട് അയാൾ വ്യാഖ്യാനിച്ചു. അദ്ദേഹം ജീവിക്കുമ്പോൾ അദ്ദേഹത്തിന്റെ ശത്രുപക്ഷത്തായിരുന്നു. മുകുന്ദൻ പെട്ടെന്ന് അച്ഛനെക്കുറിച്ച് ആലോചിച്ചു.

''അങ്ങനെ ഇല്ലല്ലോ പണിക്കരേ. ഇവിടെ പൂശാരിയുടെ മരണ ശേഷം ആരും കുഴഞ്ഞതായിട്ടറിയില്ല. അതിനുമുമ്പ് ഉണ്ടോ എന്ന തല്ലല്ലോ വിഷയം.'' അയ്യപ്പൻനായരുടെ മകനാണ് ചോദിച്ചത്.

മുകുന്ദൻ ചാടിക്കേറി പറഞ്ഞു. ''ഉണ്ട്. അത് സത്യംതന്നെയാണ്.''

മറ്റുള്ളവർ അത്ഭുതത്തോടെ മുകുന്ദനെ നോക്കി. ''പൂശാരി മരിക്കുന്നതിന് മുമ്പ് കുഴഞ്ഞതാണോ അതിന് ശേഷമാണോ?''

ദേശത്തെ പണിക്കരാണ് ഉത്തരം നൽകിയത്. ''പറഞ്ഞല്ലോ അദ്ദേഹത്തിന്റെ ശാപം, അദ്ദേഹം മരിക്കുന്നത്തിനു മുമ്പ് ഏല്പിച്ച ഒരാൾ ആ അർത്ഥത്തിൽ നോക്കിയാൽ, ജീവിച്ചിരിക്കുമ്പോഴേ ഇദ്ദേഹം അങ്ങനെ ഒരാൾക്ക് ശിക്ഷ വിധിച്ചിരിക്കുന്നു.''

മുകുന്ദനറിയാമായിരുന്നു അത് അച്ഛന്റെ കാര്യമാണെന്ന്. കൂടുതൽ ജാഗ്രതയോടെ ജ്യോതിഷികളെ കേട്ടിരിക്കുന്ന സമയത്താണ് ഹരികൃഷ്ണൻ വന്ന് അദ്ദേഹത്തെ വിളിച്ചത്.

''മുകുന്ദാ, ഒരു മിനിറ്റ് ഒന്നിങ്ങോട്ട് വാ.''

ഹരിയല്ലേ, മുകുന്ദന് പോകാതിരിക്കാൻ കഴിയില്ല. ''നല്ല രസകരമായ ഒരു മുഹൂർത്തത്തിലാണ് നീയെന്നെ വിളിച്ചത്. നിനക്കിപ്പോൾ എന്ത് പറയാനാ?''

''നീ എന്നെ അനുഗ്രഹിച്ച് സമ്മതം തരണം. ഞാൻ നിന്നോട് പറഞ്ഞില്ലേ, അവരിപ്പോൾ എന്റെ വീട്ടിലെത്തും. ഞാനങ്ങോട്ട് പോവുകയാണ്. അവിടെ വേറാരുമില്ല. എല്ലാവരും ഇവിടെയല്ലേ? ഇവർ അവിടേക്ക് വരുമ്പോൾ അവിടെ ഒരു ഭൂകമ്പം നടക്കും. അതുകൊണ്ട് ഞാൻ പോവട്ടെ. നീ എല്ലാം കഴിഞ്ഞ് വീട്ടിൽ വരില്ലേ?''

''നീ ധൈര്യമായി പോയി വിജയിച്ച് വാ. ഞാനിപ്പോൾ ആണ്ടിപ്പൂശാരിയിൽ ലയിച്ച് കഴിഞ്ഞിരിക്കുന്നു. പ്രശ്നക്കാർ ചില്ലറക്കാരല്ല. അവർ പറയുന്നത് മുഴുവൻ കേൾക്കട്ടെ.''

സത്യത്തിൽ ഹരി ചിരിച്ചു. വിശ്വാസമില്ലാത്തവൻ വിശ്വാസിയായാൽ ഇങ്ങനെയൊക്കെയുണ്ട്. ഒരു നാടൻചൊല്ലുണ്ടല്ലോ. സഭ്യമല്ലാത്തതുകൊണ്ട് ഹരി അതവിടെ പറഞ്ഞില്ല. എന്നാൽ അത് മനസ്സിലാലോചിച്ച് ചിരിച്ചുകൊണ്ട് ഹരികൃഷ്ണൻ പോയി.

അന്ന് പ്രശ്നത്തിന്റെ അവസാന ദിവസമായിരുന്നു. പ്രശ്നക്കാർ മൂന്നു ദിവസമുണ്ടായിരുന്നു. അവർ പറഞ്ഞത് ആണ്ടിപ്പൂശാരിക്ക് ഒരു പ്രതിഷ്ഠ വേണമെന്നായിരുന്നു. അത് ഒരു കാവിനകത്താകണമന്ന് പറഞ്ഞപ്പോൾ സ്കന്ദൻ നമ്പൂതിരി അതിനെ ന്യായീകരിച്ചു. സ്കന്ദൻ നമ്പൂതിരി ഉള്ളിൽ ആഗ്രഹിച്ച ഒരു കാര്യമായിരുന്നു അത്. ആണ്ടവന്റെ വീടും പറമ്പും മൊത്തത്തിൽ ഒരു കാവാക്കി അതിൽ ആണ്ടവനെ പ്രതിഷ്ഠിക്കണം. അതാണ് ശരിയെന്ന് പ്രശ്നക്കാരും സമ്മതിച്ചു. ആണ്ടവനെ പ്രതിഷ്ഠിക്കാൻ ബ്രാഹ്മണർ വേണം. അണ്ടവന്റെ തൊട്ടടുത്ത് തറയ്ക്കൽ ഭഗവതിക്കും സ്ഥാനം വേണം. ഭഗവതിയെ ആവാഹിച്ചിരുത്തണം. അതിന് താന്ത്രികവിധിപ്രകാരം പലരേയും ചിന്തിച്ചു. ആരും യോചിക്കുന്നില്ല. അവസാനാണ് സ്കന്ദൻ നമ്പൂതിരിയെ ചിന്തിച്ചത്. അത് ശരിയുമായി.

സ്കന്ദൻ പറഞ്ഞു, ''ഞാൻ തന്ത്രകർമ്മങ്ങളിൽ അത്ര പണ്ഡിതനൊന്നുമല്ല. അതുകൊണ്ട് നാരായണൻ നമ്പൂതിരിയെക്കൊണ്ട് ചെയ്യിക്കാം.'' ആ നിലയ്ക്ക് അവർ ഒഴിവ് നോക്കി. എല്ലാ ജ്യോത്സ്യന്മാരും ഒന്നിച്ചുപറഞ്ഞു. ''അത് പറ്റില്ല. താങ്കൾ എങ്ങനെ കർമ്മം ചെയ്താലും അവരിവിടെ ഇരിക്കും. ഭഗവതിയും ആണ്ടവനും. അവർക്ക് നിത്യപൂജ വേണ്ട. ഒരു വെള്ളരിക്കമ്മൾ വേണം.''

ഇതു കേട്ടപ്പോൾ മുകുന്ദൻ ചോദിച്ചു, ''എനിക്ക് ഒരു കർമ്മവും അറിയില്ല. എന്നാൽ ഞാൻ വെള്ളരിക്കമ്മളാവാൻ തയ്യാറാണ്. ഞാൻ മതിയോ?''

ജ്യോതിഷികൾ പിന്നെയും കവടി നിരത്തി. ഏറ്റവും അനുയോജ്യമെന്നാണവർ പറഞ്ഞത്. യഥാർത്ഥത്തിൽ തീരുമാനം വിചിത്രമായിരുന്നു. പൂശാരിക്കാവിന്റെ തന്ത്രി സ്കന്ദൻ നമ്പൂതിരി. വെള്ളരിക്കമ്മൾ മുകുന്ദൻ. ഇനി കൊല്ലംതോറും ആട്ട് നടത്തണം. അതിനുള്ള അവകാശം തറയ്ക്കൽ ഭഗവതിക്ക് ആട്ടു നടത്തുന്ന മണ്ണാൻ സമുദായക്കാർക്കാണ്.

പ്രശ്നം കഴിഞ്ഞ് ആളുകൾ പിരിഞ്ഞുപോകുന്നത് സന്ധ്യയ്ക്കാണ്. മുകുന്ദന്റെ അമ്മ ദേവകിയും പ്രശ്നം കേൾക്കാൻ വന്നിരുന്നു. മുകുന്ദന്റെ നിർബന്ധം കൊണ്ടു വന്നതാണ്. വീട്ടിൽ വയ്യാതെ കിടക്കുന്ന രണ്ടുപേരുണ്ട്. അവരുടെ പ്രാഥമിക കർമ്മങ്ങളൊക്കെ

കഴിച്ച് ഭക്ഷണവും കൊടുത്ത ശേഷമാണ്, ദേവകി പൂശാരിക്കാവിൽ എത്തിയത്. എങ്കിലും മനസ്സിന്റെ പകുതി വീട്ടിലാണ്. അവിടെ ഒരുത്തിയുള്ളത് എപ്പോഴും സ്വപ്നലോകത്താണ്. രണ്ടുംകൂടി അലറി വിളിച്ചാൽ പോലും ചിലപ്പോൾ അവൾ അത് കേട്ടെന്ന് വരില്ല. മകൾ ദേവയാനിയുടെ കാര്യമാണ്. മുകുന്ദൻ വരാൻ അല്പംകൂടി താമസമുണ്ടെന്ന് കേട്ടപ്പോൾ അവർ അയൽപക്കക്കാരായ സ്ത്രീകളുടെ കൂടെ വേഗം വീട്ടിലേക്ക് തിരിച്ചു.

ഉമ്മറവാതിൽ ചാരിയിട്ടിരുന്നു. സന്ധ്യയായിട്ടും വിളക്കു തെളിച്ചതിന്റെ ഒരു അടയാളവുമില്ല. ''ഈ ഒരമ്പട്ടോൾക്ക് ആ വിളക്കും കൂടി ഒന്നു കൊളുത്താൻ കഴിഞ്ഞില്ലേ? അകത്തെ മുറിയിൽ നിന്ന് ഗോവിന്ദൻനായരുടെ ഞരങ്ങൽ കേൾക്കാനുണ്ട്. പാപ്പിക്കുട്ടിയമ്മ നല്ല ഉറക്കത്തിലാണെന്ന് തോന്നുന്നു. ഒച്ചയും വിളിയുമൊന്നും കേൾക്കാത്തതുകൊണ്ട് ദേവകി അങ്ങനെ തീരുമാനിച്ചു. ചാരിവച്ച ഉമ്മറവാതിൽ തുറന്നുകൊണ്ട് ദേവകി വിളിച്ചു. 'ദേവ്യേ... നീ ഇവടെ എന്തെടുക്കുവാ? അന്തിത്തിരി കൊളുത്താനും കൂടി മറന്നോ?'' ദേവയാനിയുടെ മറുപടിയൊന്നും കേട്ടില്ല.

'അന്തിമയങ്ങിയ ഇന്നേരത്ത് ഇവളിതെവിടെപ്പോയി കിടക്കാണാവോ?' പിറുപിറുത്തുകൊണ്ട് മുറികളിലൊക്കെ പോയി നോക്കി. എവിടെയും ദേവയാനിയില്ല. വേലിക്കരികിൽ ചെന്ന് അടുത്ത വീട്ടിലേക്ക് വിളിച്ചു ചോദിച്ചു. ''ദേവ്യങ്ങട്ട് വന്നോ? ഇവടെയൊന്നും കാണുന്നില്ലല്ലോ?''

''ഇല്ലല്ലോ ഞങ്ങളിപ്പോൾ വന്നിട്ടേയുള്ളൂ. എവിടെപ്പോയാവോ?'' അയൽവാസിയുടെ മറുപടി കേട്ടപ്പോൾ ദേവകിയമ്മയ്ക്ക് പരിഭ്രാന്തിയായി.

'ന്നാലും എവിടെപ്പോയി യിവൾ? നേരം ഇരുട്ടിത്തുടങ്ങി. അങ്ങനെ ആരോടും പറയാതെ എങ്ങോട്ടേക്കെങ്കിലും പോകുന്ന ഒരു പ്രകൃതമല്ല.' ദേവകിയമ്മയ്ക്ക് കരച്ചിൽ വന്നു. ദേവകിയമ്മയുടെ സങ്കടം മനസ്സിലാക്കിയ അയാൽക്കാർ അവരെ സമാധാനിപ്പിക്കാൻ അവിടെയെത്തി തുടങ്ങി. ദേവയാനിയെ കാണാനില്ല. ഗോവിന്ദൻനായരുടെ മകൾ ദേവയാനിയെ... പലരും പരസ്പരം പറഞ്ഞു. വഴിയിൽ നിന്ന് തന്നെ മുകുന്ദൻ വിവരമറിഞ്ഞു. ഓടി വീട്ടിലെത്തിയപ്പോഴേക്കും വലിയ ഒരാൾക്കൂട്ടം വീട്ടുമുറ്റത്തുണ്ടായിരുന്നു. ഇതൊന്നുമറിയാതെ ഗോവിന്ദൻ അലറി. ''നിക്ക് വയ്യല്ലോ ഭഗവാനേ, ഇന്നെ ആരെങ്കിലും ഒന്ന് കൊന്ന് തരോ...'' ആ വിലാപം ചുറ്റും പ്രതിധ്വനിച്ചുവെങ്കിലും അതാരും ശ്രദ്ധിച്ചില്ല. എല്ലാവരും ചോദിച്ചു, ''ദേവയാനിയെവിടെ?'' പല മനസ്സുകളുടെ ഗുഹാമുഖങ്ങളിൽ തട്ടി ആ ചോദ്യം പ്രതിധ്വനിച്ചുകൊണ്ടിരുന്നു.

അതിരുകളിടിയുന്ന ജാതികൾ

നാട്ടിൽ കോളിളക്കം സൃഷ്ടിച്ചൊരു വാർത്തയായിരുന്നു അത്. ഗോവിന്ദൻനായരുടെ മകൾ, മുകുന്ദന്റെ പെങ്ങൾ, കാമുകനോടൊത്ത് ഒളിച്ചോടിപ്പോയി. എന്നാലും മുകുന്ദന് ഒരിക്കലും വിശ്വസിക്കാൻ കഴിയാത്ത ഒരു വാർത്തയായിരുന്നു അത്. തന്റെ പെങ്ങളേക്കാൾ കൂടുതൽ അയാൾക്ക് വിശ്വാസമായിരുന്നു ഹരിയെ. അവൻ ഇങ്ങനെ ഒരു ചതി തന്നോട് ചെയ്യുമെന്ന് മുകുന്ദൻ സ്വപ്നത്തിൽപോലും വിശ്വസിച്ചില്ല. അവനെ കൊല്ലാനുള്ള ദേഷ്യമുണ്ട് അയാൾക്ക്.

''വിശ്വസിക്കുന്നവരെ വഞ്ചിക്കുന്ന കഴുത. അവനെന്റെ കണ്ണിൽ പെട്ടാൽ അന്ന് അവന്റെ അടിയന്തിരം ഞാൻ നടത്തും.'' മുകുന്ദൻ ബാലനോട് പറഞ്ഞു.

''എന്നിട്ടെന്താ കാര്യം?'' ബാലൻ തിരിച്ച് ചോദിച്ചു. ''ഒരു കുടുംബം അനാഥമാകും. നിന്റെ പെങ്ങൾ വിധവയാകും. അല്ലാതെ അതു കൊണ്ടെന്തു കാര്യം? ഒന്നാലോചിച്ചാൽ ഹരിക്കെന്താണ് ഒരു കുറവ്? കാണാൻ സുന്ദരൻ. അവനിപ്പോൾ ഒരു സർക്കാർ ജോലിയുമുണ്ട്. ഒരു പെണ്ണിനെ മാനം മര്യാദയ്ക്ക് പോറ്റാൻ കഴിയും. വിവാഹപ്രായം കഴിഞ്ഞ് നിൽക്കുന്ന ഒരു പെൺകുട്ടിക്ക് അവൻ ഒരു ജീവിതം നൽകി. അതാണോ അവൻ ചെയ്ത തെറ്റ്?''

ബാലന്റെ ചോദ്യം കേട്ടപ്പോൾ മുകുന്ദന് ദേഷ്യം കൂടുകയാണ് ചെയ്തത്. ''അപ്പോൾ എല്ലാം നീയുംകൂടി അറിഞ്ഞിരുന്നുവല്ലേ? അവനെന്തൊക്കെ യോഗ്യതയുണ്ടെങ്കിലും അയാളൊരു നായരല്ല. ഈ ഒരു ബന്ധംകൊണ്ട് സമുദായത്തിൽ ഞങ്ങളുടെ കുടുംബം ഒറ്റപ്പെട്ടു. പരിഹാസ്യരായി. നിങ്ങൾ രണ്ടുപേരും ഒരേ ജാതിക്കാരാണല്ലോ. അപ്പോൾ നീയവന്റെ ഭാഗംതന്നേ പറയൂ.''

''മുകുന്ദാ, നീയെന്ത് അസംബന്ധമാണീ പറയുന്നത്. നിന്നെപ്പോലെ ഉയർന്ന ചിന്താശേഷിയുള്ള ഒരാൾ പറയേണ്ടതാണോ ഇത്? പണ്ടൊരിക്കൽ ജാതിയുടെയും മതത്തിന്റെയും മതിലുകൾ പൊളിക്കേണ്ടതിന്റെ ആവശ്യകതയെക്കുറിച്ച് ക്ലബ്ബിൽ നീ പ്രസംഗിച്ചത്

നീ മറന്നുപോയിട്ടുണ്ടാവും. എന്നാൽ ഞാനും എന്നെപ്പോലെയുള്ള പലരും അത് മറന്നിട്ടില്ല. സത്യത്തിൽ വിപ്ലവം വേണം. സ്വന്തം വീട്ടിൽ മാത്രമത് പാടില്ല. ചില മാർക്സിസ്റ്റുകാര് ദൈവത്തിനെതിരെ ഘോരഘോരം പ്രസംഗിച്ച്, ആരും കാണാതെ അമ്പലത്തിൽ ചെന്ന് വഴിപാട് നടത്തുന്നതുപോലെയാണിത്. സ്ത്രീ സ്വാതന്ത്ര്യത്തിന് അഹോരാത്രം പ്രവർത്തിക്കുന്ന ചിലർ അവരുടെ ഭാര്യയ്ക്കും പെങ്ങൾക്കും അത് വേണ്ടന്ന് പറയുന്നതുപോലെയാണ്. ഈ ജാതിയൊക്കെ ഇന്നല്ലെങ്കിൽ നാളെ ഇല്ലാതാവുകതന്നെ ചെയ്യും. പണ്ടൊന്നും കിരിയത്തിലെ നായര് മറ്റു നായന്മാരുമായി വിവാഹബന്ധം സ്ഥാപിച്ചിരുന്നില്ല. ഇന്നാരെങ്കിലും അതു നോക്കാറുണ്ടോ? കുറച്ച് കാലം കഴിയുമ്പോഴേക്കും ജാതിയുടെ കാര്യവുമങ്ങനെയായിരിക്കും. ആരും തട്ടിത്തകർക്കാതെ താനേ ഇടിഞ്ഞ് വീഴാനുള്ളതാണ് ജാതിയുടെ മതിൽക്കെട്ട്. ഇപ്പോഴാണവർക്ക് നിന്റെ പിന്തുണ വേണ്ടത്. അതവർക്ക് ആത്മവിശ്വാസം നൽകും. അവർ നന്നായി ജീവിക്കട്ടെ. അതിനവരെ അനുഗ്രഹിക്കുകയാണ് നീ ചെയ്യേണ്ടത്.''

ബാലന്റെ വാക്കുകൾ മുകുന്ദൻ കേട്ടിരുന്നുവെങ്കിലും അതിലൊന്നും അവന്റെ ശ്രദ്ധ പോയിരുന്നില്ല. എന്തു ചെയ്യണം എന്നറിയാത്ത അയാളുടെ മനസ്സ് കാടൻചിന്തകൾകൊണ്ട് നിറഞ്ഞു കവിയുകയായിരുന്നു.

''ന്റെ ഹരിക്കുട്ടാ, നീ ചെയ്തത് ഒരു നല്ല കാര്യാണ്ടാ. ആ കുട്ടിക്ക് ഒരു ജീവിതംണ്ടാക്കീലേ? പിന്നെ നായാരായാലും നമ്പൂരിയായാലും അന്റെ കെട്ട്യോളെ അന്റെ ചൊൽപ്പടിക്ക് നിർത്തണം. അത്രേയുള്ളൂ.'' കുഞ്ഞയ്യപ്പനും ഭാര്യയും വേവലാതിയിലായിരുന്നു. ''അവരൊക്കെ വല്യ ആളുകളാ. എടാ, ഈ പെണ്ണിനെ അവടെ തിരിച്ചേൽപ്പിക്കെടാ. അവര് ജീവിച്ചപോലെ ഇവിടെ കയ്യിയാൻ പറ്റോ. ഓര് ഒക്കെ വല്യ വല്യ ആൾക്കാരാ.'' അമ്മ കരയുന്നതുപോലെ പറഞ്ഞത് ദേവയാനി കേട്ടു.

''അമ്മേ, ഞാൻ ഇവിടുത്തെപോലെ ജീവിച്ചോളാം. എന്നെ ആട്ടിയിറക്കരുത്. ഹരിയേട്ടനെ എനിക്ക് അത്രയ്ക്ക് ഇഷ്ടമാണ്. ഇവിടെ കഴിയാൻ എന്നെ അനുവദിച്ചാൽ മതി.'' ദേവയാനിയുടെ വാക്കുകൾ കേട്ടപ്പോൾ കുഞ്ഞയ്യപ്പൻ പറഞ്ഞു. ''എന്താണ്ടാവ്വാച്ചാൽ അതങ്ങട്ട് നടക്കട്ടെ. അവന് ഇഷ്ടപ്പെട്ട ഒരു പെണ്ണാണ് അവൾ. എന്തായാലും അവളിവിടെ ഉണ്ടാവും.''

അത് കേട്ടപ്പോൾ കാക്കിചേത്ത്യാര് ഉഷാറായി. ''ജ്ജ് ഇപ്പോളാണ്ട ഒരാങ്കുട്ടിയായത്. ഓന്റെ ഇഷ്ടപ്രകാരാണ് ഓള് ഇങ്ങട് കേറി വന്നത്. അത് ഓര് തമ്മില് തീർത്തോളും. ഇന്ന് ഓരെ കല്യാണം

കയിഞ്ഞിക്ക്ണ്. കുഞ്ഞയ്യപ്പാ, അനക്ക് പറ്റൂച്ചാൽ വേഗം പോയി ഒരു സദ്യയ്ക്കുള്ള സാധനം വാങ്ങീട്ട് വാ. ആ അമ്രാളുകുട്ടീനെ മ്മക്ക് ഒന്ന് സൽക്കരിക്കണം.''

ആരെ തിർത്താലും മുത്ത്യമ്മ സ്വീകരിക്കും എന്ന് ഹരിക്ക് ആദ്യമേ ഉറച്ച വിശ്വാസമുണ്ടായിരുന്നു. മുത്ത്യമ്മ അനുകൂലിച്ചാൽ പിന്നെ ആ വീട്ടിൽ ആരെതിർത്തിട്ടും ഒരു കാര്യവുമില്ല. മുത്ത്യമ്മ എതിർത്താൽ പിന്നെ മറ്റെല്ലാവരുടേയും ആനുകുല്യംകൊണ്ടും ഒരു കാര്യവുമില്ല. അത് ഹരിക്ക് നന്നായി അറിയാം.

കറച്ചു ദിവസം തറയ്ക്കലെ ആൽത്തറയും അന്ത്രു മുതലാളിയുടെ ചാക്കടയിലും ക്ലബ്ബിലും ഒക്കെ ഇതായിരുന്നു സംസാരവിഷയം. ആ ദിവസങ്ങളിൽ മുകുന്ദനോ ഹരിയോ ക്ലബ്ബിൽ വരാറുണ്ടായിരുന്നില്ല. ഒരിക്കൽ വഴിയിൽ വച്ച് സ്കന്ദൻ നമ്പൂതിരി ബാലനെ കണ്ടപ്പോൾ ചോദിച്ചു. ''അല്ല, പ്രശ്നം വയ്ക്കാനൊക്കെ ഉണർന്ന് പ്രവർത്തിച്ചെങ്കിലും പരിഹാരക്രിയയ്ക്കൊന്നും ആരും മുൻകൈയെടുക്കുന്നില്ലല്ലോ.''

അപ്പോൾ ബാലൻ കാര്യങ്ങളൊക്കെ തിരുമേനിയെ അറിയിച്ചു. മുകുന്ദനും ഹരിയുമാണ് എല്ലാ കാര്യത്തിനും മുമ്പിലുണ്ടായിരുന്നത്. അവരിപ്പോൾ ക്ലബ്ബിലേക്ക് വരുന്നില്ല. അതാണ് എല്ലാം വൈകുന്നതിന് കാരണം. അങ്ങനെയാണെങ്കിൽ മുകുന്ദനെ ഒന്നു കാണണമെന്നായി തിരുമേനി. താൻ വിളിച്ച് കൊണ്ടു വരാം എന്ന് പറഞ്ഞെങ്കിലും അതു വേണ്ട. നമുക്കയാളുടെ വീട്ടിലൊന്നു പോയാലെന്താ എന്ന് സ്കന്ദൻ നമ്പൂതിരി ചോദിച്ചപ്പോൾ ബാലന് ഒഴിഞ്ഞുമാറാൻ കഴിഞ്ഞില്ല. എന്തായാലും കുറച്ച് ദിവസമായി മുകുന്ദൻ ആധാരമെഴുത്തിന് പോകുന്നില്ലെന്ന് ബാലനറിയാമായിരുന്നു. അതുകൊണ്ട് വീട്ടിൽത്തന്നെ ഉണ്ടാകുമെന്ന് അയാൾക്കുറപ്പുണ്ടായിരുന്നു. അവർ രണ്ടുപേരും കൂടി മുകുന്ദന്റെ വീട്ടിലേക്ക് നടന്നു. നടക്കുമ്പോൾ തിരുമേനി പറഞ്ഞു. ''ജീവിതം എന്നത് ഒരു സമരമാണ് ബാലാ. അതിൽ തളർന്ന് വഴിയിലിരുന്നുപോയാൽ മറ്റുള്ളവർ നമ്മെ ചവിട്ടിക്കുതിച്ച് മുന്നോട്ട് പോകും. ഇരുന്നവർക്ക് പിന്നെ എഴുന്നേൽക്കാൻ കൂടി കഴിയില്ല. ഇപ്പോൾ മുകുന്ദനെ പിടിച്ച് പൊന്തിച്ചില്ലെങ്കിൽ അത് എന്നത്തേക്കുമായി അയാളുടെ വീഴ്ചയായിരിക്കും. നിങ്ങൾ കൂട്ടുകാരല്ലേ, അതിനയാളെ അനുവദിക്കരുത്.

''ശ്രമിക്കാഞ്ഞിട്ടല്ല തിരുമേനി. ഞങ്ങളൊക്കെ ഹരിയുടെ ഭാഗമാണെന്നയാൾ വിശ്വസിക്കുന്നു. ഞങ്ങളൊരു ജാതിയായതുകൊണ്ട് ഒരു കൂട്ടാണെന്നാണ് അയാൾ പറയുന്നത്. ഇത്രയുംകാലം മുകുന്ദനിൽ കാണാത്ത ഒരു ജാതിബോധം ഇപ്പോൾ അയാളെ ആകെ ഗ്രസിച്ചിരിക്കുകയാണ്.''

ബാലൻ പറഞ്ഞത് കേട്ടപ്പോൾ തിരുമേനി ഒന്നു ചിരിച്ചു. ''ആ ജാതിബോധം അയാളുടെ ഉള്ളിൽ പണ്ടുമുണ്ടായിരിക്കും. ഒരു മുഖംമൂടികൊണ്ട് അതിനെ നിങ്ങൾക്കു മുമ്പിൽ മറച്ചുവെച്ചു എന്ന് മാത്രം. അല്ലെങ്കിൽതന്നെ ഓരോ മനുഷ്യരും എത്രതരം മുഖംമൂടിയണിഞ്ഞാണ് ജീവിക്കുന്നത്. അതിൽ അയാളെ കുറ്റപ്പെടുത്തിയിട്ട് കാര്യമില്ല. സമൂഹം അത്തരം മുഖംമൂടികൾ അടിച്ചേൽപ്പിക്കുകയാണ്. എന്തായാലും നമുക്കൊന്ന് സംസാരിച്ച് നോക്കാം.''

''തിരുമേനി പറഞ്ഞത് വലിയ ശരിയാണ്. പക്ഷേ അത്തരം ശരികൾ ഉൾക്കൊള്ളുവാനും പ്രയാസമാണ്. തിരുമേനിക്ക് അറിയുമോ എന്നറിയില്ല. എന്റെ അച്ഛൻ ചോയി ഒരു വാറ്റ് കേസിൽ എട്ട് വർഷം ശിക്ഷിക്കപ്പെട്ടു. അന്ന് ഞങ്ങൾ ചെറിയ കുട്ടികളാണ്. അച്ഛൻ ജയിലിലായതോടെ അമ്മ അതേ പണിതന്നെ ചെയ്താണ് ഞങ്ങൾ മൂന്നെണ്ണത്തിനെ നോക്കിയത്. 'ചോയിച്ചിയുടെ അല്ലേ മോൻ' എന്ന് എന്റെ മുഖത്ത് നോക്കി പരിഹസിച്ചവരാണ് പലരും. അന്ന് അമ്മ മൂന്ന് കുട്ടികളെയും കൊന്ന് ആത്മഹത്യ ചെയ്തിരുന്നുവെങ്കിൽ അവർക്ക് ഒരു രക്തസാക്ഷി പരിവേഷമായിരിക്കും. അവരെ പുകഴ്ത്താനും ദാരിദ്ര്യത്തെക്കുറിച്ച് പാടിപ്പുകഴ്ത്താനും നൂറ് നൂറ് നാവുകൾ ഉയരും. എന്നാൽ ഇപ്പോൾ ജയിൽവാസം കഴിഞ്ഞ് പുറത്ത് വന്ന അച്ഛൻ വീടിന് പുറത്തിറങ്ങാറില്ല. അച്ഛന് അച്ഛൻ ശിക്ഷിക്കപ്പെട്ടതിന്റെ നാണക്കേടല്ല. അമ്മ തെറ്റായി ജീവിച്ചതിനെക്കുറിച്ച് നാട്ടുകാർ ചോദിക്കുന്നത് അഭിമുഖീകരിക്കാനുള്ള ഭയമാണ്. തെറ്റായ കർമ്മങ്ങൾ അമ്മ ചെയ്തിട്ടുണ്ടാവും. അത് ഗതികേടുകൊണ്ടാണെന്ന് എനിക്ക് മനസ്സിലാവും. പക്ഷേ അച്ഛനുപോലും മനസ്സിലാവുന്നില്ല. അച്ഛൻ ചെയ്ത തെറ്റ് അമ്മ ആവർത്തിച്ചു. പക്ഷേ അച്ഛൻപോലും അതൊന്നും അംഗീകരിക്കുന്നില്ല. സത്യത്തിൽ ബന്ധങ്ങളൊക്കെ ചില താല്ക്കാലിക അഡ്ജസ്റ്റ്മെന്റ് മാത്രമാണ്. അമ്മ, അച്ഛൻ, സുഹൃത്ത്, ഒക്കെ. മുകുന്ദൻ എന്റെ ഏറ്റവും അടുത്ത സുഹൃത്താണ്. ഹരിയും അങ്ങനെ തന്നെ. പക്ഷേ ഒരു വിഷയം വന്നപ്പോൾ മുകുന്ദൻ എന്നെ തള്ളിപ്പറഞ്ഞു. ഹരി ചെയ്തത് ശരിയായില്ല. പക്ഷേ അവൻ ഇഷ്ടപ്പെട്ടതോ കല്യാണം കഴിച്ചതോ തെറ്റാണെന്ന് എനിക്ക് തോന്നിയില്ല. അവന്റെ അടുത്ത കൂട്ടുകാരനായിരുന്ന മുകുന്ദനെ അത് ബോധിപ്പിച്ചില്ല എന്നതാണ് തെറ്റ്. സത്യം പറയട്ടെ തിരുമേനി, ഞാൻ പോലും ഇവർ തമ്മിലുള്ള പ്രേമം അറിഞ്ഞിട്ടില്ല. എന്റെ ഏറ്റവും പ്രിയ സുഹൃത്തുകളിൽ ഒരാളാണ് ഹരി. എന്നിട്ടും അത് അവൻ എന്നോടുപോലും പറഞ്ഞില്ല.'' ബാലൻ വീണ്ടും പറയുകയായിരുന്നു.

അതിനിടയിൽ സ്കന്ദൻ പറഞ്ഞു, "സ്നേഹത്തിന് ജാതിയും മതവുമില്ലടോ. അതൊക്കെ ആളുകൾ ഉണ്ടാക്കുന്നതാണ്. ആണ്ടിപ്പൂശാരിയെ സ്നേഹിച്ചും പിന്നെ വെറുത്തും പിന്നെ വീണ്ടും സ്നേഹിച്ചും പോയ ഒരാളാണ് ഞാൻ. സത്യം പറയട്ടെ, പ്രേതഭൂതങ്ങളിൽ എനിക്ക് വിശ്വാസമില്ല. പക്ഷേ അവിടെ അയാളുടെ പേരിൽ ഒരു കാവുണ്ടാകുന്നത് നല്ലതാണ്. അതുകൊണ്ടാണ് നിങ്ങൾ പറഞ്ഞപ്പോൾ ഞാൻ കൂടെ ഇറങ്ങിയത്. അയാൾ ഒരു വ്യക്തിയേയും ഉപദ്രവിക്കില്ല. എല്ലാം പലരുടേയും തോന്നലാണ്. ഞാൻ ഇതിനൊക്കെ ഒപ്പം നിൽക്കുന്നത് മരങ്ങൾ വളരട്ടെ എന്നതുകൊണ്ടുമാത്രമാണ്. ഞാനും ഒരു തരത്തിൽ തടവിലാണെടോ? ചില വിശ്വാസങ്ങൾ, ആചാരങ്ങൾ... അതൊക്കെ ഞാൻ പിൻതുടരുന്നത് ഒറ്റയടിക്ക് മാറാനുള്ള എന്റെ ധൈര്യക്കുറവുകൊണ്ട് കൂടിയാണ്."

മുകുന്ദന്റെ വീടെത്തുന്നതുവരെ അവർ സംസാരിച്ചു. വീടിനടുത്ത് എത്തിയപ്പോഴാണ് ആ അലർച്ച കേട്ടത്. "കൊല്ലോ, എന്നെ ഒന്ന് കൊന്ന് തരോ. അയ്യോ എനിക്ക് വയ്യായേ..."

സ്കന്ദൻ പകച്ച് നിന്നപ്പോൾ ബാലൻ പറഞ്ഞു. "അത് ഇവിടെ സ്ഥിരമുള്ളതാണ്. മുകുന്ദന്റെ അച്ഛൻ ഗോവിന്ദൻ നായരാണ്. അച്ഛമ്മ പാപ്പിക്കുട്ടിയമ്മയും അവിടെ അകത്തുണ്ട്. ഇതിനെ എതിർത്ത് അവരുടെ ശാപവും ഇനി കേൾക്കാം. സത്യത്തിൽ എനിക്ക് തോന്നാറുണ്ട്, അവരവർ ചെയ്തത് അനുഭവിച്ചേ അവർ പോകൂ എന്ന്. നരകം ഭൂമിയിൽതന്നെയാണ് എന്നെനിക്ക് തോന്നാറുള്ളത് മുകുന്ദന്റെ വീട്ടിൽ വരുമ്പോഴാണ്."

"ശരിയാണ് ബാലാ, നീ പറഞ്ഞത്. നരകവും സ്വർഗവും അവരവർ സൃഷ്ടിക്കുന്നതാണ്. ഗോവിന്ദൻനായർ ചെയ്തത് അയാൾ അനുഭവിക്കുന്നു. അതൊന്നുമല്ല നമ്മൾ ഇവിടെ വരാൻ കാരണം. വീട്ടിലെത്തക്കഴിഞ്ഞല്ലോ. ഇനി അവരുടെ കാര്യങ്ങൾ ചോദിച്ചറിയുക. മുകുന്ദനെ പുറത്തുകൊണ്ടു വരിക. മറ്റൊന്നും നമ്മൾ സംസാരിക്കരുത്." തിരുമേനി പറഞ്ഞതിന്റെ ഗൗരവം ബാലന് മനസ്സിലായി.

അവർ അങ്ങോട്ട് കയറുന്നത് മുകുന്ദൻ ഉമ്മറത്തിരുന്നു കണ്ടിരുന്നു. ഇന്നുവരെ അവിടെ വരാത്ത സ്കന്ദൻ നമ്പൂതിരി നേരിട്ട് വന്നത് മുകുന്ദന് ചിന്തിക്കാൻപോലും കഴിയാത്തതായിരുന്നു. എല്ലാം മറന്ന് മുകുന്ദൻ പറഞ്ഞു. "വരൂ വരൂ... ഇരിക്കൂ."

മുകുന്ദന്റെ വെപ്രാളം കണ്ട് സ്കന്ദൻ ചിരിച്ചു. "എന്താടോ ഇത്ര വെപ്രാളപ്പെടാൻ? ഞാനും ഒരു മനുഷ്യൻ മാത്രമാണ്."

"ന്നാലും തിരുമേനി ഇങ്ങോട്ട് വരാൻ..."

''തിരുമേനിയും പല മേനിയുമായിട്ടല്ല ഞാൻ ഇവിടെ വന്നത്. ആണ്ടിപ്പൂശാരിയുടെ കാവ് നിർമ്മിക്കാൻ നിങ്ങൾ മുന്നിലുണ്ടായിരുന്നു. ഇപ്പോൾ കാണുന്നില്ല. എന്താ കാരണം എന്നന്വേഷിക്കാൻ വന്നതാണ്.''

മുകുന്ദൻ വിഷാദച്ഛായ കലർന്ന ഒരു ചിരി ചിരിച്ചു. ''അപ്പോൾ തിരുമേനി ഒന്നും അറിഞ്ഞില്ലേ? നാട്ടിൽ മുഴുവൻ പാട്ടാണല്ലോ. ബാലാ, നീയും പറഞ്ഞ് കൊടുത്തില്ലേ?''

''ബാലൻ എന്ത് പറയാൻ. മുകുന്ദാ, നിന്റെ പെങ്ങൾ ഇഷ്ടപ്പെട്ട ഒരാളെ വിവാഹം കഴിച്ചത് അത്ര വലിയ തെറ്റാണോ? ഇതിനൊക്കെ നീയെന്തിനിങ്ങനെ ഒളിച്ചിരിക്കണം? കഷ്ടം, നമ്മൾ ചെറുപ്പക്കാരിങ്ങനെയായാൽ പിന്നെ ആരാണ് നാട് നന്നാക്കാൻ. ഞാൻ മുകുന്ദനോട് ഒരു അപേക്ഷയുമായി വന്നതാണ്. കേൾക്കുമോ?''

''അയ്യോ തിരുമേനിയെന്താ അങ്ങനെ പറയുന്നത്? അങ്ങ് പറഞ്ഞാൽ എന്തായാലും ഞാൻ കേൾക്കും.''

''സത്യമാണ് നീ പറയുന്നതെങ്കിൽ നമ്മൾ എല്ലാവരും ക്ലബ്ബിൽ ഒന്നിച്ച് ചേരുന്നു. ഹരിയും ഉണ്ടാവും. നിങ്ങളായിട്ട് തുടങ്ങിയ കാര്യം പൂർത്തിയാക്കാൻ. അതിനിടയിൽ ഇപ്പോഴത്തെ ഈ പ്രശ്നങ്ങൾ തീർക്കാൻ നിങ്ങൾക്കു കഴിയണം. അതോടെ എല്ലാം നാട്ടുകാരും മറക്കും. നമ്മുടെ ഒരു കാര്യവുമാലോചിച്ചിരിക്കാൻ നാട്ടുകാർക്ക് നേരമില്ല. നമ്മളായിട്ട് എപ്പോഴും അതവരെ ഓർമ്മിപ്പിക്കാതിരുന്നാൽ മതി.''

മുകുന്ദന് എന്ത് പറയണമെന്നറിയില്ലായിരുന്നു. അയാൾ പകച്ചു നിൽക്കുമ്പോൾ അമ്മ വന്നു പറഞ്ഞു. ''തിരുമേനി പറഞ്ഞതാണ് ശരി. അവൾ, അവൾക്കിഷ്ടപ്പെട്ട ഒരാളെ കല്യാണം കഴിച്ചത് അത്ര വല്യ കുറ്റമായി എനിക്ക് തോന്നിയിട്ടില്ല. പതിമൂന്ന് വയസ്സ് പ്രായത്തിലാണ് മുപ്പത് കഴിഞ്ഞ ഇവന്റെ അച്ഛൻ എന്നെ കൊണ്ടുവന്നത്. അന്ന് എനിക്ക് ശരിയും തെറ്റും അറിയില്ലായിരുന്നു. ഇരുപത്താറ് കഴിഞ്ഞ അവൾക്ക് ശരിയും തെറ്റുമറിയും. അവൾക്കിഷ്ടപ്പെട്ട ഒരാൾടെ കൂടെ അവൾ സന്തോഷത്തോടെ ജീവിക്കുന്നതിൽ നിക്ക് ഒരഭിമാനക്കൊറവും ഇല്യ തിരുമേനി. ഇവന് ഈ ജാതി പ്രാന്ത് ഇപ്പോണ്ടായതാണ്. ജാതിക്കാര് ആരും ഇവിടെ ഒന്നും തന്നിട്ടില്ല. ഇവിടെ ആരെങ്കിലും ഉണ്ണുന്നുണ്ടാ ഉറങ്ങുന്നുണ്ടോ എന്ന് അവരാരും വന്ന് ചോദിച്ചിട്ടില്ല. പിന്നെ അവരെ പേടിക്കാൻ ഇവനെന്താത്ര കാര്യം?''

മുകുന്ദൻ ഒന്നും മിണ്ടിയില്ല. സാവധാനം സ്കന്ദൻ നമ്പൂതിരി പറഞ്ഞുതുടങ്ങി.

ഓർമ്മത്തോറ്റങ്ങളിലൂടെ

"**മു**കുന്ദാ... കാലവും ലോകവും മാറിക്കൊണ്ടിരിക്കും. അതിനെ തടഞ്ഞുവയ്ക്കാൻ ആർക്കും കഴിയില്ല. അതിനോടൊപ്പം സഞ്ചരിക്കുവാൻ മടിക്കുന്നവർ സമൂഹത്തെ പിന്നിലേക്ക് വലിക്കുന്നവരാണ്. സമൂഹത്തിന്റെ കൂടെ സഞ്ചരിക്കുവാൻ പഠിക്കലാണ് യഥാർത്ഥ വിദ്യാഭ്യാസം. നാം പഠിച്ചതും പറഞ്ഞതും തെറ്റാണെന്ന് തോന്നുമ്പോൾ സധൈര്യം അതിനെ തിരുത്തുക. അതാണ് ശരി. തെറ്റാണെന്ന് തോന്നിയിട്ടും ആ തെറ്റിനു വേണ്ടി വാദിക്കുന്നതിൽ എന്തർത്ഥമാണുള്ളത്? ഇവിടെ ഹരിയോ നിന്റെ പെങ്ങളോ അല്ല തെറ്റുകാർ. അവരുടെ ഇഷ്ടം അതീവ രഹസ്യമാക്കി വയ്ക്കേണ്ടി വന്നത് അവരുടെ കൂടെ ചിന്തിക്കാൻ കഴിയാത്ത നമ്മളെപ്പോലുള്ളവർ ഉണ്ടായതുകൊണ്ടാണ്. സമൂഹം അവരെ അംഗീകരിക്കില്ലെന്ന് അവർ ഭയപ്പെട്ടു. അവരെ അവരുടെ പാട്ടിന് വിട്ടേക്കുക.

ഒന്നാലോചിച്ച് നോക്കൂ. മണ്ണാൻ സമുദായത്തിൽ ജീവിച്ച ഒരാൾക്ക് പ്രതിഷ്ഠ നടത്താൻ ബ്രാഹ്മണസമുദായത്തിൽപെട്ട ഞാൻ നിയോഗിക്കപ്പെട്ടിരിക്കുന്നു. പത്ത് കൊല്ലം മുമ്പാണെങ്കിൽ ഇത് നടക്കുമോ? ചിലപ്പോൾ എന്റെ സമുദായം എന്നെ പുറത്താക്കി എന്നുപോലും വരാം. പക്ഷേ അതിലൊരു വിപ്ലവമുണ്ട്. അതിന് കാർമ്മികനാവാൻ കഴിയുന്നതിൽ എനിക്കഭിമാനമാണ്. അതുപോലെ നിനക്കും അഭിമാനിക്കാവുന്ന ഒരു കാര്യമാണിത്. അഭിമാനിക്കണോ അപമാനിക്കണോ എന്നത് നിന്റെ സങ്കല്പത്തിനനുസരിച്ചായിരിക്കും. ഒന്നു മാത്രം ഞാൻ പറയാം. കാലത്തിന്റെ കുത്തൊഴുക്കിനനുസരിച്ച് ജാതിയുടെ മതിൽക്കെട്ടുകൾ എന്നെങ്കിലും ഇടിഞ്ഞുവീഴും. അതെന്തെങ്കിലുമാവട്ടെ, എന്തായാലും നീ ഇങ്ങനെ വീട്ടിൽതന്നെ ഇരുന്നാൽ കാവിലെ പ്രശ്നപരിഹാരങ്ങൾ ചെയ്യാൻ ആരാണ് മുന്നിൽ നിൽക്കുക. നിനക്ക് ഹരിയെ അഭിമുഖീകരിക്കാൻ ഒരു മടിയുണ്ടാകും. അയാൾക്കുമുണ്ടാവും. അത് ഒറ്റക്കാഴ്ചയോടെ തീരുന്നതാണ്. നിങ്ങൾ ക്ലബ്ബിൽ ഒരു മീറ്റിംഗ് വയ്ക്കൂ. ഞാൻ വരാം. പ്രശ്നം നമുക്ക് തീർക്കാം."

തിരുമേനിയുടെ വാക്കുകൾ തള്ളിക്കളയാൻ മുകുന്ദനാവുമായിരുന്നില്ല. മനമില്ലാമനസ്സോടെയാണെങ്കിലും മുകുന്ദൻ സമ്മതിച്ചു. മീറ്റിംഗ് സംഘടിപ്പിക്കുന്ന കാര്യം ബാലൻ ഏറ്റെടുത്തു. ഹരിയെ അതിൽ പങ്കെടുപ്പിക്കുന്ന ഉത്തരവാദിത്തവും അയാളുടേതായിരുന്നു.

പിന്നെ കാര്യങ്ങൾക്കൊക്കെ ഒരു വേഗത കൈവന്നു. ബാലൻ ക്ലബ്ബിൽ ചെന്ന് കൂട്ടുകാരെ വിവരം ധരിപ്പിച്ചതോടെ എല്ലാവരും ഒന്നുകൂടി ഉഷാറായി. ഒപ്പം സ്കന്ദൻ നമ്പൂതിരിയുണ്ടെന്നറിഞ്ഞപ്പോൾ എല്ലാവർക്കും വല്ലാത്ത ആവേശമായിരുന്നു. ഹരി യോഗത്തിൽ പങ്കെടുക്കുവാനും പൂശാരിക്കാവിന്റെ തുടർന്നുള്ള പ്രവർത്തനത്തിനും എപ്പോഴേ തയ്യാറായിരുന്നു. എന്നാൽ മുകുന്ദൻ, ഒരിക്കലും പ്രതീക്ഷിക്കാത്ത തരത്തിലുള്ള എതിർപ്പുയർത്തി എന്ന് കൂട്ടുകാരിൽനിന്ന് അറിഞ്ഞപ്പോൾ അയാളെ അഭിമുഖീകരിക്കാനുള്ള വിഷമംകൊണ്ടാണ്

ഹരി ക്ലബ്ബിലേക്ക് പോകാതിരുന്നത്. ബാലൻ വന്ന് വിളിച്ചപ്പോൾ എന്തായാലും യോഗത്തിൽ പങ്കെടുക്കാമെന്നയാൾ വാക്കുകൊടുത്തു. എന്നായാലും ഒരിക്കൽ മുകുന്ദനെ നേരിട്ടു കാണേണ്ടിവരും. അത് എത്രയും പെട്ടെന്നായാൽ അതിനെക്കുറിച്ച് ഓർത്ത് വെറുതെ ടെൻഷൻ വേണ്ടല്ലോ. വൈകുന്നതിനനുസരിച്ച് അയാൾക്ക് ദേഷ്യം കൂടിവരാനേ സാധ്യതയുള്ളൂ.

ഹരിയുടെ അഭിപ്രായമറിഞ്ഞതോടെ ബാലന്റെ നേതൃത്വത്തിൽ യോഗം നടത്താൻ ഒരു തിയ്യതി നിശ്ചയിച്ചു. എല്ലാ വിവരങ്ങളും അപ്പപ്പോൾ സ്കന്ദൻ നമ്പൂതിരിയെ അറിയിക്കുവാനും അദ്ദേഹത്തിന്റെ അഭിപ്രായങ്ങൾ ചോദിക്കുവാനും ബാലൻ മറന്നില്ല. ക്ലബ്ബിന്റെ പരിസരത്തു വെച്ച് തന്നെയായിരുന്നു യോഗം നിശ്ചയിച്ചിരുന്നത്. കാരണവന്മാരേയും നാട്ടിലെ പ്രമാണിമാരേയും യോഗത്തിന് ക്ഷണിച്ചിരുന്നു. അന്നും കാക്കിചേത്ത്യാര് കുഞ്ഞയ്യപ്പന്റെ കൂടെ നേരത്തെ തന്നെ യോഗസ്ഥലത്തെത്തി.

അന്നും സ്കന്ദൻ പൂശാരിക്കാവിന്റെ മുന്നിലൂടെ തന്നെയാണ് യോഗസ്ഥലത്തേക്ക് പോയത്. അതിന്റെ മുമ്പിലെത്തിയപ്പോൾ ഒരു നിമിഷം അയാൾ അവിടെയൊന്ന് നിന്നു. ചുറ്റും ശ്രദ്ധിച്ചു. നിശ്ശബ്ദത തളംകെട്ടി നിൽക്കുന്ന അവിടെ ഒരു തേങ്ങൽ ഘനീഭവിച്ച് കിടക്കുന്നുണ്ടെന്ന് അയാൾക്ക് തോന്നി..

''അമ്രാളുട്ടിചേത്ത്യാർക്ക് സുഖല്ലേ ഹര്യേ'' എന്ന പണിക്കരുടെ ചോദ്യം കേട്ടുകൊണ്ടാണ്. സ്കന്ദൻ നമ്പൂതിരി യോഗസ്ഥലത്തേക്ക് കയറിച്ചെന്നത്. കേട്ടുനിന്നിരുന്ന പലരും ആ സംബോധനയിൽ ലയിച്ച് ചിരിക്കുന്നത് സ്കന്ദൻ നമ്പൂതിരി കണ്ടു.

''പണിക്കരെവീട്ടിലെ പണിക്കത്ത്യാർക്ക് സുഖാണോന്ന് ങ്ങള് എപ്പളേങ്കിലും ഒന്നന്വേഷിച്ചിട്ടുണ്ടോ? അത് കയിഞ്ഞിട്ട് പോരേ നാട്ടുകാരു പെണ്ണ്ങ്ങളുടെ സുഖവിവരം ചോദിക്കുന്നത്.'' ഉള്ളിലടക്കിപ്പിടിച്ച ദേഷ്യം പുറത്ത് കാണിക്കാതെ കാക്കിചേത്ത്യാര് മറുപടി പറഞ്ഞു.

ഹരി വെറുതെ ചിരിക്കുക മാത്രമാണ് ചെയ്തതെങ്കിലും ആ ചോദ്യം അയാളെ വിഷമിപ്പിച്ചിട്ടുണ്ടെന്ന് തിരുമേനിക്ക് മനസ്സിലായി.

''പണിക്കരേ, നമ്മളിവിടെ കൂടിയിരിക്കുന്നത് പൂശാരിക്കാവിന്റെ കാര്യത്തിനാണ്. അതിലപ്പുറമുള്ള ഒരു വിഷയവും ഇവിടെ ചർച്ചയാവരുത്.'' തിരുമേനി കർശനമായിത്തന്നെയാണ് പറഞ്ഞത്.

''തിരുമേനി പറഞ്ഞതാ അതിന്റെ കാര്യം. ചേത്ത്യാരുടേയും അമ്രാളുട്ടിന്റെയും കാര്യം മ്മക്ക് ഇത് കയിഞ്ഞിട്ടും പറയാം. അതറിയാനത്ര തിടുക്കള്ളോര് ണ്ടെങ്കിൽ നേരം കിട്ടുമ്പൊം ന്റെ കുടീക്ക്

പോരോണ്ടിം. അല്ല പിന്നെ....'' കാക്കിചേത്ത്യാര് ധാർമ്മികരോഷം കൊണ്ടു.

തിരുമേനി പറഞ്ഞത് മറ്റുള്ളവരും കേട്ടിരുന്നു. അതുകൊണ്ടു തന്നെ ഹരിയുടെ വിഷയം പിന്നെ അവിടെ ചർച്ചയായില്ല. മുകുന്ദൻ കുറച്ച് വൈകിയാണ് എത്തിയത്. മുകുന്ദൻ വന്നതും മറ്റു സംസാര മുണ്ടാകാതിരിക്കാൻ പെട്ടെന്ന് യോഗം തുടങ്ങാൻ ബാലനോട് സ്കന്ദൻ നമ്പൂതിരി ആവശ്യപ്പെട്ടു. മുകുന്ദൻ ഹരിയെ കണ്ടിരുന്നു വെങ്കിലും കണ്ട ഭാവം കാണിക്കാതെ മറ്റൊരു ഭാഗത്ത് പോയിരുന്നു. ആരോടും അധികം സംസാരിക്കാൻ മുകുന്ദൻ കൂട്ടാക്കിയില്ല. അടുത്ത ആഴ്ച തന്നെ കാവിൽ പ്രതിഷ്ഠ നടത്താനും പ്രതിഷ്ഠാദിനത്തിൽ കാവിന്റെ ഒഴിഞ്ഞ് കിടപ്പുള്ള ഭാഗങ്ങളിൽ പുതിയ മരങ്ങൾ നടു വാനും യോഗത്തിൽ തീരുമാനമായി.

പ്രതിഷ്ഠയ്ക്കു തിയ്യതി കുറിച്ചു. സമാധാനപൂർവം യോഗം പിരിഞ്ഞു. യോഗം പിരിഞ്ഞശേഷം ഹരിയേയും മുകുന്ദനേയും അരികിൽ വിളിച്ച് സ്കന്ദൻ, സംസാരിച്ചു. മുകുന്ദൻ ഒന്നും പറഞ്ഞി ല്ലെങ്കിലും എല്ലാം കേട്ടു തല കുലുക്കി. സ്കന്ദൻ നമ്പൂതിരിയുടെ സാന്നിദ്ധ്യത്തിൽ അവർ കൈ കൊടുത്തു. തിരുമേനി പറഞ്ഞത് എതിർക്കാൻ കഴിയാത്തതുകൊണ്ടു മാത്രമാണ് മുകുന്ദൻ കൈനീട്ടി യതെന്ന് ആ കാഴ്ചയിൽ ആർക്കും മനസ്സിലാവും. എങ്കിലും സ്കന്ദൻ സംതൃപ്തനായിരുന്നു. ഇനി ക്രമേണ മഞ്ഞുരുകിത്തുടങ്ങും എന്ന യാൾക്കുറപ്പുണ്ടായിരുന്നു. യാത്രയാക്കാൻ ഞങ്ങളും കൂടെ വരാ മെന്ന് ബാലനും കൂട്ടരും ആവർത്തിച്ച് പറഞ്ഞെങ്കിലും അത് കൂട്ടാ ക്കാതെ സ്കന്ദൻ നമ്പൂതിരി നടന്നു.

ചെറുപ്പത്തിൽ അയ്യപ്പൻനായരോടൊത്തുള്ള യാത്രകളായിരുന്നു സ്കന്ദന്റെ ഓർമ്മകളിൽ. അയ്യപ്പൻനായർക്ക് തോറ്റംപാട്ടുകൾ വളരെ ഇഷ്ടമായിരുന്നു. ആണ്ടവൻ പാടിക്കേൾക്കുന്നത് പ്രത്യേകിച്ചും. അയ്യപ്പൻനായരുടെ ആ പ്രത്യേക താത്പര്യമാണ് സ്കന്ദനും തോറ്റം കേൾക്കാൻ അവസരമുണ്ടാക്കിയത്. തോറ്റം കേൾക്കാൻ അയ്യപ്പൻ നായർ പോകുമ്പോൾ സ്കന്ദനേയും കൊണ്ടുപോകുമായിരുന്നു. കേട്ട് കേട്ട് കുറെയൊക്കെ തോറ്റം അയ്യപ്പൻ നായർക്കും മനപ്പാഠ മായിരുന്നു. ആണ്ടവന്റെ വീട്ടുപരിസരത്തെത്തിയപ്പോൾ സ്കന്ദന് ഓർമ്മവന്നത് ആണ്ടവൻ ബലിയുഴിയുന്ന ഒരു പഴയ കാഴ്ചയായി രുന്നു. ആ തോറ്റം അയാളുടെ മനസ്സിലേക്ക് പെയ്തിറങ്ങാൻ തുടങ്ങി. ആണ്ടവന്റെ പ്രൗഢഗംഭീരമായ സ്വരം അവിടെ അലയടിക്കുന്നതു പോലെ അയാൾക്ക് തോന്നി.

''ഓം കിഴക്കിനിയാം പൊന്നിൻ ഗോപുര വാതിൽക്കൽ ആരാര് കാത്തിരിപ്പൂ. കിഴക്ക് ഉദയമാനപർവതം ആദിത്യനും പേരും പെരു മ്പടമാരും കാത്തിരിപ്പൂ. എന്തുകൊണ്ട് മച്ച്, മാളിക എന്തുകൊണ്ട്

മേപ്പടി കീഴ്പടി എന്തുകൊണ്ട്, കുറ്റിപാത്രം എന്തുകൊണ്ടടപ്പ് തുറപ്പ്, എന്തുകൊണ്ട് തഴു ചങ്ങല എന്തുകൊണ്ട്, താഴ്താക്കോൽ പൊന്നുകൊണ്ട് മച്ചുമാളിക പൊന്നുകൊണ്ട് മേപ്പടി കീഴ്പടി പൊന്നുകൊണ്ട്, കുറ്റി പാത്രം പൊന്നു കൊണ്ടടപ്പ് തുറപ്പ് പൊന്നു കൊണ്ട്, തഴുചങ്ങല പൊന്നുകൊണ്ട് താഴ് താക്കോൽ, പൊന്നു രുളിയിൽ അരിയും വെച്ച് പൊന്നാംവണ്ണം പെരുമ്പല ഇരുപ്പാൻ കൊടുത്ത് പൊന്നാംകിണ്ടിയിൽ നീർ ചെരിച്ച്, കാട്ടിലെ പുഷ്പ മറുക്കാൻ തോട്ടിലെ നീർവിളയാടി കാൽക്കു നീരേൽക്കും അസുര കളും പൂവും മാലയും ഇക്കളത്തിൽ വന്ന് ബലിപൂജ കൊണ്ട് ഒന്നി രിക്കും ദൈവം ദൈവതമാരെപ്പോലെ ദൈവമേ....''

പറച്ചെണ്ട കൊട്ടാത്ത ഓർമ്മത്തോറ്റത്തിൽ മുങ്ങി നിവർന്നു കൊണ്ട് സ്കന്ദൻ നമ്പൂതിരി മനയ്ക്കലെ പടിപ്പുര വാതിൽക്കലെത്തി യത് അയാളുപോലുമറിഞ്ഞില്ല.

പരിഹാരം തേടുന്നവർ

കുഞ്ഞന്റെ മകനും മകന്റെ മകനും കുറച്ചുപേരുമായിരുന്നു മണ്ണാൻ സമുദായത്തെ പ്രതിനിധീകരിച്ച് പൂശാരിക്കാവിലെ ആണ്ടവൻ പ്രതീഷ്ഠയ്ക്ക് വന്നിരുന്നത്. തന്ത്രവിദ്യ ചെറുപ്പത്തിൽ അല്പം പഠിച്ചിട്ടുണ്ടെന്നല്ലാതെ അതിൽ വേണ്ടത്ര പരിജ്ഞാനമില്ലാത്തതുകൊണ്ട് സ്കന്ദനെ സഹായിക്കാൻ നാരായണൻ നമ്പൂതിരി ഒരാളെ പറഞ്ഞയച്ചിരുന്നു. എന്തായാലും ഭഗവതിക്കാണല്ലോ പ്രതിഷ്ഠ. ആണ്ടവന് ഗുരുവിന്റെ സ്ഥാനത്തിലാണ് ഇരിപ്പിടം. പിന്നെ അഷ്ടമംഗല്യവിധി പ്രകാരമല്ലേ? പ്രശ്നച്ചാർത്തു കണ്ട നാരായണൻ നമ്പൂതിരിക്ക് അങ്ങനെ ഒരു സമാധാനമുണ്ടായിരുന്നു. അതുകൊണ്ടാണ് ഒരാളെ സ്കന്ദന്റെ കൂടെ പറഞ്ഞുവിട്ടത്. പുലർച്ചെതന്നെ പ്രതിഷ്ഠാകർമ്മങ്ങൾ ആരംഭിച്ചു.

കാവിൽ പുതിയ മരങ്ങൾ നട്ടുപിടിപ്പിക്കുന്ന കർമ്മത്തിന് ഒരു ഉദ്ഘാടനം വേണമെന്നും നാട്ടിലെ ഏറ്റവും പ്രായംകൂടിയ വ്യക്തിയെന്ന നിലയിൽ അതിന് ഏറ്റവും യോഗ്യതയുള്ളത് കാക്കിചേത്ത്യാർക്കാണെന്നും സ്കന്ദൻ നമ്പൂതിരി ഒരഭിപ്രായം പറഞ്ഞു. എന്നാൽ ചില നായന്മാർക്ക് ആ അഭിപ്രായത്തോട് ഒരു വിയോജിപ്പുണ്ടായിരുന്നു. തന്ത്രിയെന്ന നിലയ്ക്ക് ആ കർമ്മം സ്കന്ദൻതന്നെ ചെയ്യണമെന്നായിരുന്നു അവരുടെ അഭിപ്രയം. അതിന്റെ കാരണം സ്കന്ദന് വേഗം മനസ്സിലായി. നായന്മാരും നമ്പൂതിരിമാരുമുള്ളപ്പോൾ അവിടെ ഒരു ചേത്ത്യാരെ ഉദ്ഘാടകയാക്കുവാൻ അവരുടെ ജാതിബോധം സമ്മതിക്കുന്നില്ല. അതിനുള്ള മറുപടി സ്കന്ദൻ പറഞ്ഞു. ‘‘ജനിച്ചത് ഏത് സമുദായത്തിലാണെന്നറിയില്ലെങ്കിലും നമ്മുടെ കാഴ്ചപ്പാടിൽ ഒരു മണ്ണാൻ സമുദായക്കാരനായി ജീവിച്ച ഒരാളാണ് ആണ്ടവൻ. അദ്ദേഹത്തിന്റെ ഓർമ്മകൾക്ക് മുമ്പിൽ ഗ്രാമം സമർപ്പിക്കുന്ന ഒരു സ്മാരകമാണ് ഈ കാവ്. അതുകൊണ്ട് ഇവിടെ എല്ലാ ജാതിക്കാർക്കുമുണ്ട് അവകാശം. അതല്ലെങ്കിൽ ഇതിനുള്ളിലെങ്കിലും നമുക്ക് ജാതി വേണ്ട. പിന്നെ കാക്കിചേത്ത്യാര് ആണ്ടവന്റെ അമ്മയേക്കാൾ പ്രായമുള്ള ഒരാളാണ്. ഈ നാട്ടിലെ ഒട്ടുമിക്കവരും ആ അമ്മയുടെ

മുല കുടിച്ചവരാണെന്ന് ആ അമ്മതന്നെ പറയാറുണ്ട്. കുപ്പായമിടാത്തതുകൊണ്ട് ഏത് കുട്ടിയെ എടുത്താലും അത് ആദ്യം മുലകുടിക്കാനാണ് നോക്കുകയത്രെ. അങ്ങനെ നോക്കിയാൽ നമ്മുടെ ഗ്രാമത്തിന്റെ മൊത്തം അമ്മയാണവർ. അതുകൊണ്ട് അവരേക്കാൾ യോജിച്ച മറ്റൊരാളില്ല.''

സ്കന്ദൻ പറഞ്ഞത് കേട്ടപ്പോൾ പലർക്കും തോന്നി, അത് ശരിയാണെന്ന്. ചിലർക്ക് സമ്മതിക്കാൻ ചില പ്രയാസങ്ങളുണ്ടായിരുന്നെങ്കിലും ഭൂരിപക്ഷാഭിപ്രായപ്രകാരം ആ കർമ്മം കാക്കിചേത്ത്യാരു തന്നെ നിർവഹിച്ചു. പ്രതിഷ്ഠാകർമ്മങ്ങൾക്ക് ശേഷം വെള്ളരിക്കമ്മൾ വെള്ളരി വെയ്ക്കണം. അത് എങ്ങനെ ചെയ്യണം എന്നതൊക്ക കുഞ്ഞന്റെ പേരക്കുട്ടിയാണ് മുകുന്ദന് പറഞ്ഞുകൊടുത്തത്. കുഞ്ഞൻ മരിച്ചിട്ട് കുറച്ചുകാലമായി. കുഞ്ഞന്റെ മകൻ വന്നിട്ടുണ്ടെങ്കിലും അയാൾക്ക് പ്രായത്തിന്റെ പല പ്രയാസങ്ങളുമുണ്ടായിരുന്നു. പിന്നെ കുഞ്ഞന്റ മകൻ ആണ്ടവന്റെ ഭാര്യാപിതാവും കൂടിയാണല്ലോ. അതുകൊണ്ടുകൂടിയാവാം, അയാൾ വേണ്ട നിർദ്ദേശങ്ങൾ കൊടുത്തുകൊണ്ട് മാറി നിന്നതേയുള്ളൂ. ആണ്ടവനും ദേവിക്കും ആദ്യമായി വെള്ളരി വയ്ക്കുന്നതല്ലേ.

''പറച്ചണ്ട പോന്നോട്ടെ.'' കുഞ്ഞന്റെ മകൻ പറഞ്ഞു.

തോറ്റത്തിന് നിൽക്കുന്നതിൽ ഒരു കൊച്ചുബാലനുണ്ടായിരുന്നു. നന്നായി വെളുത്ത് തടിച്ചുരുണ്ട ഇടതൂർന്ന മുടി തോളറ്റംവരെ തൂങ്ങിക്കിടക്കുന്ന ഒരു കുട്ടി. ശരിക്കും ആ കുട്ടി ആണ്ടവന്റെ ചെറുപ്പത്തെ ഓർമ്മിക്കുന്നതായിരുന്നു. പല കാരണവന്മാരും അത് പരസ്പരം പറയുകയും ചെയ്തു.

പെട്ടെന്നാണ് ഒരാൾ അവിടേക്ക് ഓടിവന്നത്. മുകന്ദന്റെ അയൽക്കാരനാണ്. ''മുകുന്ദാ, ഗോവിന്ദൻനായർ ഒറ്റയ്ക്ക് എഴുന്നേറ്റ് നിന്നിരിക്കുന്നു. ദേവകിയമ്മ നിന്നോടൊന്ന് വേഗം അവിടെയെത്താൻ പറഞ്ഞു.''

''അയ്യോ മുകുന്ദനെങ്ങനെയാ ഇപ്പോൾ വരിക? വെള്ളരിപൂജ തുടങ്ങുന്നതല്ലേയുള്ളൂ. ''ഹരീ....'' സ്കന്ദൻ നമ്പൂതിരി ഹരിയെ നോക്കി വിളിച്ചു. ഹരി എന്തിനും തയ്യാറെന്നപോലെ ഓടിയെത്തി. ''നീ ഉടനെ മുകുന്ദന്റെ വീട്ടിലെത്തണം. അവിടെ എന്താവശ്യമുണ്ടെങ്കിലും അത് ചെയ്യണം. ഈ പൂജ കഴിഞ്ഞാൻ ഞങ്ങളങ്ങോട്ട് വരാം.''

തിരുമേനി പറഞ്ഞപ്പോൾ ഹരി മുകുന്ദനെ ഒന്ന് നോക്കി. മുകുന്ദൻ പറഞ്ഞു. ''ഹരി വേഗം ചെല്ല്.'' ഹരിക്ക് എന്തോ ഇടനെഞ്ചിൽ നിന്ന് ഒരു ഭാരം അലിഞ്ഞുപോയപോലെ തോന്നി. ഹരി പോകാൻ തുടങ്ങിയപ്പോൾ സ്കന്ദൻ പറഞ്ഞു. ''പോകുമ്പോൾ നിന്റെ ഭാര്യയെ കൂടി വിളിച്ചോളു. ഒരു കൈ സഹായത്തിന്.''

ഹരി ഭാര്യയേയും കൂട്ടി മുകുന്ദന്റെ വീട്ടിലേക്ക് ഓടി.

തോറ്റം തുടങ്ങിവച്ചത് ആ കുട്ടിയായിരുന്നു. അവൻ എല്ലാം മറന്ന് പാടുകയാണ്. പറച്ചെണ്ട താളത്തിന് അനുസൃതമായി.

''.........തെക്കയൂരും വടക്കയൂരും എടക്കാട്ടും കൊടക്കാട്ടും തിരുമംഗലത്തും തിരുമുറ്റത്തുള്ളിശ്ശേരിയും ഏഴില്ലത്തംഗനമാരുടെ താലപ്പൊലിയും കൈവിളക്കും തന്നെ പേരു കേൾപ്പോരുത്തീ എന്റെ ഭരദേവതേ....''

ഓരോരുത്തരും നട്ട വൃക്ഷങ്ങൾക്ക് ആഴ്ചയിലൊരിക്കലെങ്കിലും അത് പിടിച്ചു വരുന്നതുവരെ അവരവർതന്നെ നനയ്ക്കണം എന്ന തീരുമാനത്തോടെയാണ് എല്ലാവരും പിരിഞ്ഞത്. കർമ്മം കഴിഞ്ഞ് പിരിഞ്ഞു പോകുമ്പോൾ സ്കന്ദൻ നമ്പൂതിരി മുകുന്ദനോട് പറഞ്ഞു. ''എന്തായാലും ഞാൻ മുകുന്ദന്റെ വീടുവരെ ഒന്ന് വരാം. ഗോവിന്ദൻ

നായർ സ്വയം എഴുന്നേറ്റു നിന്നു എന്ന് പറഞ്ഞത് കേട്ടിട്ട് എനിക്കെന്തോ അത്ര ബോധ്യാവുന്നില്ല.''

''അതെന്താ തിരുമേനി പ്രശ്നത്തിൽതന്നെ പറഞ്ഞതല്ലേ ഒരാൾ തളർന്ന് കിടക്കുന്ന കാര്യം. കർമ്മങ്ങളൊക്കെ കഴിഞ്ഞപ്പോൾ ആണ്ടിപ്പൂശാരിയുടെ പകയും ദേഷ്യവുമൊക്കെ മാറിയതാവും. അച്ഛന്റെ പാപത്തിന് മകന്റെ പ്രായശ്ചിത്തം ആണ്ടി പൂശാരി അംഗീകരിച്ചതാവും.''

''ആവട്ടെ. എന്നാലും എനിക്കത്ര വിശ്വസിക്കാൻ കഴിയുന്നില്ല. നമുക്ക് വേഗം അങ്ങോട്ട് പോവാം.''

തിരുമേനി പറഞ്ഞത് കേട്ടപ്പോൾ മുകുന്ദനും എന്തോ വല്ലായ്ക തോന്നി. രണ്ടുപേരും വേഗത്തിൽ വീട്ടിലേക്കു നടന്നു. വീടിന്റെ പടി കടക്കുമ്പോൾതന്നെ എന്തോ അത്ര പന്തിയല്ലെന്ന് രണ്ടു പേർക്കും തോന്നി. അവിടെ മുറ്റത്ത് കുറച്ചാളുകൾ കൂട്ടംകൂടി നിൽക്കുന്നുണ്ട്. എല്ലാവരും പൂശാരിക്കാവിൽനിന്നും വരുന്നവർ തന്നെയായിരിക്കണം. തിരുമേനിയെ കണ്ടതും എല്ലാവരും ബഹുമാനത്തോടെ വഴിയൊഴിഞ്ഞു കൊടുത്തു. തിരുമേനിയും മുകുന്ദനും ഉമ്മറത്തേക്ക് കയറുമ്പോൾ ഹരി അകത്തെ മുറിയിൽ നിന്നുമ്മറത്തേക്ക് ഇറങ്ങി വരികയായിരുന്നു. ഹരി അവരുടെ അടുത്തു വന്നു.

''ഞാൻ വന്നപ്പോൾ അദ്ദേഹം എഴുന്നേറ്റിരിക്കുകയായിരുന്നു. ദേവകിയമ്മ അത്ഭുതത്തോടെ അടുത്തു നിൽക്കുന്നുണ്ട്. വർഷങ്ങളായി തളർന്ന് കിടന്ന അദ്ദേഹം എഴുന്നേറ്റിരുന്നതിൽ അവരാകെ അത്ഭുതപരതന്ത്രയായിരുന്നു. പക്ഷേ പറഞ്ഞതൊന്നും ബോധത്തിലല്ല എന്നാണ് എനിക്ക് തോന്നിയത്. ആണ്ടവനെക്കുറിച്ചും അയ്യപ്പൻനായരെക്കുറിച്ചുമൊക്കെ എന്തൊക്കെയോ പറഞ്ഞു. കൂട്ടത്തിൽ ബാലന്റെ അമ്മ ചോയിച്ചി വന്നില്ലേ എന്നും. അങ്ങനെ പലതും ചോദിച്ചു. ചോയിച്ചിയെ മാറ്റി നിർത്തിയാൽ ബാക്കി പറഞ്ഞതൊക്കെ മരിച്ചവരെക്കുറിച്ചാണ്. ഇരുന്നിടത്ത് നിന്ന് ഒന്നെഴുന്നേൽക്കാൻ ശ്രമിച്ചു. പിന്നെ ഒരു വീഴ്ചയായിരുന്നു. പിന്നെ ഇതുവരെ മിണ്ടിയിട്ടില്ല. പലരും വെള്ളം തൊട്ടു കൊടുക്കുന്നുണ്ട്. ഇപ്പോൾ കണ്ണും അടഞ്ഞിരിക്കുന്നു. മുകുന്ദൻ വേഗം അകത്ത് ചെല്ല്.''

ഹരി പറഞ്ഞത് കേട്ട ഉടനെ മുകുന്ദൻ അകത്തേക്കു പോയി. അതിനുശേഷം ഹരി സ്കന്ദൻ നമ്പൂരിയെ അവിടുന്ന് കുറച്ച് മാറ്റി നിർത്തി പറഞ്ഞു. ''മരിച്ചു എന്നാണ് എനിക്ക് തോന്നുന്നത്. എന്നാൽ അകത്തിപ്പോഴും പലരും വെള്ളം തൊട്ടുകൊടുക്കുന്നുണ്ട്. ഇത്തരം കാര്യങ്ങളറിയുന്ന ആരെങ്കിലുമുണ്ടെങ്കിൽ അവരെക്കൊണ്ടൊന്ന് നോക്കിപ്പിക്കാമായിരുന്നു. ഒരു ഡോക്ടറെ ഇങ്ങോട്ട് വിളിച്ച് വരുത്താൻ കുറച്ച് ബുദ്ധിമുട്ടുണ്ട്.''

സ്കന്ദൻ ഒന്നമർത്തി മൂളി. ''തെക്കേലെ രാഘവൻ നായരാണ് നാട്ടിൽ സാധാരണ മരിച്ച വീടുകളിൽ പോയി മരണം ഉറപ്പിക്കൽ. ആരെയെങ്കിലും വിട്ട് അദ്ദേഹത്തെ വിളിപ്പിക്കാം.''

ഹരി പറഞ്ഞപ്പോൾ സ്കന്ദൻ സമ്മതിച്ചു. ''അദ്ദേഹം കാവിലുണ്ടായിരുന്നു. ആരെക്കൊണ്ടെങ്കിലും വിളിപ്പിക്കാം. അദ്ദേഹത്തിന് സംശയമുണ്ടെങ്കിൽ മാത്രം ഡോക്ടറെ കൊണ്ടുവരുന്ന കാര്യം ചിന്തിച്ചാൽ മതി.''

അപ്പോഴേക്കും ബാലനും ഗണേശനും അടക്കം ക്ലബ്ബിന്റെ ഭാരവാഹികളൊക്കെ അവിടെ എത്തിക്കഴിഞ്ഞിരുന്നു. ബാലനോട് സ്കന്ദൻ, രാഘവൻനായരെ വിളിക്കേണ്ട കാര്യം പറഞ്ഞു കഴിഞ്ഞില്ല. അപ്പോഴേക്കും രാഘവൻനായർ അവിടെ എത്തി. അകത്തു പോയി ഒന്നു നോക്കി. പുറത്ത് വന്ന് നമ്പൂതിരിയോട് പറഞ്ഞു. ''ഇറക്കി കിടത്തണം. ആചാരപ്രകാരം അങ്ങനെയാണ്. മരിച്ച് കഴിഞ്ഞാൽ നായന്മാരുടെ രീതിയനുസരിച്ച് ഉടൻ നിലത്തിറക്കി കിടത്തണം.''

അത് ചുറ്റുമുള്ളവരും കേട്ടു. അപ്പോ ഗോവിന്ദൻനായർ മരിച്ചു. ആണ്ടവൻ, നാട്ടുകാരുടെ ഓർമ്മകളിൽ വീണ്ടും പുനർജനിക്കുന്ന ദിവസംതന്നെ ഗോവിന്ദൻനായർ മരിച്ചു.

''ഹരി, ഇവിടെ എല്ലാ കാര്യങ്ങളും ഭംഗിയായി നടക്കണം. കാശിനെപ്പറ്റി നീ പേടിക്കേണ്ട. ഒരാളെ എന്റെ കൂടെ പറഞ്ഞുവിട്ടോളൂ. നീയാണ് കാര്യങ്ങൾ ചെയ്യേണ്ടത്. ശമ്പളം കിട്ടിയിട്ടുണ്ടാവില്ലല്ലോ. അതാണ് പറഞ്ഞത്. ഞാൻ പോവുകയാണ്. ബാലൻ പണം നിന്നെ ഏല്പിക്കും. ബാലാ, നീ എന്റെ കൂടെ വരൂ.''

സ്കന്ദൻ നമ്പൂതിരി പറഞ്ഞപ്പോൾ ബാലൻ തിരുമേനിയുടെ കൂടെ നടന്നു. പടിഞ്ഞാറ് അസ്തമാനപർവ്വതം പട്ടുടുത്ത് തുടങ്ങിയിരുന്നു. തറയ്ക്കൽ ഭഗവതിക്കു മുന്നിലൂടെയുള്ള പാടവരമ്പിലൂടെ നടക്കുമ്പോൾ, സ്കന്ദൻ നമ്പൂതിരിയുടെ ഉള്ളിൽ ആണ്ടവന്റെ ഖണ്ഡന ക്രിയയായിരുന്നു. കോഴിയെ കൈയിലെടുത്ത് ചിറകും കാലും കൂട്ടിപ്പിടിച്ച് അതിന്റെ തല ഒന്ന് ഗുരുതിയിൽ മുക്കി. മുകളിലേക്ക് ഉയർത്തിപ്പിടിച്ച് ആകാശം നോക്കി ആണ്ടവൻ ഉറക്കെ ചൊല്ലുകയാണ്.

''ഓം ആകാശം പന്തലാക്കി എതിർമണി തടിചമച്ച് നേരുവാൻ കയറുമായി നിറം നല്ല കൂറ തൂക്കി നാലു വാതിൽക്കലും വെള്ളരി വെറ്റില നിറപറയും വച്ച് ചുണ്ടും ചിറകും ചുവന്നുള്ളോരു കോഴിയെ വെട്ടി ഞാൻ ബലി തരുമ്പോൾ എന്റെമ്മേ ഭദ്രമാം ഭദ്രകാളിക്കടക്കുന്നേൻ പാപം നാമം നമസ്തേ ഹരി, ഹരി ആദിമൂല ഗുരുവേ നമ....

■

www.ingramcontent.com/pod-product-compliance
Lightning Source LLC
LaVergne TN
LVHW100232051026
849517LV00006B/1869
* 9 7 8 9 3 9 5 8 7 8 4 3 2 *